AF748715

INSIGHT PUBLICA®

INSIGHT PUBLICA®
Nadakkavu, Kozhikode, Kerala
www.insightpublica.com
e-mail: insightpublica@gmail.com
Nattuvaidyam-Folklore Padanam
Folk Medicine - Folkloristic Study
Dr. Pramod Irumbuzhi
(Malayalam)
First Edition: October 2021

ISBN 978-93-5517-102-3
Printed and Published by Insight Publica
for Insightinpublica Printers & Publishers Pvt. Ltd.
₹ 349

നാട്ടുവൈദ്യം

ഫോക്‌ലോർ പഠനം

ഗവേഷണ പ്രബന്ധത്തിന്റെ പുസ്തക രൂപം

ഡോ. പ്രമോദ് ഇരുമ്പുഴി

INSIGHT PUBLICA ®

സമർപ്പണം
നാട്ടുവൈദ്യ പ്രണയികൾക്ക്

പ്രശസ്ത നാട്ടുവൈദ്യനായിരുന്ന ശിവശങ്കരൻ വൈദ്യരുടെയും ശാന്ത കുമാരിയുടെയും മകനായി മലപ്പുറം ജില്ലയിലെ ഇരുമ്പുഴിയിൽ ജനനം. ഗവ.എൽ.പി & യു.പി ഇരുമ്പുഴി, ഗവ.ഹയർ സെക്കണ്ടറി സ്‌കൂൾ ഇരുമ്പുഴി, ഗവ.കോളേജ് മലപ്പുറം, കാലിക്കറ്റ് യൂനിവേഴ്‌സിറ്റി ക്യാമ്പസ്, എസ്.എൻ.എം ട്രെയിനിങ് കോളേജ് മൂത്തകുന്നം എന്നിവിടങ്ങളിൽ പഠനം. നാട്ടുവൈദ്യം ഒരു ഫോക്‌ലോർ പഠനം എന്ന വിഷയത്തിൽ കാലിക്കറ്റ് യൂനിവേഴ്‌സിറ്റിയിൽനിന്നും പി.എച്ച്.ഡി.

ഉത്തർപ്രദേശിലെ റായ്ബറേലി ജില്ലയിലെ ജവാഹർ നവോദയ വിദ്യാലയത്തിൽ അദ്ധ്യാപകനായി.മലപ്പുറം ജില്ലയിലെ വിവിധ ഹയർ സെക്കണ്ടറി സ്‌കൂളുകളിൽ ഗസ്റ്റ് ലക്ചററായും സ്ഥിരാദ്ധ്യാപകനായും ജോലി ചെയ്തു. ഇപ്പോൾ മഞ്ചേരി ഗവ.ബോയ്‌സ് ഹയർ സെക്കണ്ടറി സ്‌കൂളിൽ മലയാളം അദ്ധ്യാപകൻ. ഇന്ത്യയിലെ ഇരുപത്തഞ്ച് സംസ്ഥാനങ്ങളിലും പതിനേഴ് വിദേശരാജ്യങ്ങളിലും സഞ്ചാരം. ആനുകാലികങ്ങളിൽ എഴുതാറുണ്ട്.

കൃതികൾ

ഗസ്റ്റ് ലക്ചറർ (കവിതാ സമാഹാരം)

സംവാദത്തിന്റെ പുസ്തകം (അഭിമുഖങ്ങൾ)

ഔഷധസസ്യങ്ങൾ: ശാസ്ത്രീയ നാമങ്ങളും ചികിത്സാവിധികളും

മൽപ്രം ഭാഷ - മൈഗൈഡ്

യാത്രയുടെ കയ്യൊപ്പ് (എഡിറ്റർ)

കൂട്ട് - റീന കുന്നൂർ

മക്കൾ - അവന്തിക ഭൈമി, അരുന്ധതി താര

വിലാസം : അവന്തിക, ഇരുമ്പുഴി (തപാൽ)

മലപ്പുറം (ജില്ല) 676509

9846308 995

pramodirumbu@gmail.com

ഡോ.പ്രമോദ് ഇരുമ്പുഴി

നാട്ടറിവിലെ വൈദ്യം

ഫോക്‌ലോർ പഠനം അഥവാ ജന (Folk) അറിവ് (lore) പഠനം ഒരു വൈജ്ഞാനിക ശാഖയെന്ന നിലയിലാണ് ഇന്ന് വിലയിരുത്തപ്പെടുന്നത്. നിലവിലുണ്ടായിരുന്ന മുഖ്യ ധാരാജ്ഞാന രൂപങ്ങളുടെ സമീപനപരിമിതികളെ പൂരിപ്പിക്കുവാനും കൂടുതൽ സമഗ്രവും വിപുലവുമായി ജനതയുടെ ജ്ഞാനമണ്ഡലം രൂപീകരിക്കുവാനുമാണ് അത് ലക്ഷ്യം വയ്ക്കുന്നത്. ജനതാ പഠനത്തിലൂടെ പാർശ്വവത്ക്കരിക്കപ്പെട്ട ജീവിത-സംസ്കാര - വിജ്ഞാനങ്ങളെ മുഖ്യ ധാരയോട് വിളക്കി (Inclusive)ച്ചേർക്കുന്നതിലൂടെ ജനസഞ്ചയത്തിന്റെ പൊതുജ്ഞാനമണ്ഡലത്തെ അത് വികസ്വരമാക്കാൻ താല്പര്യപ്പെടുന്നു.

ഗ്രിം സഹോദരന്മാർ നടത്തിയ ജർമ്മൻ നാടൻപാട്ടു ശേഖരണത്തിലൂടെയായിരുന്നു അതിന്റെ തുടക്കം. അതിനാൽത്തന്നെ അത് പോപ്പുലർ ആന്റിക്വറ്റിയിൽ ബന്ധിതവുമായിരുന്നു. തുടർന്ന് ലോകമെമ്പാടും നടന്ന ആദ്യകാല അന്വേഷണങ്ങളധികവും നാടൻ പാട്ടുകളിലും നാടൻ കലാരൂപങ്ങളിലുമായി വിപുലപ്പെടുന്നത് നമുക്ക് കാണുവാൻ കഴിയും. പക്ഷേ ഫോക്‌ലോറിന്റെ വികസിത ഘട്ടത്തിൽ സ്വതന്ത്രമായ ഒരു ശാഖ എന്ന നിലയിൽ അത് വികസിക്കുന്നുമുണ്ട്. ചരിത്ര പഠനത്തിനും സംസ്കാര പഠനത്തിനുമൊപ്പം ഭൗതിക സംസ്കൃതികളെയും ശാസ്ത്രബോധത്തെയും അപഗ്രഥിക്കുന്ന വിധത്തിൽ അത് വിപുലപ്പെട്ടു. അവിടെയെല്ലാം ദേശ-സംസ്കാര (Geographical & Cultural)ബദ്ധമായ ഒരു ലോകവീക്ഷണം (World view) അവയുടെ അടിപ്പടവായി വർത്തിക്കുകയുമുണ്ടായി. ഭൗതികവാദയുക്തിക്കു വെളിയിലുള്ള അനുഭവ യുക്തികളും അവിടെ ആശാസ്യമായി എണ്ണപ്പെട്ടു, സ്വാംശീകരിക്കപ്പെട്ടു. പുതിയൊരു ജ്ഞാന രൂപമെന്ന നിലയിൽ ജർമനിയിലും ഫിൻലന്റിലും

മറ്റും ഫോക്‌ലോർ വികസിച്ചതിനുശേഷമാണ് കേരളത്തിൽ അതിന് വേരോട്ടമുണ്ടായത്. നമ്മുടെ ഈടുവയ്പുകളെ അന്വേഷിച്ച പണ്ഡിതർ, മിഷനറികളുടെ ശേഖരങ്ങളെയും ചേലനാട്ട് അച്യുതമേനോനെപ്പോലു ള്ള പണ്ഡിതന്മാരുടെ നാടൻപാട്ടുസമാഹരണങ്ങളെയും പഠനങ്ങളെ യും നാടോടി വാങ്മയ ലക്ഷ്യങ്ങളായി കണ്ടെടുത്തു. വൈവിധ്യമാർന്ന കലാരൂപങ്ങളുടേയും വിശ്വാസങ്ങളുടേയും ഐതിഹ്യങ്ങളുടേയും വംശീയതകളുടേയും പഠനമെന്ന നിലയിൽ അത് വിപുലമായി. ഇതര വൈജ്ഞാനിക ശാഖകളെ ഫോക്‌ലോർ പഠനത്തിന്റെ ഭാഗമാക്കുന്ന പ്രവണത പിന്നെയും വൈകിയാണ് ഇവിടെ ആരംഭിച്ചത്. ഡോ.സി. ആർ രാജഗോപാലിന്റെ നേതൃത്വത്തിൽ 'നാട്ടറിവ് മാസിക പ്രസിദ്ധീ കരിക്കുകയും ഒട്ടേറെ സെമിനാറുകളുൾപ്പെടെയുള്ള പ്രവർത്തനങ്ങൾ സംഘടിപ്പിക്കുകയും ചെയ്തതോടെ ഫോക്‌ലോർ സമീപനത്തിൽ ഗുണപരമായ വ്യതിയാനം വന്നു തുടങ്ങി. അവയുടെ ആരംഭകാല പ്രവർ ത്തനങ്ങളിൽ ഞാനും ഡോ. എ.നുജ്ജുമുമുൾപ്പെടെ വ്യത്യസ്ത കാഴ്ചപ്പാടുള്ള പലരും ആ മൂവ്മെന്റിൽ സജീവമായിരുന്നു. മത കേന്ദ്രിത പഠനങ്ങളിൽ നിന്നും മാറി, കാടിനെയും കടലിനെയും വെള്ളത്തെയുമൊക്കെ പഠന പരിധിയിലേയ്ക്ക് കൊണ്ടുവന്നത് നാട്ടറിവ് പഠന കേന്ദ്രമാണ്. എന്നിരു ന്നാലും ഫോക്‌ലോർ പഠനത്തിനായുള്ള കണിശമായ ഒരു രീതിശാസ്ത്രം ഇനിയും വികസിച്ചു വരേണ്ടതായുണ്ട്. വാസ്തുവിദ്യ, കൈവേല, വൈദ്യം, സാങ്കേതികവിദ്യ, ജ്യോതിശാസ്ത്രം, ശാസ്ത്രപ്രയോഗം, പാരമ്പര്യഗണിതം തുടങ്ങിയ Material Culture ന്റെ പഠനമാവട്ടെ ഇനിയും ബാല്യദശ യിലാണ്. പൈതഗോറസ് തിയറത്തിനു മുമ്പു തന്നെ നമ്മുടെ ശങ്കര നാരായണനും മാധവനും അറിഞ്ഞിരുന്ന 'ശങ്കരനാരായണീയ'മോ 'യുക്തിഭാഷ'യോ കാലികമായി പുനരുപയോഗിക്കാൻ നമുക്കാവണം. അതിലേക്കായിരിക്കണം ഫോക് പഠനത്തിന്റെ ഊന്നൽ.

ചരിത്രപരമായി ജാതി സമൂഹമായി പുലർന്നിരുന്ന നമ്മുടെ സാമൂ ഹ്യജീവിതത്തിന്റെ കേന്ദ്രത്തിൽ ജാതി-മത ചിന്തകളും സ്ഥാപനങ്ങ ളും പ്രബലമായിരുന്നു. അവയുടെ ആചാര-അനുഷ്ഠാന നിഷ്ഠയാലും അവക്കാധാരമായ വിശ്വാസങ്ങളുടെ ആവർത്തിച്ചുള്ള ഉറപ്പിക്കലാലും ഓരോ ജാതി സമൂഹവും സ്വന്തം സ്വത്വങ്ങളെ സ്ഥാപിച്ചെടുക്കുന്നതിൽ സവിശേഷ ശ്രദ്ധ പുലർത്തിയിരുന്നു.ഇന്നും നമ്മുടെ ജീവിതത്തിലെ നിർണായക സന്ദർഭങ്ങളെല്ലാം (ജനന-വിവാഹ - മരണ) ഉറപ്പിച്ചിരി ക്കുന്നത് ജാത്യാചാരങ്ങളിലാകുന്നത് അതിനാലാണ്. ഈ ആധാരശി ലയാവട്ടെ അയുക്തികവും ചോദ്യാതീതവുമായ ചില വിശ്വാസങ്ങളിൽ അന്ധമായി ബന്ധിപ്പിച്ചിരിക്കുന്നതുമാണ്. പൗരാണികമാണെന്നതോ മുൻപുള്ളവർ അങ്ങനെ വിശ്വസിച്ചിരുന്നു എന്നതോ ആണ് അവയുടെ

സ്വീകാര്യതക്ക് ആധാരം (ആന്റിക്കുകളുടെ ശേഖരമെന്നും പുണ്യാത്മാ ാക്കളുടെ അവശിഷ്ടമെന്നും സ്വയംഭൂവായ ഈശ്വരനെന്നും തികച്ചും അയുക്തികമായ വാദങ്ങളെ നമ്മുടെ ജനസാമാന്യം മുഖവിലക്കെ ടുക്കുന്നതും കബളിപ്പിക്കപ്പെടുന്നതും കേവലം വിശ്വാസ മാത്രമായ ഈ സമീപനം മൂലമാണ്. വിശ്വാസം അതാണല്ലോ എല്ലാം എന്ന പരസ്യവാചകം നമ്മെ വ്യാമോഹിപ്പിക്കുകയും വഴി തെറ്റിക്കുകയും ചെയ്യുന്നതും അതിനാലാണ്.) നമ്മുടെ ഫോക്‌ലോർ പഠനങ്ങളിൽ ഇന്നേറെയും നടക്കുന്നത് ഏതെങ്കിലും പ്രാദേശിക ആരാധനാകേന്ദ്ര ങ്ങളുടെ മാഹാത്മ്യകഥകളുടെ ഏകപക്ഷീയവും നിരാധാരവുമായ പഠന ങ്ങളോ സ്വസമുദായങ്ങളുടെ ഉല്പത്തിക്കഥകളിലൂടെ സ്ഥാപിച്ചെടുക്കുന്ന മേനി നടിക്കലോ ആണ്. അവ വിക്ഷേപിക്കുന്നത് അയുക്തികവും നിരാധാരവും വിശ്വാസാധിഷ്ഠിതവുമായ ചില വിഭാഗീയ വിശ്വാസങ്ങൾ ആയിരിക്കുമെന്നുമറിയണം. ചുരുക്കത്തിൽ ഒരു വൈജ്ഞാനികശാഖ യുടെ പദവിയിൽ നിന്നും നാട്ടറിവ് പഠനത്തിന്റെ സന്തുലിതത്വത്തിൽ നിന്നും താഴോട്ടിറങ്ങി , വിശ്വാസാധിഷ്ഠിത-മതാത്മക പ്രവർത്തനമെന്ന സങ്കുചിതത്വത്തിലേയ്ക്ക് അത് നിപതിക്കുന്നു. തദ്വാരാ നമ്മുടെ സാമൂഹ്യ അബോധം (Collective Unconscious) മൗലികവാദത്തിനും പൗരാ ണികാഭിമുഖ്യത്തിനും വഴിമാറുന്നു. സമൂഹത്തിന്റെ മുന്നോട്ടുള്ള ഗതിയ്ക്ക് പിന്തുണയേകേണ്ടുന്ന ജനതാപഠനം വിപരീത ദശയിലേക്ക് യാത്രയാ കുന്നു. മണ്ണിന്നടിയിലേക്ക് വളരുന്ന വൃക്ഷമായിത്തീരുന്നു നാം!

ഇവിടെയാണ് ഒരു വിജ്ഞാന ശാഖയെന്ന നിലയിൽ, കഴിവതും യുക്തിഭദ്രവും ശാസ്ത്രീയുമായി നമ്മുടെ പാരമ്പര്യത്തിലേയ്ക്ക് ഗവേഷകൻ കടന്നുചെല്ലേണ്ടുന്നത് ആവശ്യമായിത്തീരുന്നത്.

നമ്മുടെ ഭൗതിക സംസ്കൃതികളുടെ ശാസ്ത്രീയാപഗ്രഥനത്തിന് ഊന്നൽ കൊടുക്കുന്നതിലൂടെ മാത്രമേ അത് സാധ്യമാവൂ.രോഗ നിർ ണയത്തിന് സ്തെതസ്കോപ്പിന്റെ പാരമ്പര്യം നമുക്കില്ലാത്തത് അതു ണ്ടാക്കാനുള്ള സാങ്കേതികവിദ്യയുടെ അഭാവം കൊണ്ടു മാത്രമല്ല ജാതി വ്യവസ്ഥയിലെ തൊട്ടുകൂടായ്മ കൊണ്ടു കൂടിയാണെന്ന് നാം അറിയണം! ആചാരങ്ങളെയും കീഴ്‌വഴക്കങ്ങളേയും അരക്കിട്ടുറപ്പിക്കുകയല്ല പഠന ലക്ഷ്യമെന്നറിഞ്ഞ്, തച്ചുശാസ്ത്രത്തിന്റെ അളവുകോലുകളേയും വൈദ്യപ്ര യോഗത്തിന്റെ ജൈവ-രാസ പ്രവർത്തനങ്ങളെയും ആധുനിക ജീവിത പരസരത്തിൽ വച്ച് ചർച്ച ചെയ്യുമ്പോഴാണ് ഫോക്‌ലോർ ഗവേഷണം സാർഥകമാവുക! അത്തരം ഒരു ഉദ്യമമാണ് ഡോ. പ്രമോദ് ഇരുമ്പുഴി ഇവിടെ നിർവഹിച്ചിട്ടുള്ളത്. മരുന്നും മന്ത്രവും മിശ്രണം ചെയ്തിട്ടുള്ള നമ്മുടെ പാരമ്പര്യ നാട്ടുവൈദ്യത്തെ കഴിയുന്നിടത്തോളം തിരസ്കര ണിക്ക് വെളിയിലെത്തിക്കുവാനും ഒരു വൈജ്ഞാനിക ശാഖയായി

അവതരിപ്പിക്കുവാനും നിഗൂഢവത്ക്കരണത്തിൽ നിന്ന് ഒഴിച്ചു നിറുത്താനും അയാൾക്കാവുന്നുമുണ്ട് എന്ന കാര്യം പ്രസ്താവ്യമാണ്. തുടർന്നുള്ള ഫോക്‌ലോർ പഠനങ്ങൾക്ക് ഒരു മാതൃകയായും സാമാന്യ വായനക്കാർക്ക് നാട്ടുവൈദ്യത്തിലേക്കുള്ള ഒരു ചൂണ്ടുപലകയായും ഈ ഗ്രന്ഥം മാറുമെന്ന് പ്രത്യാശിക്കുന്നു.

ഡോ.എൽ. തോമസ്കുട്ടി

പ്രൊഫസർ, മലയാള വിഭാഗം

കാലിക്കറ്റ് യൂനിവേഴ്സിറ്റി

മുൻമൊഴി

ഗവേഷണം ചെയ്യുകയാണെങ്കിൽ വിഷയം നാട്ടുവൈദ്യം തന്നെയായിരിക്കണം എന്നു മുമ്പേ നിശ്ചയിച്ചതാണ്. അതിനാൽ അനൗപചാരികഗവേഷണം എന്നേ തുടങ്ങിക്കഴിഞ്ഞിരുന്നു. വൈദ്യകുടുംബത്തിൽ പിറന്ന എനിക്ക് ചെറുപ്പം മുതൽതന്നെ, പരിഗണനയെക്കാൾ പരിഹാസങ്ങളാണ് അനുഭവം. നാട്ടുവൈദ്യം വഴി സുഖം പ്രാപിച്ചവർ പോലും പരിഹസിക്കുന്നത് എന്നെ അദ്ഭുതപ്പെടുത്തിയിട്ടുണ്ട്. സിനിമ, നാടകം തുടങ്ങിയ കലാരൂപങ്ങളിലും നാട്ടുവാങ്മയങ്ങളിലും നാട്ടുവൈദ്യത്തെ പരിഹസിക്കുന്നവ ധാരാളം. നാട്ടിൻപുറത്തെ ചായക്കടകൾ വലിയ ഹോട്ടലുകളായും, മസാലക്കടകൾ സൂപ്പർമാർക്കറ്റുകളായും വളർന്നുവെങ്കിലും ഇവിടത്തെ പാരമ്പര്യവൈദ്യശാലകൾക്ക് കാര്യമായ മാറ്റമൊന്നുമില്ല. വർണ്ണശബളമായ ബോട്ടിലുകളിൽ സിനിമാതാരങ്ങളെ പരസ്യത്തിനുപയോഗപ്പെടുത്തി, താളിയോലകളുടെ പഴമയും പാരമ്പര്യവും പറഞ്ഞ് മരുന്ന് കമ്പനികൾ തഴച്ചുവളരുമ്പോഴും, പാരമ്പര്യ വൈദ്യശാലകളിൽ വൈദ്യരും തൊഴിലാളിയും കള്ളിപ്പെട്ടിയും പുളിമുട്ടിയും കഷായപ്പൊതിയും കാര്യമായ മാറ്റമൊന്നുമില്ലാതെ നിലകൊള്ളുന്നു. ഇത്തരം ആശങ്കകൾ എന്റെ മനസ്സിൽ നിന്നും ഒരിക്കലും വിട്ടൊഴിഞ്ഞിരുന്നില്ല.

ഔപചാരികമായി ഗവേഷണം തുടങ്ങിയതോടെ മനസ്സിലെ ചോദ്യങ്ങൾക്കുള്ള ഉത്തരം ലഭിക്കാൻ ആവേദകരെ സമീപിച്ചു. വൈദ്യന്മാർ, മാന്ത്രികചികിത്സകർ, രോഗികൾ, ചരിത്രപഠിതാക്കൾ, സാംസ്കാരിക വിമർശകർ തുടങ്ങിയവരോട് കൂടിക്കാഴ്ച നടത്തിയും, ചർച്ചകളിൽ പങ്കെടുത്തും ദത്തശേഖരണം നടത്തി. വൈദ്യശാലകളിലും, മാന്ത്രികചികിത്സ നടക്കുന്നിടത്തും, ഔഷധസസ്യങ്ങൾ വളരുന്നിടത്തും, അവ വിപണനം

ചെയ്യുന്നിടത്തും നേരിട്ടുചെന്ന് നിരീക്ഷിച്ച് സംശയദൂരീകരണം നടത്തി. വൈദ്യവുമായും ഫോക്‌ലോറുമായും ബന്ധപ്പെട്ടുവരുന്ന മാഗസിനുക ളിലെ ലേഖനങ്ങളും പുസ്തകങ്ങളും വായിച്ചു. ചില വീടുകളിൽ അമൂല്യ മായി സൂക്ഷിച്ചിരുന്ന താളിയോലഗ്രന്ഥങ്ങൾ പരിശോധിച്ചു. വിഷക്ക ല്ലിനെപ്പറ്റി കേട്ടിട്ടുണ്ടെങ്കിലും കാണുന്നത് ഗവേഷണം തുടങ്ങിയതിനു ശേഷമാണ്. ജീവച്ഛവമായി കിടക്കുന്നവർക്ക് താൽക്കാലികാശ്വാസം നൽകുന്ന മാത്ര, ചെന്നിക്കുത്ത് സുഖപ്പെടുത്തുന്ന ഇടിക്കട്ട, പൂർവികർ നേത്രശസ്ത്രക്രിയക്ക് ഉപയോഗിച്ചിരുന്ന ആയുധങ്ങൾ തുടങ്ങിയവയെ പ്പറ്റിയൊന്നും ആരും ഇതുവരെ എഴുതിക്കണ്ടിട്ടില്ല എന്നു മനസ്സിലായി. ഗവേഷണം തുടങ്ങുമ്പോഴുണ്ടായിരുന്ന ആശയങ്ങളിൽ ചിലതിന് മാറ്റം വരികയും, പുതിയ ആശയങ്ങൾ വന്നുചേരുകയും ചെയ്തു.

ഒറ്റമൂലിരഹസ്യങ്ങൾ, മന്ത്രങ്ങൾ എന്നിവ പറഞ്ഞുതന്ന വൈദ്യ ന്മാർ, മാന്ത്രികചികിത്സ ചെയ്യുന്നവർ തുടങ്ങിയവരോടെല്ലാം നന്ദിയും കടപ്പാടുമുണ്ട്. സന്തോഷപൂർവ്വം ഡി.ടി.പി. ചെയ്തുതന്ന മലപ്പുറം അമ്പിളി ഫോട്ടോസ്റ്റാറ്റിലെ ബിന്ദുമനോജ്, വിനോയ്, തെറ്റുകൾ ചൂണ്ടിക്കാണിച്ച ബോട്ടണി വിഭാഗത്തിലെ ഡോ. എ.കെ. പ്രദീപ്കുമാർ, ചരിത്രവി ഭാഗത്തിലെ ഡോ.കെ.എൻ. ഗണേശ്, മുരളിമാഷ്, മോഹൻദാസ്, ഫോട്ടോയെടുത്തുതന്ന ശ്രീധരേട്ടൻ, അബൂബക്കർ, ശശിമാഷ്, വിമൽ, ഇരുമ്പുഴിയിലെ വി.വി. ബഷീർ തുടങ്ങിയവർ പുസ്തകം തയ്യാറാക്കുന്ന തിന് താങ്ങും തണലുമായിട്ടുണ്ട്.

ഈ സദുദ്യമത്തിന് മാർഗ്ഗനിർദ്ദേശം നൽകിയത് ഡോ.എൽ. തോമ സ്കുട്ടിയാണ്. അദ്ദേഹത്തിന്റെ സ്നേഹപൂർവ്വമുള്ള നിർദ്ദേശങ്ങൾക്ക് നന്ദിയും കടപ്പാടും വാക്കുകളിലൊതുങ്ങുന്നതല്ലെങ്കിലും ഔപചാരിക മായി രേഖപ്പെടുത്തുന്നു.

ഡോ.പ്രമോദ് ഇരുമ്പുഴി

ഉള്ളടക്കം

17/ആമുഖം

25/അദ്ധ്യായം ഒന്ന്
പശ്ചാത്തല വിവരണം

47/അദ്ധ്യായം രണ്ട്
നാട്ടുവൈദ്യം: വ്യാപനപ്രക്രിയ

121/അദ്ധ്യായം മൂന്ന്
പ്രതിവിധിചികിത്സയും പ്രതിരോധചികിത്സയും

180/അദ്ധ്യായം നാല്
നാട്ടുവൈദ്യം ഇന്ന്

193/ഉപസംഹാരം

196/ഗ്രന്ഥസൂചി

203/അനുബന്ധം

205/ഒന്ന്
ഔഷധസസ്യങ്ങളുടെ ശാസ്ത്രീയനാമങ്ങൾ

218/രണ്ട്
സാമാന്യ ചികിത്സാവിധികൾ

238/മൂന്ന്
ഔഷധവർഗങ്ങൾ

240/നാല്
പഴയകാല അളവുകളും തൂക്കങ്ങളും

242/അഞ്ച്
രോഗങ്ങളുടെ പ്രാദേശിക നാമങ്ങൾ

244/ആറ്
നാടോടിക്കഥകൾ

249/ഏഴ്
ചോലനായ്ക്കന്മാർ -ഔഷധനാമം, രോഗനാമം, ചികിത്സ

251/എട്ട്
ചികിത്സാമന്ത്രങ്ങൾ

256/ഒമ്പത്
മാപ്പിളപ്പാട്ടിലെ വൈദ്യപരാമർശങ്ങൾ

258/പത്ത്
ആവേദകസൂചി

260/പതിനൊന്ന്
സങ്കേതപദസൂചി

ആമുഖം

സ്വൈരജീവിതത്തിന് തടസ്സമുണ്ടാക്കിയ പ്രകൃതിശക്തികളെ ശാരീരികവും മാനസികവുമായ കരുത്തോടെ നേരിട്ട ചരിത്രമാണ് മനുഷ്യനുള്ളത്. പരുക്കൻ ജീവിത യാഥാർത്ഥ്യങ്ങളെ തരണം ചെയ്യാൻ വേണ്ടി അവൻ കാലങ്ങളിലൂടെ നീളുന്ന ഗവേഷണങ്ങളിൽ ഏർപ്പെട്ടു. കാലാവസ്ഥയുടെ പ്രതികൂലാവസ്ഥയിൽ നിന്നും രക്ഷനേടാനും ഹിംസ്രജന്തുക്കളുടെ ആക്രമണത്തിൽ നിന്നും മുക്തി നേടാനുമായി അവൻ മരത്തണൽ, ഗുഹകൾ, ഏറുമാടങ്ങൾ, കല്ലും മരവും ഉപയോഗിച്ച് കെട്ടിയുണ്ടാക്കിയ വീടുകൾ എന്നിവയെ ഉപയോഗപ്പെടുത്തി. കായികശക്തിയാൽ നിയന്ത്രിക്കാൻ കഴിയാത്ത പ്രകൃതിശക്തികളെ ആരാധിക്കുകയും, അനുഷ്ഠാനങ്ങളിലൂടെയും മാന്ത്രികവിധികളിലൂടെയും വിധേയമാക്കാൻ ശ്രമിച്ച് മാനസികമായി ശക്തി നേടി. മാറിവരുന്ന കാലാവസ്ഥ, അപകടങ്ങൾ, ജന്തുക്കളുടെ ഉപദ്രവം, തെറ്റായ ഭക്ഷണപദാർത്ഥങ്ങളുടെ കഴിക്കൽ തുടങ്ങിയവ വ്യത്യസ്ത രോഗങ്ങൾക്ക് കാരണമായി. രോഗങ്ങളുടെ ദുരിതത്തിൽ നിന്നും എങ്ങനെ മോചനം നേടാമെന്ന് ഓരോ കൂട്ടായ്മയും ചിന്തിച്ചതിന്റെ ഫലമായിരിക്കണം ലോകത്തിൽ വ്യത്യസ്ത വൈദ്യസമ്പ്രദായങ്ങൾ രൂപപ്പെട്ടത്. രോഗശമനം എന്ന ഒരേ ലക്ഷ്യത്തിനുവേണ്ടി രൂപപ്പെട്ട വൈദ്യസമ്പ്രദായങ്ങൾക്കെല്ലാം വൈജാത്യങ്ങളേറെയുണ്ടെങ്കിലും സാമ്യതകളും ഉണ്ട്. ചില വൈദ്യസമ്പ്രദായങ്ങൾ മറ്റു കൂട്ടായ്മകളിൽപ്പോലും സ്വീകാര്യത നേടുകയും പ്രചരിക്കുകയും ചെയ്തു. ഉദാ: ആയുർവേദം, യുനാനി, അക്യുപങ്ചർ. ചിലത് നാമാവശേഷമായിപ്പോവുകയോ,

ചില പ്രദേശങ്ങളിൽ മാത്രം ഒതുങ്ങുകയോ ചെയ്തു. കൃത്യമായ രേഖപ്പെടുത്തലിനു വിധേയമാകാതെ, ചില പ്രത്യേക കൂട്ടായ്മകളിൽ മാത്രം നിലനിൽക്കുന്ന വൈദ്യസമ്പ്രദായമാണ് നാട്ടുവൈദ്യം. 'ഫോക്' എന്ന ഇംഗ്ലീഷ് വാക്കിന്, സമാനപദമായി നാടൻ, നാടോടി, നാട്ടു തുടങ്ങിയ പദങ്ങൾ പ്രചരിക്കുന്നുണ്ട്.

പാരമ്പര്യ ചികിത്സയുമായി ബന്ധപ്പെട്ടുകൊണ്ടുള്ള കൂട്ടായ്മയുടെ അറിവിനെയോ ബോധത്തെയോ ആണ് നാട്ടുവൈദ്യം (Folk Medicine) എന്ന് വിളിക്കുന്നത്. കൂട്ടായ്മയുടെ ആചാരാനുഷ്ഠാനങ്ങളിലൂടെയോ, നാട്ടുവാങ്മയങ്ങളിലൂടെയോ മറ്റേതെങ്കിലും ഫോക്‌രൂപങ്ങളിൽ നേരിട്ടോ അല്ലാതെയോ നാട്ടുവൈദ്യം കാണാം. നാട്ടുവൈദ്യത്തിന്റെ അടിസ്ഥാനം വിശ്വാസമാണ്. രോഗിക്ക് മന്ത്രത്തിലും മരുന്നിലും വൈദ്യനിലും ഉള്ള വിശാസത്തിൽ നാട്ടുവൈദ്യം വേരുപിടിച്ചിരിക്കുന്നു. പ്രതിരോധചികിത്സ, രോഗചികിത്സ, രോഗകാരണം തേടൽ തുടങ്ങിയ വൈവിധ്യങ്ങൾ നാട്ടുവൈദ്യത്തിലുണ്ട്.

പഠനമേഖല:

ഭാരതപ്പുഴയുടെയും എലത്തൂർപ്പുഴയുടെയും ഇടയിലുള്ള മലപ്പുറം, കോഴിക്കോട് ജില്ലകളിലെ പ്രദേശങ്ങളാണ് തെരഞ്ഞെടുത്തിരിക്കുന്ന പഠനമേഖല. നാട്ടുവൈദ്യത്തിനാൽ സമ്പന്നമായതുകൊണ്ടും വസ്തുതാശേഖരണത്തിനും പഠനത്തിനും സൗകര്യപ്രദമായതിനാലുമാണ് ഈ പ്രദേശത്തെ പഠനമേഖലയിൽ ഉൾപ്പെടുത്താൻ പ്രധാനം. ഇവിടെ പ്രചരിക്കുന്ന നാട്ടുവൈദ്യസമ്പ്രദായം അന്വേഷിക്കുന്നതിനുവേണ്ടി വിശാലമേഖലയേക്കാൾ നല്ലത് ചെറിയ മേഖലയാണ്. ഗവേഷണത്തിന്റെ സൂക്ഷ്മത വർദ്ധിക്കാൻ അത് കാരണമാകുന്നു. വ്യത്യസ്ത ജാതിമത വിഭാഗങ്ങളിലെ വൈദ്യകുടുംബങ്ങളെ നേരിട്ടു ചെന്ന് കൂടിക്കാഴ്ച നടത്താനും ദത്തശേഖരണത്തിനും വിശദീകരിക്കാനും ചെറിയ പഠനമേഖലയാണ് അനുയോജ്യം.

പൂർവ്വ പഠനങ്ങൾ

വളരെ പ്രസക്തിയുള്ള വിഷയമാണ് നാട്ടുവൈദ്യം എങ്കിലും വിശകലനാത്മകമായ പഠനങ്ങൾ ഉണ്ടായിട്ടില്ല എന്നു വേണം കരുതാൻ. 1975 ൽ പ്രസിദ്ധപ്പെടുത്തിയ 'ഫോക്‌ലോർ മിഥോളജി ആന്റ് ലെജന്റ്' എന്ന മരിയലീച്ചിന്റെ പുസ്തകത്തിൽ നാട്ടുവൈദ്യത്തെക്കുറിച്ച് ഒരു ലേഖനമുണ്ട്. അതുപോലെ സോൺയോഡർ 'ഫോക്‌മെഡിസിൻ' എന്ന പേരിൽ ഒരു ലേഖനം പ്രസിദ്ധപ്പെടുത്തിയിട്ടുണ്ട്. ഇതെല്ലാം ഇംഗ്ലീഷിൽ പ്രസിദ്ധപ്പെടുത്തിയ പുസ്തകങ്ങളും ലേഖനങ്ങളുമാണ്.

മലയാളത്തിൽ ഉണ്ടായ ശ്രമങ്ങളിൽ ഏറെയും ഔഷധസസ്യങ്ങളുടെ സസ്യചരതമെന്ന രീതിയിലുള്ളതാണ്. വിവിധ ആയുർവേദഗ്രന്ഥങ്ങളിലും മാസികകളിലും വന്ന ലേഖനങ്ങൾ ആയുർവേദ ഔഷധങ്ങളുടെ ഔഷധമൂല്യങ്ങളുടെ വിവരണങ്ങൾക്ക് പ്രാധാന്യം കൊടുത്തുകൊണ്ടുള്ളവയാണ്. നാട്ടുമരുന്നുകൾ, 1001 ഒറ്റമൂലികൾ തുടങ്ങിയ ജനപ്രിയ പുസ്തകങ്ങളിൽ വിശദീകരിക്കുന്ന അറിവുകളിൽ ഭൂരിഭാഗവും ആയുർവേദ ഗ്രന്ഥങ്ങളുടെ തനിപ്പകർപ്പാണ്. നാട്ടുവൈദ്യത്തെക്കുറിച്ച് മലയാളത്തിൽ പ്രസ്താവിക്കുന്നത് ഡോ. എം.വി വിഷ്ണുനാരായണൻ നമ്പൂതിരിയുടെ 'നാടോടിവിജ്ഞാനീയത്തിന് ഒരു മുഖവുര'യും 'ഫോക്‌ലോർ നിഘണ്ടു'വുമാണ്. ഡോ. രാഘവൻ പയ്യനാടിന്റെ 'ഫോക്‌ലോർ' എന്ന പുസ്തകത്തിലും നാട്ടുവൈദ്യത്തെപ്പറ്റി പരാമർശം ഉണ്ട്. ഡി.സി. ബുക്സ് പ്രസിദ്ധീകരിച്ച നാട്ടറിവു സീരീസിൽപ്പെടുന്ന പുസ്തകങ്ങൾ കേരളത്തിലെ വിവിധ പ്രദേശങ്ങളിൽ പ്രചരിക്കുന്ന കടലറിവ്, കാട്ടറിവ്, പാനീയം. കൃഷി, പാട്ടുകൾ, കൈവേല, നാട്ടുവൈദ്യം തുടങ്ങിയവയെ ശേഖരിക്കാൻ ശ്രമം നടത്തിയിട്ടുണ്ട്. നാട്ടുവൈദ്യം എന്ന പുസ്തകത്തിൽ വിവിധ മേഖലകളിലെ വൈദ്യത്തെപ്പറ്റി വിശദീകരിക്കുന്നു.

മണ്ണാൻ, മാവിലർ തുടങ്ങിയ ചില പ്രത്യേക സമുദായങ്ങളുടെ ജീവിതരീതി വിശദീകരിക്കുന്നതിനിടയിൽ, ഒന്നും രണ്ടും പേജുകളിൽ അവരുടെ ഇടയിൽ പ്രചരിക്കുന്ന വൈദ്യരീതികൾ വിശദീകരിക്കാറുണ്ട്. ഇത്തരം വിശദീകരണങ്ങൾ ഒരിക്കലും പ്രസ്തുത കൂട്ടായ്മ നാട്ടുവൈദ്യരീതിയിലൂടെ എങ്ങനെയാണ് ആവിഷ്കൃതമാകുന്നത് എന്നതിലെത്തില്ല. മലയാളത്തിൽ കാര്യമായി നടന്ന പഠനം ഇ.ഉണ്ണികൃഷ്ണന്റെ 'കേരളത്തിലെ നാട്ടുവൈദ്യത്തിന്റെ പരിസ്ഥിതി നാടോടി വിജ്ഞാനീയം' എന്ന പി.എച്ച്.ഡി. പ്രബന്ധമാണ്. കേരളത്തിന്റെ പരിസ്ഥിതി നാട്ടുവിജ്ഞാനീയത്തിന്റെ (Eco-Folklore) ചുവടുപിടിച്ചാണ് അന്വേഷണം മുന്നോട്ടുപോകുന്നത്. ഇതിൽ കേരളമെന്ന വിശാല മേഖലയാണ് പഠനത്തിനുപയോഗിച്ചിട്ടുള്ളത്. നാട്ടുവൈദ്യത്തിന്റെ പരിസ്ഥിതി നാടോടി വിജ്ഞാനീയം വിശദീകരിക്കുന്ന ഈ പഠനം മറ്റു പൂർവ്വപഠനങ്ങളെക്കാൾ എന്തുകൊണ്ടും ഒരുപടി മുന്നിലാണെന്ന് പറയാതെവയ്യ.

പഠനലക്ഷ്യം

അലോപ്പതിയെ പരദേശി എന്നുഗണിച്ച് ആയുർവേദത്തെ നാട്ടുവൈദ്യമായാണ് ബ്രിട്ടീഷ് സർക്കാർ രേഖപ്പെടുത്തിയത്. തെറ്റായ ഈ രേഖപ്പെടുത്തലിനെ അതേപടി പിന്തുടരുകയാണ് ഇന്നും ചെയ്യുന്നത്. ജനങ്ങളിൽ ഭൂരിഭാഗം പേരും ആയുർവേദമാണ് നാട്ടുവൈദ്യം എന്നു തെറ്റിദ്ധരിച്ചിരിക്കുന്നു. ആയുർവേദത്തിന് നാട്ടറിവിന്റെ പ്രാക്തനത,

പാരമ്പര്യം തുടങ്ങിയ സവിശേഷതകളുണ്ട്. പക്ഷേ, വ്യക്തമായ രേഖപ്പെടുത്തലുകളും അണുകിട വ്യതിചലിക്കാത്ത പ്രയോഗരീതികളും ആയുർവേദത്തെ 'ക്ലാസിക്' ആക്കിത്തീർക്കുന്നു. അതിനാൽ ക്ലാസിക് ആയുർവേദത്തെ ഒരു ഫോക്‌ലോർ രൂപമായി കാണാൻ കഴിയില്ല. ആയുർവേദവും നാട്ടുവൈദ്യവും രണ്ടാണെന്നും, അതിൽ നാട്ടുവൈദ്യം മാത്രമെ ഫോക്‌ലോറിൽ ഉൾപ്പെടുത്താൻ കഴിയുകയുള്ളൂ എന്ന് വ്യക്തമാക്കുക ഈ പഠനത്തിന്റെ ലക്ഷ്യമാണ്. ആയുർവേദമെന്നപേരിൽ പ്രചരിക്കുന്ന കൊമ്പഞ്ചാദി ഗുളിക, നാഡികഷായം, പേറ്റുലേഹ്യം, എന്നിവ നാട്ടുവൈദ്യരീതികളിൽ നിന്നും ആയുർവേദം കടംകൊണ്ട ഔഷധക്കൂട്ടുകളാണ്. ഇവയെ കേരളീയായുർവേദമെന്ന് വിളിക്കാവുന്നതാണ്. പ്രസ്തുത മരുന്നുകളെ തിരിച്ചറിയുകയും, നാട്ടുവൈദ്യത്തിന്റെ പ്രസക്തി ബോധ്യപ്പെടുകയും ചെയ്യുന്നു.

ഒരു ഫോക്‌രൂപം എന്നനിലയിൽ നാട്ടുവൈദ്യത്തിന് വൈവിധ്യതകൾ ഏറെയുണ്ട്. ജനത അറിഞ്ഞും അറിയാതെയും ജീവിതത്തിൽ ഇത് തുടരുന്നുണ്ട്. കറികളിൽ മഞ്ഞൾ, ജീരകം എന്നിവ ചേർക്കുന്നത് രുചി വർദ്ധിപ്പിക്കാനാണ്. ഇതുവഴി ദഹനശേഷി വർദ്ധിക്കുകയും, വിഷാംശത്തെ ശമിപ്പിക്കുകയും ചെയ്യും. ഇത് അറിയാതെ തുടരുന്ന ചികിത്സാരീതിയാണ്. വായുക്ഷോഭം ഒഴിവാക്കാൻ ഭക്ഷണത്തിന്റെ കൂടെ വേപ്പിലക്കട്ടി കഴിക്കുന്നത് അറിഞ്ഞുകൊണ്ട് ചെയ്യുന്ന ചികിത്സയാണ്. ആയുർവേദത്തിൽ ഉപയോഗിക്കുന്ന ഔഷധസസ്യങ്ങൾക്കും ഔഷധക്കൂട്ടുകൾക്കും ഭാഷയിൽ മാനകനാമങ്ങളുണ്ട്. എന്നാൽ നാട്ടുവൈദ്യത്തിലെ ചില ഔഷധസസ്യങ്ങൾക്ക് മാനകനാമങ്ങളില്ല. ഔഷധക്കൂട്ടുകളിലെ ചേരുവകൾ എങ്ങനെയായിരിക്കണം എന്ന കാര്യത്തിൽ നാട്ടുവൈദ്യത്തിന് നിയതനിയമങ്ങളില്ല. ട്രോപ്പിക്കൽ അമേരിക്കയിൽനിന്നും ഇന്ത്യയിലെത്തിയ സസ്യമാണ് കമ്മ്യൂണിസ്റ്റപ്പ (കമ്മ്യൂണിസ്റ്റ് പച്ച). ഇതിന്റെ ഇലയുടെ ചാറ് മുറിവ് സുഖപ്പെടുത്താൻ വേണ്ടി നാട്ടുവൈദ്യം ഉപയോഗപ്പെടുത്താറുണ്ട്. എന്നാൽ ആയുർവേദഗ്രന്ഥങ്ങളിൽ കമ്മ്യൂണിസ്റ്റപ്പയുടെ ഔഷധമൂല്യം വ്യക്തമാക്കുന്നില്ല. കാരണം വൈദ്യഗ്രന്ഥങ്ങൾ എഴുതപ്പെട്ട നാളുകളിൽ അത് ഇവിടെ പ്രചരിച്ചിരുന്നില്ല എന്നുവേണം കരുതാൻ. പഠനമേഖലയിൽ പ്രചരിക്കുന്ന ഔഷധസസ്യങ്ങൾ, ഔഷധക്കൂട്ടുകൾ, ഇവകൊണ്ടുള്ള ചികിത്സാരീതികൾ എന്നിവ വിശദീകരിക്കുന്നു. വൈവിധ്യതകൾക്ക് കാരണമെന്താണെന്ന് ഫോക്‌ലേർ സിദ്ധാന്തത്തിന്റെ പിൻബലത്തിൽ വ്യാഖ്യാനിക്കുന്നു.

പുസ്തകവായനയിലൂടെ കരഗതമാക്കാവുന്നതല്ല നാട്ടുവൈദ്യം. അത് അനുഭവത്തിലൂടെയും നിരീക്ഷണത്തിലൂടെയും സ്വായത്തമാക്കേണ്ടതും,

ചില അറിവുകൾ നാട്ടുവാങ്മയങ്ങളിൽ നിന്നും തിരിച്ചറിയേണ്ടവയു മാണ്. നാട്ടുവൈദ്യത്തെ ഒരു ഫോക്‌ലോർ രൂപം എന്ന നിലയിൽ തിരിച്ചറിഞ്ഞ്, കൂട്ടായ്മയുടെ സ്വത്വനിർമ്മിതിയിൽ അത് വരുത്തുന്ന പങ്കെന്താണെന്ന് വിശദീകരിക്കുകയും ചെയ്യുക ഈ പഠനത്തിന്റെ ലക്ഷ്യമാണ്. നാട്ടുവൈദ്യത്തിന് ഭൗതികചികിത്സ (ഔഷധചികിത്സ), ഭൗതികേതരചികിത്സ (വിശ്വാസചികിത്സ) എന്നിങ്ങനെ വകഭേദങ്ങളു ണ്ട്. മറ്റു വൈദ്യസമ്പ്രദായങ്ങളിൽനിന്നും വ്യത്യസ്തമായി പഠനമേഖല യിൽ നിലനിൽക്കുന്ന നാട്ടുവൈദ്യത്തിൽ ഏതെല്ലാം വിധത്തിലാണ് വിശ്വാസചികിത്സയിൽപ്പെടുന്ന മാന്ത്രികചികിത്സയുടെയും ആരാധനാ ലയങ്ങളിലെ വൈദ്യത്തിന്റെയും സ്ഥാനം, അത് രൂപപ്പെടാൻ കാരണ മെന്താണ് എന്നെല്ലാം അന്വേഷിക്കുന്നുണ്ട്. സസ്യശാസ്ത്രത്തിന്റെയും രാസതന്മാത്രകളുടെയും പക്ഷത്തുനിന്നുകൊണ്ടുള്ള നിരീക്ഷണത്തിൽ നിന്നും വ്യത്യസ്തമായി ഇവിടെ ഒരു ഔഷധസസ്യത്തിന് നാട്ടറിവിലുള്ള പങ്കെന്താണെന്ന് എന്നതിലേക്ക് അന്വേഷണം വ്യാപരിക്കുന്നു.

മർമ്മചികിത്സ, വിഷചികിത്സ, മഞ്ഞപ്പിത്തചികിത്സ, പേറെടുപ്പ്, മനോരോഗ ചികിത്സ തുടങ്ങിയവയിൽ നാട്ടുവൈദ്യത്തിന് പ്രത്യേക വൈദഗ്ധ്യമേഖലകളുണ്ട്. അതിന് കാരണമെന്താണെന്ന് അന്വേഷി ക്കാൻ ശ്രമിച്ചിട്ടുണ്ട്. പഠനമേഖലയിൽ മർമ്മചികിത്സക്ക് പ്രചാരം കുറ യാതിരിക്കാനും, പേറെടുപ്പ് ഏറ്റവും പ്രചാരം കുറഞ്ഞ മേഖലയാകാനും എന്താണ് കാരണം എന്ന് അന്വേഷിക്കാൻ ശ്രമിച്ചിട്ടുണ്ട്. സ്വയംചികി ത്സ, വൈദ്യചികിത്സ, അമ്മൂമ്മവൈദ്യം (വീട്ടുചികിത്സ) എന്നിങ്ങനെ തരംതിരിച്ച് വിശദീകരിക്കുന്നു. മറ്റു വൈദ്യസമ്പ്രദായങ്ങളിൽ പ്രചാരം കുറഞ്ഞ സ്വയംചികിത്സ, അമ്മൂമ്മവൈദ്യം, കർക്കടകമാസചികിത്സ, എന്നിവ നാട്ടുവൈദ്യത്തിൽ എങ്ങനെയാണ് പ്രാവർത്തികമാവുന്നത് എന്ന് അന്വേഷിക്കുന്നു. കാലാനുസൃതമായി ജീവിതരീതിയിലും, ചിന്താഗതിയിലുമുണ്ടായ മാറ്റം നാട്ടുവൈദ്യത്തിന്റെ പ്രചാരത്തിനെ എങ്ങനെയെല്ലാമാണ് ബാധിച്ചത് എന്നും അതെന്തുകൊണ്ടാണെന്നും അന്വേഷിക്കാനുള്ള ശ്രമം നടത്തിയിട്ടുണ്ട്.

പഠനപദ്ധതി

ഫോക്‌ലോർ പഠനത്തിന്റെ രീതി, ആവേദകരിൽനിന്നും നേരിട്ട് ദത്തശേഖരണം നടത്തുകയും, ലഭ്യമായ വിഭവങ്ങൾ എങ്ങനെയാണ് ഫോക്‌ലോറിന്റെ സ്വഭാവം പുലർത്തുന്നത് എന്ന് അന്വേഷിക്കലുമാണു. വൈദ്യസമ്പ്രദായങ്ങളുടെ പ്രധാന ഘടകങ്ങളായ വൈദ്യൻ, രോഗി, ചികിത്സ എന്നീ ത്രയങ്ങളിൽ ചികിത്സ ഒരു കൂട്ടായ്മയുടെ സ്വത്വം വെളിപ്പെടുത്തുന്നത് എങ്ങനെ, എന്നതിലൂന്നികൊണ്ടുള്ള പഠനപദ്ധ തിയാണ് 'നാട്ടുവൈദ്യം-ഫോക്‌ലോർ പഠനം' എന്ന പുസ്തകത്തിൽ

സ്വീകരിച്ചിട്ടുള്ളത്. ഫോക്‌ലോർ രീതിയിൽ നാട്ടുവൈദ്യത്തെ പഠനവിഷയമാക്കുന്നതിലൂടെ ആ ജനതതിയുടെ മനോമണ്ഡലത്തെ തിരിച്ചറിയുക തന്നെയാണ് ചെയ്യുന്നത്. വിശ്വാസങ്ങൾ ജനങ്ങളുടെ അബോധമനസ്സിൽ രൂഢമൂലമായിരിക്കുന്നു എന്ന ബോധ്യത്തെയാണ് നാട്ടുവൈദ്യം വിശ്വാസചികിത്സയിൽ സമർത്ഥമായി ഉപയോഗപ്പെടുത്തുന്നത്. വിശ്വാസചികിത്സയിലെന്നപോലെ മരുന്നുകളുടെ ചേരുവകളിലും പ്രാദേശികത്തനിമ തെളിഞ്ഞുകാണാം.

ഔഷധഗ്രന്ഥങ്ങളിലും വൈദ്യശാലകളിലും മാത്രം ഒതുങ്ങിനിൽക്കാത്ത നാട്ടുവൈദ്യത്തിന്റെ അനുഭവമണ്ഡലം വീടുകൾ, നാഗക്കാവുകൾ, മന്ത്രവാദത്തിന്റെയും അനുഷ്ഠാനത്തിന്റെയും മന്ത്രങ്ങൾ മുഴങ്ങുന്ന ഇടങ്ങൾ, മുറ്റം മുതൽ ഔഷധസസ്യങ്ങൾ സമൃദ്ധമായിക്കാണുന്ന വനമേഖല വരെ വ്യാപരിക്കുന്നു. ഇവിടങ്ങളിലെല്ലാം നേരിട്ടുചെന്ന് നിരീക്ഷിക്കുകയും, ആവേദകരിൽ നിന്ന് വിവരങ്ങൾ ശേഖരിക്കുകയും, സ രേഖപ്പെടുത്തുകയും ചെയ്യാൻ ശ്രമിച്ചിട്ടുണ്ട്. പത്തപ്പിരിയം കണ്ണുചികിത്സ, പൂങ്കുടിൽമനയിലെ മനോരോഗചികിത്സ, മേരിക്കുന്നിലെ വിഷചികിത്സ എന്നിവ സന്ദർശിച്ചവയിൽ പ്രധാനപ്പെട്ടവയാണ്. നാമാവശേഷമായിക്കൊണ്ടിരിക്കുന്ന വാർത്തെടുത്ത അപൂർവ്വ ഔഷധക്കൂട്ടുകളായ മാത്ര, ഇടിക്കട്ട, വിഷക്കല്ല് എന്നിവയുടെ പ്രയോഗം മനസ്സിലാക്കാൻ കഴിഞ്ഞു. നാട്ടുവാങ്മയങ്ങളിൽ ചിതറിക്കിടക്കുന്ന നാട്ടറിവുകളായ വൈദ്യപരാമർശങ്ങളെ തിരിച്ചറിഞ്ഞ് രേഖപ്പെടുത്തുന്നുണ്ട്. മണ്ഡലവൃത്തിയിലൂടെ ശേഖരിച്ച വിഭവങ്ങളെ ഫോക്‌ലോർ സിദ്ധാന്തങ്ങളുടെ പിൻബലത്തിൽ വ്യാഖ്യാനിച്ച് വിശദീകരിക്കാൻ ഉദ്യമിച്ചിട്ടുണ്ട്.

പ്രബന്ധ സ്വരൂപം

'നാട്ടുവൈദ്യം - ഫോക്‌ലോർ പഠനം' എന്ന ഈ പുസ്തകത്തിന് അഞ്ച് അധ്യായങ്ങളാണുള്ളത്. ഒന്നാം അധ്യായത്തിൽ പഠനമേഖലയുടെ പശ്ചാത്തലവിവരണമാണ്. തീരനാട്, ഇടനാട്, മലനാട് എന്നിങ്ങനെ പഠനമേഖയെ തിരിച്ച് അവിടെ വളരുന്ന ഔഷധസസ്യങ്ങളെപ്പറ്റി വിവരിക്കുന്നു. പഠനമേഖലയിലെ ഉത്സവാഘോഷങ്ങളും ആചാരാനുഷ്ഠാനങ്ങളും ചരിത്രവും വൈദ്യപാരമ്പര്യവും വ്യക്തമാക്കിയശേഷം ഈ കൂട്ടായ്മയുടെ സമകാലിക സവിശേഷതകളെക്കുറിച്ചുള്ള ലഘുവിവരണം നൽകിയിരിക്കുന്നു.

രണ്ടാം അധ്യായത്തിൽ നാട്ടുവൈദ്യം ഏതെല്ലാം വിധത്തിലാണ് വ്യാപരിച്ചിട്ടുള്ളത് എന്ന് വിശദമാക്കുന്നു. ആയുർവേദവും കേരളീയായുർവേദവും നാട്ടുവൈദ്യവുമായി എങ്ങനെയാണ് ബന്ധപ്പെട്ടിരിക്കുന്നത് എന്ന് വ്യക്തമാക്കുന്നു. നാട്ടുവൈദ്യത്തിന്റെ രീതിഭേദങ്ങളായ സ്വയംചികിത്സ, വൈദ്യചികിത്സ, അമ്മൂമ്മവൈദ്യം, ഭൗതികചികിത്സ,

ഭൗതികേതരചികിത്സ എന്നിവ വർഗ്ഗീകരിച്ച് വിശദമാക്കുന്നു. വ്യത്യസ്ത ജാതിമത വിഭാഗങ്ങളിൽ മാന്ത്രികചികിത്സയുടെയും ഔഷധചികിത്സയുടെയും പ്രചാരത്തിന് കാരണമെന്തെന്ന് അന്വേഷിക്കുന്നു. നാട്ടുവാങ്മയങ്ങളിലെ വൈദ്യപരാമർശങ്ങളെ തിരിച്ചറിഞ്ഞ് അവയുടെ പ്രാധാന്യം വ്യക്തമാക്കുന്നു. വളർത്തുമൃഗങ്ങൾക്കും സസ്യങ്ങൾക്കും എന്തെല്ലാം ചികിത്സകളാണ് ചെയ്തിരുന്നത് എന്ന് വിശദീകരിക്കുന്നുണ്ട്.

പഠനമേഖലയിൽ പ്രത്യേക വൈദഗ്ധ്യ മേഖലകളുള്ള ചികിത്സാവിഭാഗങ്ങളായ വിഷചികിത്സ, മഞ്ഞപ്പിത്തച്ചികിത്സ, മനോരോഗചികിത്സ, മർമ്മചികിത്സ, കണ്ണുചികിത്സ, പേറെടുപ്പ്, കർക്കടകമാസചികിത്സ, ഗർഭരക്ഷ, പ്രസവാനന്തരശുശ്രൂഷ എന്നിവ ഓരോന്നിനെയും വർഗീകരിച്ച് വിശദമാക്കുന്നു. ചികിത്സകളെ പ്രതിവിധിചികിത്സ, പ്രതിരോധചികിത്സ എന്നിങ്ങനെ തിരിച്ച് അവ എങ്ങനെ നാട്ടുവൈദ്യത്തിൽ പ്രാവർത്തികമാകുന്നു എന്ന് വിശദമാക്കുന്നുണ്ട്.

പ്രചാരം കുറഞ്ഞുകൊണ്ടിരിക്കുന്ന വൈദ്യസമ്പ്രദായമാണ് നാട്ടുവൈദ്യം. ജീവിതരീതിയിലുണ്ടായ മാറ്റം, മറ്റു വൈദ്യസമ്പ്രദായങ്ങളുടെ വ്യാപനം, സാമൂഹിക പുരോഗതി തുടങ്ങിയവ എങ്ങനെയാണ് നാട്ടുവൈദ്യത്തിനെ ബാധിച്ചത് എന്ന് അന്വേഷിക്കുന്നു. പഠനമേഖലയുടെ ജൈവികപരിസരത്തിൽ ഉരുവം കൊള്ളുകയും പ്രചരിക്കുകയും ചെയ്ത നാട്ടുവൈദ്യത്തെ നിലനിർത്തേണ്ടതിന്റെ ആവശ്യകത വ്യക്തമാക്കുന്നതിനൊപ്പം, അതിനുള്ള ചില നിർദ്ദേശങ്ങൾ വെക്കുകയും ചെയ്യുന്നു.

ആറാം അധ്യായം പ്രബന്ധത്തിലൂടെ എത്തിച്ചേർന്ന നിഗമനങ്ങൾ അവതരിപ്പിക്കുന്നു. ഓരോ അധ്യായത്തിലും അവതരിപ്പിച്ച ആശയങ്ങളുടെ സംഗ്രഹം അവതരിപ്പിക്കുന്നതിനോടൊപ്പം, നാട്ടുവൈദ്യത്തിന്റെ ദുരവസ്ഥയെ സൂചിപ്പിക്കുകയും, അതിൽ നിന്നും എങ്ങനെ മോചനം നേടാമെന്ന നിർദ്ദേശവും വെക്കുന്നു.

അനുബന്ധത്തിൽ ഔഷധസസ്യങ്ങളുടെ ശാസ്ത്രീയ നാമങ്ങൾ, സാമാന്യചികിത്സാവിധികൾ, ഔഷധവർഗ്ഗങ്ങൾ, പഴയകാല അളവുകളും തൂക്കങ്ങളും, നാടോടിക്കഥകൾ, മന്ത്രങ്ങൾ, സാങ്കേതിക പദസൂചി, ഗ്രന്ഥസൂചി എന്നിവ നൽകിയിട്ടുണ്ട്. ഔഷധസസ്യങ്ങൾ, പഠനമേഖലയിൽ മൺമറഞ്ഞവരും, ഇന്നും ജീവിച്ചിരിക്കുന്നവരുമായ പ്രസിദ്ധ വൈദ്യന്മാർ, വാർത്തെടുത്ത ഔഷധക്കൂട്ടുകൾ, ചികിത്സക്കുപയോഗിക്കുന്ന മാന്ത്രികയന്ത്രങ്ങൾ തുടങ്ങിയവയുടെ ഫോട്ടോകളും വരച്ച ചിത്രങ്ങളും പുസ്തകത്തിൽ ഉൾപ്പെടുത്തിയിട്ടുണ്ട്.

അദ്ധ്യായം ഒന്ന്

പശ്ചാത്തല വിവരണം

നാട്ടുവൈദ്യത്തെക്കുറിച്ചുള്ള ഈ പഠനത്തിൽ തെരഞ്ഞെടുത്തിരിക്കുന്ന മേഖല, ഭാരതപ്പുഴയുടെയും എലത്തൂർപുഴയുടെയും ഇടയിലുള്ള മലപ്പുറം, കോഴിക്കോട് ജില്ലകളിലെ പ്രദേശങ്ങളാണ്. പഠനമേഖലയെ ഭൂമിശാസ്ത്രപരമായും സാംസ്കാരികമായും നിർണ്ണയിക്കുകയാണ് ആദ്യമായി ചെയ്യുന്നത്. പിന്നീട് പഠനമേഖലയുടെ, ചരിത്രത്തേയും വൈദ്യപാരമ്പര്യത്തേയും, ഇന്നത്തെ ജനജീവിതത്തെയും കുറിച്ച് ലഘുവിവരണം നൽകിയിരിക്കുന്നു.

ഭൂമിശാസ്ത്രപരമായ നിർണ്ണയനം

മലപ്പുറം, കോഴിക്കോട് എന്നീ റവന്യൂ ജില്ലകളിൽ പരന്നു കിടക്കുന്ന പഠന മേഖലയെ ഭൂമിശാസ്ത്രപരമായ നിർണ്ണയനം നടത്തുന്നതിനുള്ള സൗകര്യാർത്ഥം രണ്ട് മേഖലകളാക്കി തിരിക്കാവുന്നതാണ്. (1) മലപ്പുറം ജില്ലയിലുൾപ്പെടുന്ന പഠനമേഖലയിലെ അതിർത്തി (2) കോഴിക്കോട് ജില്ലയിലെ എലത്തൂർപുഴ വരെയുള്ള മലപ്പുറം ജില്ലയോട് ചേർന്ന് കിടക്കുന്ന ഭാഗം. 1) 3638 ചതുരശ്ര കിലോമീറ്റർ വിസ്തൃതിയിൽ വ്യാപിച്ചുകിടക്കുന്ന മലപ്പുറം ജില്ലയെ ഏറനാട്, പെരിന്തൽമണ്ണ, തിരൂർ, പൊന്നാനി, തിരൂരങ്ങാടി, താനൂർ എന്നീ താലൂക്കുകളായി വിഭജിച്ചിട്ടുണ്ട്. മലപ്പുറം ജില്ലയുടെ അതിർത്തി ഇപ്രകാരമാണ്. വടക്ക് കോഴിക്കോട് ജില്ല, വടക്കുകിഴക്ക് കോഴിക്കോട് ജില്ല, കിഴക്ക് തമിഴ്നാട്ടുമായി ചേർന്നുകിടക്കുന്ന നീലഗിരിക്കുന്നുകൾ, തെക്ക് കിഴക്ക് പാലക്കാട് ജില്ല, തെക്ക്

തൃശ്ശൂർ ജില്ല, തെക്ക് പടിഞ്ഞാറ് തൃശ്ശൂർ ജില്ല, പടിഞ്ഞാറ് അറബിക്കടൽ

2) കോഴിക്കോട് ജില്ലയിലെ പഠനമേഖലയുടെ അതിർത്തി - വടക്ക് കോഴിക്കോട് ജില്ലയിലെ കണ്ണൂർ ജില്ലയോട് ചേർന്നു കിടക്കുന്ന ഭാഗങ്ങൾ, കിഴക്ക് വയനാട് ജില്ല, തെക്ക് മലപ്പുറം ജില്ല, പടിഞ്ഞാറ് അറബിക്കടൽ എന്നിങ്ങനെയാണ്.

മലപ്പുറം ജില്ലയിലെയും കോഴിക്കോട് ജില്ലയിലെയും ഉൾപ്പെട്ട മേഖലകളെ മുമ്പ് ഭരിച്ചിരുന്നത് വള്ളുവനാട്, വെട്ടത്തുനാട്, കോഴിക്കോട് സമൂതിരി തുടങ്ങിയ രാജാക്കന്മാരായിരുന്നു. പലപ്പോഴും കോഴിക്കോട് സാമൂതിരിയുടെ സാമന്തന്മാരായിരുന്നു മറ്റു രാജാക്കന്മാർ. കടലുണ്ടിപ്പുഴയുടെ തൃശ്ശൂർ, പാലക്കാട് ജില്ലകളോട് ചേർന്നുകിടക്കുന്ന ഭാഗം വള്ളുവനാടിന്റേയും, കോഴിക്കോട് ജില്ലയോട് ചേർന്നുകിടക്കുന്ന ഭാഗം സാമൂതിരിയുടെയും കീഴിലായിരുന്നു. വള്ളുവനാട് രാജാവിന്റെ ആസ്ഥാനം അങ്ങാടിപ്പുറവും വെട്ടത്തുനാടിന്റെ ആസ്ഥാനം താനൂരും, സാമൂതിരിയുടെ ആസ്ഥാനം കോഴിക്കോടും ആയിരുന്നു.

ഭൂപ്രകൃതി

പടിഞ്ഞാറൻ അതിർത്തിയായ അറബിക്കടലിന്റെ ഓരം ചേർന്ന് കിടക്കുന്ന തീരനാട് ഏറ്റവും താഴ്ന്ന ഭാഗവും കിഴക്കോട്ട് പോകുന്തോറും സമുദ്രനിരപ്പിൽ നിന്നും ഉയർന്നുവരുന്ന രീതിയിലാണ് പഠനമേഖലയുടെ കിടപ്പ്. അത് കിഴക്കൻ അതിർത്തിയായ നീലഗിരിക്കുന്ന് വരെ നീണ്ടുകിടക്കുന്നു. തീരനാട്, ഇടനാട്, മലനാട് എന്നിങ്ങനെ തരംതിരിക്കാവുന്നതാണ്. ഇവയിലെല്ലാം പനിക്കൂർക്ക, ചെമ്പരത്തി, കുറുന്തോട്ടി, തെച്ചി, കൃഷ്ണതുളസി, കുരുമുളക്, കീഴാർനെല്ലി, മുറികൂട്ടി തുടങ്ങിയ ഔഷധസസ്യങ്ങൾ വളരുന്നു. എരുക്ക്, കാശാവിൻ ഇല, തെച്ചി, ചെമ്പരത്തി തുടങ്ങിയ മാന്ത്രിക ക്രിയകൾക്കാവശ്യമായ സസ്യങ്ങളും വളരുന്നു. തെച്ചി, തുളസി, ചെമ്പരത്തി തുടങ്ങിയ സസ്യങ്ങൾ ഔഷധത്തിനും മാന്ത്രികക്രിയകൾക്കും ഉപയോഗപ്പെടുത്തുന്നുണ്ട്.

പടിഞ്ഞാറൻ അതിർത്തിയായ അറബിക്കടലിനോട് ചേർന്നുകിടക്കുന്ന തീരപ്രദേശം നൂറ്റിപ്പത്ത് കിലോമീറ്റർ വ്യാപിച്ചു കിടക്കുന്നു. ഇവിടെ തെങ്ങ് സുലഭമായി വളരുന്നു. ഭാരതപ്പുഴ, തിരൂർപ്പുഴ, പൊന്നാനിപ്പുഴ, പൂരപ്പുഴ, കടലുണ്ടിപ്പുഴ, ചാലിയാർ, എലത്തൂർപുഴ തുടങ്ങിയ എല്ലാ നദികളും കിഴക്കുനിന്നും പടിഞ്ഞാറോട്ട് ഒഴുകി അറബിക്കടലിൽ പതിക്കുന്നു. പൊന്നാനി, ബേപ്പൂർ എന്നിവ പ്രധാന തുറമുഖങ്ങളാണ്. പുഴകളിൽ നിന്നും സമുദ്രത്തിൽ നിന്നും ലഭിക്കുന്ന ഞവണിക്കയും ആമയും അർശ്ശസിന് പ്രതിവിധിയായി ജനങ്ങൾ സ്വമേധയായും വൈദ്യനിർദ്ദേശത്താലും പാകം ചെയ്ത് കഴിക്കുന്നു. കടൽനര (കടൽനാക്ക്)

വൈദ്യന്മാർ രാസ്നാദി ചൂർണ്ണം പാകം ചെയ്യുന്നതിന് ഉപയോഗിക്കുന്നുണ്ട്. തീരനാട്ടിലെ പ്രധാന തൊഴിൽ മത്സ്യബന്ധനമാണ്. താരതമ്യേന നനവുള്ള പ്രദേശമായ ഇവിടെ അത്തി, ഇത്തി, പനിക്കൂർക്ക, മുള്ളൻ ചീര, തഴുതാമ തുടങ്ങിയ ഔഷധ സസ്യങ്ങൾ വളരുന്നു.

പഠനമേഖലയിലെ ഭൂരിഭാഗം പ്രദേശങ്ങളും ഇടനാട്ടിൽ ഉൾപ്പെടുന്നു. വയൽ ഉൾപ്പെടുന്നതാണ് സമതലപ്രദേശം, ചെറിയ കുന്നുകളും പാറകളും ഉൾപ്പെടുന്ന ഇടനാട് കൃഷിക്ക് അനുയോജ്യമാണ്. തോടുകളും പുഴകളും മൺസൂൺ കാലത്തെ മഴകളും കൃഷിക്ക് അനുയോജ്യമായ ജലവിഭവം ഒരുക്കികൊടുക്കുന്നു. തെങ്ങ്, നെല്ല്, റബ്ബർ എന്നിവയാണ് പ്രധാന കൃഷിയെങ്കിലും കമുക്, കുരുമുളക്, വെറ്റില, പച്ചക്കറികൾ തുടങ്ങിയവയും ഇവിടെ കൃഷിചെയ്യുന്നു. നവരനെല്ല്, ഉഴുന്ന്, കോവക്ക, എള്ള്, മുരിങ്ങ തുടങ്ങിയവ ഭക്ഷണത്തോടൊപ്പം ഔഷധവുമാണ്. കുറ്റിക്കാടുകളിൽ തെച്ചി, കുറുന്തോട്ടി, തഴുതാമ (തമിഴാമ), കൊടിത്തൂവ, മുടിനീളി (പ്രസാരണി), ഉഴിഞ്ഞ, പുളിയാറൽ, പർപ്പടകം തുടങ്ങിയ ഔഷധസസ്യങ്ങളും വളരുന്നുണ്ട്. കൃഷിക്ക് അനുയോജ്യമായ പറമ്പുകളിലും വയലുകളിലും മുക്കുറ്റി, തുളസി, കീഴാർനെല്ലി, കയ്യോന്നി (കഞ്ഞുണ്ണി), തുമ്പ, നന്നാറി, മേന്തോന്നി, മുയൽച്ചെവിയൻ, തൊട്ടാവാടി തുടങ്ങിയ ഔഷധസസ്യങ്ങൾ വളരുന്നു. വീട്ടുമുറ്റത്തും അടുക്കളത്തോട്ടങ്ങളിലും തുളസി, ബ്രഹ്മി, ശവംനാറി, അരുത, ശതാവരി, ഉങ്ങ്, അശോകം, കൂവളം, ഉമ്മം, ഇഞ്ചി, പുളി, മഞ്ഞൾ, ഞാവൽ, കണിക്കൊന്ന, മുറികൂട്ടി, കരുനെച്ചി, ആടലോടകം, നന്ത്യാർവട്ടം, പിച്ചകം, വേപ്പ്, കൊന്ന, മുഞ്ഞ തുടങ്ങിയ ഔഷധസസ്യങ്ങൾ അലങ്കാരത്തിനും ഔഷധോപയോഗത്തിനും വളർത്താറുണ്ട്. വായ്യൂട്ടുമല, വെള്ളേരി മല, ചെക്കുമല, പന്തല്ലൂർമല, ഊരോത്തുമല തുടങ്ങിയ മലകളിലും കുന്നുകളിലും ഔഷധസസ്യങ്ങൾ വളരുന്നു.

പഠനമേഖലയുടെ കിഴക്കുഭാഗം നീലഗിരിക്കുന്നുകളോട് ചേർന്നുകിടക്കുന്ന മലനാടാണ്. ജനവാസം കുറവാണ് ഇവിടെ. ഭൂരിഭാഗം പ്രദേശങ്ങളും സർക്കാരിന്റെ സംരക്ഷിതവനമാണ്. കാടുകളിൽ പലകപ്പയ്യാന, താന്നി, നെല്ലി, പൂപ്പാതിരി, വേങ്ങ, ചന്ദനം, കരിങ്ങാലി, ആൽ, ഇലഞ്ഞി, വിഴാൽ തുടങ്ങിയ ഔഷധവൃക്ഷങ്ങൾ സമൃദ്ധമായി വളരുന്നു. തേൻ, മെഴുക്, അരക്ക്, പന്തം, മുള്ളൻപന്നിയുടെ കോൽ തുടങ്ങിയവ വനവിഭവങ്ങളായ ഔഷധങ്ങളാണ്. കാട്ടുനായ്ക്കർ, ചോലനായ്ക്കർ, മലമുത്തർ, പണിയർ തുടങ്ങിയ ആദിവാസി വിഭാഗങ്ങൾ ഇവിടെ കൂടുതൽ താമസിക്കുന്നു. ഇവർക്ക് മറ്റു ജനങ്ങളുമായി സമ്പർക്കം കുറവാണ്.

» ഔഷധസസ്യങ്ങൾ

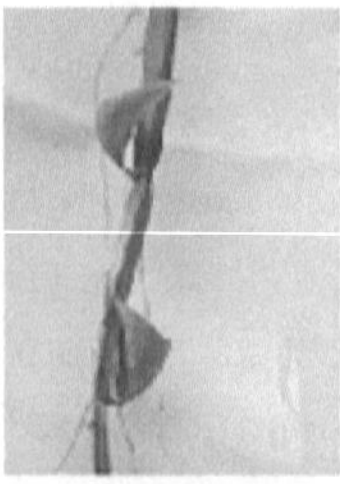
ചങ്ങലംപരണ്ട

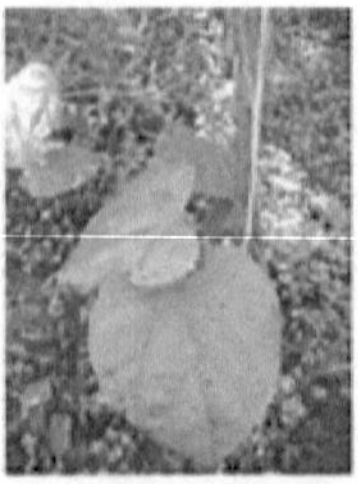
മരമഞ്ഞൾ

വേങ്ങ

ഗരുഡപ്പച്ച

അൽപം

കടുക്ക

വെള്ളശംഖുപുഷ്പം

അശോകം

കറ്റാർവാഴ

തൊഴുകണ്ണി

കർപ്പൂരതുളസി

എരുക്ക്

» ഔഷധസസ്യങ്ങൾ

പാൽമുതുക്ക്

രുദ്രാക്ഷം

ഹെർജാൻ

രാമച്ചം

കൂപ്പമഞ്ഞൾ

കരിങ്ങാലി

കൂവളം

കല്ലൂർവഞ്ചി

ആരോഗ്യപ്പച്ച

കരിങ്കുറിഞ്ഞി

പുളിയാറൽ

ഇൻസുലിൻചെടി

» ഔഷധസസ്യങ്ങൾ

സർപ്പഗന്ധി

അത്തി

നെന്മേനിവാക

കരിന്നൊച്ചി

ശവംനാറി

അരുത

നാഗദന്തി

അരത്ത

മുറികൂട്ടി

ദന്തപ്പാല

സർവ്വസുഗന്ധി

കല്ലാൽ

» ഔഷധസസ്യങ്ങൾ

കൂവ

കീഴാർനെല്ലി

മുത്തിൾ

ചിറ്റമൃത്

പാറകം

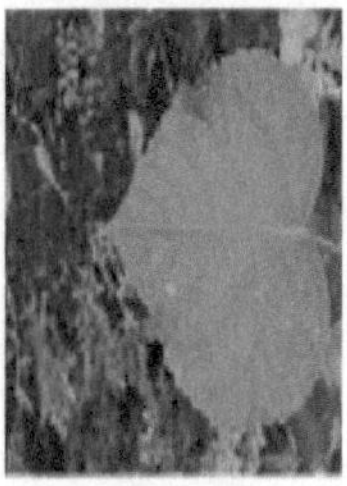

പെരക്

ആനയടിയൻ

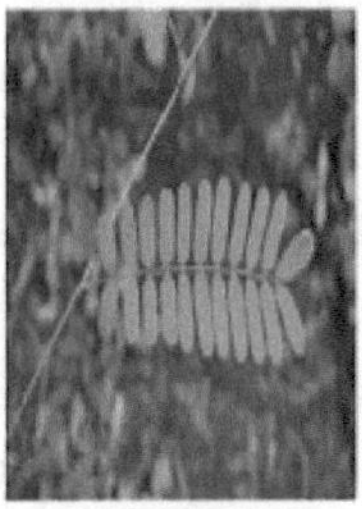

വെള്ളക്കുന്നി

നിലപ്പന

വാതംകൊല്ലി

ചക്കരക്കൊല്ലി

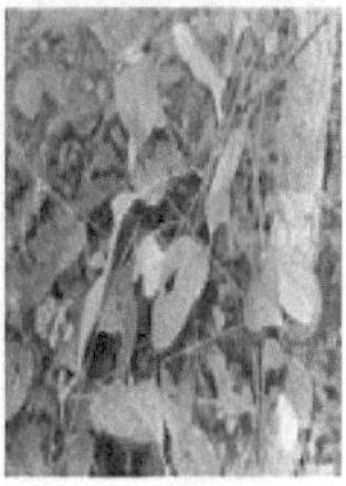

കൊടുവേലി

ആദിവാസികൾ മീൻപിടുത്തം, കൃഷി, വനവിഭവശേഖരണം തുടങ്ങിയവ ചെയ്യുന്നു. ഒറ്റമൂലികാചികിത്സ, മന്ത്രവാദകർമ്മങ്ങൾ എന്നിവ രോഗനിവാരണത്തിനായി ചെയ്യുന്നു. തിരുവിതാംകൂറിൽ നിന്ന് കുടിയേറിപ്പാർത്ത ക്രിസ്ത്യൻ, പഠനമേഖലയിലെ ഇടനാട്ടിൽ നിന്നും കുടിയേറിയ മുസ്ലീംകൾ, ഹിന്ദുക്കൾ എന്നിവർ ഇവിടെ വസിക്കുന്നു. റബ്ബർ, സുഗന്ധദ്രവ്യങ്ങൾ, തെങ്ങ് എന്നിവ മലനാട്ടിൽ കൃഷി ചെയ്യുന്നു. പ്രധാന ജോലി കൃഷിയാണ്. പ്രധാനപ്പെട്ട നദികളെല്ലാം ഉദ്ഭവിക്കുന്നത് മലനാട്ടിലെ നീലഗിരി, സഹ്യാദ്രി എന്നീ മലകളിൽ നിന്നുമാണ്.

ചരിത്രം

പഠനമേഖലയുടെ ചരിത്രം വ്യവച്ഛേദിച്ചറിയുവാൻ തക്ക ചരിത്രരേഖകൾ കുറവാണ്. ഓരോ സ്ഥലത്തിന്റെയും തനിമയെ വിശദീകരിക്കാൻ സ്ഥലപ്പേരുകൾക്ക് കഴിയാറുണ്ട്. നാടോടിക്കഥകളിലെ ഒരിനമാണ് സ്ഥലനാമപുരാണങ്ങൾ. സ്ഥലനാമങ്ങളുടെ ഉൽപ്പത്തിയെക്കുറിച്ച് ജനസാമാന്യത്തിന് കഥകൾ പറയാനുണ്ടാകും.[1] ഒരാന എങ്ങനെയോ കാട്ടിൽ നിന്നും ഒരു സ്ഥലത്തെത്തി. നാട്ടുകാർ വൈകുന്നേരത്തോടെ ആനയെ പുഴക്കരയിൽ തളച്ചു. രാവിലെച്ചെന്നു നോക്കിയപ്പോൾ ആന 'അക്കരെ' എത്തിയിരിക്കുന്നു. ആനയെ തളച്ച കുറ്റി 'ഇപ്പുറവും'. കുറ്റി നിന്ന സ്ഥലം 'കുറ്റിപ്പുറ'വും, ആന നിന്ന പുഴക്ക് അക്കരെയുള്ള സ്ഥലം 'ആനക്കര' എന്നും അറിയപ്പെട്ടു. ആവേദകരിൽ നിന്നും ലഭിച്ച സ്ഥലനാമകഥകളിൽ മിക്കതിനും ചരിത്രപരമായ പിൻബലം ഉണ്ടായിരുന്നില്ല. കോഴിക്കോട്[2] ഫറോക്ക്,[3] കോട്ടക്കൽ[4] തുടങ്ങിയ ചില സ്ഥലനാമങ്ങൾക്കു പിന്നിൽ ചരിത്രത്തിന്റെ പിൻബലം കാണാവുന്നതാണ്.

വൃക്ഷങ്ങൾ, ജലാശയങ്ങൾ, ചരിത്രസംഭവങ്ങൾ, പ്രാകൃതികമായ മറ്റു സവിശേഷതകൾ, ജാതിപരാമർശങ്ങൾ തുടങ്ങിയവ സ്ഥലനാമങ്ങളിൽ കാണാം. ആലുങ്ങൽ, പറങ്കിമൂച്ചിക്കൽ, ആഞ്ഞിലങ്ങാടി, എരഞ്ഞിക്കോട്, കുറ്റിപ്പാല തുടങ്ങിയ സ്ഥലപ്പേരുകളിൽ വൃക്ഷപരാമർശം ഉണ്ട്.

---

1 അജു നാരായണൻ, 'പ്രാദേശിക സ്ഥലനാമങ്ങളും മഹാഭാരതവും'. (ലേഖനം) വിജ്ഞാന കൈരളി, ഭാഷാ ഇൻസ്റ്റിറ്റ്യൂട്ട്, തിരുവനന്തപുരം, ഫെബ്രുവരി, 2009.

2 കോഴിക്കോട്- സാമൂതിരിയുടെ കോവിൽ നിലനിന്നിരുന്ന സ്ഥലം. കോവിൽ 'കോയിൽ'ആയി. പിന്നീട് 'കോയി'യും'കോഴി'യുമായി മാറി.

3 ഫറോക്ക്- ടിപ്പുവിന്റെ മലബാറിലെ ആസ്ഥാനം. ആദ്യപേര് 'ഫറോക്കാബാദ്' ആയിരുന്നു.

4 കോട്ടക്കൽ- മലപ്പുറം ജില്ലയിലും കോഴിക്കോട് ജില്ലയിലും കോട്ടക്കൽ എന്ന സ്ഥലപ്പേർ ഉണ്ട്.
വള്ളുവക്കോനാതിരിയുടെ പട്ടാളത്താവളമോ, രക്ഷാസങ്കേതമോ ആയിരുന്ന കോട്ട ഉണ്ടായിരുന്ന സ്ഥലമാണ് മലപ്പുറം ജില്ലയിലെ കോട്ടക്കൽ. കുഞ്ഞാലിമരക്കാരുടെ കോട്ട നിന്നിരുന്ന സ്ഥലമാണ് കോഴിക്കോട് ജില്ലയിലെ കോട്ടക്കൽ.

അക്കരക്കളം, ഓമച്ചപ്പുഴ, കുണ്ടുതോട്, ഞെട്ടിക്കുളം തുടങ്ങിയവ ജലാശയങ്ങളെ വ്യക്തമാക്കുന്നു. രാജഭരണത്തെ ഓർമ്മിപ്പിക്കുന്ന കോട്ടയുമായി ബന്ധപ്പെട്ട് കോട്ട, കോട്ടക്കൽ, കോട്ടപ്പടി, കോട്ടക്കുന്ന് തുടങ്ങിയ സ്ഥലപ്പേരുകൾ ചരിത്രപരാമർശം ഉള്ളവയാണ്. ടിപ്പുവിന്റെ പടയാളികൾ പാലക്കാട്ടേക്ക് യുദ്ധത്തിനു പോകുന്നതിനിടക്ക് വിശ്രമിച്ച സ്ഥലമാണ് പടപ്പറമ്പ്. ചില പ്രത്യേക ജാതിവിഭാഗങ്ങൾ കൂടുതൽ താമസിച്ചിരുന്നതോ അവർക്ക് എന്തെങ്കിലും പ്രത്യേകത ഉള്ളതുകൊണ്ടോ ആയിരിക്കണം സ്ഥലപ്പേരുകളിൽ ജാതിപരാമർശം കടന്നുകൂടാൻ കാരണം. ചെട്ടിപ്പടി, നമ്പൂരിപ്പൊട്ടി, പട്ടർകടവ്, പാണക്കാട്, പണിക്കരപ്പുറായ, തങ്ങൾപടി, ഒസ്സാൻകടപ്പുറം തുടങ്ങിയവ ഉദാഹരണങ്ങളാണ്. ബുദ്ധമതക്കാരും ജൈനമതക്കാരും ഇപ്പോൾ താമസമില്ലെങ്കിലും അവരിവിടെ ജീവിച്ചിരുന്നു എന്നതിന് തെളിവാണ് പള്ളിപ്പുറം, ചമ്രവട്ടം എന്നീ സ്ഥലപ്പേരുകൾ. ബുദ്ധമത ആരാധനാലയങ്ങളായിരുന്ന 'പള്ളി'കൾ. പള്ളികൾ നിന്ന സ്ഥലം പള്ളിപ്പുറം എന്നറിയപ്പെട്ടു. ജൈനമത കേന്ദ്രങ്ങളായിരുന്ന 'കോട്ടം'. ചെമ്മരത്തെ കോട്ട 'ചെമ്മരംകോട്ട'മെന്നും, അതു ക്രമേണ ചമ്രവട്ടമായും മാറി.[5]

പഴയകാലത്തെ ഭരണവ്യവസ്ഥ

എ.ഡി. പത്താം നൂറ്റാണ്ടിനുശേഷം പഠനമേഖല ഭരിച്ചിരുന്നത് വള്ളുവക്കോനാതിരിയും കോഴിക്കോട് സാമൂതിരിയും വെട്ടത്തുരാജാവും പരപ്പനാട് രാജാവും ആയിരുന്നു. ആറങ്ങോട്ടുസ്വരൂപം എന്നറിയപ്പെട്ടിരുന്ന വള്ളുവനാടിന്റെ ആസ്ഥാനം വള്ളുവനഗരം (ഇന്നത്തെ അങ്ങാടിപ്പുറം) ആയിരുന്നു. ഇന്നത്തെ പെരിന്തൽമണ്ണ, ഒറ്റപ്പാലം താലൂക്കുകളും പൊന്നാനി, തിരൂർ, ഏറനാട് എന്നീ താലൂക്കുകളുടെ ചില ഭാഗങ്ങളും ചേർന്നതായിരുന്നു വള്ളുവനാട്. പതിമൂന്നാം ശതകത്തിന്റെ ഉത്തരാർദ്ധത്തിൽ സാമൂതിരി തിരുനാവായ പിടിച്ചടക്കുന്നതുവരെ വള്ളുവക്കോനാതിരിയായിരുന്നു മാമാങ്കത്തിന്റെ അദ്ധ്യക്ഷൻ. ടിപ്പുവിന്റെ ആക്രമണം ഉണ്ടായിരുന്നപ്പോൾ വള്ളുവനാട് രാജാവ് തിരുവിതാംകൂറിൽ അഭയം പ്രാപിച്ചു. നെടിയിരിപ്പ് വാണിരുന്ന ഏറാടികൾ കോഴിക്കോടെത്തി അവിടെ സാമ്രാജ്യം കെട്ടിപ്പടുക്കുകയും, സാമൂതിരി എന്ന സ്ഥാനപ്പേർ സ്വീകരിക്കുകയും ചെയ്തു.[6] സാമൂതിരി അറബികളുമായും ചീനക്കാരുമായും ആദ്യകാലത്തും, പിന്നീട് യൂറോപ്യന്മാരുമായും വ്യാപാരബന്ധത്തിലേർപ്പെട്ടു. താനൂർ, തൃക്കണ്ടിയൂർ, ചാലിയം, തൃപ്രങ്ങോട് തുടങ്ങിയ

5 ശശിധരൻ, ക്ലാരി. വെട്ടത്തുനാടിന്റെ നാട്ടുവഴി. (ലേഖനം) പ്രതിസംസ്കൃതി, ല.7. ബിഷപ്പ് ഡോ. പൗലോസ് മാർ പൗലോസ് ഫൗണ്ടേഷൻ, തൃശ്ശൂർ: 2006.

6 ശ്രീധരമേനോൻ, എ. കേരള ചരിത്രം, അനന്ത ബുക്ക് ഡിപ്പോ, ചെന്നൈ, 2006, പുറം 260.

പ്രദേശങ്ങളുടെ ഭരണാധികാരിയായിരുന്നു വെട്ടത്ത് രാജവംശം (താനൂർ സ്വരൂപം). പന്നിയങ്കര, ബേപ്പൂർ, ചെറുവണ്ണൂർ, തിരൂർ താലൂക്കിന്റെ ചില ഭാഗങ്ങൾ എന്നിവ ഭരിച്ചിരുന്നത് പരപ്പനാട് രാജവംശമായിരുന്നു. വെട്ടത്തുനാടിനെ സമൂതിരിയും പരപ്പനാടിനെ ടിപ്പുസുൽത്താനും കീഴടക്കി. വിവിധ കാലങ്ങളിൽ സാമൂതിരി വെട്ടത്തുനാടിനെയും വള്ളുവക്കോനാതിരിയെയും കീഴടക്കി. ടിപ്പു മലബാറിൽ നിന്നും പോയതോടെ പരപ്പനാടിന്റെ ഭരണവും സാമൂതിരിയുടെ കയ്യിലായി. വിശാലമായ രാജ്യമായിരുന്നതിനാൽ നികുതി പിരിക്കാനും മറ്റുമുള്ള അധികാരം രാജാവ് ചില സ്ഥലങ്ങളിലെ (ഉദാഹരണം- നിലമ്പൂർ, കോട്ടക്കൽ) കോവിലകങ്ങളെ ഏൽപ്പിച്ചു. സമൂഹത്തിലെ ഏറ്റവും താഴ്ന്ന വിഭാഗക്കാർ ജന്മികളുടെയും നായർ പ്രമാണിമാരുടെയും കർഷകരായ കുടിയാന്മാരും ആദിവാസികളുമായിരുന്നു. സ്വന്തമായി ഭൂമിപോലും ഇല്ലാതിരുന്ന ഇവർക്ക് സ്വന്തം കുടുംബത്തിലെ കല്യാണം, കുടിയിരിക്കൽ തുടങ്ങിയ വിശേഷകാര്യം നടത്താൻ പോലും ജന്മിമാരുടെ സമ്മതം വേണമായിരുന്നു. കുടിയാന്മാർ കഴിഞ്ഞാൽ ഇവരുടെ മേൽ അധികാരമുണ്ടായിരുന്ന ജന്മിമാരും അവരുടെ മേൽനോട്ടം വഹിച്ചിരുന്ന അതാത് ദേശങ്ങളിലെ കോവിലകങ്ങളും ഏറ്റവും മുകളിൽ രാജാവും എന്നതായിരുന്നു അന്നത്തെ സാമൂഹികക്രമം. പതിനെട്ടാം നൂറ്റാണ്ടോടെ സാമൂതിരി ബ്രിട്ടീഷുകാർക്ക് കീഴടങ്ങി. ഭരണം മദ്രാസ് പ്രസിഡൻസിക്കു കീഴിലായി. മൂന്നിലധികം നൂറ്റാണ്ട് നേരിട്ടും അല്ലാതെയും ഭരണം നടത്തിയിരുന്ന ബ്രിട്ടീഷ് മേൽക്കോയ്മക്ക് സാമൂഹികക്രമത്തിലും ജീവിതരീതിയിലും കാതലായ മാറ്റങ്ങൾ വരുത്തുവാൻ കഴിഞ്ഞില്ല. മലബാറിൽ ബ്രിട്ടീഷ് ഭരണത്തിന്റെ ആസ്ഥാനം കോഴിക്കോട് ആയിരുന്നു.

സ്വാതന്ത്ര്യലബ്ധിക്കുശേഷം 1957 ജനുവരി ഒന്നിന് കോഴിക്കോട് ജില്ല നിലവിൽ വന്നു. കോഴിക്കോട് ജില്ലയിലെ ഏറനാട്, തിരൂർ താലൂക്കുകളുടെയും, പാലക്കാട് ജില്ലയിലെ പൊന്നാനി, പെരിന്തൽമണ്ണ താലൂക്കുകളിലെയും പ്രദേശങ്ങൾ ചേർത്തുകൊണ്ട് 1969 ജൂൺ 16 ന് മലപ്പുറംജില്ല നിലവിൽ വന്നു.

ജാതിവ്യവസ്ഥയും മതവിഭാഗങ്ങളും

സ്വാതന്ത്ര്യത്തിനു മുമ്പ് സമൂഹത്തിൽ നിലനിന്നിരുന്ന ജാത്യാധിഷ്ഠിതമായ വേർതിരിവ് പഠനമേഖലയിലും ശക്തമായിരുന്നു. ജാതി മേൽക്കോയ്മ ആയിരുന്നു സമൂഹത്തിൽ വ്യക്തിയുടെ അന്തസ്സിന്റെ അളവുകോൽ. ജാതിയെ അടിസ്ഥാനമാക്കി സവർണ്ണർ, അവർണ്ണർ എന്നിങ്ങനെ തരംതിരിക്കാവുന്നതാണ്. ജാതിവിഭജനം ശക്തമായി നിലനിന്നിരുന്നാലും ഒരു ഗ്രാമത്തിൽ ഇന്ന സ്ഥലത്ത് ബ്രാഹ്മണന്റെ

ഇല്ലം, ഇന്ന സ്ഥലത്ത് പറയക്കുടി എന്നിങ്ങനെ വേർതിരിച്ചെടുക്കുക വിഷമമാണ്.[7]

സമൂഹത്തിൽ ഉന്നതമായ സ്ഥാനങ്ങളും അവകാശങ്ങളും ഉള്ളവരായിരുന്നു സവർണ്ണർ. അവർണ്ണരെ തൊടുക, തീണ്ടുക എന്നിവ സവർണ്ണർക്ക് നിഷിദ്ധമായിരുന്നു. അതിനാൽ സവർണ്ണരുടെ അടുത്തേക്ക് ചെല്ലാൻ അവർണ്ണർ മടിച്ചിരുന്നു. സവർണ്ണരിൽ തന്നെ മേൽജാതിക്കാർ ഭൂരിഭാഗം ക്ഷേത്രങ്ങളുടെയും ഭൂമികളുടെയും ഉടമകളായിരുന്ന ബ്രാഹ്മണർ ആയിരുന്നു. ഇവരുടെ കുലത്തൊഴിൽ ക്ഷേത്രങ്ങളിലെ പൂജാകർമ്മങ്ങൾ ചെയ്യുകയായിരുന്നു. ബ്രാഹ്മണരിൽ തന്നെ നമ്പൂതിരി, എമ്പ്രാന്തിരി, ഭട്ടതിരി, ഇളയത് തുടങ്ങിയ വിഭാഗങ്ങൾ ഉണ്ടായിരുന്നു. ബ്രാഹ്മണരിൽ ചില കുടുംബങ്ങൾ പാരമ്പര്യവൈദ്യൻമാരാണ്. ബ്രാഹ്മണർക്ക് തൊട്ടു താഴെയായിരുന്നു വർമ്മ, കുറുപ്പ്, നായർപണിക്കർ തുടങ്ങിയ ജാതികളുടെ സ്ഥാനം.നാടുവാഴിയാകുവാനും രാജാവാകുവാനും അധികാരമുള്ള ക്ഷത്രിയൻമാരായിരുന്നു വർമ്മമാർ.ഇവരിൽ ചിലർ ജന്മികളും ക്ഷേത്രങ്ങളുടെ അധിപന്മാരും ആയിരുന്നു. ബ്രാഹ്മണന്മാരും വർമ്മമാരും തങ്ങളുടെ വിശാലമായ ഭൂസ്വത്ത് നോക്കി നടത്താനും കരം പിരിക്കാനും കുറുപ്പ്, നായർപണിക്കർ എന്നിവരെയാണ് ഏൽപ്പിച്ചിരുന്നത്. ഇവർക്കുതാഴെ 'അമ്പലവാസികൾ എന്ന് പൊതുവിൽ അറിയപ്പെട്ടിരുന്ന നമ്പീശൻ, ചാക്യാർ, അടികൾ, മാരാർ, വാര്യർ, പൊതുവാൾ, ഷാരൊടി തുടങ്ങിയ ജാതിക്കാരായിരുന്നു.അമ്പലവാസികൾ ക്ഷേത്രങ്ങളിലെ ജോലികൾ ചെയ്ത് ജീവിക്കുന്നവരായിരുന്നു. ഇവർ ആചാരാനുഷ്ഠാനങ്ങളിൽ ഒരുമ പുലർത്തുന്നില്ല. നമ്പൂതിരിമാരെപ്പോലെ പൂണൂൽ ധരിക്കുന്നവരാണ് നമ്പീശൻ, ചാക്യാർ, അടികൾ തുടങ്ങിയവർ. അമ്പലവാസികളും അടിയൻ, റാൻ തുടങ്ങിയ ആചാരവാക്കുകൾ പ്രയോഗിക്കാറുണ്ടായിരുന്നു. ക്ഷേത്രങ്ങളിലെ കഴകജോലി (പരിചാരകവൃത്തി) കുലത്തൊഴിൽ ആയിരുന്നവരായിരുന്നു നമ്പീശന്മാർ. [8]ക്ഷേത്രത്തിൽ ഉപയോഗിക്കുന്ന പാത്രങ്ങൾ കഴുകി വൃത്തിയാക്കുക, വിഗ്രഹത്തിന് ചാർത്താനുള്ള മാലകെട്ടുക, ക്ഷേത്രങ്ങളിൽ ദാസ്യവൃത്തി ചെയ്യുക തുടങ്ങിയവയായിരുന്നു വാര്യന്മാരുടെ (വാരസ്യാരുടെ) ജോലി. ചില വാര്യർ കുടുംബങ്ങൾക്ക് ആയുർവേദപാരമ്പര്യം ഉണ്ടായിരുന്നു. (ഉദാ: ആര്യവൈദ്യശാല, കോട്ടക്കൽ). പൊതുവാളും മാരാരും ക്ഷേത്രങ്ങളിൽ ഇടയ്ക്ക കൊട്ടി സോപാനം പാടുന്നവരും ഉത്സവങ്ങളിൽ ചെണ്ട കൊട്ടുന്നവരുമായിരുന്നു. അമ്പലവാസികൾക്ക് തൊട്ടുതാഴെ

7 ഗണേശ്, കെ.എൻ. കേരള സമൂഹപഠനങ്ങൾ, പ്രസക്തി ബുക്സ്, പത്തനംതിട്ട, 2002, പുറം 24.

8 ഭരണാധികാരം ഉള്ള നമ്പീശൻമാരും ഉണ്ടായിരുന്നു. ഉദാഹരണം മലപ്പുറത്തെ പാറനമ്പി.

ആയിരുന്നു നായന്മാരുടെ സ്ഥാനം.നമ്പൂതിരിമാരുടെയും വർമ്മമാരുടെയും കണക്കെഴുത്തുകാരും കാര്യസ്ഥന്മാരും പടയാളികളുമായിരുന്നു നായൻമാർ. മേൽജാതിക്കാരായിരുന്ന നമ്പൂതിരിമാർ നായർസ്ത്രീകളെ സംബന്ധം ചെയ്യുന്നത് അഭിമാനമായി നായൻമാർ കരുതിയിരുന്നു.

ജാതിമേൽക്കോയ്മയ്ക്ക് കീഴിൽ പീഡനം അനുഭവിച്ചവരായിരുന്നു അവർണ്ണർ. തൊട്ടുകൂടായ്മയും തീണ്ടിക്കൂടായ്മയും നിലനിന്നിരുന്നു. സ്വന്തമായി ഭൂമി ഇല്ലാത്തവരായിരുന്നു അവർണ്ണർ. സവർണ്ണരുടെ മുമ്പിൽ വെച്ച് അവർണ്ണരായ സ്ത്രീകൾക്ക് മാറുമറക്കാനോ പുരുഷന്മാർക്ക് തോർത്തുമുണ്ട് തലയിൽ കെട്ടാനോ അവകാശമുണ്ടായിരുന്നില്ല. ആശാരി, മൂശാരി, തട്ടാൻ, പെരുങ്കൊല്ലൻ എന്നിവർ വ്യത്യസ്ത ജാതിക്കാർ ആയിരുന്നെങ്കിലും എല്ലാവരും വിശ്വകർമാവിനെ ആരാധിക്കുന്നവരും വിശേഷദിവസങ്ങളിൽ ഒത്തുകൂടുന്നവരുമായിരുന്നു. ആശാരി മരപ്പണി, മൂശാരി ഓട്, പിത്തള എന്നിവകൊണ്ട് പാത്രം, വിളക്ക് മറ്റു വീട്ടുപകരണങ്ങൾ ഉണ്ടാക്കുന്നവരുമായിരുന്നു. തട്ടാന്മാർ സ്വർണ്ണപ്പണിക്കാരും, പെരുങ്കൊല്ലൻ കത്തി, വാൾ തുടങ്ങിയവ നിർമ്മിക്കുന്നവർ ആയിരുന്നു. കള്ളുചെത്ത്, തേങ്ങയിടൽ, കൃഷിപ്പണി തുടങ്ങിയ കുലത്തൊഴിൽ ചെയ്യുന്നവരായിരുന്നു തീയൻമാർ. ശാലിയർ (നൂൽച്ചെട്ടികൾ) നൂൽനൂൽക്കുന്നവരും വസ്ത്രങ്ങൾ ഉണ്ടാക്കുന്നവരുമായിരുന്നു. പപ്പടച്ചെട്ടികൾ പപ്പടം ഉണ്ടാക്കുന്നവരും വളച്ചെട്ടികൾ വളകൾ വിൽക്കുന്നവരുമായിരുന്നു. പണിക്കന്മാർ (കണിയാൻമാർ) രാശി നോക്കുന്നവരുമായിരുന്നു.

കേരളത്തിന്റെ വനങ്ങളിൽ അഭയം തേടിയിരിക്കുന്ന ഗിരിവർഗ്ഗക്കാരുടെയും സമതലങ്ങളിൽ കഴിയുന്ന ചില പട്ടികജാതിക്കാരുടെയും പൂർവ്വികരായിരുന്നു ഈ ഭൂമിയിലെ ആദിമ നിവാസികളെന്ന് പ്രാചീന കേരളത്തിന്റെ വർഗ്ഗചരിത്രത്തെ കുറിച്ചുള്ള പഠനം തെളിയിക്കുന്നു.[9]അവർണ്ണരിൽ താഴ്ന്ന ശ്രേണിയിൽപ്പെട്ടവരായിരുന്നു വേലൻ, മണ്ണാൻ, കണക്കൻ, പാണൻ, ചെറുമൻ, പറയൻ തുടങ്ങിയവർ. സവർണ്ണരോടും അവർണ്ണരിലെ മേൽജാതിക്കാരോടും തൊട്ടുകൂടായ്മയും തീണ്ടിക്കൂടായ്മയും ഉള്ളവരായിരുന്നു അവർ. വേലൻ വിഭാഗത്തിലെ പുരുഷന്മാർ നാട്ടുവൈദ്യന്മാരും സ്ത്രീകൾ പ്രസവചികിത്സ.[10] നടത്തുന്നവരുമായിരുന്നു. മണ്ണാൻമാരിൽ പുരുഷന്മാർ വീടുനിർമ്മാണം, നാട്ടുവൈദ്യം, തയ്യൽ ജോലി തുടങ്ങിയവയും സ്ത്രീകൾ അലക്കുജോലി, ഗർഭിണികളെയും പ്രസവിച്ച സ്ത്രീകളെയും നവജാതശിശുക്കളേയും പരിചരിക്കൽ തുടങ്ങിയവ

---

9 ശ്രീധരമേനോൻ, എ. കേരള ചരിത്രം, അനന്ത ബുക്ക് ഡിപ്പോ, ചെന്നൈ, 2006, പുറം 69.

10 ഹിന്ദുക്കളുടെ പ്രസവചികിത്സ പാരമ്പര്യമായി ചെയ്യുന്നവരായിരുന്നു വേലത്ത്യാർ (വേലൻജാതിക്കാരിലെ സ്ത്രീകൾ - ഇവർ പേറ്റിച്ചികൾ എന്ന് അറിയപ്പെടുന്നു).

ചെയ്തിരുന്നു. കണക്കന്മാരിൽ പുരുഷന്മാരും സ്ത്രീകളും കൃഷിപ്പണി, തോട്ടം നോക്കൽ തുടങ്ങിയവ ചെയ്യുന്നവരുമായിരുന്നു. പറയൻമാർ മുളകൊണ്ട് കൂട്ട, മുറം തുടങ്ങിയവ ഉണ്ടാക്കുന്നവരും കുശവന്മാർ (കുംഭാരന്മാർ) മണ്ണുകൊണ്ട് പാത്രങ്ങൾ ഉണ്ടാക്കുന്നവരും വീടുകളിൽ കൊണ്ടുപോയി വിൽക്കുന്നവരുമായിരുന്നു. കണക്കൻ, പറയൻ, പാണൻ തുടങ്ങിയവരുടെ പ്രധാന തൊഴിൽ കൃഷി ആയിരുന്നു. അവരിൽ ചിലർ മന്ത്രവാദികളായിരുന്നു.

സവർണ്ണരോടും അവർണ്ണരോടും തൊട്ടുകൂടായ്മയും തീണ്ടിക്കൂടായ്മയും പുലർത്തിയിരുന്നവരായിരുന്നു ആദിവാസികൾ. ഇവർ കാടുകളിലും കാടുകളോട് ചേർന്നു കിടക്കുന്ന പ്രദേശങ്ങളിലും താമസിക്കുന്നവരുമായിരുന്നു. നായാട്ട്, മത്സ്യബന്ധനം എന്നിവ നടത്തിക്കിട്ടുന്ന ഇറച്ചി, മത്സ്യം എന്നിവ വേവിച്ചും ചുട്ടും ഇവർ ഭക്ഷിക്കുന്നു. കാട്ടിൽനിന്നും കിട്ടുന്ന കായ്കൾ, കിഴങ്ങ്, ഇലകൾ എന്നിവ പച്ചക്കോ, വേവിച്ചോ ഇവർ കഴിക്കുന്നു. വനവിഭവശേഖരണം, നായാട്ട്, മീൻപിടുത്തം, കൃഷിപ്പണി എന്നിവയാണ് മുഖ്യതൊഴിൽ. സമൂഹത്തിൽ പൊതുവെ സംഭവിക്കുന്ന മാറ്റങ്ങൾ വളരെ സാവധാനം ഉൾക്കൊള്ളുന്നവരാണ് ആദിവാസികൾ. പണിയർ, മലമുത്തർ, ചോലനായ്ക്കർ, അറനാടർ, മുതുവാൻമാർ, കുറുമർ, കാടർ തുടങ്ങിയ വിഭാഗത്തിൽപ്പെട്ട ആദിവാസികൾ പഠനമേഖലയിലുണ്ട്. ദക്ഷിണദ്രാവിഡഭാഷകളോട് സാമ്യമുള്ള പ്രത്യേകതരം ഭാഷകളാണ് ഓരോ ആദിവാസി വിഭാഗവും സംസാരിക്കുന്നത്[11]

കേരളത്തിൽ ഇസ്‌ലാംമതം ക്രിസ്ത്വാബ്ദം ഏഴാം നൂറ്റാണ്ടിൽ പ്രചരിച്ചിട്ടുണ്ട്.[12] അവർണ്ണരുടെ ജീവിതനിലവാരവും കൃഷി, കൂലിപ്പണി, കച്ചവടം, മീൻപിടിത്തം തുടങ്ങിയ ജോലികളിൽ ഏർപ്പെട്ടിരുന്നവരുമായിരുന്നു മുസ്‌ലിങ്ങൾ. മുസ്‌ലീം ഭൂരിപക്ഷ പ്രദേശമായ ഇവിടെ സുന്നി വിഭാഗത്തിൽപെട്ട മുസ്‌ലീംകൾ 'മാപ്പിളമാർ' എന്ന് അറിയപ്പെടുന്നു. അവർണ്ണരിൽ നിന്നും വ്യത്യസ്തമായി മുസ്‌ലീംകൾക്ക് പൊതുനിരത്തിൽ നടക്കാനും മതാനുഷ്ഠാനങ്ങൾ നടത്താനും ഇഷ്ടമുള്ള രീതിയിൽ വസ്ത്രം ധരിക്കാനും അവകാശം ഉണ്ടായിരുന്നു. മാപ്പിളമാരിൽ ജാതിവ്യവസ്ഥ ഇല്ലായിരുന്നെങ്കിലും മുഹമ്മദ്നബിയുടെ പിൻമുറക്കാർ എന്നറിയപ്പെടുന്ന 'തങ്ങൾ' വിഭാഗത്തിൽപെട്ടവരെ ഉയർന്നവിഭാഗക്കാരായി ബഹുമാനിക്കുകയും ഒസ്സാന്മാരെ[13] താഴ്ന്ന വിഭാഗക്കാരുമായാണ് പരി

---

11 വേലപ്പൻ, കെ. ആദിവാസികളും ആദിവാസി ഭാഷകളും, കേരള ഭാഷാ ഇൻസ്റ്റിറ്റ്യൂട്ട്, തിരുവനന്തപുരം, 1947, പുറം 78.

12 സെയ്ത് മുഹമ്മദ്, പി.എ. കേരളാ മുസ്‌ലീം ചരിത്രം, അൽഹുദാ ബുക്ക് സ്റ്റാൾ, കോഴിക്കോട്, 1996, പുറം 43.

13 ഓസ്സാൻമാർ - പാരമ്പര്യമായി പുരുഷൻമാരുടെ ജോലി മുടിവെട്ടൽ ആണ്.

ഗണിച്ചിരുന്നത്. തങ്ങൾ, ഒസ്സാൻ വിഭാഗത്തിൽപ്പെട്ടവരോട് മറ്റ മുസ്ലീംകൾ വിവാഹബന്ധത്തിൽ ഏർപ്പെട്ടിരുന്നില്ല.

തിരുവിതാംകൂറിൽ നിന്നും കുടിയേറിപ്പാർത്തവരാണ് ക്രിസ്ത്യാനികൾ. റോമാകത്തോലിക്കർ, മാർത്തോമ, സീറോമലബാർ, പെന്തക്കോസ്ത് തുടങ്ങിയ വിഭാഗങ്ങളാണ് കുടിയേറ്റ ക്രിസ്ത്യാനികളിൽ അധികവും. അവർ പന്തല്ലൂർ, ഊരകം, നിലമ്പൂർ തുടങ്ങിയ മലഞ്ചെരിവുകളിൽ വീട്ടുണ്ടാക്കി കൂട്ടമായി താമസിക്കുകയും റബ്ബർ, തെങ്ങ്, സുഗന്ധദ്രവ്യങ്ങൾ തുടങ്ങിയവ കൃഷി ചെയ്ത് ജീവിക്കുകയും ചെയ്യുന്നു. ക്രിസ്ത്യാനികൾക്ക് സമൂഹത്തിൽ മുസ്ലീംകളുടെ അതേ ജീവിതനിലവാരമാണ് ഉണ്ടായിരുന്നത്.

ജാതിവ്യവസ്ഥ ശക്തമായിരുന്ന കാലത്ത് തൊട്ടുകൂടായ്മ, തീണ്ടിക്കൂടായ്മ തുടങ്ങിയ ആചാരങ്ങൾ സർവ്വസാധാരണമായിരുന്നു. കീഴ്ജാതിക്കാരുടെ വീടുകൾക്ക് ചാള, മാടം, കുടി (മുസ്ലീംകളും കുടി എന്നാണ് പറഞ്ഞിരുന്നത്) എന്നും മേൽജാതിക്കാരായ നമ്പൂതിരിമാരുടേതിന് ഇല്ലം, മന എന്നും വാര്യന്മാരുടെ വീടിന് വാരിയം, നമ്പീശന്മാരുടേതിന് പുഷ്പകം എന്നുമാണ് വിളിച്ചിരുന്നത്.'അടിയങ്ങള് എന്ന് തന്നെപ്പറ്റിയും 'തമ്പുരാക്കന്മാര് ' എന്ന് മേൽജാതിക്കാരെപ്പറ്റിയും താഴ്ന്ന ജാതിക്കാർ വിശേഷിപ്പിച്ചിരുന്നു. മേൽജാതിയിൽപ്പെട്ടവർ എന്തെങ്കിലും പറയുമ്പോൾ അത് താൻ കേട്ടു, അക്കാര്യം താൻ ചെയ്തോളാം എന്ന അർത്ഥത്തിൽ അടിയൻ, റാൻ തുടങ്ങിയ ആചാരവാക്കുകൾ പ്രയോഗിച്ചിരുന്നു. പേരിലും സംസാരരീതിയിലും മേൽ-കീഴ് ജാതിക്കാർ തമ്മിൽ വ്യത്യസ്തത പുലർത്തിയിരുന്നു. ഇത്തരത്തിലുള്ള രീതി തെറ്റിക്കുന്നവരെ സമൂഹത്തിൽ നിന്നും പുറം തള്ളുകയോ ശിക്ഷിക്കുകയോ ചെയ്യുമായിരുന്നു. ഓണത്തിന് ജന്മിക്ക് കാഴ്ചദ്രവ്യത്തിനായി വാഴക്കുല, മത്തൻ, കുമ്പളങ്ങ തുടങ്ങിയവ അടിയന്മാർ കൊടുത്തിരുന്നു. ജന്മി കോടിമുണ്ട്, അരി തുടങ്ങിയവ പാരിതോഷികമായി കുടിയാൻമാർക്ക് കൊടുത്തിരുന്നു.

മേൽജാതിക്കാർ രോഗം ബാധിച്ചാൽ നമ്പൂതിരി, മൂസ്സത് തുടങ്ങിയ ആയുർവ്വേദ വൈദ്യന്മാരുടെ അടുത്തും, കീഴ്ജാതിക്കാർ മണ്ണാൻ, വേലൻ, തങ്ങൾ തുടങ്ങിയവരുടെ അടുത്തുമാണ് പോയിരുന്നത്. മുസ്ലീംകളും ക്രിസ്ത്യാനികളും മണ്ണാൻ, വേലൻ, തങ്ങൾ തുടങ്ങിയ നാട്ടുവൈദ്യന്മാരുടെ അടുത്തും തങ്ങന്മാരുടെ അടുത്തുമാണ് പോയിരുന്നത്.

ജാതിവ്യവസ്ഥയുടെ നൂലാമാലയിൽ നിന്നും രക്ഷ നേടാൻ കീഴ്ജാതിയിൽപ്പെട്ടവരിൽ ചിലർ മുസ്ലീം, ക്രിസ്ത്യൻ മതങ്ങളിൽ ചേരുകയുണ്ടായി. എന്നാൽ തങ്ങളുടെ മതത്തിൽ പുതുതായി ചേർന്നവരെ

സ്ത്രീകൾ മുസ്ലീംകളുടെ പ്രസവ ചികിത്സ നടത്തുന്നു. ഒസ്സാൻ എന്നത് ജനങ്ങൾ ഒത്താൻ' എന്നും സ്ത്രീകളെ 'ഒത്താച്ചി' എന്നുമാണ് വിളിക്കുന്നത്.

മുസ്ലീംകൾ 'മാർക്കത്തിൽ കൂടിയവർ' എന്നും ക്രിസ്ത്യാനികൾ 'ദളിത് ക്രൈസ്തവർ' എന്നും വിളിച്ച് മാറ്റി നിർത്തുകയാണുണ്ടായത്. വിവാഹ ബന്ധങ്ങളിലും പൊതുചടങ്ങുകളിലും ഇവരെ രണ്ടാംകിടക്കാരായി പരിഗണിക്കുകയും അലിഖിതവിലക്കുകൾ ഏർപ്പെടുത്തുകയും ചെയ്തിരുന്നു.

കലാസാംസ്കാരിക രംഗം

ക്ലാസ്സിക്കും നാടോടിയുമായ വിവിധ കലാരൂപങ്ങൾ നിറഞ്ഞ നാടായിരുന്നു പഠനമേഖല. ക്ഷേത്രങ്ങൾ ആരാധാനാലയങ്ങൾക്കൊപ്പം കലാസാംസ്കാരിക കേന്ദ്രങ്ങൾ കൂടി ആയിരുന്നു. ക്ഷേത്രത്തിൽ കഥകളി, കൂത്ത്, മോഹിനിയാട്ടം, ചെണ്ടമേളം തുടങ്ങിയ കലാരൂപങ്ങൾ ഉത്സവസമയത്തും അല്ലാതെയും നടത്തിയിരുന്നു. ക്ഷേത്രപ്രവേശനത്തിനും ആരാധന നടത്തുന്നതിനും മേൽജാതിക്കാർക്ക് മാത്രമാണ് അനുവാദമുണ്ടായിരുന്നത്. എന്നതിനാൽ ക്ഷേത്രകലകളിൽ മേൽജാതിക്കാർ മാത്രമാണ് ഉണ്ടായിരുന്നത്. ആസ്വാദകരും മേൽജാതിക്കാർ മാത്രമായിരുന്നു.

കീഴ്ജാതിക്കാർക്ക് അവരുടേതായ കലാരൂപങ്ങൾ ഉണ്ടായിരുന്നു. തങ്ങളുടെ കാരണവന്മാരേയും ദേവന്മാരേയും സ്തുതിക്കുന്ന വിവിധ തരം തോറ്റങ്ങൾ[14] മിക്ക അവർണ്ണരിലും ഉണ്ടായിരുന്നു. ആശാരി, തട്ടാൻ തുടങ്ങിയവർ പരിചമുട്ടുകളി, ഐവർകളി, ചരടുകെട്ടികളി തുടങ്ങിയവ നടത്തിയിരുന്നു. മണ്ണാന്മാർ വെള്ളാട്ട്, തിറ, പൂതംകെട്ടൽ, ഭഗവതിയാട്ട് എന്നിവയും പറയന്മാർ കാളവരവ്, കുതിരവരവ് തുടങ്ങിയ അനുഷ്ഠാനപരമായ കലാരൂപങ്ങൾ ആഘോഷങ്ങളുടെ സമയത്തും മറ്റും നടത്തിയിരുന്നു. ജന്മികളുടെ അടിമകളായിരുന്ന ഇവർക്ക് കലാപ്രകടനത്തിനായി അധികം സമയം നീക്കിവെക്കാൻ ഇല്ലായിരുന്നു. അതിനാൽ കാഠിന്യമേറിയ ജോലിക്ക് ആയാസം വരുത്താനായി തങ്ങളുടെ സ്വപ്നങ്ങളും ജീവിതങ്ങളും ആവിഷ്ക്കരിക്കുന്ന രീതിയിൽ ഇവർ കലാപ്രകടനത്തിൽ ഏർപ്പെട്ടു. ഞാറ്റുപാട്ട്, ചെറുമൻകളിപ്പാട്ട്, ചവിട്ടുകളി തുടങ്ങിയവ ഈ വിഭാഗത്തിൽപ്പെടുന്നു.

ആദിവാസികൾ കൊയ്ത്ത്, വിവാഹം തുടങ്ങിയ വിശേഷദിവസങ്ങളിൽ വട്ടക്കളി, കുഴലൂത്ത് തുടങ്ങിയ കലാപ്രകടനങ്ങൾ നടത്തിയിരുന്നു. മാപ്പിളമാരുടെ കലാപ്രകടനങ്ങളായിരുന്നു ഒപ്പന, മാപ്പിളപ്പാട്ട്, ദഫ്മുട്ട്, കോൽക്കളി (കോൽക്കളി ആശാരി, തീയൻ തുടങ്ങിയവരും

---

14 വിഷ്ണുനമ്പൂതിരി, എം.വി. ഫോക്‌ലോർ നിഘണ്ടു, ഭാഷാ ഇൻസ്റ്റിറ്റ്യൂട്ട്, തിരുവനന്തപുരം, 1989.
തോറ്റം എന്നത് സ്ത്രോത്രം എന്നതിന്റെ തത്ഭവമാണ് എന്ന് പറയുന്നുണ്ടെങ്കിലും വർദ്ധിപ്പിക്കുന്നത് എന്ന അർത്ഥവും ഇതിനുണ്ട്. കരിങ്കുട്ടി തോറ്റം മണ്ണാൻമാരും കളമെഴുത്ത് തോറ്റം പുള്ളുവൻമാരും പാടുന്നു.

കളിച്ചിരുന്നു) തുടങ്ങിയവ. നായർ തറവാടുകളിലെ സ്ത്രീകൾ ധനുമാസത്തിലെ തിരുവാതിരദിവസം തറവാട്ടുകളും, പുഴ എന്നിവയിൽ കുളിച്ചതിനുശേഷം തിരുവാതിരക്കളി, കുമ്മിയടി എന്നിവ കളിച്ചിരുന്നു.

ഉത്സവങ്ങളും ആഘോഷങ്ങളും

പന്ത്രണ്ടു വർഷം കൂടുമ്പോൾ നടത്തിയിരുന്ന ആഘോഷമായിരുന്നു മാമാങ്കം. മൈസൂർ രാജാക്കന്മാരുടെ ആക്രമണത്തോടെയാണ് മാമാങ്കത്തിന് തിരശ്ശീല വീണത്. അമ്പലങ്ങളിൽ കലങ്കരി, താലപ്പൊലി, ഭഗവതിയാട്ട്, വേല, കളംപാട്ട് തുടങ്ങിയവ നടത്തിയുരുന്നു. മുസ്ലീംകളുടെ പള്ളികളിലും ഹിന്ദുക്കളുടെ ക്ഷേത്രങ്ങളിലും നിരവധി ഉത്സവങ്ങൾ ഉണ്ടായിരുന്നു. ഇരുപത്തിയഞ്ച് വർഷങ്ങൾക്കുമുമ്പ് മലപ്പുറം, കൂട്ടായി, പൂക്കോട്ടൂർ പള്ളികളിൽ നേർച്ച നടത്തിയിരുന്നു. ചില സാങ്കേതിക കാരണങ്ങൾ നേർച്ചകൾക്ക് വിരാമമിട്ടു. കൊണ്ടോട്ടിനേർച്ച, തിരൂർ ബി.പി. അങ്ങാടി നേർച്ച തുടങ്ങിയവ ഇന്നും നടത്തുന്നുണ്ട്. അങ്ങാടിപ്പുറത്തെ തിരുമാന്ധാംകുന്ന് പൂരം, തലപ്പാറയിലെ കളിയാട്ടംകാവുവേല, കൊണ്ടോട്ടി നേർച്ച, കോഴിക്കോട് തളിക്ഷേത്രത്തിലെ രേവതിപട്ടത്താനം തുടങ്ങിയവ പ്രധാന ഉത്സവങ്ങളാണ്. ചുങ്കത്തറ, നിലമ്പൂർ, പന്തലൂർ തുടങ്ങിയ കൃസ്ത്യൻ പള്ളികളിൽ നടത്തുന്ന പള്ളിപ്പെരുന്നാൾ പ്രസിദ്ധമാണ്.

കേരളത്തിലെ മറ്റു സ്ഥലങ്ങളെപ്പോലെതന്നെ ജനങ്ങൾ ഓണം, വിഷു, തിരുവാതിര, റംസാൻ, ക്രിസ്തുമസ് തുടങ്ങിയവ ആഘോഷിക്കുന്നു. ആഘോഷങ്ങളോടനുബന്ധിച്ചും അല്ലാതെയും മത്സരങ്ങൾ സംഘടിപ്പിക്കാറുണ്ട്. ബീയം കായലിലെ വള്ളംകളി, കാളപൂട്ട് മത്സരം, ഫുട്ബോൾ മത്സരങ്ങൾ എന്നിവ പ്രധാന വിനോദങ്ങളിൽപ്പെടുന്നു. തിരൂർ വിഷുപ്പാടം, എടപ്പാൾ പൂരവാണിഭം തുടങ്ങിയവ പ്രധാന ഉത്സവച്ചന്തകളിൽപ്പെടുന്നു.

വൈദ്യപാരമ്പര്യം

കേരളത്തിലെ മറ്റു സ്ഥലങ്ങളെപ്പോലെ പഠനമേഖലയിലെ ജനങ്ങളും അലോപ്പതി തന്നെയാണ് മുഖ്യ ചികിത്സാരീതിയായി കണക്കാക്കുന്നത്. കോഴിക്കോട് മെഡിക്കൽ കോളേജ്, മലപ്പുറം ജില്ലാ ആശുപത്രി, ബ്ലോക്ക് ആശുപത്രികൾ, ഡിസ്പൻസറികൾ, ഹെൽത്ത് സെന്ററുകൾ തുടങ്ങിയവയാണ് സർക്കാർ നടത്തുന്ന അലോപ്പതി ചികിത്സാകേന്ദ്രങ്ങൾ. ഇവക്കുപുറമെ ചെറുതും വലുതുമായ നിരവധി സ്വകാര്യ ആശുപത്രികളും എല്ലാ ആധുനിക ചികിത്സാസൗകര്യത്തോടെയും പ്രവർത്തിക്കുന്നുണ്ട്. ഡോക്ടർമാർ സ്വന്തം വീട്ടിലോ മുറികൾ വാടകക്കെടുത്തോ സ്വകാര്യ പ്രാക്ടീസ് നടത്തുന്നു.

ചിലർ പാരമ്പര്യമായും സ്വയം പഠിച്ചും ബി.എച്ച്. എം.എസ് ഡിഗ്രി എടുത്തും ഹോമിയോചികിത്സ നടത്തുന്നുണ്ട്. ഹോമിയോ ആശുപത്രികളുടെയും ഡിസ്പൻസറികളുടെയും നില ശോചനീയമാണ്. അറേബ്യൻ ചികിത്സാരീതിയായ യുനാനിചികിത്സയും ചിലർ പാരമ്പര്യമായി ചെയ്യുന്നുണ്ട്. പഠനമേഖലയുടെ ആയുർവേദപാരമ്പര്യം ലോകത്തോളം കേൾവികേട്ടതാണ്. 1902 ൽ വൈദ്യരത്നം പി.എസ്. വാരിയർ എളിയ രീതിയിൽ തുടങ്ങിയ കോട്ടക്കൽ ആര്യവൈദ്യശാല ഇന്ന് സ്വദേശത്തും വിദേശത്തുമായി നിരവധി ഏജൻസികളും ആശുപത്രികളുമുള്ള ഒന്നായി പരിണമിച്ചിരിക്കുന്നു. മലയാളത്തിലെ ആദ്യത്തെ ആയുർവേദ ആഴ്ചപ്പതിപ്പായ 'ധന്വന്തരി'യും, 'അഷ്ടാംഗശരീരം' എന്ന ആയുർവേദഗ്രന്ഥവും പി.എസ്.വാര്യരുടെ സംഭാവനയാണ്. അഷ്ടവൈദ്യകുടുംബത്തിൽപ്പെട്ട പുലാമന്തോൾ മൂസ്സുമാർ ഇന്നും പ്രസിദ്ധിയുള്ള ആയുർവേദവൈദ്യന്മാരാണ്. അതുപോലെതന്നെ ചങ്ങരംകുളത്ത് മമ്മുഗുരിക്കൾ ആരംഭിച്ച ചങ്ങമ്പിള്ളി ആയുർവേദശാലയും പ്രസിദ്ധമാണ്. മറ്റ് അഷ്ടവൈദ്യകുടുംബങ്ങളും പഠനമേഖലയിലെ തെക്കൻ അതിർത്തിയുടെ സമീപസ്ഥലത്താണ് താമസിക്കുന്നത് എന്നതിനാൽ അതിന്റെ ഗുണങ്ങളും പഠനമേഖലക്ക് ഉണ്ട്.

നാട്ടുവൈദ്യവും ആയുർവേദവും എവിടെയാണ് വേർപിരിയുന്നതെന്നോ കൂടിച്ചേരുന്നതെന്നോ മനസ്സിലാകാത്ത വിധത്തിൽ പ്രചരിക്കുന്നു. ഇത് പഠനമേഖലയിൽ മണ്ണാൻ, മലയൻ, തീയൻ, വേലൻ, തങ്ങൾ തുടങ്ങിയവർ നടത്തുന്നു. ഇവരിൽ ചിലർ വൈദ്യശാലകൾ നടത്തുകയും രോഗികളുടെ വീട്ടിൽ പോയി ചികിത്സിക്കുകയും ചെയ്യുന്നു. രോഗികൾ വൈദ്യന്റെ വീട്ടിൽ ചെന്ന് ചികിത്സക്കുള്ള മാർഗ്ഗനിർദ്ദേശം നേടുന്നതും സാധാരണമാണ്. കൈകാലുകൾ, ശരീരഭാഗങ്ങൾ എന്നിവയിലുണ്ടാകുന്ന ഉളുക്ക് (Sprain), ചതവ് (bruise), സ്ഥാനഭ്രംശം, പൊട്ടൽ തുടങ്ങിയവക്ക് ചികിത്സിക്കുന്നതിന് 'മർമ്മചികിത്സ' എന്നറിയപ്പെടുന്നു. പഠനമേഖലയിൽ മർമ്മചികിത്സ നടത്തുന്ന മുസ്ലീംകൾ അറിയപ്പെടുന്നത് കുരിക്കൾ[15] എന്നാണ്. ഹിന്ദുക്കളിൽ തീയന്മാരും മർമ്മചികിത്സ നടത്തുന്നുണ്ട്. കർക്കടകമാസത്തിലെ സുഖചികിത്സക്കും മർമ്മചികിത്സകരുടെ സഹായം ജനങ്ങൾ തേടാറുണ്ട്. ഭൗതികേതരചികിത്സാരീതി (Metaphysical curing), പ്രസവചികിത്സ, ജന്തുക്കളുടെ ചികിത്സ എന്നിവയും പഠനമേഖലയിൽ നിലനിൽക്കുന്നു.

---

15 കുരിക്കൾ - ഗുരിക്കൾ എന്നതിനെ ജനങ്ങൾ കുരിക്കൾ എന്നാണ് വിശേഷിപ്പിക്കുന്നത്. വടക്കൻ മലബാറിൽ മർമ്മ - കളരി ചികിത്സകരായ തീയൻ മാരെയും കുരിക്കൾ എന്ന് വിളിക്കാറുണ്ട്.

പ്രകൃതിചികിത്സ, യോഗചികിത്സ, പ്രാണിക് ഹീലിങ്ങ്, റെക്കിചികിത്സ, കാന്തചികിത്സ തുടങ്ങിയവ കുറച്ച് വർഷങ്ങളായി പഠനമേഖലയിൽ പുതുതായി കണ്ടുവരുന്ന ചികിത്സാരീതികളാണ്. മറ്റു വൈദ്യരീതികളുമായി താരതമ്യം ചെയ്യുമ്പോൾ ഇവക്ക് ജനങ്ങളുടെയിടയിൽ പ്രചാരം കുറവാണ്.

പഠനമേഖല- ഇന്ന്

സ്വാതന്ത്ര്യത്തിന് മുമ്പുണ്ടായിരുന്ന അവസ്ഥയിൽനിന്നും ഒരുപാട് മാറ്റങ്ങൾക്ക് പഠനമേഖല വിധേയമായിട്ടുണ്ട്. കഴിഞ്ഞ നാൽപ്പത് വർഷങ്ങളിലുണ്ടായ വാർത്താമാധ്യമങ്ങളുടെ അതിപ്രസരം, അത്രയും വർഷംകൊണ്ടുതന്നെ ഗൾഫ് രാജ്യങ്ങളിൽ തൊഴിലെടുക്കുന്നവരുടെ വ്യാപനം വഴിയുണ്ടായ സാമ്പത്തിക പുരോഗതി ജീവിതരീതിയിലുണ്ടായ മാറ്റത്തിനും നവീനാശയങ്ങൾ ജനങ്ങൾ ഉൾക്കൊള്ളുന്നതിനും കാരണമായി. "കേരളത്തിൽ ഒരു സംവൃത ഗ്രാമസമൂഹം സാധ്യമല്ല. ഒരു ചില്ല് അല്ലെങ്കിൽ ജനലിന്റേയോ വാതിലിന്റേയോ ഒരു പാളി എപ്പോഴും തുറന്നിട്ടിട്ടുള്ള ഗ്രാമസമൂഹങ്ങളാണ് കേരളത്തിൽ ഉണ്ടായിട്ടുള്ളത്.[16] ഒരുപാട് മാറ്റങ്ങൾക്ക് കൂട്ടായ്മ വിധേയമായെങ്കിലും ഭൗതികതലത്തിലും മാനസികതലത്തിലും പഴയ കൂട്ടായ്മയുടെ ശക്തമായ സ്വാധീനം കാണാവുന്നതാണ്.

നൂറ്റാണ്ടുകളായി അന്തർമുഖരായിരുന്ന, മാറ്റങ്ങൾക്ക് പുറം തിരിഞ്ഞ് നിന്ന ഒരു സമൂഹം പുറമേനിന്നുള്ള ആശയങ്ങൾക്കായി വാതിലുകൾ തുറന്നിടുകയും സ്വയം പരിണാമപ്പെടുകയും ചെയ്യുകയായിരുന്നു. ദുരാചാരങ്ങളുടെ നുകത്തിൽനിന്നുള്ള മോചനവും പുതിയ വിദ്യാഭ്യാസം പ്രദാനം ചെയ്ത ആത്മവിശ്വാസവും മെച്ചപ്പെട്ട ജീവിതസാഹചര്യങ്ങൾതേടി വിദൂര തീരങ്ങളിൽവരെ ചെന്നെത്താൻ അവരെ പ്രാപ്തരാക്കി.[17] ജന്മിത്തത്തിന്റേയും ജാതിമേൽക്കോയ്മയുടെയും ശൈഥില്യം ദൂരവ്യാപകമായ ഫലങ്ങൾ കൂട്ടായ്മയിൽ ഉളവാക്കി. നിരവധി സ്കൂളുകളും, കോളേജുകളും ട്രെയ്നിങ്ങ് കോളേജുകളും സ്ഥാപിതമായി. സംവരണ നിയമങ്ങളുടെ പിൻബലത്തിൽ കീഴ് ജാതിക്കാർക്ക് വ്യാപകമായ തരത്തിൽ അക്കാദമിക വിദ്യാഭ്യാസം ലഭിച്ചു. ഭൂനയപരിഷ്കരണങ്ങളിലൂടെയും മറ്റും കുടിയാന്മാർക്ക് സ്വന്തമായി ഭൂമിയും വീടും ലഭിച്ചു. സമ്പദ്വ്യവസ്ഥയിൽ വ്യതിയാനം വന്നു. ധനാധിഷ്ഠിത സാമൂഹ്യവ്യവസ്ഥ രൂപീകൃതമായി, അയിത്തോച്ചാടന പ്രസ്ഥാനങ്ങളുടെ പന്തിഭോജന സമരങ്ങൾ സൃഷ്ടിച്ച

---

16 ഗണേശ്, കെ.എൻ. കേരള സമൂഹപഠനങ്ങൾ, പ്രസക്തി ബുക്സ്, പത്തനംതിട്ട, 2002, പുറം 22.

17 അരവിന്ദൻ, കെ.പി. (എഡി), കേരളപഠനം, കേരള ശാസ്ത്ര സാഹിത്യപരിഷത്ത്, കോഴിക്കോട്, 2006, പുറം 14.

തിനേക്കാൾ ദൂരവ്യാപകമായ ഫലങ്ങൾ ഇതുളവാക്കി. ഹോട്ടലിന്റെ വ്യാപനം ആർക്കും എവിടെവെച്ചും ആരുടെ കൂടെ ഇരുന്നും പണം കൊടുത്താൽ ഭക്ഷണം കഴിക്കാം എന്ന അവസ്ഥയുണ്ടായി. ഇക്കാര്യത്തിൽ മുമ്പുണ്ടായിരുന്ന ജാതി-മത അയിത്തങ്ങൾ തകർക്കുന്നതിനും പരോക്ഷപ്രേരണയായി. ഓഡിറ്റോറിയം, കല്യാണമണ്ഡപം തുടങ്ങിയവ വ്യാപകമായതോടുകൂടി കല്യാണങ്ങൾക്കും മറ്റു ചടങ്ങുകൾക്കും വ്യത്യസ്ത ജാതിമതസ്ഥരുടെ ഇടയിലുണ്ടായിരുന്ന അനുഷ്ഠാനപരമായ കട്ടുംപിടുത്തതിന് അയവുവന്നു. അതുപോലെ പ്രസ്തുത ചടങ്ങിന് ജാതിമതഭേദമെന്യേ ക്ഷണിക്കപ്പെട്ട ആർക്കും സംബന്ധിക്കാം എന്നതും ഒരുമിച്ചിരുന്ന് ഭക്ഷണം കഴിക്കാം എന്നായതും പഴയ കൂട്ടായ്മയെ തളർത്തുകയും അത് പുതിയ കൂട്ടായ്മക്ക് വഴിയൊരുക്കുകയും ചെയ്തു.

വ്യവസായസ്ഥാപനങ്ങൾ, സർക്കാർ ഓഫീസുകൾ, മറ്റു തൊഴിലിടങ്ങൾ എന്നിവ പുതിയ കൂട്ടായ്മകൾ നഗരത്തിൽ ഉണ്ടാക്കി. ഇവിടുത്തെ ഗ്രാമീണകൂട്ടായ്മയിൽനിന്നും നഗരത്തിലേക്ക് എത്തിയവരും മറ്റു ദേശങ്ങളിൽ നിന്നും തൊഴിലുമായി ബന്ധപ്പെട്ട് എത്തിച്ചേർന്നവരും നഗരത്തിൽ പുതിയ കൂട്ടായ്മയുണ്ടാക്കി. മുമ്പ് അന്തസ്സിന്റെ മാനദണ്ഡം ജാതി ആയിരുന്നു. ആ ചിന്തക്ക് കാലം ഇടിച്ചിൽ വരുത്തുകയും ഉയർന്ന സാമ്പത്തികസ്ഥിതി ഉള്ളവനും കൂട്ടായ്മ നല്ലതെന്ന് വിചാരിക്കുന്ന തൊഴിൽ ചെയ്യുന്നവനും പ്രസ്തുത സ്ഥാനത്തേക്ക് വരികയും ചെയ്തു. ഈ മാറ്റം വീടിന്റെ പരമ്പരാഗത ധർമ്മത്തിലും വാസ്തുവിദ്യയിലും നിർമ്മാണരീതിയിലും ക്രമേണ ജനങ്ങളുടെ ജീവിതരീതിയിലേക്കും സംക്രമിച്ചു. വീടിന്റെ മേൽക്കൂര ആദ്യകാലത്ത് പുല്ലും ഓടും ആയിരുന്നെങ്കിൽ ഇപ്പോൾ 'കോൺക്രീറ്റ് ടെറസ്' ആണ് കൂടുതൽ ഉള്ളത്. കോലായിക്ക് പകരം 'സിറ്റ്ഔട്ടുകൾ വന്നു. പൂജാമുറി ആദ്യകാലത്ത് നിർബന്ധമായിരുന്നെങ്കിൽ ക്രമേണ അതിന്റെ പ്രാധാന്യം കുറഞ്ഞു. മരുമക്കത്തായത്തിന്റെ ശൈഥില്യവും മക്കത്തായത്തിന്റെ വളർച്ചയും അണുകുടുംബസങ്കല്പവും പുതിയ ഗൃഹനിർമ്മാണരീതിക്ക് വഴിയൊരുക്കി.

അണുകുടുംബങ്ങൾ വന്നതോടെ ഓരോ തുണ്ട് ഭൂമിയിലും ഓരോ വീട് എന്ന അവസ്ഥ വന്നു. അണുകുടുംബങ്ങളുടെ വ്യാപനം, കാർഷിക വിളകളുടെ ഗണ്യമായ വിലത്തകർച്ച എന്നിവ വയലുകൾ മണ്ണിട്ട് നിരത്തുക, ചെറിയ കുന്നുകൾ ഇടിച്ചു നിരത്തുക എന്നിവക്ക് കാരണമായി. പ്രസ്തുത സ്ഥലത്ത് വീടുകളും ഷോപ്പിങ്ങ് കോംപ്ലക്സുകളും ക്വാർട്ടേഴ്സുകളും സ്ഥാപിക്കപ്പെട്ടു. അതോടെ കൃഷിയിൽ ഗണ്യമായ കുറവ് നേരിട്ടു. കർഷകക്കൂട്ടായ്മക്ക് തകർച്ചനേരിട്ടപ്പോൾ കർഷകർ നിർമ്മാണ പ്രവൃത്തി, ഡ്രൈവിംഗ്, ഗൾഫിലെയും അന്യസംസ്ഥാനങ്ങളിലേയും തൊഴിലുകൾ തുടങ്ങിയവയിൽ ഏർപ്പെട്ടു.

അണുകുടുംബത്തിന്റെ തകർച്ചയോടെ അധികാരിയായ കാരണവർ എന്ന സ്ഥാനം ഇല്ലാതായിത്തീരുകയും അഭിപ്രായ സ്വാതന്ത്ര്യം എല്ലാവരിലും വന്നുചേരുകയും ചെയ്തു. ഇത് ഉപകൂട്ടായ്മയെ വളർത്തി.

അക്കാദമിക വിദ്യാഭ്യാസത്തിന്റെ വ്യാപനവും പുതിയ വാർത്താമാധ്യമങ്ങളുടെ സ്വാധീനവും കൂട്ടായ്മയിൽ ധാരാളം മാറ്റം വരുത്തി. പുരുഷൻമാർക്ക് ഷർട്ട്, പാന്റ്സ് എന്നിവയും സ്ത്രീകൾക്ക് ചുരിദാർ, സാരി, മാക്സി എന്നിവയും സാധാരണ വസ്ത്രമായി. മുസ്ലീംസ്ത്രീകൾ മതചര്യയുടെ ഭാഗമായി പർദ്ദ ഉപയോഗിക്കാറുണ്ട്. പ്രാദേശികമായ ഭാഷാപ്രയോഗം മോശമാണ് എന്ന ധാരണ ജനങ്ങളിൽ പ്രചരിച്ചു. ഭാഷാഭേദം നിലനിർത്തിക്കൊണ്ടാണെങ്കിലും കേരളത്തിലെ മാനകഭാഷയോട് കൂടുതൽ അടുത്തുനിൽക്കുന്നതും ഇംഗ്ലീഷ് വാക്കുകൾ ഇടകലർത്തികൊണ്ടുള്ളതുമായ ഒരു പ്രത്യേക ഭാഷാപ്രയോഗരീതി സ്വീകരിക്കുകയും ചെയ്തു.

ചില പ്രത്യേക കൂട്ടായ്മയിൽ ജീവിച്ച് ചില പ്രത്യേക ജോലിയേ ചെയ്യൂ എന്ന സങ്കൽപ്പം സർക്കാർ ഉദ്യോഗസ്ഥന്മാരുടെ വ്യാപനം മാറ്റിമറിച്ചു. സ്ഥലം മാറ്റം ഇടക്കിടക്ക് ലഭിക്കുന്നതോടെ ഏത് കൂട്ടായ്മയിൽ ജീവിച്ചും ജോലി ചെയ്യാം എന്ന ബോധം ജനങ്ങളിൽ ഉളവായി. ചില പ്രത്യേക ജാതിക്കാർ പ്രത്യേക ജോലി ചെയ്യുക എന്ന സാമൂഹികചട്ടപാടിന് ഉലച്ചിൽ തട്ടുകയുണ്ടായി. ഏത് ജോലിയും ആർക്കും ചെയ്യാം എന്ന രീതിയും നിലവിൽ വന്നു. എന്നാലും പരമ്പരാഗത തൊഴിൽ കൂടുതലായും പ്രസ്തുത ജാതിക്കാർ തന്നെയാണ് ചെയ്യുന്നത്. സ്വർണ്ണപ്പണി, കൊല്ലപ്പണി, ബാർബർ ജോലി എന്നിവ മിക്കപ്പോഴും പ്രത്യേക ജാതിക്കാരേ ഇന്നും ചെയ്യാറുള്ളു. ആഗോളവൽക്കരണത്തിന്റെയും രാജ്യത്തിന്റെ വ്യവസായിക പുരോഗതിയുടെയും ഫലമായി ഉണ്ടായ വ്യാവസായിക ഉൽപ്പന്നങ്ങളുടെ ഗണ്യമായ ലഭ്യത, പരമ്പരാഗത തൊഴിൽ അന്തസ്സിന് കോട്ടം വരുത്തും എന്ന ചിന്ത, മറ്റു തൊഴിൽ സാധ്യത തുടങ്ങിയ കാരണങ്ങൾ കുലത്തൊഴിലുകളുടെ നാശത്തിന് വേഗതകൂട്ടി.

ഗൾഫ് രാജ്യങ്ങളിൽ നിന്നും ലഭിച്ച വരുമാനം പട്ടണങ്ങളുടെയും ഗ്രാമങ്ങളുടെയും മുഖച്ഛായ തന്നെ മാറ്റുവാൻ കാരണമായി. പ്രത്യുൽപ്പാദനപരമായ സംരംഭങ്ങളിലേക്കെന്നതിനേക്കാൾ നിർമ്മാണപ്രവർത്തനങ്ങളിൽ - പ്രത്യേകിച്ചും കെട്ടിടനിർമ്മാണത്തിലേക്കായിരുന്നു ഈ സമ്പത്ത് കൂടുതലായും വിനിയോഗിച്ചിരുന്നത്. കോൺക്രീറ്റ് കെട്ടിടങ്ങൾ, ടെലിഫോൺ, റഫ്രിജറേറ്റർ തുടങ്ങിയ ആധുനിക സൗകര്യങ്ങൾ ഗ്രാമങ്ങളിൽ പോലും സാധാരണമായി. ആരാധനാലയങ്ങളുടെ ആകൃതിയിലും ഈ സ്വാധീനം കാണാം. പണം സമ്പാദിക്കാനായി ഗൾഫിൽ പോകണം എന്ന ചിന്ത സാധാരണക്കാരിൽ വ്യാപിച്ചു.

പൊതുവെ ജനസാന്ദ്രത കൂടിയ പഠനമേഖലയിൽ മുസ്ലീംകൾ (മാപ്പിളമാർ) ആണ് ഭൂരിപക്ഷം. വ്യത്യസ്ത ജാതിക്കാർ ഉൾപ്പെടുന്ന ഹിന്ദുക്കൾക്കാണ് രണ്ടാം സ്ഥാനം, തിരുവിതാംകൂറിൽ നിന്നും കുടിയേറ്റക്കർഷകരായി വന്ന് സ്ഥിരതാമസമാക്കിയവരും സർക്കാർ/ സർക്കാരിതര ജോലി തേടി വന്നവരുമായ, 'ചേട്ടൻമാർ' എന്ന് അറിയപ്പെട്ടുന്ന ക്രിസ്ത്യാനികൾ ജനസംഖ്യയിൽ മൂന്നാം സ്ഥാനത്ത് നിൽക്കുന്നു. കുലത്തൊഴിൽ മാത്രം ചെയ്ത്, നാടിന്റെ പൊതുധാരയിലുള്ള മാറ്റങ്ങൾ വളരെ സാവധാനം ഉൾക്കൊണ്ട്, ഇന്നും ആധുനിക വിദ്യാഭ്യാസത്തിന് മുഖംതിരിച്ച് നിൽക്കുന്ന വ്യത്യസ്ത വിഭാഗത്തിൽപ്പെട്ട ആദിവാസികൾ മലയോരങ്ങളിലും മറ്റും ജീവിക്കുന്നു. ഇവർ ജനസംഖ്യയുടെ കാര്യത്തിൽ നാലാം സ്ഥാനത്താണ്.

തൊഴിൽ ചെയ്യുന്നതിലും, മറ്റുള്ളവരുമായി സമ്പർക്കം പുലർത്തുന്നതിലും ജാതിക്കും മതത്തിനും മുൻകാലങ്ങളിലെ സ്വാധീനം ഗണ്യമായ രീതിയിൽ കുറഞ്ഞിട്ടുണ്ടെങ്കിലും ഇന്നും കൂട്ടായ്മയുടെ ബോധത്തിൽ ഇവ പ്രബലമായി വർത്തിക്കുന്നു. വൈവാഹികബന്ധങ്ങളെയും ചിലർ സുഹൃദ്ബന്ധങ്ങളെയും കണ്ടെത്തുന്നതിൽ ജാതി-മതവ്യവസ്ഥകൾ ഇന്നും സുപ്രധാന പങ്കുവഹിക്കുന്നു. തിരഞ്ഞെടുപ്പ് സമയത്ത് രാഷ്ട്രീയമായ വിലപേശലിനും സ്ഥാനാർത്ഥിക്ക് വോട്ട് ലഭിക്കാനും ജാതിയും മതവും പരോക്ഷശക്തിയാകാറുണ്ട്. ആചാരനുഷ്ഠാനങ്ങളിൽ പൊതുവെ കുറവ് വന്നിട്ടുണ്ടെങ്കിലും അവ ഇന്നും നിലനിൽക്കുന്നുണ്ട്. ജാതി, മതം, പ്രദേശം എന്നിവയുടെ അടിസ്ഥാനത്തിൽ ആചാരനുഷ്ഠാനങ്ങളിലും സാമൂഹ്യമര്യാദകളിലും ഏറ്റക്കുറച്ചിലും വ്യത്യസ്തതയും കാണാവുന്നതാണ്.

ദേശീയ പ്രസ്ഥാനത്തിന്റെയും ഇടതുപക്ഷപ്രസ്ഥാനങ്ങളുടെയും ശ്രീനാരായണഗുരു, മന്നത്ത് പത്മനാഭൻ, അയ്യങ്കാളി തുടങ്ങിയ സാമൂഹിക നവോത്ഥാന നായകൻമാരുടെയും പ്രവർത്തനഫലമായി ദേശീയബോധവും, മതനിരപേക്ഷ ചിന്തയും വളർന്നിരുന്നു. ഇന്ന് കേരള സമൂഹത്തിലെ ശൈഥില്യങ്ങൾ മറ്റെന്നത്തേക്കാളും പ്രകടമാണ്. ഇന്ന് നമ്മുടെ സാംസ്കാരിക മണ്ഡലത്തിൽ ഉയർന്നുകേൾക്കുന്ന ശബ്ദങ്ങൾ മുപ്പതുകളിലും നാൽപ്പതുകളിലും ഉയർന്നവയല്ല. ദേശീയതയും വിപ്ലവ പ്രസ്ഥാനങ്ങളും വളർത്തിയെടുത്ത ജനജീവിതത്തിന്റെയും അഭിലാഷത്തിന്റെയും ഇടങ്ങളെ പൂർണ്ണമായി നിരാകരിക്കുകയും, മതചിന്തയോടും, അനുഷ്ഠാനപരതയോടും കമ്പോള സംസ്കാരത്തോടുമുള്ള അന്ധമായ വിധേയത്വം ആവശ്യപ്പെടുകയും ചെയ്യുന്ന ശക്തികൾ ഇന്ന് അധീശത്വം കൈവരിക്കുകയാണ്.[18] സാമുദായികമായി സംഘടിച്ച് വോട്ടുബാങ്ക്

18 ഗണേശ്, കെ.എൻ. കേരളസമൂഹപഠനങ്ങൾ, പ്രസക്തി ബുക്സ്, പത്തനംതിട്ട, 2002, പുറം 133.

കാണിച്ച് വിലപേശി സ്ഥാപനങ്ങളും ആനുകൂല്യങ്ങളും വാങ്ങിയെടുക്കുന്ന തെറ്റായ പ്രവണത വർദ്ധിച്ചുവരികയാണ്. മതനിരപേക്ഷതയിൽ വിശ്വസിക്കുന്ന രാഷ്ട്രീയ പാർട്ടികളോടും, പുരോഗമന സംഘങ്ങളോടും യുവാക്കൾക്ക് താൽപര്യം കുറഞ്ഞിരിക്കുന്നു. മതചിഹ്നങ്ങൾ പ്രദർശിപ്പിക്കുന്നതിലേക്ക് ജനങ്ങൾ ചുരുങ്ങിക്കൊണ്ടിരിക്കുകയാണ്.

ഒരുകാലത്ത് കൂട്ടായ്മ, സമഗ്രവികസനത്തിൽ നിന്നും സാമൂഹിക മാറ്റത്തിൽ നിന്നും മുഖം തിരിച്ചാണ് നിന്നിരുന്നതെങ്കിൽ ഇന്നത്തെ കൂട്ടായ്മ വിവരസാങ്കേതിക വിദ്യ (Information Technology) യോടും ആഭിമുഖ്യം പ്രകടിപ്പിക്കുന്നവരാണ്. അവർ മറ്റു കൂട്ടായ്മകളുമായി സമ്പർക്കം ആഗ്രഹിക്കുന്നു. ആധുനിക വിനോദോപാധികളായ സിനിമ, ടെലിവിഷൻ, ക്രിക്കറ്റ് എന്നിവ പ്രചരിച്ചിട്ടുണ്ടെങ്കിലും മുമ്പത്തെ വിനോദോപാധികളായ ഉത്സവാഘോഷങ്ങൾ, കാളപൂട്ടമത്സരം എന്നിവക്കും ജനങ്ങളുടെ മനസ്സിൽ സ്ഥാനമുണ്ട്. എന്നും പുതിയ കൂട്ടായ്മ തേടിപ്പോകുന്ന ജനതയിൽ സൗഹൃദബന്ധത്തിനും വ്യക്തിബന്ധത്തിനും ഇടിച്ചിൽ തട്ടിയിട്ടുണ്ടെങ്കിലും അവക്കെല്ലാം സമൂഹത്തിൽ ഇന്നും നിർണ്ണായകമായ സ്ഥാനമുണ്ട്.

അദ്ധ്യായം രണ്ട്

നാട്ടുവൈദ്യം: വ്യാപനപ്രക്രിയ

ചരിത്രാതീതകാലം മുതൽക്കുതന്നെ പ്രകൃതിശക്തികളോട് മല്ലിട്ടു കൊണ്ടുള്ളതാണ് മനുഷ്യന്റെ ജീവിതം. കൊടുങ്കാറ്റ്, ഇടി, മിന്നൽ, മഴ, വെള്ളപ്പൊക്കം തുടങ്ങിയ പ്രകൃതിപ്രതിഭാസങ്ങളിൽ നിന്നും രക്ഷനേടുവാനായി വിവിധ മാർഗ്ഗങ്ങൾ അവൻ അവലംബിച്ചു. പ്രകൃതി പ്രതിഭാസങ്ങളെപ്പോലെതന്നെ അവനെ ബുദ്ധിമുട്ടിച്ച ഒന്നായിരുന്നു രോഗങ്ങൾ. പ്രകൃതിശക്തികളിൽ നിന്നും രോഗങ്ങളിൽ നിന്നും രക്ഷനേ ടുവാനായി മനുഷ്യൻ മുഖ്യമായും അവലംബിച്ചത് മൂന്നു മാർഗ്ഗങ്ങളാണ്. (1) ഭൗതിക സൗകര്യങ്ങൾ മെച്ചപ്പെടുത്തുക (2) രോഗത്തിൽനിന്നും രക്ഷനേടാനായി ഔഷധങ്ങൾ കണ്ടെത്തുക (3) പ്രകൃതിശക്തികളേയും രോഗങ്ങളെയും ആരാധനാരീതികൾകൊണ്ട് മെരുക്കുക. ഈ മൂന്നു രീതികളുടെയും ഫലമായി പ്രകൃത്യാരാധന, മന്ത്രവാദം തുടങ്ങിയവ ആവിർഭവിച്ചു.

സ്വശരീരത്തെ ദൈവദാനമായി മനുഷ്യൻ വ്യാഖ്യാനിക്കുകയു ണ്ടായി. രോഗങ്ങൾ ബാധിക്കാൻ കാരണം ദേവിയുടെ/ദേവന്റെ കോപം മൂലമാണ് എന്ന് അവർ വിശ്വസിച്ചു. ആരാധനാമൂർത്തിയെ പ്രാർത്ഥന, പരിഹാരകർമ്മങ്ങൾ, നേർച്ചകൾ എന്നിവകൊണ്ട് തൃപ്തി പ്പെടുത്തുകയാണ് രോഗത്തിൽനിന്നും മുക്തി നേടാനുള്ള മാർഗ്ഗമെന്ന് അവൻ വിശ്വസിച്ചു. ഔഷധത്തോടൊപ്പം വിശ്വാസവും ചികിത്സയുടെ ഭാഗമായിമാറാൻ ഇത് ഇടയാക്കി. രോഗം, രോഗി, വൈദ്യൻ എന്നിവരെ

ആശ്രയിച്ചാണ് ചികിത്സ ഏത് വേണം എന്ന് നിശ്ചയിക്കപ്പെട്ടുക. പുണ്ണുണ്ടാകുമ്പോൾ പനിക്കൂർക്കയില വായിലിട്ട് ചവക്കാനോ, ഇടിച്ചു പിഴിഞ്ഞ രീതിയിൽ അയമോദകം അരച്ച് കഴിക്കാനോ കൊടുക്കുന്നു. സമൃദ്ധമായ തലമുടി കൊഴിഞ്ഞുപോകുന്നത് (മുടി ഊരിപ്പോകുക എന്ന് പ്രാദേശികഭാഷാപ്രയോഗം) ആരുടേയെങ്കിലും കണ്ണേറോ നാവേറോ തട്ടിയിട്ടാണെന്ന വിശ്വാസമുണ്ട്. പരിഹാരമായി നാവേറുപാട്ടും കണ്ണേറുപാട്ടും നടത്തിയാൽ ഭേദമാകുമെന്നും ചിലർ വിശ്വസിക്കുന്നു. മന്ത്രവും മരുന്നും ചേർത്ത് പ്രയോഗിക്കുന്ന രീതിയുമുണ്ട്. ചെറിയ കുട്ടികൾക്ക് പനിയുണ്ടായാൽ കൊമ്പഞ്ചാദി ഗുളിക, മുഞ്ഞയിലനീരും മുലപ്പാലും ചേർത്ത് കൊടുക്കുന്നതോടൊപ്പം ജപിച്ചൂതിയ ചരട് ബന്ധിക്കുന്നു.

കാലാവസ്ഥ, ആചാരാനുഷ്ഠാനങ്ങൾ തുടങ്ങിയവക്ക് ഓരോ പ്രദേശത്തേയും ഭക്ഷണവും ജീവിതരീതിയും രൂപപ്പെടുത്തിയെടുക്കുന്നതിൽ പ്രധാന പങ്കുണ്ട്. രോഗത്തെയും ആരോഗ്യത്തെയും സംബന്ധിച്ചും കാഴ്ചപ്പാടുകൾ ഉണ്ട്. ഇവക്കെല്ലാം കാലാനുസൃതമായ മാറ്റങ്ങൾ വന്നുകൊണ്ടിരിക്കുകയും ചെയ്യും. മുമ്പ് തടിച്ച ശരീരം സൗന്ദര്യലക്ഷണമായിരുന്നെങ്കിൽ, മെലിയുന്നതാണ് സൗന്ദര്യവും ആരോഗ്യവും എന്ന ചിന്ത വ്യാപിച്ചുതുടങ്ങി. ഓരോ കൂട്ടായ്മയ്ക്കും ചില രോഗങ്ങൾക്ക് തങ്ങളുടെതായ പേരും[1] ചികിത്സാരീതികളും ഉണ്ട്. വീട്ടിൽവെച്ച് ഒരാൾക്ക് മുറിവുപറ്റിയാൽ ഇല്ലറക്കരിയോ (അട്ടക്കരി) ചായപ്പൊടിയോ മുറിവിൽ വിതറുന്നു. കളിസ്ഥലത്താണെങ്കിൽ കമ്മ്യൂണിസ്റ്റപ്പയുടെ ഇലചതച്ചനീരും, ഓട്ടോമൊബൈൽ വർക്ക്ഷോപ്പിലാണെങ്കിൽ വാഹനത്തിന്റെ കരി ഓയിലും ഉപയോഗിക്കുന്നു. വ്യത്യസ്ത ജാതി-മത കൂട്ടായ്മകളിലും ചില ചികിത്സാരീതികൾ തമ്മിൽ ഭേദമുണ്ട്. പ്രസവാനന്തരം സ്ത്രീകളെ സവർണ്ണജാതിയിൽപ്പെട്ട കുടുംബങ്ങൾ നാൽപ്പാമരം (അത്തി, ഇത്തി, പേരാൽ, അരയാൽ എന്നിവയുടെ തടിയിലെ തൊലി) ഇട്ട് തിളപ്പിച്ച വെള്ളത്തിലാണ് കുളിപ്പിച്ചിരുന്നത്. അവർണ്ണരും മുസ്ലീംങ്ങളും തെങ്ങിൻപട്ട, വാതംകൊല്ലിയില, പഴുത്ത പ്ലാവില തുടങ്ങിയവയിട്ട് തിളപ്പിച്ച വെള്ളത്തിലാണ് കുളിപ്പിച്ചിരുന്നത്.

പരമ്പരാഗതമായി കൈമാറി വരുന്ന വൈദ്യ അറിവുകൾ വാമൊഴികൾ, നാടൻപാട്ടുകൾ, പഴഞ്ചൊല്ലുകൾ തുടങ്ങിയ നാട്ടുവാങ്മയങ്ങളിലൂടെയാണ് പ്രചരിച്ചിരുന്നത്. സമൂഹത്തിലെ സാമാന്യബുദ്ധിയുള്ളവർക്കെല്ലാം അവിടത്തെ ചികിത്സാസമ്പ്രദായങ്ങളെക്കുറിച്ച് ഏകദേശധാരണ ഉണ്ടാകും. വൈദ്യഅറിവുകൾ മനസ്സിലാക്കുന്നതിലും പ്രയോഗിക്കുന്നതിലും ശേഖരിക്കുന്നതിലും ചിലർ കൂടുതൽ താൽപ്പര്യം കാണിക്കുകയുണ്ടായി. ജീവിതം സങ്കീർണ്ണമായതോടുകൂടി

1 അനുബന്ധം 6.1

ഓരോരുത്തരും തങ്ങൾക്ക് താൽപ്പര്യമുള്ള തൊഴിലുകൾ സ്വീകരിച്ചു തുടങ്ങി. വൈദ്യത്തിൽ നിപുണതയുള്ളവർ വൈദ്യന്മാർ എന്നറിയപ്പെട്ടു. പല വൈദ്യന്മാരും തങ്ങൾക്ക് കൈവന്ന വൈദ്യഅറിവുകൾ രഹസ്യമാക്കി വെക്കുകയും, തന്റെ കുടുംബത്തിലെ അടുത്ത അവകാശിക്ക് കൈമാറുകയും ചെയ്തു. ഇവർ പാരമ്പര്യ വൈദ്യകുടുംബങ്ങൾ എന്നറിയപ്പെട്ടു.

ചികിത്സകളെയും അനുഷ്ഠാനങ്ങളെയും ജനങ്ങൾ വിശ്വാസത്തോടെയും ആരാധനയോടെയും കാണാനുള്ള കാരണങ്ങളിലൊന്ന് അതിനു പിന്നിലെ നിഗൂഢതയാണ്. സമൂഹത്തിലെ ഭൂരിഭാഗത്തിനും അറിയാവുന്ന പഴഞ്ചൊല്ലിലൂടെയും കടങ്കഥകളിലൂടെയും മറ്റും പ്രചരിക്കുന്ന നാട്ടുവൈദ്യരീതി-അത് ജനങ്ങളുടെ അറിവ് വൈദ്യന്റെ കൈത്തഴക്കത്തിലൂടെ പ്രയോഗിക്കലാണ്. സാമാന്യമായി നാട്ടുവൈദ്യം നിഗൂഢവത്ക്കരണത്തിന് എതിരാണെങ്കിലും ചില കുടുംബങ്ങൾക്കോ, വ്യക്തികൾക്കോ മാത്രമറിയുന്ന ഒറ്റമൂലികൾ, ഔഷധക്കൂട്ടുകൾ, മന്ത്രങ്ങൾ എന്നിവയിൽ നിഗൂഢതകാണാം.[2] നിരീക്ഷണ പരീക്ഷണങ്ങളിലൂടെയും സാമാന്യവത്ക്കരണത്തിന്റെയും തുറന്ന സ്വഭാവത്താൽ ശാസ്ത്രമായി ഗണിക്കുന്ന ആധുനിക വൈദ്യശാസ്ത്രത്തിലും നിഗൂഢതയുടെ തലമുണ്ട്. മരുന്നിലെ ചേരുവകൾ, ലാബ് പരിശോധനയിലെ കണക്കുകൾ തുടങ്ങിയവ സംബന്ധിച്ച് പൊതുജനങ്ങൾ അജ്ഞരായിരിക്കും. മരുന്നുകഴിച്ചാൽ എങ്ങനെയാണ് രോഗം സുഖപ്പെടുന്നത്, അലോപ്പതി മരുന്നുകളിലെ ചേരുവകൾ (രാസവസ്തുക്കൾ) ബോട്ടിലിൽ എഴുതിയിട്ടുണ്ടെങ്കിലും ജനങ്ങൾക്ക് അവ അറിയാത്തതാണ്. ആഢംബര സ്വഭാവമുള്ള ഹൈടെക്ക് ആശുപത്രികൾ, ചികിത്സായന്ത്രങ്ങൾ, ഡോക്ടർക്ക് ലഭിക്കുന്ന സുഖസൗകര്യങ്ങൾ, പെട്ടെന്ന് ലഭിക്കുന്ന രോഗശാന്തി തുടങ്ങിയവ ആധുനികവൈദ്യത്തെ വിധേയതയോടുകൂടി കാണാൻ ജനങ്ങളെ പ്രേരിപ്പിക്കുന്നു.

ഒരു കൂട്ടായ്മ പരമ്പരാഗതമായി കൈമാറി വന്നിട്ടുള്ളതും, വിശ്വാസത്തിൽ അധിഷ്ഠിതവും അവരുടെ നാട്ടുവാങ്മയങ്ങൾ, ആചാരാനുഷ്ഠാനങ്ങൾ എന്നിവയിൽ ഉൾച്ചേർന്നതുമായ ചികിത്സാസമ്പ്രദായങ്ങളെയാണ് ഇവിടെ നാട്ടുവൈദ്യം എന്ന് വിളിക്കുന്നത്. നാട്ടുവൈദ്യം എന്നതിന്റെ ഇംഗ്ലീഷാണ് Folk Medicine. Folk എന്നതിന് സമാനപദമായി മലയാളത്തിൽ നാടൻ, നാട്ടു, നാടോടി എന്നീ വാക്കുകൾ പ്രയോഗിക്കാറുണ്ട്. സമാനാർത്ഥത്തിൽ നാടൻവൈദ്യം, നാട്ടുവൈദ്യം എന്നീ സംജ്ഞകളും ഇവിടെ പ്രചരിക്കുന്നുണ്ട്.

---

2 ബക്ഷ്, എച്ച്.കെ. ഹെർബ്സ് ദാറ്റ് ഹീൽ, ഓറിയന്റ് പേപ്പർ ബാക്സ്, ന്യൂ ഡൽഹി, 2008, പുറം 17.

ഫോക്‌ലോറും നാട്ടുവൈദ്യവും

ഫോക്‌ലോർ പഠനത്തിലൂടെ കൂട്ടായ്മയെ തിരിച്ചറിയലാണ് ലക്ഷ്യം. ഏതൊരു കൂട്ടായ്മയുടെയും സ്വത്വം കണ്ടെത്താനുള്ള ഏതൊരു പഠനവും ഫോക്‌ലോർ പഠനമായിത്തീരുന്നു.[3] ഒരു കൂട്ടായ്മയെപ്പറ്റി അറിയുവാൻ അതിന്റെ ബാഹ്യഘടകങ്ങൾ അന്വേഷിക്കുന്നതിനെക്കാൾ നല്ലത് ആന്തരികമായ മാനദണ്ഡങ്ങളിലൂടെ അറിയുന്നതാണ്. പ്രാക്തനത, അജ്ഞാതകർത്തൃകത, പാരമ്പര്യം, പാഠഭേദം എന്നിവ ഫോക്‌ലോറിന്റെ പ്രധാന സവിശേഷതകളാണ്. ഏത് ഫോക്‌ലോർ രൂപം എന്നാണ് ജനങ്ങളിൽ സ്വാധീനം ചെലുത്തിത്തുടങ്ങിയത് എന്ന് വ്യക്തമായി പറയുവാൻ ബുദ്ധിമുട്ടുള്ള കാര്യമാണ്. ആയുർവേദത്തിൽ കമ്മ്യൂണിസ്റ്റപ്പ (കമ്മ്യൂണിസ്റ്റ് പച്ച) മരുന്നായി ഉപയോഗിക്കുന്നില്ല. എന്നാൽ നാട്ടുവൈദ്യത്തിൽ ഉണ്ടുതാനും. കമ്മ്യൂണിസ്റ്റപ്പയുടെ ജന്മദേശം ട്രോപ്പിക്കൽ അമേരിക്കയാണ്. അത് ഇന്ത്യയിൽ എത്തുന്നതിന് മുമ്പ് രൂപപ്പെട്ടതാണ് ആയുർവേദം എന്നതിനാലാണ് ആയുർവേദത്തിൽ കമ്മ്യൂണിസ്റ്റപ്പ പരാമർശിക്കപ്പെടാത്തത്. എന്നാൽ കാലത്തിനൊത്ത് നവീകരിക്കപ്പെടുന്ന നാട്ടുവൈദ്യത്തിൽ മുറിവു സുഖപ്പെടുത്താൻ കമ്മ്യൂണിസ്റ്റപ്പ ഉപയോഗിക്കുന്നുണ്ട്. സ്ഥിരമായി സാമൂഹികപുന:സൃഷ്ടിയും (social recreation) അതുവഴി പാഠഭേദവും സംഭവിക്കുക ഇതിന്റെ സവിശേഷതയാണ്. ഒരു ഫോക്‌രൂപം ആരാണ് ചിട്ടപ്പെടുത്തിയത് (രൂപം നൽകിയത്) എന്നതിന് അതിന്റെ പഠനത്തിൽ തീരെ പ്രസക്തിയില്ല. ഏത് കൂട്ടായ്മയാണ് അതിനെ പാരമ്പര്യമായി തുടർന്നുവരുന്നത്, ആ കൂട്ടായ്മയിൽ പ്രസ്തുത രൂപത്തിന് എന്താണ് പ്രസക്തി എന്നിങ്ങനെയുള്ള അന്വേഷണങ്ങൾക്കേ ഫോക്‌ലോർ പഠനത്തിൽ പ്രാധാന്യമുള്ളു.

പാരമ്പര്യമായി തുടരുന്ന വൈദ്യഅറിവ് ആരംഭിച്ച കാലം ഏതാണ് എന്നതിന് പ്രസക്തിയില്ല. വൈദ്യനുള്ള അറിവ് പാരമ്പര്യമായി കൈവന്നതാണ് എന്നു മാത്രമേ വിശദീകരിക്കാൻ സാധിക്കൂ. തന്റെ കുടുംബത്തിലെ ഏതെങ്കിലും മുൻഗാമിയുമായി ബന്ധപ്പെട്ട ചരിത്രം വൈദ്യന് വിശദീകരിക്കാൻ സാധിക്കുമെങ്കിലും, എങ്ങനെയാണ് പൂർവഗാമിക്ക് വൈദ്യ അറിവ് ലഭിച്ചത് എന്ന് വ്യക്തമാക്കാൻ കഴിയാറില്ല. പൂർവഗാമിയായ വൈദ്യന് മറ്റു വ്യക്തികളാരെങ്കിലും പറഞ്ഞുകൊടുത്തതായിരിക്കും. വൈദ്യം ഉപദേശിച്ചുകൊടുത്ത വ്യക്തിക്ക് ആരാണ് പ്രസ്തുത വിദ്യ പറഞ്ഞുകൊടുത്തത് എന്ന ചോദ്യം വീണ്ടും അവശേഷിക്കുന്നു. വേങ്ങരക്കടുത്തുള്ള പുത്തൻ പീടിയേക്കലിലെ മഞ്ഞപ്പിത്തചികിത്സ

---

3 രാഘവൻ, പയ്യനാട്. 'ഫോക്‌ലോർ പഠനത്തിനൊരാമുഖം', കേരളാ ഫോക്‌ലോർ, ഫോക്‌ലോർ ഫെലോസ് ഓഫ് മലബാർ, ജ്യോതി സദനം, പയ്യന്നൂർ, 1997, പുറം 5.

ആരംഭിച്ചത് കല്ലൻകുന്നൻ മമ്മീദ് (1992 ൽ അന്തരിച്ചു.) ആണ്. അദ്ദേഹത്തിന് മരുന്ന് പറഞ്ഞുകൊടുത്തത് നാടോടിയായ ഒരു മുസ്ല്യാർ ആയിരുന്നു. മുസ്ല്യാർക്ക് മഞ്ഞപ്പിത്ത ചികിത്സക്കുള്ള മരുന്ന് ആരാണ് പറഞ്ഞുകൊടുത്തത് എന്ന് അറിയാൻ നിവൃത്തിയില്ല.

മുമ്പ് വിഷചികിത്സ ചെയ്യുന്നവർ വിഷം വലിച്ചെടുക്കുന്ന കല്ലുകൾ (ഔഷധമുപയോഗിച്ച് രൂപപ്പെടുത്തിയ) ഉപയോഗിച്ചിരുന്നു. ഇന്ന് പല വൈദ്യകുടുംബങ്ങൾക്കും പൂർവഗാമികൾ അങ്ങനെയൊരു കല്ല് ഉപയോഗിച്ചിരുന്നു എന്ന അറിവല്ലാതെ അത് പുതുതായി രൂപപ്പെടുത്താൻ ശ്രമിക്കാറില്ല. വിഷക്കല്ലില്ലെങ്കിലും ഔഷധങ്ങളും മന്ത്രവും ഉപയോഗിച്ച് വിഷവൈദ്യകുടുംബങ്ങൾ ചികിത്സ നടത്തുന്നുണ്ട്. ഇത് കാലത്തിനനുസരിച്ച് വിഷചികിത്സയിൽ വന്നുചേർന്ന മാറ്റമാണ്. പേറെടുപ്പ് (പ്രസവചികിത്സ) നടത്തിയിരുന്നവർക്ക് ആധുനികവൈദ്യത്തിന്റെ പ്രചാരത്തോടെ തൊഴിൽ നഷ്ടമായെങ്കിലും, അവർ പ്രസവാനന്തര ശുശ്രൂഷകരായി ജോലി നോക്കുന്നു. കാലികമായ മാറ്റം ഉൾക്കൊണ്ടും ഒരു ഫോക്‌ലോർ രൂപം നിലനിൽക്കാൻ നടത്തുന്ന ശ്രമം ഇവിടെ കാണാം.

കുട്ടികൾക്ക് ചൊറി, ചിരങ്ങ് തുടങ്ങിയ രോഗങ്ങളെ ശമിപ്പിക്കുന്നതിനായി കൊടുക്കുന്നതാണ് പൂക്കഷായം. തെച്ചി, മുക്കറ്റി, തുമ്പ, ചെമ്പരത്തി, മുരിക്ക്, നന്ത്യാർവട്ടം, മുരിങ്ങ തുടങ്ങിയ പൂക്കൾ ഉപയോഗിച്ചാണ് പൂക്കഷായം തയ്യാറാക്കുന്നത്. ഇതിലുപയോഗിക്കുന്ന പൂക്കൾക്ക് പ്രാദേശികമായും ഗാർഹികമായും മാറ്റങ്ങൾ ഉണ്ട്.[4] നിയതമായ വ്യവസ്ഥയില്ലാത്തതിനാൽ നാട്ടുവൈദ്യത്തിലുടനീളം ഇത്തരം പാഠഭേദങ്ങൾ കാണാവുന്നതാണ്.

നാട്ടുവാങ്മയങ്ങളിലെ വൈദ്യപരാമർശങ്ങൾ

ഫോക്‌ലോറിന്റെ പ്രധാനപ്പെട്ട ധർമ്മങ്ങളിൽ ഒന്നാണ് ജനതക്ക് നൽകുന്ന അനൗപചാരിക വിദ്യാഭ്യാസം. അക്ഷരാഭ്യാസം ഇല്ലാത്ത ജനത ജീവതായോധനത്തിന് വേണ്ടിയുള്ള എല്ലാ മുറകളും ശീലിക്കുന്നത് ഫോക്‌ലോറിലൂടെയാണ്.[5] ആയുർവേദം വരമൊഴി പാരമ്പര്യത്തിനാണ് കൂടുതൽ പ്രാധാന്യം നൽകുന്നതെങ്കിൽ നാട്ടുവൈദ്യം വാമൊഴി പാരമ്പര്യത്തിനാണ് പ്രാധാന്യം നൽകുന്നത്. അഷ്ടാംഗഹൃദയം, ചരകസംഹിത, സുശ്രുതസംഹിത തുടങ്ങിയ ഗ്രന്ഥങ്ങളെയാണ് ആയുർവേദം ആശ്രയിക്കുന്നത്. പാരമ്പര്യവും പഴമയും വഴി രൂപപ്പെട്ട

---

4 ബാലകൃഷ്ണൻ വള്ളിക്കുന്ന് പറഞ്ഞത്.

5 രാഘവൻ, പയ്യനാട്. 'ഫോക്‌ലോർ പഠനത്തിനൊരാമുഖം', കേരളാ ഫോക്‌ലോർ, ഫോക്‌ലോർ ഫെലോസ് ഓഫ് മലബാർ, ജ്യോതി സദനം, പയ്യന്നൂർ, 1997, പുറം 10.

വാമൊഴികളേയും അനുഭവപാഠങ്ങളെയും നിരീക്ഷണങ്ങളെയും നാട്ടുവൈദ്യം ഉപയോഗപ്പെടുത്തുന്നു. പഴഞ്ചൊല്ലുകൾ, ശൈലികൾ, കടങ്കഥകൾ, നാടൻപാട്ടുകൾ, നാട്ടുഫലിതങ്ങൾ തുടങ്ങിയവയിൽ വൈദ്യരീതികൾ പ്രത്യക്ഷമായോ, പരോക്ഷമായോ വെളിപ്പെടുത്തുന്നു. വാമൊഴിവഴക്കങ്ങളിലെ വൈദ്യപരാമർശങ്ങൾ ചികിത്സയെപ്പറ്റി അറിവ് നൽകുകയും നാട്ടുവൈദ്യത്തോട് ജനതക്കുള്ള അന്യതാ ബോധം കുറയ്ക്കുകയും ചെയ്യും.

പഴഞ്ചൊല്ലുകളും ശൈലികളും

'പലരുടെ അറിവ്, ഒരാളുടെ ഫലിതോക്തി' ഇത് പഴഞ്ചൊല്ലിനെ പ്പറ്റിയും ശൈലിയെപ്പറ്റിയും പറഞ്ഞുവരാറുണ്ട്. ഒരാൾക്ക് ഭൂതകാല ത്ത് ലഭിച്ച അറിവ് സന്ദർഭം വരുമ്പോൾ തെല്ലൊരു ഫലിതത്തിന്റെ അംശത്തോടുകൂടി അവതരിപ്പിക്കുകയാണ് പഴഞ്ചൊല്ലിന്റെയും ശൈലിയുടെയും രീതി. ജനങ്ങളുടെ ജീവിതാനുഭവം വഴി രൂപപ്പെട്ടതി നാലാണ് ചൊല്ലുകളെ അറിവുകൾ കാച്ചിക്കുറുക്കി സൂക്ഷിച്ചുവെച്ചവയാ ണെന്ന് പറയുന്നത്. ജീവിതാനുഭവങ്ങൾ ചൊല്ലുകളിൽ തെളിഞ്ഞുകാ ണുന്നതിനാൽ ഇവ കൂടുതൽ പ്രയോഗിക്കുക പ്രായം ചെന്നവരാണ്. 'മൂത്തോറ വാക്ക്' എന്ന് പഴഞ്ചൊല്ല് അറിയപ്പെടുന്നുണ്ട്. ജീവിതത്തി ന്റെ വിവിധ അംശങ്ങളെക്കുറിച്ച് പഴഞ്ചൊല്ലുകൾ ഉള്ളതുപോലെ നാട്ടുവൈദ്യവുമായി ബന്ധപ്പെട്ടും ചൊല്ലുകൾ ഉണ്ട്. വൈദ്യസമ്പ്രദായം നേരിട്ട് വിവരിക്കുന്നതും പരാമർശിക്കുന്നതുമായ നിരവധി ചൊല്ലുകൾ പ്രചരിക്കുന്നുണ്ട്. മരുന്നോ ചികിത്സയോ ജീവിതരീതിയോ നല്ലനടപ്പോ ഇവയിലൂടെ പ്രതിഫലിച്ച് കാണാം.

1. ചക്കയ്ക്ക് ചുക്ക്, തേങ്ങയ്ക്ക് മാങ്ങ.
2. കരിന്താളി അകത്തെങ്കിൽ, കരിംപിത്തം പുറത്ത്.
3. അൽപ്പം അകത്ത്, വിഷം പുറത്ത്.
4. പുത്രൻചാരി അകത്ത്, പുത്രൻ പുറത്ത്.
5. ആയിരം കുറുന്തോട്ടി കഴിച്ചാൽ അയലറിയാതെ പെറും.
6. കന്നിട്ട വയർ കുന്നിട്ട് നിറക്കണം.
7. കൺകുരുവിന് കൈവിരലൗഷധം.
8. പനിയ്ക്ക് പട്ടിണി മരുന്ന്.
9. ലംഘനം പരമൗഷധം.
10. അത്താഴം കഴിച്ചാൽ അരക്കാതം നടക്കണം,
    മുത്താഴം കഴിച്ചാൽ മുള്ളിൻമേലെങ്കിലും കിടക്കണം.

11. അത്താഴം അത്തിപ്പഴത്തോളം.

12. വാണിയന് കൊടുക്കാഞ്ഞാൽ വൈദ്യന് കൊടുക്കേണ്ടി വരും.

13. കിഴി തെറ്റിയാൽ കുഴിയിൽ.

14. വാവിലും കഷ്ടം പതിനാങ്ക്.

15. പൂരം പിറന്ന പുരുഷനും മകം പിറന്ന മങ്കയും.

16. മനോരോഗത്തിന് മരുന്നില്ല.

17. നിന്നെ പൂങ്കുളയിലേക്ക് കൊണ്ട്വോണം.

18. ഇനി വല്യാപ്പക്ക് കൊയമ്പാ നല്ലത്.

19. കർക്കടകത്തിൽ പത്തില കൂട്ടണം.

20. കണ്ടമരുന്ന് കൊണ്ടില്ലെങ്കിൽ കൊണ്ട മരുന്ന്.

21. ഗ്രഹണ സമയത്ത് നീർക്കോലിക്കും വിഷം.

22. എട്ടടി മൂർഖൻ കടിച്ചാൽ എട്ടടിയിലേറെ നടക്കുകില്ല.

23. പത്തുപെറ്റാൽ പയറ്റിനുപോകാം.

ദഹനസംബന്ധമായ ബുദ്ധിമുട്ടുകൾക്ക് പ്രത്യൗഷധം എന്തെന്ന് വിശദമാക്കുന്നതാണ് ഒന്നാമത്തേത്. ചക്ക കഴിച്ചാൽ ഉണ്ടാകുന്ന ദഹനസംബന്ധമായ ബുദ്ധിമുട്ടുകൾക്ക് ചുക്കും, തേങ്ങ കഴിച്ചാലുണ്ടാകുന്നതിന് മാങ്ങയും കഴിച്ചാൽ മതി. ഒറ്റമൂലിയെ ഓർമ്മിപ്പിക്കുന്ന ഇത്തരം ചൊല്ലുകൾ. 2, 3, 4 ചൊല്ലുകളും ഒറ്റമൂലിയെ ആണ് വ്യക്തമാക്കുന്നത്. പാമ്പിൻ വിഷത്തിന് പരിഹാരമാണ് 'അൽപം' എന്ന ഔഷധം. വിഷം എത്രയധികമാണെങ്കിലും (ഭീതിദമാണെങ്കിലും) 'അൽപം' കുറച്ച് മതി. കരിംപിത്തത്തെ ശരീരത്തിൽ നിന്ന് ഇല്ലാതാക്കാൻ കരിന്താളി കഴിച്ചാൽ മതി. അടുത്ത രണ്ട് ചൊല്ലുകൾ (3, 4) പ്രസവ ചികിത്സയുമായി ബന്ധപ്പെട്ടിരിക്കുന്നു. പുത്രൻചാരി എന്ന ഔഷധസസ്യത്തിന് ആ പേര് ലഭിക്കുവാൻ തന്നെ കാരണം അതിന് പ്രസവചികിത്സയുമായുള്ള ബന്ധമാണ്. ഒന്നാം മാസം മുതൽ പ്രസവം വരെ കുറുന്തോട്ടി കഷായം വെച്ചു കഴിക്കുകയാണെങ്കിൽ ശരീരത്തിന് ബലമുണ്ടാകുകയും പ്രസവം ബുദ്ധിമുട്ടില്ലാതിരിക്കുകയും ചെയ്യും എന്നാണ് അടുത്ത ചൊല്ല് സൂചിപ്പിക്കുന്നത്. ആദ്യപ്രസവമാണെങ്കിൽ ശരീരത്തിന് ക്ഷീണമുണ്ടാകാൻ സാധ്യത കൂടുതലായതിനാൽ ധാരാളം ഭക്ഷണം കഴിക്കണം എന്നാണ് ആറാമത്തെ ചൊല്ല് ഓർമ്മിപ്പിക്കുന്നത്. കണ്ണിൽ കുരുവുണ്ടായാൽ കൈവിരൽ ചൂടാക്കി വെച്ചാൽ മതി എന്ന് അടുത്ത ചൊല്ല് പറഞ്ഞുതരുന്നു.

എട്ടു മുതൽ പതിനഞ്ച് വരെയുള്ള ചൊല്ലുകൾ ജീവിതരീതിയെ മെച്ചപ്പെടുത്താൻ ഓർമ്മിപ്പിക്കുന്നു. ജീവിതശൈലീരോഗങ്ങൾ (ലൈഫ്

സ്റ്റൈൽ ഡിസീസ്) ആയ പ്രമേഹം, അമിത രക്തസമ്മർദ്ദം തുടങ്ങിയവ സാധാരണമായിക്കൊണ്ടിരിക്കുന്ന ഇക്കാലത്ത് ഈ പഴഞ്ചൊല്ലുകൾക്ക് വളരെയധികം പ്രസക്തിയുണ്ട്. പനി, തലവേദന തുടങ്ങിയവ രോഗങ്ങളല്ലെന്നും രോഗലക്ഷണങ്ങളാണെന്നും ഇവയുണ്ടായാൽ ഉപവാസം (ലംഘനം) അനുഷ്ഠിച്ചാൽ മതി, അത് പനിക്കും പരമൗഷധമായി മാറുമെന്നാണ് വിശ്വാസം. Stuff the cold, starve the fever എന്ന ഇംഗ്ലീഷ് പഴമൊഴി പനിക്ക് പട്ടിണിയാണ് നല്ലത് എന്നും ജലദോഷത്തിന് ധാരാളം ഭക്ഷണം കഴിക്കണം എന്നും ഓർമ്മപ്പെടുത്തുന്നു. മരുന്നിൽ നിന്നും മുക്തി നേടി ജീവിതം നയിക്കാൻ വ്യായാമം, വിശ്രമം, മിതഭക്ഷണം എന്നിവക്കുള്ള പങ്കാണ് ഈ പഴഞ്ചൊല്ലുകൾ (10, 11) ഓർമ്മപ്പെടുത്തുന്നത്. വ്യായാമത്തെ ഓർമ്മപ്പെടുത്തുന്ന പഴഞ്ചൊല്ലിന് സമാനമായ ഇംഗ്ലീഷ് പഴഞ്ചൊല്ലും ഉണ്ട്.[6]

വാണിയൻ.[7] നാട്ടിൽ എണ്ണ കൊണ്ടുവന്നിരുന്ന കാലത്ത് രൂപപ്പെട്ട പഴഞ്ചൊല്ലാണ് അടുത്തത് (12). വാണിയന് (പണം) കൊടുക്കാഞ്ഞാൽ (എണ്ണ ശരീരത്തിൽ തേക്കുന്നത് ശീലിക്കാഞ്ഞാൽ) ശരീരത്തിന് ബലക്ഷയം സംഭവിക്കും (രോഗം പിടിപെടും). എണ്ണ തേച്ചുള്ള ഉഴിച്ചിൽ, തിരുമ്മൽ നടത്തിയതിന് ശേഷം കുളിക്കുന്നത്[8] ആരോഗ്യദായകമാണ്. ഉഴിച്ചിൽ പോലെതന്നെ പ്രധാനമാണ് കിഴിപിടുത്തം. നവരക്കിഴി, ഇലക്കിഴി തുടങ്ങിയ ചികിത്സാരീതികൾ പ്രായോഗികമായി പരിചയമില്ലാത്തവർ ചെയ്താൽ മരണപ്പെട്ടും എന്നതിനെ ഓർമ്മിപ്പിക്കുന്ന 'കിഴി തെറ്റിയാൽ കുഴിയിൽ'എന്ന ചൊല്ല്.

ജ്യോതിഷവുമായി ബന്ധപ്പെട്ടുള്ളതാണ് അടുത്ത രണ്ട് ചൊല്ലുകൾ. കുട്ടികൾക്കും മറ്റും രോഗസാധ്യത കൂടുതലുള്ള കാലമാണ് വാവ് എന്നാണ് വിശ്വാസം. അക്കാലത്ത് കഷ്ടകാലം (രോഗം) പതിൻമടങ്ങ് വരും എന്ന് കുറിക്കുന്ന അടുത്ത ചൊല്ല്. ജ്യോതിഷത്തിൽ നല്ല സമയവും ചീത്ത സമയവും ഉണ്ട്. പുരുഷന് പൂരവും സ്ത്രീക്ക് മകവും നല്ല നക്ഷത്രമാണ് എന്ന വിശ്വാസത്തിൽ നിന്നും ഉണ്ടായതാണ് പ്രസ്തുത ചൊല്ല്. ചികിത്സിച്ചാൽ സുഖപ്പെടാൻ ബുദ്ധിമുട്ടുള്ള രോഗമാണ് മനോരോഗം. മനോരോഗ ചികിത്സാകേന്ദ്രമായ പൂങ്കുടിൽ മനയെ ജനങ്ങൾ പൂങ്കുള എന്നാണ് ഉച്ചരിക്കാറുള്ളത്. മനോരോഗത്തിന് മരുന്നില്ല എന്ന ചൊല്ല് നിലനിൽക്കുന്നിയടത്ത് തന്നെയാണ് അതിനുള്ള പരിഹാരകേന്ദ്രത്തെ സൂചിപ്പിക്കുന്ന ശൈലിയും ഉള്ളത്. ഇത്തരം വൈരുദ്ധ്യങ്ങൾ നാട്ടുമൊഴികളിൽ കാണാം. പ്രായമേറിയവർ കുഴമ്പ് തേച്ച് കുളിക്കണം എന്ന്

6 After dinner rest a while, after supper walk a mile.

7 വാണിയൻ - എണ്ണ വിൽപ്പനക്കാരൻ, ഒരു പ്രത്യേക ജാതി.

8 എണ്ണതേച്ചുകുളി - ആയുർവേദത്തിലെ അഭ്യംഗ്യസ്നാനം

അടുത്ത ചൊല്ല് ഓർമ്മിപ്പിക്കുന്നു. കർക്കടക മാസത്തിലെ ഇലക്കറി പ്രസിദ്ധമാണ്. കർക്കടകത്തിൽ പത്തില കൂട്ടിയാൽ ആ വർഷം മുഴുവൻ ഏത് ഇല കഴിച്ചാലും കട്ട് (വിഷാംശം) ബാധിക്കില്ല എന്ന പ്രതിരോധ മാർഗ്ഗമാണ് ചൊല്ല് സൂചിപ്പിക്കുന്നത്. ഒരു മരുന്ന് പ്രയോഗിച്ച് ഫലം ലഭിക്കില്ലെങ്കിൽ കിട്ടിയ മരുന്ന് പ്രയോഗിക്കുക എന്ന യുക്തിയാണ് അടുത്ത ചൊല്ല് കുറിക്കുന്നത്. ചില വൈദ്യൻമാർ മരുന്നിൽ മായം ചേർക്കാറുണ്ട്. അതിനെ പരിഹസിക്കുന്ന പഴഞ്ചൊല്ലാണ് ഇത്. വിഷവൈദ്യത്തെ ഓർമ്മപ്പെടുത്തുന്നതാണ് അടുത്ത രണ്ട് ചൊല്ലുകൾ. ഗ്രഹണസമയത്ത് ഭക്ഷണപദാർത്ഥങ്ങൾ മൂടിവെച്ചില്ലെങ്കിൽ അതിന് വിഷബാധയേൽക്കും എന്ന വിശ്വാസം ഇവിടെ നിലനിന്നിരുന്നു. ഭക്ഷണപദാർത്ഥത്തിന് വിഷം ബാധിക്കുമെങ്കിൽ തീർച്ചയായും വിഷമില്ലാത്ത പാമ്പായ നീർക്കോലിക്കും വിഷമുണ്ടാകും എന്ന യുക്തിയാണ് ഇവിടെ കാണുന്നത്. ഒരു പ്രത്യേക തരം മൂർഖൻ കടിച്ചാൽ മരണം പെട്ടെന്ന് സംഭവിക്കും എന്ന് അടുത്ത ചൊല്ല് ഓർമ്മിപ്പിക്കുന്നു. മൂർഖന്റെ സ്വഭാവമാണയാൾക്ക്, ആളൊരു മൂർഖനാണ് തുടങ്ങിയ ശൈലികൾ മൂർഖന്റെ വിഷശക്തിയുടെ കഠിനതയെ ആണ് സൂചിപ്പിക്കുന്നത്.

കടങ്കഥ

ജീവിതത്തെക്കുറിച്ചുള്ള അറിവുകളെ ഗുളികപ്രായത്തിലാക്കിയതാണ് കടങ്കഥകൾ. വസ്തുത കൊണ്ടും ധർമ്മം കൊണ്ടും നാടോടിയാണ് കടങ്കഥകൾ. വസ്തു/വസ്തുതയെ മറച്ചുവെച്ച് ചോദ്യരൂപമുണ്ടാക്കുകയും ആ ചോദ്യത്തിൽ നിന്ന് വസ്തു/വസ്തുതയെ കണ്ടെത്തുകയുമാണ് കടങ്കഥയുടെ രീതി.[9] ജീവിതാനുഭവങ്ങൾ ധാരാളമുള്ള മുതിർന്നവരാണ് പഴഞ്ചൊല്ലുകളുടെ വക്താക്കൾ. ജീവിതഗന്ധിയായ വിഷയം പഴഞ്ചൊല്ല് പ്രതിപാദിക്കാൻ കാരണം അത് മുതിർന്നവരുടെ ആശയവിനിമയോപാധി ആയതുകൊണ്ടാണ്. കടങ്കഥയിൽ ജീവിതാനുഭവങ്ങൾ പ്രത്യക്ഷമായി പരാമർശിക്കാതിരിക്കാൻ കാരണം, അത് കുട്ടികളുടെ വിനോദോപാധിയായതുകൊണ്ടാണ്. ഒരു വസ്തുവിനെ കുട്ടികൾ കാണുന്നത് അതിന്റെ രൂപഭംഗി, രുചി, നിൽപ്പ് എന്നിവയിലൂടെയാണ്. കാർഷിക സംബന്ധികളായ കടങ്കഥകളിൽ ഔഷധഗുണങ്ങളുള്ള വിത്തുകൾ ഉണ്ടെങ്കിലും അവയുടെ ഔഷധപരാമർശം വ്യക്തമാക്കുന്ന കടങ്കഥകൾ കാണുക പ്രയാസം. ഔഷധബന്ധമുള്ള വിത്തുകളെ എങ്ങനെയാണ് കടങ്കഥ സമീപിച്ചിരിക്കുന്നത് എന്നത് ചില ഉദാഹരണങ്ങളിലൂടെ വ്യക്തമാക്കുകയാണിവിടെ ചെയ്യുന്നത്.

---

9 രാഘവൻ, പയ്യനാട്. കേരളാ ഫോക്‌ലോർ, ഫോക്‌ലോർ ഫെലോസ് ഓഫ് മലബാർ, ജ്യോതി സദനം, പയ്യന്നൂർ, 1997, പുറം 130.

'ഇത്തിരി കുഞ്ഞൻ കുട്ട്യേ കരയിച്ചു' എന്ന കടങ്കഥയിൽ കുരുമുളകിന്റെ വലിപ്പം (രൂപം), രുചി എന്നിവയെ ആണ് വിശേഷണത്തിന് ഉപയോഗിച്ചിരിക്കുന്നത്. കുട്ടികളുടെ മനസ്സിൽ ത്രികടുവിലൊന്നായ [10]കുരുമുളകിന്റെ ഔഷധമൂല്യത്തേക്കാൾ പ്രാധാന്യം വരിക അതിന്റെ ചെറിയ ഗോളാകൃതി (ഇത്തിരിക്കുഞ്ഞന്റേയും) ആണ്. കടിച്ചാൽ അവനെ കരയിപ്പിക്കുന്നത് അതിന്റെ എരിവ് രുചി ആണ്. 'മണ്ണിനിടയിൽ പൊന്നാണി' എന്ന കടങ്കഥയിൽ മഞ്ഞളിന്റെ കിടപ്പും നിറവുമാണിവിടെ കടങ്കഥയായി രൂപപ്പെടാൻ പ്രേരകമായത്. മഞ്ഞൾ ഉത്തരമാകുന്ന 'മണ്ണിനടിയിലെ പൊൻചട്ടുകം' എന്ന കടങ്കഥയിലും ഈ സവിശേഷത തന്നെയാണ് കടങ്കഥയാകുവാൻ കാരണമായത്. എള്ള് ഉത്തരമാകുന്ന ഇരുട്ടുകോരി വെയിലത്തിട്ടു, ഒരകം നിറയെ ഇരുളിനോടൊത്ത് ഇത്തരം കടങ്കഥകൾ എള്ളിന്റെ നിറത്തിന് മാത്രമേ പ്രാധാന്യം കൊടുക്കുന്നുള്ളൂ.

സംസ്കൃത പണ്ഡിതൻമാരായ വൈദ്യൻമാർ കടങ്കഥകളുടെ രൂപത്തിൽ ശ്ലോകങ്ങൾ ചമക്കാറുണ്ട്. ഒരു രോഗത്തിന് ചികിത്സ ഏതെന്ന് വ്യക്തമാക്കുന്നതാണ് ഇത്തരം കടങ്കഥകൾ.

ഭിന്ദന്തി കേ കുഞ്ജരകുംഭപാളിം
കിമവ്യയം വക്തി രതേ നവോഢാ
സംബോധനം നഃകിമു, രക്തപിത്തം
നിഹന്തികസ്തനി ! വദത്വ മേദൽ

ശ്ലോകാർത്ഥം

പ്രിയേ ആനയുടെ മസ്തകം തകർക്കുന്നതാരാണ്?
നവവധു രതിവേളയിൽ പറയുന്നതെന്താണ്?
ന ശബ്ദത്തിന്റെ സംബോധന എന്താണ് ?
ഇനി രക്തപിത്തത്തെ ശമിപ്പിക്കുന്ന ഔഷധമേതെന്ന് പറയുക?

ആദ്യത്തെ ചോദ്യത്തിനുത്തരം-സിംഹം

രണ്ടാമത്തെ -ന

മൂന്നാമത്തെ -ന

ഈ മൂന്നുത്തരങ്ങളും കൂട്ടിവായിച്ചാൽ ലഭിക്കുന്ന'സിംഹാനന' എന്ന സംസ്കൃത വാക്കിന് ആടലോടകം എന്നും അർത്ഥമുണ്ട്. കുറേ ചോദ്യങ്ങളുടെ ഉത്തരങ്ങളിൽ നിന്നും മറ്റൊരു ഉത്തരം കണ്ടെടുക്കുന്ന വിദ്യയാണ് ഇവിടെ പ്രയോഗിച്ചിട്ടുണ്ട്. വൈദ്യൻമാർ തങ്ങളുടെ പാണ്ഡിത്യം പ്രകടിപ്പിക്കാൻ ഇത്തരം വരികൾ ചമച്ചിരുന്നു. തമിഴിലും ഇത്തരം വരികളുണ്ട്.

---

10 ത്രികടു - തീക്ഷ്ണരുചി (എരിവ്) യുള്ള ചുക്ക്, കുരുമുളക്, തിപ്പലി എന്നിവയെ ത്രികടു എന്നാണ് ആയുർവേദം വിശേഷിപ്പിക്കുന്നത്

'വലെയിലെ ഒരു കലത്തിൽ മൂന്റ്പേർകൾ
വയതു ചെന്റ്റാൽ അവർ പിരിന്തു വേറേയാവാർ

ഒലൈയിലെ എഴുതവന്താൽ എഴുത്തോ രണ്ടു
ഉലകത്തിൽ പണ്ഡിതർ നീക്കം ചൊൽവാർ'

ബാല്യത്തിൽ മൂന്ന് പേർ ഒരു കുലത്തിലുണ്ടായിരുന്നു. വയസ്സാകുമ്പോൾ അവർ പിരിഞ്ഞ് വെവ്വേറെയാകുന്നു. അതിന്റെ പേരുകൾക്ക് രണ്ടക്ഷരം, വൈദ്യൻമാർ (പണ്ഡിതർ) ഇത് കഴിക്കരുതെന്ന് പറയും, എന്താണത്? പുളിയാണ് ഉത്തരം. ചെറുപ്പത്തിൽ തോടും കുരുവും ഒന്നായിരിക്കും. പ്രായമാകുമ്പോൾ (മൂക്കുമ്പോൾ) ഇവ മൂന്നും വേർപിരിയുന്നു. പഥ്യാചരണത്തിന് പുളി കഴിക്കരുതെന്ന് വൈദ്യൻമാർ വിലക്കുന്നു.

നാടൻപാട്ടുകൾ

'വായേ തോന്നിയത് കോതക്ക് പാട്ട്' എന്ന നാട്ടുമൊഴി നാടൻപാട്ടിന് ചേരും. ദരിദ്രരുടെ പ്രതിനിധിയായ കോതക്ക് വായിൽ (മനസിൽ) തോന്നിയതെല്ലാം ജീവിതഗന്ധിയായ വരികളായിരുന്നു. ആഘോഷം, അധ്വാനം, അടിമത്തം, പട്ടിണി എന്നു തുടങ്ങി തന്റെ ജീവിതവുമായി ബന്ധപ്പെട്ടതെല്ലാം ഉപയോഗിച്ച് പാട്ടു ചമച്ചു. സാംസ്കാരിക പശ്ചാത്തലവും മാനസികവും കായികവുമായ വികാസപരിണാമങ്ങളും ജീവിതചിന്തയുടെ സവിശേഷ സ്വഭാവവും മനസ്സിലാക്കാൻ ഉതകുന്ന ചരിത്രസൂചകങ്ങളിൽ പ്രധാനമാണ് നാടൻപാട്ടുകൾ[11] നാട്ടുവൈദ്യൻമാർ തങ്ങളുടെ വൈദ്യ അറിവ് (ഔഷധം, മന്ത്രം) അടുത്ത തലമുറക്ക് പകർന്ന് കൊടുക്കുന്നത് പദ്യരീതിയിലൂടെയാണ്. മലയാളം തനിച്ചോ സംസ്കൃതം കലർത്തിയോ ആണ് ശ്ലോകങ്ങൾ.[12] ജീവിതഗന്ധിയായ പലതും നാടൻപാട്ടുകൾക്ക് വിഷയമായതുപോലെ നാട്ടുവൈദ്യപരാമർശങ്ങളുള്ള ചില നാടൻപാട്ടുകളും ഇവിടെ പ്രചരിക്കുന്നുണ്ട്. ദശപുഷ്പത്തിന്റെ ഗുണം വിശദമാക്കുന്ന ദശപുഷ്പപ്പാട്ട്:

ചൊല്ലേണമതിൻ നാമങ്ങൾ
സൽഗുണങ്ങളെ വർണ്ണിച്ചുകേൾപ്പാ
നാഗ്രഹമുണ്ടു മാനസേ
ആദിയാകും കറുകയ്ക്കോർക്കുമ്പോൾ
ആദിത്യനല്ലോ ദേവത

---

11 ദിലീപ് കുമാർ, കെ.പി. (എഡി). 'കൃഷിപാട്ടുകൾ', നാട്ടറിവുപാട്ടുകൾ ഡി.സി. ബുക്സ്, കോട്ടയം, 2008, പുറം 25.

12 മുക്കമാക്കട്ടകാദി ഗുളികയുടെ ശ്ലോകം,
'മുക്കാമുക്കട്ടജീരകദ്വയവാചാ കിര്യാത്ത് കർപ്പൂരവും
ജാതിക്കാ പട്ടുചെന്നിനായക കറാമ്പൂവുള്ളി താക്കോലവും'
ഇതിൽ ജീരകദ്വയം (ജീരകം, കരിംജീരകം) വച (വയമ്പ്) പട്ടു (ഇന്തുപ്പ്) തുടങ്ങിയവ സംസ്കൃതപദങ്ങളും ബാക്കി മലയാളവുമാണ്.

ആധിവ്യാധികളാകവേ തീരു
മാദരാലിതു ചൂടുകിൽ

ദശപുഷ്പത്തിന് വ്യാധികളെ സുഖപ്പെടുത്താനുള്ള കഴിവിനെ പുരസ്കരിച്ചുകൊണ്ട് പാടുന്ന തിരുവാതിരാപ്പാട്ടുകളും ഉണ്ട്. ദശപുഷ്പം ധരിച്ചാൽ തനിക്കും തന്റെ കുടുംബത്തിനും ഉണ്ടാകുന്ന ശാരീരികവും മാനസികവുമായ മേന്മകളെ ഇത് വിശദമാക്കുന്നു.

സൗന്ദര്യത്തിന് ഭാരമാം
ചങ്ങാതിമാരേ പോരുവിൻ
മുടങ്ങാതെയവ ചൂടുന്നാകിലോ

ജന്മനക്ഷത്രങ്ങളായ അശ്വതി, ഭരണി തുടങ്ങി ഇരുപത്തിയേഴ് നക്ഷത്രങ്ങളെ നക്ഷത്രപ്പാന[13] വ്യക്തമാക്കുന്നു. ഓരോ നക്ഷത്രത്തിന്റെയും വൃക്ഷങ്ങൾ വിശദമാക്കുന്ന ഗാനം നിലവിലുണ്ട്.[14] ജനനം മുതൽ

13 നക്ഷത്രപ്പാന
ഓണമുമ്പും മുഴക്കോൽ പോലുച്ചക്ക്
ഒന്നരചൊല്ലും മേടത്തിൽ നാഴിക
അജത്തലപോലവിട്ട ഉച്ചക്ക്
ഇടവം തുടർന്നൊന്നര ചൊല്ലുമ്പോൾ
വട്ടമൊത്ത ചതയം വന്നുച്ചയാം
പുത്രുരുട്ടാതിരണ്ടും വന്നുച്ചക്ക്
പിന്നിലാമിടവം നാലേമുക്കാലും
ഉത്രട്ടാതി രണ്ടച്ചമിഥുനത്തിൽ
കുറയാതുടൻ രണ്ടേമുക്കാൽ ചൊല്ലും
മിഥുനം കഴിഞ്ഞീടുമീരേവതി
മിഴാവുപോലെയുച്ചയാകുന്ന നേരത്ത്
കർക്കടക്കിൽ രണ്ടേകാൽ ചെല്ലുമ്പോൾ
കാണുമശ്വതിയുടെ കൊട്ടയാൾ പോൽ
കർക്കടകത്തിലഞ്ചുചെല്ലുമ്പോൾ
അടുപ്പിൻ നേരാം ഭരണിവന്നുച്ചയാം

14 ഓരോ നക്ഷത്രങ്ങളുടെ വൃക്ഷങ്ങൾ വ്യക്തമാക്കുന്ന പാട്ട്-
അശ്വതി ആദിയായി കൊൾക
കാഞ്ഞിരം നെല്ലിയും ക്രമാ
അത്തി ഞാവൽ കരിങ്ങാലി
പിന്നെ കരുമരം മുള
അരയാൽ നാഗവും പേരാൽ
പ്ലാവ് ഇത്തിയോടമ്പഴം
നേർക്കുവളം നേർമരുത്
അയ്യൻ കൈതയോടിലഞ്ഞിയും
വെട്ടിയും പുയാനും വഞ്ചി
പ്ലാവ് എരിക്ക് പനഞ്ചിയും
കടമ്പും നല്ല തേൻമാവ്
കരിമ്പനയോടെരിപ്പയും

മരണം വരെ ഓരോ വ്യക്തിയും സമൂഹത്തിൽ അനുഷ്ഠിക്കേണ്ട വ്യത്യസ്ത കർമ്മങ്ങളെ ഭദ്രകാളിപ്പാട്ടിൽ പറയുന്നുണ്ട്. ഗർഭിണി ആറാം മാസത്തിൽ ഉപ്പും പുളിയും തിന്നണം. ഇളവെയിൽ കൊള്ളണം. എഴാംമാസത്തിൽ പുളികുടി, എട്ടാം മാസത്തിൽ വയറ്റുകെട്ടും. പത്താം മാസത്തിൽ ഈറ്റുപുര കെട്ടണമെന്ന് ഭദ്രകാളിപ്പാട്ടിൽ വ്യക്തമാക്കുന്നുണ്ട്. പെൺകുട്ടി ആർത്തവ ബാധിതയായതിന്റെ നാലാം ദിവസം അടിമുടി എണ്ണയും മഞ്ഞളും തേച്ചുകുളിച്ച് മണ്ണാന്റെ കൈയ്യിൽ നിന്നും മാറ്റുടുക്കുന്നതോടെ അശുദ്ധി മാറുമെന്നും ഭദ്രകാളിപ്പാട്ടിൽ വിശദമാകുന്നു.

വെട്ടത്തുരാജാവിന്റെ പരദേവതയായ തണ്ണീർ ഭഗവതിയെ സ്തുതിച്ച് പാടുന്നതാണ് ആട്ടുണർത്തൽ തോറ്റം. അതിൽ പകർച്ചവ്യാധികൾ തടയാനും, കന്നുകാലികൾക്കും കാർഷികവിത്തുകൾക്കും സംരക്ഷണം ലഭിക്കാനും പറയുന്ന വരികളുണ്ട്.

ചെങ്കണ്ണ് നീറ്റിരിപ്പ്
വസൂരി ഉദരപ്പാച്ചിൽ
വയറ്റിൽ രോഗം ഇവറ്റയെ
കൊണ്ടും പെരുമ്പറാതെ കണ്ടും
ഈർന്നുവിട്ടൊരു കന്നിനും
വാരിവിതച്ചൊരു വിത്തിനും
കന്നിനും ചിറ്റാൾക്കും
പെട്ടമയ്യായിരം എന്റെ ലോകർക്കും
വെട്ടം വാണ സ്വരൂപത്തിനും.

സൗന്ദര്യസംരക്ഷണത്തിനും പ്രതിരോധ-രോഗ ചികിത്സകൾക്കും ഉപയോഗിക്കുന്ന താളികളെക്കുറിച്ചും പാട്ടുണ്ട്. ഇന്ദിരാദേവിയുടെ പേരിൽ അറിയപ്പെടുന്ന തിരുതാളിയെപ്പറ്റിയുള്ള പാട്ട്.

വേലിമ്മേത്തിരുതാളി
കാല്യമേ കൊള്ളാതെ
വേലിക്കുമേലെ ആലോലം

തിരുതാളിയെക്കുറിച്ചുള്ള പാട്ട് കുട്ടികൾ കളിക്കുമ്പോൾ പാടുന്നതാണ്. ഇത്തരം പാട്ടിലെ വൈദ്യപരാമർശത്തിന്റെ സവിശേഷത അത് വളച്ചുകെട്ടില്ലാതെ കാര്യം പറയുന്നു എന്നതാണ്. കുട്ടികൾ കളിക്കാനുപയോഗിക്കുന്ന പാട്ടിൽ വൈദ്യപരാമർശം കടന്നുവരാൻ കാരണം ഈ പാട്ട് മുമ്പ് രൂപപ്പെടുത്തിയത് കളിക്കാനല്ല എന്നതുകൊണ്ടാണ്. ഫോക്‌ലോർ രൂപത്തിന്റെ സവിശേഷതയാണ് ഇത്തരത്തിലുള്ള വേഷപ്പകർച്ച. പാരമ്പര്യത്തിന്റെ എതെങ്കിലും ഒരു പൊതുഘടകത്തെ പങ്കുവെക്കുന്ന സാമാന്യജനതയെയാണല്ലോ നാം കൂട്ടായ്മ എന്ന്

അങ്ങിനെ നാളുകളുടെ
വൃക്ഷങ്ങളെ ചൊല്ലുന്നേൻ.

വിശേഷിപ്പിക്കുന്നത്. ഭാഷയിലൂടെയോ ക്രിയയിലൂടെയോ സൂചകങ്ങളിലൂടെയോ ആയ ഘടകങ്ങളും അല്ലാത്തവയും കണ്ടേക്കാം. സാഹചര്യവും നിബന്ധമായ സാംസ്കാരിക ഘടകങ്ങളിൽ തന്നെ ഒന്നിലേറെ സാഹചര്യങ്ങളിൽ പ്രത്യക്ഷപ്പെടുന്നത് കണ്ടെന്നും വരാം. ഇവയിൽ തനതായ സാഹചര്യം മാറി വരുന്ന പുതിയ ആവശ്യങ്ങൾക്കനുസരിച്ച് സമൂഹം സൃഷ്ടിച്ചെടുത്ത പുതിയ സാഹചര്യവും ഉൾപ്പെടുന്നു.[15]

വീടിന് ദാരിദ്ര്യവും ബാധകളും ഉണ്ടാക്കുന്ന മൂച്ചേട്ട (ജേഷ്ഠഭഗവതി) യെ അനുഷ്ഠാന കർമ്മത്തിന്റെ ഭാഗമായി സ്തുതിക്കുന്ന മൂച്ചേട്ടപ്പാട്ട്.

ആയിരം കോടി തലനാരുതന്മേലും
പോരിനിറങ്ങുകക മൂച്ചേട്ടേ
ചന്ദനം ചാർത്തും തിരുനെറ്റി തൻമേലും
പോരിനിറങ്ങുക മൂച്ചേട്ടേ

വൈദ്യൻമാരിലെ കവികൾ രചിച്ച ശ്ലോകങ്ങളിൽ വൈദ്യപരാമർശം കാണാം.

ഉദാ: *ചക്രപാണി നാമയദ്വത്*
ദുക്തി ദോഷശാന്തയെ
തക്രപാനമേവമേവ
ഭുക്തി ദോഷശാന്തയെ

ചക്രപാണി(വിഷ്ണു) യുടെ നാമോച്ചാരണം എങ്ങനെയാണ് മനുഷ്യന്റെ ദോഷത്തെ (മനോ/ശാരീരിക) ശാന്തമാക്കുന്നത്, അതുപോലെ തക്രം (മോര്) കുടിച്ചാൽ ആഹാരവുമായി ബന്ധപ്പെട്ട ദോഷം ശമിക്കുന്നു.

ഗദ്യകഥാകഥനങ്ങൾ

നാട്ടിൽ പ്രചരിക്കുന്ന ഐതിഹ്യങ്ങൾ, ഉൽപത്തിക്കഥകൾ, ഫലിതകഥകൾ തുടങ്ങിയവയിൽ വൈദ്യപരാമർശമുള്ളവ ധാരാളം. 'ഐതിഹ്യമാല'യിൽ അഷ്ടവൈദ്യൻമാരുടെ പ്രശസ്തികഥകളും ക്ഷേത്രവൈദ്യകഥകളും ഉണ്ട്. അതുപോലെ 'ഫോക്‌ലോർ നിഘണ്ടു'വിൽ മാന്ത്രികമൂർത്തികളുടെയും അവയെ ഉപാസിക്കുന്ന ജാതിവിഭാഗങ്ങളുടേയും ഐതിഹ്യങ്ങളും ഉൽപത്തികഥകളും ഉണ്ട്. വൈദ്യൻമാരെ പരിഹസിക്കുന്ന നിരവധി ഫലിതകഥകൾ ഇവിടെ പ്രചരിക്കുന്നുണ്ട്.

പുലാമന്തോളിലെ മുറത്ത് വൈദ്യൻമാർക്ക് വിഷചികിത്സാ പാരമ്പര്യം ലഭിച്ചതുമായി ബന്ധപ്പെട്ട കഥ അതിലൊന്നാണ്.[16] ഒരു നമ്പൂതിരി

---

15 ഭരതൻ, കെ.എം. 'തുളസിയുടെ ഫോക്‌ലോർ പരിണാമ പ്രക്രിയ', ഫോക്‌ലോർ സിദ്ധാന്തവും പ്രയോഗവും, ഫോക്‌ലോർ ഫെലോസ് ഓഫ് മലബാർ ജ്യോതിസദനം, പയ്യന്നൂർ, 2003, പുറം 95.

16 മുറത്ത് വിഷവൈദ്യകുടുംബത്തിലെ അംഗമായ പുലാമന്തോൾ കാഞ്ഞിരക്കടവത്ത്

സ്ത്രീ പുഴ മുറിച്ചുകടക്കാൻ വിഷമിച്ച് നിൽക്കുന്നതുകണ്ട് അതുവഴി വന്ന മുസ്‌ലീം യുവാവ് അവരെ പുഴയുടെ അക്കരെക്ക് എത്തിച്ചു. പ്രത്യുപകാരമായി മുസ്‌ലീം യുവാവിന് വിഷവൈദ്യത്തിന്റെ മന്ത്രവും മരുന്നും ഉപദേശിക്കുന്നു. നമ്പൂതിരിസ്ത്രീയെ പുഴ കടക്കാൻ സഹായിച്ച യുവാവിന്റെ അഞ്ചാം തലമുറയിലെ പുരുഷൻമാരും സ്ത്രീകളും വിഷവൈദ്യം ചെയ്യാറുണ്ട്. പെരിന്തൽമണ്ണക്കടുത്ത് പട്ടിക്കാടിലെ മുള്ളത്ത് കുടുംബങ്ങൾ മുമ്പ് താമസിച്ചിരുന്നത് പുലാമന്തോളിലെ ചെമ്മലശ്ശേരിയിലായിരുന്നു. അറിയപ്പെടുന്ന വിഷചികിത്സകരായ ഈ കുടുംബത്തോട് സിദ്ധനായ ചേക്കുട്ടിപ്പാപ്പക്ക് താൽപ്പര്യം തോന്നി. പൂർവ്വികനിൽ ആവേശിച്ചു. അദ്ദേഹം വിഷവൈദ്യത്തോടൊപ്പം മാന്ത്രിക ചികിത്സയും തുടങ്ങി. മാന്ത്രികന്റെ അടുത്ത തലമുറ പുലാമന്തോളിൽ നിന്നും പട്ടിക്കാടേക്ക് താമസം മാറി. പൂർവികൻ മരിച്ചതോടെ വിഷവൈദ്യപാരമ്പര്യം നിലച്ചെങ്കിലും അദ്ദേഹത്തിന്റെ ഖബറിടത്തിൽ പ്രാർത്ഥിക്കുക മാന്ത്രികചികിത്സയുടെ ഭാഗമായി ഇപ്പോഴും ചെയ്തുവരുന്നു. ചേക്കുട്ടിപ്പാപ്പയുടെ ജാറത്തെ ആരാധിച്ചുകൊണ്ട് മാന്ത്രികചികിത്സ ചെയ്യുന്ന എട്ടോളം കുടുംബങ്ങൾ[17] ഇവിടെയുണ്ട്.

പ്രസിദ്ധ വൈദ്യമാരുടെ ചികിത്സപ്രകാരം അദ്ഭുതരോഗശാന്തി ലഭിച്ച കഥകൾ ഇവിടെ പ്രചരിക്കുന്നുണ്ട്. എടവണ്ണയിലെ അബ്ദുള്ളക്കുട്ടിവൈദ്യരുടെ അടുത്ത് തുടയിൽ കുരുവുള്ള ഒരു കുട്ടിയെ കൊണ്ടുവന്നു. വൈദ്യരുടെ വീട്ടിൽ മരുന്ന് ഉണ്ടായിരുന്നില്ല (മരുന്ന് വൈദ്യശാലയിൽ ആയിരുന്നു). കോലായിൽ പൊരുന്നിയിരിക്കുന്ന പിടക്കോഴിയെ കാൽക്കൊണ്ട് തട്ടി. കോഴി കാഷ്ഠമിട്ട് അവിടെ നിന്നും പോയി. കോഴിക്കാഷ്ഠത്തിന്റെ ദ്രാവകരൂപത്തിലുള്ള ഭാഗം കോരിയെടുത്ത് തുടയിൽ തേച്ചു. കുറച്ച് നേരം കൊണ്ട് കുരു പൊട്ടി ചലം പുറത്ത് പോയി.[18] പ്രസിദ്ധനായ വെളിയങ്കോട് ഉമ്മർഖാസിയുടെ ചികിത്സാവൈദഗ്ധ്യത്തെ വ്യക്തമാക്കുന്ന കഥകളുണ്ട്.[19] മമ്പുറം തങ്ങളെന്ന് അറിയപ്പെടുന്ന പരേതനായ സയ്യിദ് അലവി തങ്ങളുടെ മാന്ത്രികസിദ്ധി കൊണ്ട് രോഗശാന്തി വന്ന കഥകളും ഇവിടെ പ്രചരിക്കുന്നുണ്ട്.[20]

താൻ ചെയ്ത മാന്ത്രികവിദ്യ ഫലിച്ചു (പ്രേതബാധ പുറത്ത് പോയി) എന്ന് പ്രത്യക്ഷത്തിൽ കാണിക്കാൻ മാന്ത്രികചികിത്സകർ ചില വിദ്യകൾ കാണിക്കാറുണ്ട്. മഞ്ചേരിയിലെ കുഞ്ഞുവൈദ്യർ വീട്ടുകാരുടെ

വീട്ടിലെ ഹസ്സൻ പറഞ്ഞത്.

17 മുള്ളത്ത് മുഹമ്മദ്, പട്ടികാട് പറഞ്ഞുതന്നത്.

18 അബ്ദുള്ള കുട്ടി വൈദ്യരുടെ പൗത്രൻ അബ്ദുള്ള കുട്ടി പറഞ്ഞുതന്നത്.

19 അനുബന്ധം 6.1

20 അനുബന്ധം 6.2

നിർബന്ധത്താൽ മാന്ത്രികചികിത്സ ചെയ്യാൻ സമ്മതിച്ച അവിശ്വാസിയായ ഒരു രോഗിയുടെ ബാധ അകറ്റാൻ പോയി. ബാധ ഒഴിഞ്ഞുപോയി എന്ന് നേരിൽ കണ്ടാൽ മാത്രമേ രോഗിക്ക് വിശ്വാസം വരികയുള്ളൂ എന്ന് വൈദ്യർക്ക് തോന്നി. അദ്ദേഹം തന്റെ സഞ്ചിയിൽ ചെറിയ മെഴുകുതിരി ഒട്ടിച്ചുവെച്ച ആമയെ കരുതിയിരുന്നു. മാന്ത്രികകർമ്മങ്ങൾ ചെയ്ത് ബാധയെ കുടത്തിലേക്ക് ആവാഹിച്ചതിന് ശേഷം, മറ്റു വിളക്കുകളെല്ലാം കെടുത്താൻ നിർദ്ദേശിച്ചു. പന്തം കത്തിക്കുന്നതിനിടെ ആമയെ സഞ്ചിയിൽ നിന്നും പുറത്തെടുത്ത് അതിന്റെ ഓടിൽ ഒട്ടിച്ചുവെച്ച മെഴുകുതിരി കത്തിച്ചു. വീട്ടുകാരിൽ നിന്നും കുറച്ചുദൂരം നടന്ന് കയ്യിലുള്ള പന്തം കെടുത്തി ആമയെ നിലത്തുവെച്ചു. ആമ നടന്ന് അടുത്ത തോട്ടിൽ ഊളിയിട്ടു. ഈ കാഴ്ച്ച കണ്ട് വീട്ടുകാരും രോഗിയും കരുതിയത് ബാധ സ്വയം ഇഴഞ്ഞുനീങ്ങി തോട്ടിൽ മുങ്ങുകയാണ് ചെയ്തത് എന്നാണ്.[21] വള്ളിക്കുന്നിലെ പ്രസിദ്ധ മാന്ത്രികനും വൈദ്യനുമായിരുന്ന തെയ്യൻ വൈദ്യർ നടത്തിയ കൗശലത്തെക്കുറിച്ചും കഥ പ്രചരിക്കുന്നുണ്ട്.[22]

ഒരു പ്രത്യേക ജാതിവിഭാഗത്തിനെങ്ങനെയാണ് വൈദ്യവും മന്ത്രവാദവും ജ്യോതിഷവും കൈവന്നത് എന്നതുമായി ബന്ധപ്പെട്ട് കഥ ഇവിടെ പ്രചരിക്കുന്നുണ്ട്. അതിലൊന്നാണ് കുറവരെ സംബന്ധിച്ചുള്ളത്. ഒരിക്കൽ പരമശിവന് കണ്ണേറുദോഷം ബാധിച്ച് ബുദ്ധിമുട്ടിലായപ്പോൾ മുനിമാർ പ്രശ്നം പരിഹരിക്കാൻ ഹോമം നടത്തി. ഹോമകുണ്ഡത്തിൽ നിന്നും കുറവനും കുറത്തിയും ഉയർന്നുവന്നു. അവർ കണ്ണേറ്റുപാട്ടു പാടിയും മാന്ത്രികകർമ്മം ചെയ്തും പരമശിവന്റെ കണ്ണേറു ദോഷം ഒഴിവാക്കി. ഇവരുടെ പിൻതലമുറക്കാരാണ് ഇന്ന് കാണുന്ന കുറവസമുദായം. മണ്ണാൻമാർ അലക്കുജോലി കുലത്തൊഴിലാക്കിയതിനും കാളീഭക്തരായ മന്ത്രവാദികളായതിനും ഐതിഹ്യങ്ങൾ ഉണ്ട്.[23] കണിയാൻമാർക്ക് പ്രസ്തുത ജാതിപ്പേര് വന്നതിനും ദുർമന്ത്രവാദികളായതിന് പിന്നിലും ഐതിഹ്യങ്ങൾ ഉണ്ട്.[24] സമുദായങ്ങൾക്ക് ഹൈന്ദവദൈവവുമായുള്ള ബന്ധത്തെ വ്യക്തമാക്കാൻ വേണ്ടി രൂപപ്പെടുത്തിയവയാണ് ഇത്തരം ഐതിഹ്യകഥകൾ.

വൈദ്യസംബന്ധിയായ ഫലിതകഥകളിൽ പലതും നാട്ടുവൈദ്യൻമാരേയും അവരുടെ വൈദ്യസമ്പ്രദായങ്ങളെയും പരിഹസിക്കുന്നതാണ്. ആധുനികവൈദ്യം പ്രചരിച്ച് തുടങ്ങിയതോടെ നാട്ടുവൈദ്യനേയും വൈദ്യത്തേയും പഴഞ്ചനായി കണ്ടതിന് ശേഷമാകണം ഇത്തരം

---

21 കുഞ്ചുവൈദ്യർ (മഞ്ചേരി) പറഞ്ഞു തന്നത്

22 അനുബന്ധം 6.3

23 അനുബന്ധം 6.4

24 അനുബന്ധം 6.5

ഫലിതകഥകൾ രൂപം കൊണ്ടത്. 'ശോധനക്ക് 'എന്ന് എഴുതുന്നതിന് പകരം 'ശോഭനക്ക്' എന്ന് വൈദ്യൻ എഴുതി. ഗുളിക ശോഭന കഴിച്ചപ്പോഴുണ്ടായ കഥ രൂപപ്പെട്ടത് വൈദ്യൻമാർക്ക് ശരിയായ അക്ഷരജ്ഞാനമില്ല എന്ന് സ്ഥാപിക്കാൻ വേണ്ടിയാണ്. വൈദ്യൻമാർ തയ്യാറാക്കുന്ന ഗുളികയുടെ കറുത്ത നിറവും ഭംഗിയില്ലായ്മയുമാണ് തൊക്കരുട്ട്യാദി ഗുളിക എന്ന ഫലിതം രൂപപ്പെടാൻ കാരണം.[25] മുസ്‌ലീം സമുദായത്തെ ചികിത്സിക്കുമ്പോൾ ഹിന്ദുവൈദ്യൻമാർ നേരിടുന്ന ഭാഷാപരമായ അബദ്ധങ്ങളെ ചിത്രീകരിക്കുന്ന കഥകൾ പ്രചാരത്തിലുണ്ട്.[26] ഇത്തരം ഫലിതകഥകളുടെ അവസാനത്തിൽ മാപ്പിളമാർ സംഘം ചേർന്നുവന്ന് വൈദ്യനെ മർദ്ദിക്കുകയാണ് ചെയ്യുക.

ചില രോഗത്തിനും ഔഷധത്തിനും ദേവതമാരെ കൽപ്പിച്ച് കഥകളും അചാരാനുഷ്ഠാനങ്ങളും ഉണ്ട്. വസൂരിമാലയുടെയും മുണ്ട്യേൻകാവുകളുടെയും ഐതിഹ്യങ്ങൾ ഇതിന് ഉദാഹരണങ്ങളാണ്.[27] ദശപുഷ്പങ്ങൾക്ക് ഓരോന്നിനും വ്യത്യസ്ത ദേവതകളെ കൽപ്പിച്ച് അവ ചൂടിയാൽ ചില രോഗത്തിന് നല്ലതാണ് എന്നും ചിലർ വിശ്വസിക്കാറുണ്ട്.

നാട്ടുവൈദ്യവും കേരളീയായുർവേദവും

ചരകൻ, സുശ്രുതൻ, ആത്രേയൻ തുടങ്ങിയ ആയുർവേദ ആചാര്യൻമാർ നൽകിയ സംഭാവനകളെ അതേപടി അനുസരിച്ചും അവക്ക് കാലാനുസൃതമായ മാറ്റങ്ങൾ വരുത്തിയും ചികിത്സിക്കുന്ന രീതിയാണ് ആയുർവേദം. ഇതിനെ ഇവിടെ സൗകര്യപൂർവ്വം ക്ലാസിക് ആയുർവേദം എന്ന് വിളിക്കുന്നു. ഇവിടത്തെ പാരമ്പര്യവൈദ്യൻമാർ ചരകസംഹിത, സുശ്രുതസംഹിത, അഷ്ടാംഗഹൃദയം തുടങ്ങിയ ഗ്രന്ഥങ്ങളെ പിന്തുടരാറില്ല. ചികിത്സാമഞ്ജരി, ബാലചികിത്സ തുടങ്ങിയ ഗ്രന്ഥങ്ങളാണ് പിന്തുടരാറ്. ഇവ പരിശോധിച്ചാൽ അതിൽ വിവരിക്കുന്ന പല ഔഷധങ്ങളും ക്ലാസിക് ആയുർവേദ ആചാര്യൻമാർ വിശദീകരിക്കുന്നില്ല എന്നു മനസ്സിലാകും. ഔഷധങ്ങളുടെ പേരിൽ സമാനത കാണാമെങ്കിലും, യോഗങ്ങളിലെ ചില മരുന്നുകളിൽ വ്യത്യസ്തത ഉണ്ട്. തെച്ചി, ഇളനീർ, വെരുകിൻ പുഴുക് തുടങ്ങിയവ ചേർത്ത ഔഷധങ്ങൾ ഇവിടെ ധാരാളം ഉപയോഗിക്കുന്നുണ്ട്. കൊമ്പഞ്ചാദി, ഗോരോജനാദി, കസ്തൂര്യാദി, ചെമ്പരത്യാദി, ഇളനീർകുഴമ്പ്, നാഡിക്കഷായം, പ്രസവലേഹ്യം തുടങ്ങിയ ഔഷധങ്ങൾ മറ്റു ആയുർവേദമരുന്നുകളേക്കാൾ ജനകീയമായത് അത് കേരളീയ ആയുർവേദത്തിന്റെ ഭാഗമായതുകൊണ്ടാണ്. കേരളീയ വൈദ്യൻമാർ മാത്രം ഉപയോഗിക്കുന്ന ഔഷധങ്ങളെയും

25 അനുബന്ധം 6.6

26 അനുബന്ധം 6.7

27 അനുബന്ധം 6.8

പ്രയോഗരീതികളെയും ആണ് ഇവിടെ കേരളീയായുർവേദം എന്നതു കൊണ്ട് ഉദ്ദേശിക്കുന്നത്.

ക്ലാസിക് ആയുർവേദവും കേരളീയായുർവേദവും

അഥർവവേദത്തിന്റെ ഉപാംഗം എന്ന നിലയിലാണ് ആയുർവേദം അറിയപ്പെടുന്നത്. ചരകസുശ്രുതാദി സംഹിതകൾ സംഗ്രഹിച്ച വാഗ്ഭടൻ, അഷ്ടാംഗഹൃദയത്തിൽ ബ്രഹ്മാവ് സ്മരിച്ച് ഉപദേശിക്കുന്നതാണ് ആയുർവേദം എന്ന് പറയുന്നുണ്ട്. രോഗമുണ്ടാകുന്നതെങ്ങനെയെന്ന് ത്രിദോഷസിദ്ധാന്തം വിശദീകരിക്കുന്നു. രോഗത്തിനുള്ള പരിഹാരം ശമന-ശോധന- ശല്യചികിത്സകളാണ്. ശമനചികിത്സയെ പചനം, ദീപനം, ക്ഷുദം, ദാഹം, വ്യായാമം, ആതപം എന്നിങ്ങനേയും ശോധനചികിത്സയെ പഞ്ചകർമ്മങ്ങളായ വമന, വിരേചനം, വസ്തി, നസ്യം, രക്തമോക്ഷം എന്നിങ്ങനെയും വിഭജിച്ചിരിക്കുന്നു. സുശ്രുതന്റെ ശല്യതന്ത്രത്തിൽ എങ്ങനെയെല്ലാം ആയുധങ്ങൾ ഉപയോഗിക്കുന്നു എന്ന് വിശദീകരിക്കുന്നു. വ്യത്യസ്ത ആചാര്യൻമാരിലൂടെ ആയുർവേദം പ്രചരിച്ചുവെന്നും ആ ചികിത്സാരീതികൾ എതെല്ലാമെന്നും വ്യക്തമായ രീതിയിൽ (ഭാരതം, മുഴുവൻ പ്രചരിച്ച) ആയുർവേദം വിശദീകരിക്കുന്നു. അഷ്ടാംഗഹൃദയം, ചരകസംഹിത, സുശ്രുതസംഹിത, കൗമാരഭൃത്യം, ഭേളസംഹിത തുടങ്ങിയ ഗ്രന്ഥങ്ങളിലൂടെയാണ് ഇവ വിശദീകരിക്കുന്നത്.

ബൗദ്ധസന്യാസിമാരാണ് ക്ലാസിക് ആയുർവേദം കേരളത്തിൽ പ്രചരിപ്പിച്ചത്. അതിന് മുമ്പുതന്നെ ഇവിടെ ആര്യേതരമായ നാട്ടുവൈദ്യരീതി നിലനിന്നിരുന്നു. എന്തിനേയും ഉൾക്കൊള്ളാൻ താൽപ്പര്യം കാണിക്കുന്ന ഇവിടത്തെ ജനത നാട്ടുവൈദ്യത്തെ തള്ളികളയാതെ തന്നെ ആയുർവേദത്തെയും തങ്ങളുടെതാക്കി (ചില മാറ്റങ്ങളോടെ) സ്വീകരിച്ചു. സംസ്കൃതത്തിലുള്ള ആയുർവേദഗ്രന്ഥങ്ങൾ കേരളത്തിൽ പ്രചരിക്കുന്നതിന് മുമ്പുതന്നെ ഇവിടെ ഒരു വൈദ്യമുണ്ടായിരുന്നുവെന്നും പിന്നീടെത്തിയ ആയുർവേദസമ്പ്രദായവും സംസ്കൃതസാഹിത്യകൃതികളും അതിനെ രൂപാന്തരപ്പെടുത്തി വളർത്തിയെന്നും വിചാരിക്കാൻ ന്യായമുണ്ട്.[28] പാരമ്പര്യമായി കൈമാറി വരുന്ന വൈദ്യരീതികൾ വിവരിക്കുന്നത് ചികിത്സാമഞ്ജരി, ബാലചികിത്സ തുടങ്ങിയ ഗ്രന്ഥങ്ങളിലാണ്. അതിനാലാണ് ഇവ പ്രമാണ ഗ്രന്ഥമായി വൈദ്യന്മാർ സ്വീകരിച്ചത്. കേരളീയായുർവേദത്തിന്റെ പ്രമാണഗ്രന്ഥങ്ങൾ ഒന്നും തന്നെ തനി സംസ്കൃതത്തിൽ എഴുതിയതല്ല. സംസ്കൃത - മലയാള ഭാഷകളുടെ

28 കൃഷ്ണൻകുട്ടി, വാര്യർ. ആയുർവേദത്തിന്റെ ചരിത്രം, ആര്യവൈദ്യശാല, കോട്ടക്കൽ, 1993, പുറം 334.

മിശ്രിതമാണ്.[29] വൈദ്യൻമാരുടെ ഇടയിൽ ഇതിന് സ്വാധീനം വർദ്ധിക്കാൻ ഒരു കാരണം ഭാഷാപരമായ പ്രത്യേകതയും വിവരിക്കുന്ന മരുന്നുകളുടെ ലഭ്യതയുമാണ്. കേരളീയ ആയുർവേദം സവർണ്ണരിലും അവർണ്ണരിലും ഒരുപോലെ പ്രചരിച്ചിരുന്നു. സംസ്കൃതമറിയുന്ന ബ്രാഹ്മണരായ അഷ്ടവൈദ്യൻമാരും സംസ്കൃതം പഠിച്ചവരും അല്ലാത്തവരുമായ ഈഴവവൈദ്യൻമാരും, വംശീയവൈദ്യത്തിന്റെ പാതയിൽ മണ്ണാനും വേലനും കേരളീയായുർവേദം പ്രചരിപ്പിക്കുന്നതിൽ നിസ്തുലമായ പങ്കു വഹിച്ചിട്ടുണ്ട്. ഹോർത്തൂസ് മലബാറിക്കൂസ് എന്ന ഗ്രന്ഥമെഴുതാൻ വാൻറീഡ് എന്ന ഡച്ചുകാരനെ സഹായിച്ചത് ഇട്ടിയച്ചതൻ എന്ന ഈഴവവൈദ്യനായിരുന്നു. വൈദ്യന് സംസ്കൃതമറിയുക എന്നത് അഭിമാനത്തിന്റെ ഭാഗമായി വന്നതോടെ ചിലർ സ്വന്തമായി സംസ്കൃതം പഠിച്ചു.

കേരളീയായുർവേദം - ചില ചികിത്സാ രീതികൾ

കുറ്റിക്കാടുകളും വനങ്ങളും ധാരാളം കുന്നിൻചെരുവുകളും ഉള്ള ഭൂപ്രകൃതിയിൽ ആണ് കേരളീയായുർവേദം രൂപപ്പെട്ടത്. ഇളനീർവെള്ളം, നാളികേരപ്പാൽ, തെച്ചി, കരളയം, തുമ്പ, മുക്കുറ്റി, വെരുകിൻപുഴു, നവരനെല്ല് തുടങ്ങിയവ ഒറ്റക്കും ഔഷധക്കൂട്ടുകളായും ഉപയോഗിക്കുക ഇവിടത്തെ പ്രത്യേകതയാണ്. കേരളീയായുർവേദത്തിൽ പ്രതിരോധ ചികിത്സക്കും രോഗചികിത്സക്കും വലിയ സ്ഥാനമുണ്ട്. പിഴിച്ചിൽ, ധാര, ഉഴിച്ചിൽ തലപൊതിച്ചിൽ, കിഴി തുടങ്ങിയവയാണ് ഇവിടെ രൂപം കൊണ്ട സുഖചികിത്സകൾ. ഇത് ശരീരത്തെ ഉൻമേഷമുണ്ടാക്കുന്നതും ദുർമേദസ്സിനെ അകറ്റുന്നതുമാണ്.

ദേവതാരം, പുന്നാഗം, മാവ്, കാഞ്ഞിരം എന്നിവയിലേതെങ്കിലും കൊണ്ട് നിർമ്മിച്ച പാത്തിയിൽ രോഗിയെ കിടത്തിയശേഷം ഏഴ് മുതൽ ഒമ്പത് ഇഞ്ചുവരെ ഉയരത്തിൽ നിന്ന് ചെറുചൂടുള്ള തൈലത്തിലോ, കുഴമ്പിലോ മുക്കി തുണി പിഴിയുന്നു. തൈലം പരന്നശേഷം ഒന്നോ രണ്ടോ ആളുകൾ ചേർന്ന് ശരീരം തടവുന്നു. ഏഴ് മുതൽ ഇരുപത്തൊന്ന് ദിവസം വരെ പിഴിച്ചിൽ നടത്താം. ഒന്നാം ദിവസം ഒരു മണിക്കൂറും, രണ്ടാം ദിവസം മുതൽ അഞ്ച് മിനുട്ട് വീതം വർദ്ധിപ്പിച്ചും പകുതി ദിവസം പിന്നിട്ടാൽ അഞ്ച് മിനുട്ട് വീതം കുറച്ചും, അവസാനദിവസം ഒരു മണിക്കൂറിൽ തന്നെ എത്തിച്ചേരും. വാർദ്ധക്യത്തെ അകറ്റി നിർത്താനാണ് പിഴിച്ചിൽ നടത്തുന്നത്.

---

29 'ചുക്കുംതിപ്പല്യാദി' എന്ന ഗുളികയുടെ യോഗത്തിന്റെ ആദ്യവരി ശ്രദ്ധിച്ചാൽ ഇത് മനസിലാകും. 'ചുക്കും തിപ്പലിചെന്നിനായക കലങ്കൊമ്പും വാചാ ജീരകം'എന്ന വരിയിൽ വചസ് (വയമ്പ്) എന്ന വാക്ക് മാത്രമേ സംസ്കൃതത്തിലുള്ളൂ ബാക്കിയെല്ലാം മലയാളമാണ്.

ശരീരത്തിൽ നിശ്ചിത ഉയരത്തിൽ നിന്ന് തിരിമുറിയാതെ ഒഴുക്കു പോലെ ഒരു നിശ്ചിത ശരീരഭാഗത്ത് വീഴുന്നതാണ് ധാര. തൈലം, തക്രം (മോര്), പാൽ തുടങ്ങിയവയിൽ ആവശ്യാനുസരണം മരുന്ന് ചേർത്ത് പാകം ചെയ്താണ് ധാര നടത്തുന്നത്. മാനസികരോഗങ്ങൾക്ക് ക്ഷീരധാരയും തക്രധാരയും, നാഡീരോഗങ്ങൾക്ക് തൈലധാരയും നല്ലതാണ്. ധാര നടത്തുമ്പോൾ പഥ്യം നിർബന്ധമാണ്.

ശിരസ്സിൽ തൈലം തേച്ചതിന് ശേഷം കഴുത്തിൽ തുടങ്ങി ദേഹം മുഴുവൻ തൈലമുപയോഗിച്ച് ഉഴിയുന്നു. ശരാശരി പതിനാല് ദിവസം ഉഴിച്ചിൽ നടത്താറുണ്ട്. ത്വക്‌രോഗങ്ങൾക്കും, വാതരോഗങ്ങൾക്കും ഫലപ്രദമാണ് ഉഴിച്ചിൽ. സമയക്രമവും ഉഴിച്ചിൽ ചെയ്യുമ്പോഴുള്ള കിടപ്പുരീതിയും പിഴിച്ചിൽ ചെയ്യുന്നതുപോലെയാണ്.

അരച്ചെടുത്ത മരുന്നുകൾ തലയിൽ തേച്ചുപിടിപ്പിക്കുന്ന രീതിയാണ് തലപൊതിച്ചിൽ. തലയിൽ തൈലം തേച്ചതിന് ശേഷം ഉണക്കനെല്ലിക്ക, ഇരട്ടിമധുരം, മുത്തങ്ങ തുടങ്ങിയ ഔഷധങ്ങൾ മോരിൽ പുഴുങ്ങി വറ്റിച്ച് വെള്ളം ചേർക്കാതെ അരച്ച് മൂർദ്ധാവിൽ പൊതിഞ്ഞ് ഒരു മണിക്കൂർ കെട്ടിവെക്കുന്നു. മനോരോഗങ്ങൾ, ഉറക്കക്കുറവ് എന്നിവക്ക് ഇത് ഫലപ്രദമാണ്.

ഔഷധത്തെ കിഴിയാക്കി കെട്ടി ചൂടാക്കി ശരീരത്തിൽ വെക്കുന്നതാണ് കിഴിവെക്കൽ. ഇലക്കിഴി, നവരക്കിഴി, പൊടിക്കിഴി എന്നിങ്ങനെ വ്യത്യസ്ത കിഴികളുണ്ട്. പതിനാല് മുതൽ ഇരുപത്തൊന്ന് ദിവസം വരെയാണ് കിഴിവെപ്പ്. ഇലക്കിഴി വാതസംബന്ധമായ രോഗങ്ങൾക്കും നവരക്കിഴി വാർദ്ധക്യത്തെ അകറ്റി നിർത്താനും പൊടിക്കിഴി നട്ടെല്ല് രോഗങ്ങൾക്കും ഫലപ്രദമാണ്.

കേരളീയ ജീവിതക്രമം ശരീരത്തെ നന്നായി സംരക്ഷിക്കാൻ മെനക്കെട്ടിരുന്നതുകൊണ്ടാണ് മുകളിൽ പ്രസ്താവിച്ച അഞ്ച് ചികിത്സാരീതികളും രൂപപ്പെട്ടത്. ക്ലാസിക് ആയുർവേദത്തിലും ഇവ ചെറിയ രൂപമാറ്റത്തോടെ കാണാം. കേരളത്തിലെ ആയോധനകലയായ കളരിപ്പയറ്റിനും നൃത്തരൂപമായ കഥകളിക്കും ഉഴിച്ചിൽ നിർബന്ധമാണ്.

കേരളീയായുർവേദത്തിന്റെ ഇന്നത്തെ അവസ്ഥ

ക്ലാസിക് ആയുർവേദവും കേരളീയായുർവേദവും തമ്മിൽ തിരിച്ചറിയാത്ത വിധത്തിൽ ലയിച്ചുചേർന്നിരിക്കുന്നു. പാരമ്പര്യവൈദ്യൻമാരും ബിരുദധാരികളായ ആയുർവേദ ഡോക്ടർമാരും രണ്ടു വൈദ്യസമ്പ്രദായങ്ങളെയും ഒരു പോലെ പ്രയോഗിക്കുന്നുണ്ട്. ചെമ്പരത്യാദി വെളിച്ചെണ്ണ, ഗോരോജനാദിഗുളിക, കൊമ്പഞ്ചാദിഗുളിക തുടങ്ങിയവ മുമ്പ് ചില തറവാടുകളിൽ ഉണ്ടാക്കിയിരുന്നു. എന്നാൽ ഇന്ന് ഇവയെല്ലാം

ആയുർവേദ മരുന്നുകടകളിൽ വാങ്ങാൻ കിട്ടുന്നവയായി മാറി. പല നാട്ടുവൈദ്യൻമാരുടെയും വിവരത്തിന്റെ ആധാരം ചികിത്സാമഞ്ജരി, ബാലചികിത്സ, ധാരാകൽപ്പം തുടങ്ങിയ ഗ്രന്ഥങ്ങളാണ്. വൈദ്യൻമാരിൽ ചിലർ ചരക-സുശ്രുതാദികളെ പരിചയപ്പെടുന്നത് കേരളത്തിലെ വ്യത്യസ്ത സ്ഥലങ്ങളിൽ ആയുർവേദം പഠിപ്പിക്കാനായി സ്ഥാപിച്ച കോഴ്സുകളിലൂടെയാണ്.[30] കോഴ്സുകൾ കഴിഞ്ഞവർ വൈദ്യർ, ഡോക്ടർ, ആര്യവൈദ്യൻ, വൈദ്യശിരോമണി തുടങ്ങി വിവിധ പേരുകളിൽ അറിയപ്പെട്ടിരുന്നു. ഇവർ മുഖേനയാണ് വൈദ്യം പഠിക്കാൻ സംസ്കൃതം ആവശ്യമാണ് എന്ന ധാരണ പരന്നത്.

ആയുർവേദകോഴ്സുകൾ പഠിപ്പിക്കാൻ സിലബസ് ആവശ്യമായി വന്നപ്പോൾ ക്ലാസിക് ആയുർവേദഗ്രന്ഥങ്ങളായ ചരക-സുശ്രുതസംഹിതകളെയും അഷ്ടാംഗഹൃദയത്തെയും ആശ്രയിച്ചു. ഒരു ശാസ്ത്രമെന്ന നിലയിൽ ചിട്ടയോടെ ആയുർവേദസമ്പ്രദായങ്ങളെ വിശദീകരിക്കുന്നത് ക്ലാസിക് ആയുർവേദഗ്രന്ഥങ്ങളാണ്. ആര്യവൈദ്യൻ, വൈദ്യകലാനിധി, വൈദ്യശാസ്ത്രി, ആയുർവേദ ശിരോമണി തുടങ്ങിയ ബിരുദങ്ങളാണ് ലഭിച്ചിരുന്നത്. ബിരുദം ലഭിച്ചവർക്ക് ജനസാമാന്യത്തിനിടയിൽ ചികിത്സയിലും മറ്റും കൂടുതൽ പ്രചാരം ലഭിക്കുകയുണ്ടായി. നാനാജാതിമതസ്ഥരിൽപ്പെട്ട വൈദ്യകുടുംബത്തിൽപ്പെട്ടവരും അല്ലാത്തവരുമായ അംഗങ്ങൾക്ക് ഈ കോഴ്സുകൾ വഴി ആയുർവേദം പഠിക്കാനായി. ഐക്യകേരളം പിറന്നതോടെ വ്യത്യസ്ത ബിരുദങ്ങൾ ഒഴിവാക്കി സിലബസും കോഴ്സിന്റെ കാലാവധിയും ഏകീകരിച്ചുകൊണ്ട് 1957 ൽ ഡി.എ.എം (ഡിപ്ലോമ ഇൻ ആയുർവേദിക് മെഡിസിൻ) എന്ന കോഴ്സ് കേരളാ ഗവൺമെന്റ് വ്യത്യസ്ത സ്ഥലങ്ങളിൽ തുടങ്ങി. ഡി.എ.എം എന്ന കോഴ്സിന് കാലാനുസൃതമായി പരിഷ്ക്കാരം വരുത്തി ബി.എ.എം.എസ് എന്ന ബിരുദമാക്കി മാറ്റി. ഇപ്പോൾ കേരളത്തിലെ ആയുർവേദ ചികിത്സകരെ മൂന്നാക്കി തിരിക്കാം. 1. വ്യവസ്ഥാപിതമായ കോഴ്സ് പഠിക്കാതെ പാരമ്പര്യമായി വൈദ്യം പഠിച്ച് ചികിത്സിക്കുന്നവർ 2. ആര്യവൈദ്യൻ, വൈദ്യകലാനിധി തുടങ്ങിയ ബിരുദമുള്ളവർ 3. ഡി.എ.എം., ബി.എ.എം.എസ്. തുടങ്ങിയ ബിരുദമുള്ളവർ. ഇതിൽ

30 1886 ൽ തിരുവനന്തപുരം കൊട്ടാരത്തിലെ കഷായപ്പുരയോടനുബന്ധിച്ച് കവിയൂർ പരമേശ്വരൻ മൂസ്സത്ത് ആയുർവേദം പഠിപ്പിക്കാൻ തുടങ്ങി. 1918 ൽ വൈദ്യശാസ്ത്രി, വൈദ്യകലാനിധി തുടങ്ങിയ പരീക്ഷകളും ഏർപ്പെടുത്തി. മലബാറിലെ ഉന്നത വൈദ്യൻമാരുടെ സംഘടനയെന്ന് അറിയപ്പെട്ടിരുന്ന ആര്യവൈദ്യസമാജം 1917 ൽ പി.എസ് വാര്യർ ഏറ്റെടുത്ത് കോഴിക്കോട് ഒരു ആയുർവേദപാഠശാല തുടങ്ങി. ഇത് പിന്നീട് കോട്ടക്കലിലേക്ക് മാറ്റി. ആര്യവൈദ്യൻ എന്ന ഡിപ്പാർട്ട്മെന്റിന് 4 വർഷം പഠനവും ഒരു വർഷം പരിശീലനവും ഉണ്ടായിരുന്നു. കേരളീയ ആയുർവേദസമാജം വൈദ്യപാദൻ എന്ന ഡിപ്ലോമാകോഴ്സും പട്ടാമ്പി ആസ്ഥാനമാക്കി ആയുർവേദശിരോമണി എന്ന കോഴ്സും നടത്തിയിരുന്നു.

കേരളീയായുർവേദം എല്ലാവരും പിന്തുടരുന്നുണ്ടെങ്കിലും മേൽക്കൈ പാരമ്പര്യ വൈദ്യൻമാർക്കാണ്. മറ്റു വൈദ്യസമ്പ്രദായങ്ങളുടെ തള്ളിക്കയറ്റവും പാരമ്പര്യ വൈദ്യൻമാർക്ക് ചികിത്സിക്കാൻ പാടില്ല എന്ന സർക്കാർ ഉത്തരവും വന്നതോടെ പാരമ്പര്യവൈദ്യൻമാർ നിലനിൽപ്പിന്റെ ഭീഷണി നേരിട്ടുകൊണ്ടിരിക്കുന്നു.

മരുന്നുകളുടെ ലഭ്യത

ഔഷധമല്ലാത്തതായി നാട്ടിൽ ഒന്നുമില്ല എന്നാണ് നാട്ടുമൊഴി. ഇതിനെ 'ജഗത്യേവമനൗഷധം നകിഞ്ചിത് വിദ്യതേ' എന്ന അഷ്ടാംഗഹൃദയം സൂത്രസ്ഥാനത്തിലെ ശ്ലോകം ഉറപ്പിക്കുന്നു. നാട്ടുവൈദ്യം തനിക്ക് ചുറ്റുമുള്ള സകല ചരാചരങ്ങളെയും ഔഷധമാക്കാറുണ്ട്. മരുന്നുകൾ പച്ചക്കും വേവിച്ചും മറ്റു മരുന്നുകൾ കൂട്ടിച്ചേർത്തും ചേർക്കാതെയും ഉപയോഗിക്കാറുണ്ട്. കാറ്റ്, വായു, വെളിച്ചം, മഴ തുടങ്ങിയ പ്രകൃതി പ്രതിഭാസങ്ങളിലെ ചികിത്സാസാധ്യതയെ വൈദ്യം ഉപയോഗപ്പെടുത്താറുണ്ട്. മരങ്ങളുടെ ഇല, വേര്, തണ്ട്, നാര്, കറ, പൂവ്, കായ തുടങ്ങിയവ വിവിധ മരുന്നുകളിൽ ചേർക്കാറുണ്ട്. പാൽക്കായം, നറുംപശ, മരുന്നുകായം, ഗുഗ്ഗുലു തുടങ്ങിവയെല്ലാം മരക്കറകളാണ്. വിവിധ ജന്തുക്കളുടെ കൊമ്പ്, പല്ല്, നഖം, രോമം, തുവൽ, എല്ല്, മാംസം, രക്തം, തോൽ, വ്യത്യസ്ത ആന്തരവായവങ്ങൾ, മൂത്രം, മലം തുടങ്ങിയവ നാട്ടുവൈദ്യത്തിൽ മരുന്നുകളാണ്.

മരുന്ന് പാകം ചെയ്യാൻ വീടുകളിൽ 'കഷായക്കലം' മാറ്റിവെക്കുന്ന പതിവുണ്ടായിരുന്നു. ഇതിൽ മരുന്നല്ലാതെ മറ്റൊന്നും പാകം ചെയ്യാറില്ല. വയമ്പ്, കായം എന്നിവ അരച്ചുകൊടുക്കുന്ന കടവണ്ടി (കവടി) പ്പിഞ്ഞാണവും അരിഷ്ടം, കഷായം എന്നിവ അളക്കാൻ ഉപയോഗിക്കുന്ന ഔൺസ് പാത്രവും (ഔൺസ് ഗ്ലാസ്) വീട്ടിൽ സൂക്ഷിക്കുക പതിവുണ്ട്. വീടുകളിലും വൈദ്യശാലകളിലും കുപ്പികളിലാണ് ഗുളികകളും തൈലങ്ങളും സൂക്ഷിക്കുക. അധികം വെളിച്ചം തട്ടാത്ത പ്രതലത്തിലാണിവ സൂക്ഷിക്കുക. കഷായം ദ്രാവകരൂപത്തിൽ പാകം ചെയ്ത് സൂക്ഷിക്കാൻ തുടങ്ങിയിട്ട് അധികകാലമായിട്ടില്ല. മുമ്പ് തറി മരുന്നുകളായി പൊതിഞ്ഞുകൊടുക്കലായിരുന്നു. കഷായമരുന്നിന്റെ പൊതിച്ചിൽ പ്രത്യേക രീതിയിലാണ്. മരുന്നുകൾ കടകളിൽ കള്ളികളിലുള്ള പെട്ടികളിലാണ് സൂക്ഷിക്കുന്നത്. ഓരോ കള്ളികളിലും ഓരോ തരം തറച്ച (കൊത്തിനുറുക്കിയ) മരുന്നുകളാണ് ഉണ്ടാവുക. കഷായത്തിനും മറ്റും വ്യത്യസ്ത മരുന്നുകൾ എടുക്കുമ്പോൾ സൗകര്യത്തിനുവേണ്ടിയാണിങ്ങനെ ചെയ്യുന്നത്. മരുന്നിട്ടു വെക്കുന്ന പെട്ടികളെ 'കള്ളിപ്പെട്ടി' എന്ന് പറയാറുണ്ട്. മരുന്നുകൾ ചാക്കുകളിലാക്കി കെട്ടിവെക്കുന്ന രീതിയും ഉണ്ട്.

ഔഷധമായുപയോഗിക്കുന്ന കറകൾ

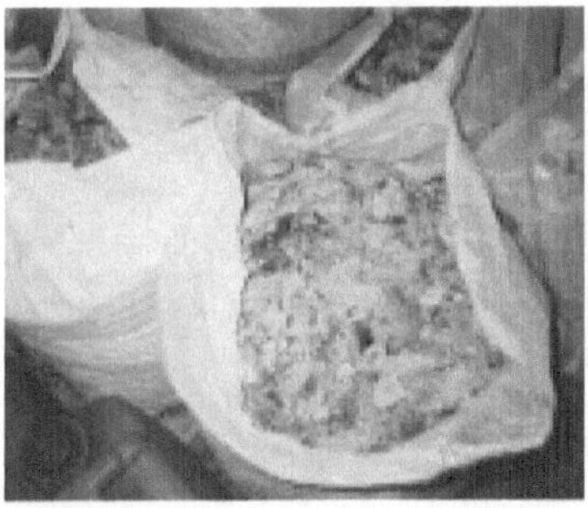

» പന്തം

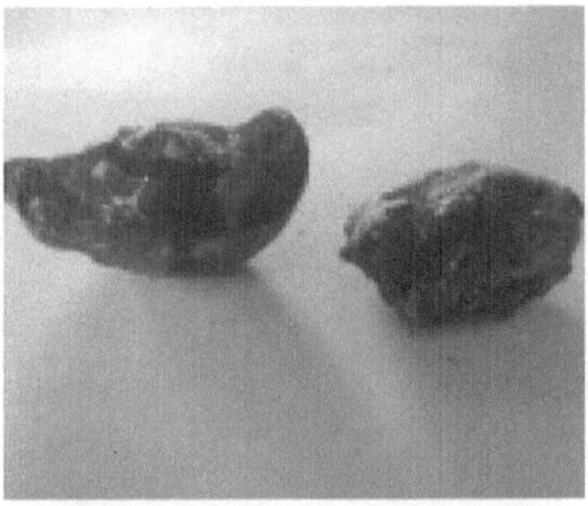

» നറുംപശ

» കായം(കുട്ടികൾക്കുള്ള ഉരമരുന്ന്)

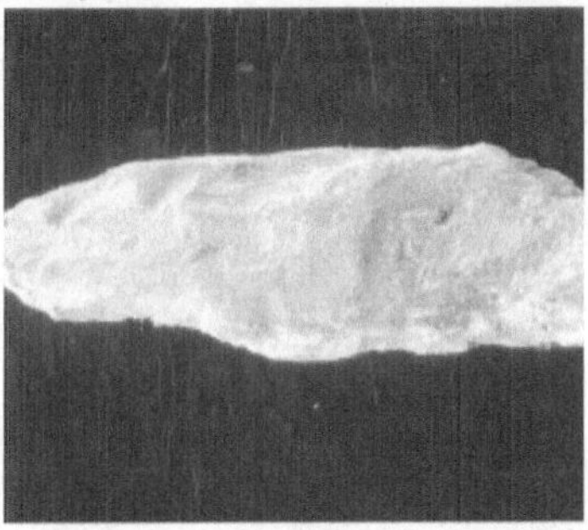

» ശിലാജിത്ത് (പാറയിൽനിന്നും ഊറിവരുന്ന ഒരുതരം കറ)

» കോലരക്ക്

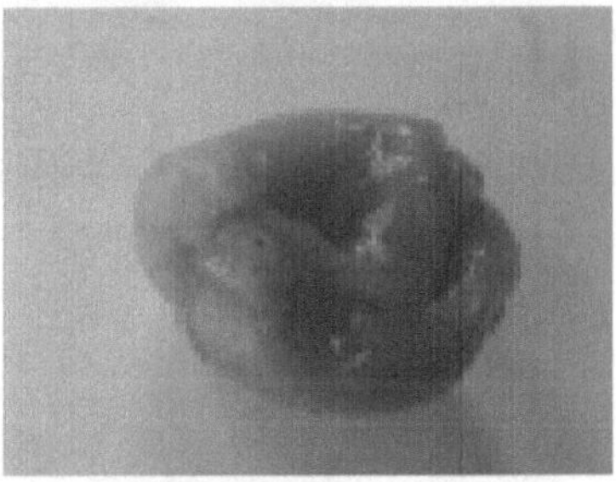

» പാൽക്കായം

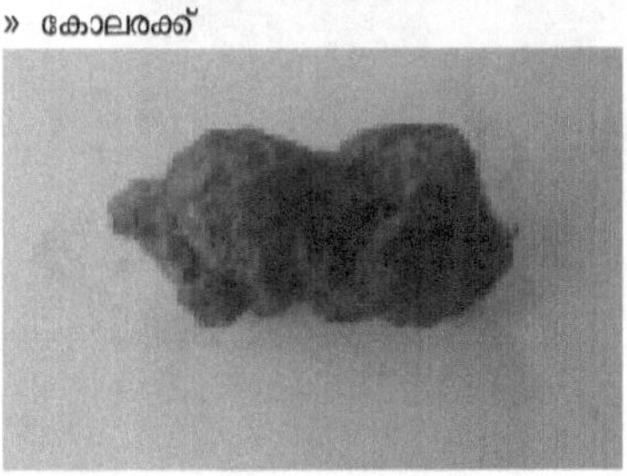

» ഗുഗ്ഗുലു

» സന്നിനായകം

വൈദ്യശാല

» പുളിമുട്ടി

» കത്തി

» തറിമരുന്ന് ഉണക്കുന്നു

» കള്ളിപ്പെട്ടി

» കഷായപ്പൊതി

» ശീലമൺഭരണി

» അമ്മി

» ഗുളിക ഉണക്കുന്നു

» ഗ്രന്ഥക്കെട്ട്

വൈദ്യൻ സ്വയമോ സഹായിയോ മരുന്ന ചെറിയ കഷണങ്ങളായി നുറുക്കും (തറയ്ക്കും). നുറുക്കിയ (തറച്ച) 'തറിമരുന്നുകൾ' വെയിലത്ത് ഉണക്കുന്നു. കേടുവരാതിരിക്കാനും പാകം ചെയ്യാൻ സൗകര്യത്തിനും വേണ്ടിയാണ് മരുന്നുകൾ ഉണക്കി സൂക്ഷിക്കുന്നത്. അറുപത്തിനാല് കള്ളികളുള്ള വലിയ പെട്ടികളിൽ 'തറിമരുന്നുകളും' ഇരുപത്തിനാല് കള്ളികളുള്ള പെട്ടികളിൽ അരിയാറ്, പഞ്ചജീരകം, കറാമ്പൂ, പട്ട, ഏലം, മുത്തങ്ങ, നന്നാറി, അശാളി തുടങ്ങിയവയാണ് സൂക്ഷിക്കുക. പുളിമരത്തിന്റെ മുട്ടിയിൽവെച്ചാണ് മരുന്ന് നുറുക്കുന്നത്. മരുന്ന് വേവിക്കാനും നല്ലത് പുളിമരമാണ്. മരുന്ന് തറയ്ക്കുവാനായി കൊല്ലനോട് പ്രത്യേകം പറഞ്ഞ് തയ്യാറാക്കിയ കത്തി ഉപയോഗിക്കുന്നു. ചാക്കിൽ പുളിമരമുട്ടി വെച്ച് തറയ്ക്കുമ്പോൾ മരുന്ന് തെറിച്ചുപോകാതിരിക്കാൻ വേണ്ടി ഒരു വടിയിൽ നാരുകൾ (ചാക്കുനൂൽ) ചുറ്റി കത്തിയോടൊപ്പം ചേർത്ത് പിടിക്കുന്നു. വൈദ്യശാലകളിലും വൈദ്യന്റെ വീട്ടിലും മരുന്ന് അരയ്ക്കാൻ പ്രത്യേകം അമ്മി ഉണ്ട്. മരുന്നരക്കുന്നത് തൊഴിലാളിയാണെങ്കിൽ മേൽമരുന്ന് ചേർക്കുന്നത് വൈദ്യൻ സ്വയം ആണ്. ലേഹ്യം, രസായനം എന്നിവ പാകം ചെയ്യുന്നത് ഓട്ടുരുളിയിലാണ്. ലേഹ്യം ഉരുളിയിൽ നിന്നും ചൂടോടെ എടുത്ത് കൈയിലിട്ട് ചെറിയ ഉരുളയാക്കി ചുമരിലേക്ക് എറിയുന്നു. പാകമായാൽ ലേഹ്യത്തിന്റെ ഉരുള ചുമരിൽ പറ്റിനിൽക്കും, അല്ലെങ്കിൽ നിലത്ത് ചാടും.

പറമ്പുകളിൽ നിന്ന് വൈദ്യനോ തൊഴിലാളിയോ പറിച്ചെടുത്ത് കഴുകി വൃത്തിയാക്കി കൊണ്ടുവരുന്നതാണ് പറിമരുന്ന്. കുറുന്തോട്ടി, ഓരില, മൂവില, കാട്ടുതിപ്പല്ലി, കൊടിത്തൂവ, ചെറൂള തുടങ്ങിയ മരുന്നുകൾ പറിമരുന്നിന് ഉദാഹരണങ്ങളാണ്. ഇവ നുറുക്കിയതിനുശേഷം ഉണക്കി സൂക്ഷിക്കുന്നു. തൈലങ്ങളും ഗുളികകളും പാകം ചെയ്യുമ്പോൾ വേരുകൾ, ഇലകൾ, പൂക്കൾ എന്നിവ പച്ചയായി ചതച്ച് ചേർക്കാറുണ്ട്. ചെമ്പരത്തിപ്പൂവ്, മുക്കുറ്റി, ബ്രഹ്മി, നീലയമരി, ഉഴിഞ്ഞ, പുളിയില തുടങ്ങിയവ പച്ചമരുന്നുകളിൽ പെടുന്നു. ഒറ്റമൂലി ചികിത്സയിലും പച്ചമരുന്നുകളാണ് ഉപയോഗിക്കുന്നത്. ചില പച്ചമരുന്നുകൾ നുറുക്കിയുണക്കി പറിമരുന്നായും, ചില പറിമരുന്നുകൾ പച്ചമരുന്നായും ഉപയോഗിക്കുന്ന പതിവുണ്ട്. തങ്ങളുടെ ചുറ്റുപാടുകളിൽ നിന്ന് ലഭിക്കാത്ത മരുന്നുകൾ വൈദ്യൻ മൊത്തവ്യാപാരിയിൽ നിന്നും വാങ്ങിക്കൊണ്ടുവരികയാണ് ചെയ്യുന്നത്. ഇവയാണ് അങ്ങാടിമരുന്നുകൾ. അരിയാറുകൾ, ഞെരിഞ്ഞിൽ, ഗ്രാമ്പൂ, പട്ട, വെരുകിൻ പുഴ, ഏലം, അരത്ത, ഗോരോജനം, കുങ്കുമപ്പൂവ്, അഞ്ജനക്കല്ല് തുടങ്ങിയവ അങ്ങാടിമരുന്നുകളാണ്. അങ്ങാടിമരുന്നുകൾ മൊത്തവ്യാപാരിയുടെ കടയിലേക്ക് വിദൂരസ്ഥലങ്ങളിൽ നിന്നുമാണ് വരുന്നത് (പട്ടിക 1) പറിമരുന്നുകളുടെയും പച്ചമരുന്നുകളുടെയും ലഭ്യതക്കുറവു മൂലം പല വൈദ്യന്മാരും മൊത്തവ്യാപാരിയിൽ നിന്നും

തിപ്പല്ലി

ഇടംപിരിവലംപിരി

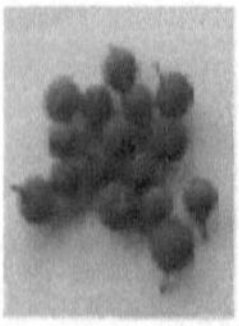

വാൽമുളക്

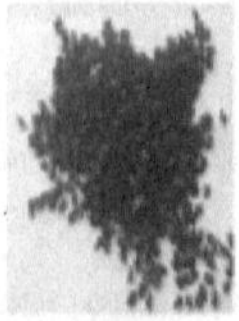

കരിഞ്ചീരകം

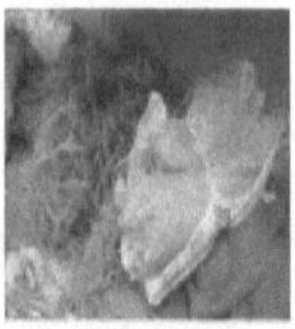

രാമച്ചം

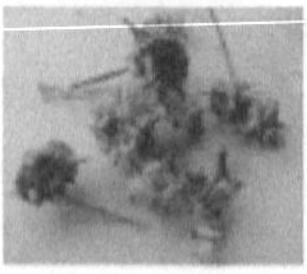

ഞെരിഞ്ഞിൽ

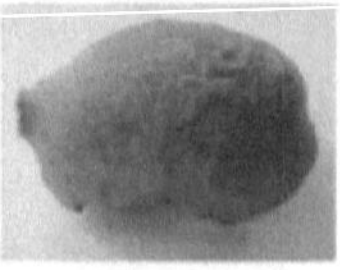

താന്നിക്ക

നെല്ലിക്ക

കടുക്ക

» അങ്ങാടിമരുന്നുകൾ

ഇവകൂടി വാങ്ങാറുണ്ട്. വീടിനുചുറ്റുമുള്ള പറമ്പിൽ സ്വാഭാവികമായി മരുന്നുചെടികൾ ഉണ്ടാകുന്നത് കുറഞ്ഞതുമൂലം ചിലർ ഔഷധസസ്യങ്ങൾ വെച്ചുപിടിപ്പിക്കുക ശീലമാക്കിയിട്ടുണ്ട്. ചില സ്കൂളുകളിൽ ഔഷധസസ്യത്തോട്ടം വളർത്താറുണ്ട്.

പട്ടിക 1

മരുന്ന്	ശേഖരിക്കുന്ന സ്ഥലം
1. അക്കിക്കറുക	- വടക്കേ ആഫ്രിക്ക
2. അതിവിടയം	- കാശ്മീർ
3. അയമോദകം	- ബംഗാൾ
4. അമുക്കിരം	- വടക്കുപടിഞ്ഞാറൻ ഇന്ത്യ
5. ഇരട്ടിമധുരം	- കാശ്മീർ
6. കടുകരോഹിണി	- സിക്കിം
7. കടുക്ക	- ഹിമായലപ്രാന്ത പ്രദേശങ്ങൾ
8. കരിഞ്ചീരകം	- പഞ്ചാബ്
9. ഗുഗ്ഗുലു	- രാജസ്ഥാൻ
10. ത്രികോൽപക്കൊന്ന	- കർണാടകം
11. പുഷ്ക്കരമൂലം	- കാശ്മീർ, ഹിമാലയം
12. മരമഞ്ഞൾ	- ഹിമാലയം, നീലഗിരി
13. വയമ്പ്	- സിക്കിം, ഹിമാലയം
14. സാമ്പ്രാണി	- മധ്യപ്രദേശ്
15. ചീനപ്പാവ്	- ചൈന, ജപ്പാൻ

ഉപഭോക്താവ് മരുന്നുകൾ ലഭിക്കുവാൻ ആശ്രയിക്കുന്നത് വൈദ്യശാല, വീടിനടുത്ത പറമ്പ് തുടങ്ങിയവയെ ആണ്. മരുന്നുകൾ ലഭിക്കുന്ന മറ്റൊരു മേഖലയാണ് തെരുവുചന്ത. ചില പട്ടണങ്ങളിൽ ദിവസേനയും, ആഴ്ചയിൽ ഒന്നോ രണ്ടോ ദിവസങ്ങളിലും നാട്ടുമരുന്നുകൾ വിൽപ്പനയ്ക്ക് വെക്കാറുണ്ട്. അരുത, ബ്രഹ്മി, വയമ്പ്, കസ്തൂരിമഞ്ഞൾ തുടങ്ങിയ പച്ചമരുന്നുകളും രുദ്രാക്ഷം, മയിൽപ്പീലി, അയമോദകം, രക്തചന്ദനം തുടങ്ങിയ അങ്ങാടി മരുന്നുകളും ഇവിടെ ലഭിക്കുന്നു. സർക്കാരിന്റെ അനുവാദമില്ലെങ്കിലും ഇവർ തൈലം, അയമോദക വായുഗുളിക, വയറിളക്കാനുള്ള ഗുളിക, ലേപനങ്ങൾ, യൂക്കാലിപ്റ്റസ് ഓയിൽ എന്നിവ പാകം ചെയ്ത് വിൽക്കാറുണ്ട്. ലൈംഗികശക്തി, സൗന്ദര്യം, ശാരീരികക്ഷമത എന്നിവ വർദ്ധിക്കാനുള്ള ഔഷധങ്ങളാണ് ഇവർ സാധാരണ വിൽക്കാറുള്ളത്. വാക്ചാരുത കൊണ്ടും മറ്റും ആളുകളെ ആകർഷിച്ച് ഇവർ വിൽപ്പന നടത്തുന്നു. വ്യത്യസ്ത ദേശത്തുനിന്നും ആദിവാസികൾ തെരുവുചന്തകളിൽ എത്തിച്ചേർന്ന് മരുന്നുവിപണനം നടത്താറുണ്ട്. കിർത്താഡ്സ്, അഹാഡ്സ് തുടങ്ങിയ സർക്കാർ സംഘങ്ങളുടെ സഹായത്തോടെയും അല്ലാതെയും 'ആദിവാസിവൈദ്യം' ഇവിടെ പ്രചരിക്കുന്നു. മാസത്തിലൊരിക്കലോ രണ്ടു മാസത്തിലൊരിക്കലോ ഗ്രാമപ്രദേശത്ത് ആടുലേഹ്യം, ബദാംലേഹ്യം, ഈന്തപ്പഴം ലേഹ്യം എന്നിവ നാട്ടുകാരുടെ സാന്നിധ്യത്തിൽ പാകം ചെയ്ത് വിപണനം നടത്തുന്നവരും ഉണ്ട്.

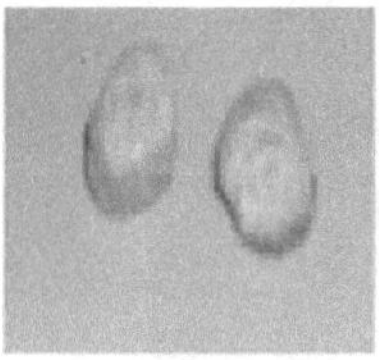

കറുത്തകൊട്ടം ഇരട്ടിമധുരം കച്ചോലം ഏകനായകം

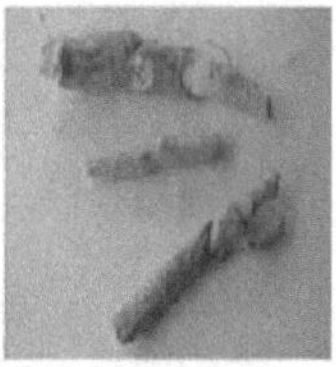

രക്തചന്ദനം ദേവതാരം മഞ്ചട്ടി വയമ്പ്

» തറിമരുന്നുകൾ

ആധുനികകാലത്ത് ആയുർവ്വേദവും നാട്ടുവൈദ്യവും അഭിമുഖീകരിക്കുന്ന ഏറ്റവും ഗൗരവമായ പ്രതിസന്ധി മരുന്നുകളുടെ ലഭ്യതക്കുറവും ലഭ്യമായതിനെ ശരിയായ രീതിയിൽ, അളവിൽ പ്രയോഗിക്കാനറിയാത്തതുമാണ്. വൈദ്യൻ, ദ്രവ്യം (മരുന്ന്) പരിചാരകൻ, രോഗി എന്നിങ്ങനെ പ്രാചീനാചാര്യൻമാർ കൽപ്പിച്ച ചികിത്സയുടെ നാലുപാദങ്ങളിൽ ദ്രവ്യം പ്രകൃതിനാശം മൂലം ദിനംപ്രതി കുറഞ്ഞുകൊണ്ടിരിക്കുകയാണ്. ഔഷധങ്ങളുടെ ഗുണരൂപങ്ങളെ സംബന്ധിച്ച് മുമ്പത്തെ തലമുറയ്ക്കുണ്ടായിരുന്ന അറിവുകൾ പലതും കൈമോശം വന്നുപോയിരിക്കുന്നു. ഇങ്ങനെ അറിവിന്റെ പ്രയോഗത്തിലും ശോഷണം സംഭവിച്ചിരിക്കുന്നു. ഒരു ഔഷധയോഗത്തിലെ ഏതെങ്കിലും മരുന്നുകിട്ടിയില്ലെങ്കിൽ പകരം ചേർക്കുന്ന രീതി പണ്ടേ ഉണ്ടായിരുന്നു (ഉദാ- ചെറുവഴുതിന കിട്ടിയില്ലെങ്കിൽ പുത്തരിച്ചുണ്ട ഉപയോഗിക്കുക), ദശമൂലത്തിലെ ഏതെങ്കിലും വേര് ലഭിച്ചില്ലെങ്കിൽ അതിന്റെ കാണ്ഡം ഉപയോഗിക്കുക തുടങ്ങിയ പ്രതിവിധികൾ ഔഷധപ്രതിസന്ധിയെ മറികടക്കാൻ സ്വീകരിച്ചിരുന്നു..

» അഭാവദ്രവ്യവും മായവും

ചെറുവഴുതിന

പുത്തരിച്ചുണ്ട

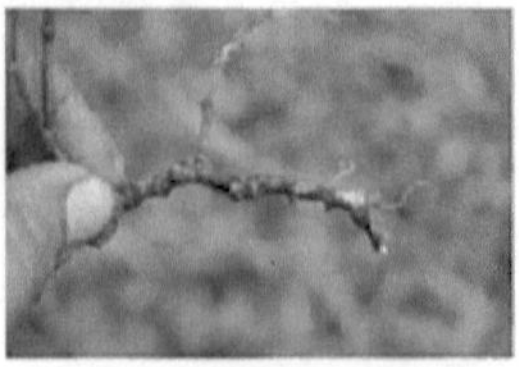

നാടൻ നന്നാറി

ബോംബെ നന്നാറി

ചെറിയ ആടലോടകം

പോത്തൻ ആടലോടകം

ഇന്ന് ചെറിയ ആടലോടകത്തിനുപകരം പോത്തൻ ആടലോടകം, ചിറ്റമൃതിനുപകരം പോത്തൻ അമൃത് എന്നിങ്ങനെ ചിലർ മായം ചേർക്കാറുണ്ട് (ഉദാ: 'ചുണ്ടവേരു കണ്ടില്ലെങ്കിൽ കണ്ടവേരുചേർക്കുക' എന്നു പഴമൊഴി). പല മരുന്നുകളെയും തിരിച്ചറിയാൻ ഇന്നത്തെ വൈദ്യൻമാർക്ക് കഴിയാറില്ല. പരമ്പരാഗതമായി നാട്ടുവൈദ്യശാലയിൽ മരുന്നെത്തിച്ചിരുന്നവർ ഇപ്പോൾ കുറഞ്ഞുവരികയും മരുന്ന് മൊത്തമായി വിപണനം നടത്തുന്ന ഏജൻസികൾ കടന്നുവരികയും ചെയ്തതോടുകൂടി മായം ചേർക്കൽ എന്ന അപചയവും വൈദ്യവിഭാഗങ്ങൾ നേരിടാൻ തുടങ്ങി. ഔഷധസസ്യങ്ങളുടെ ഉയർന്നവിലയും ലഭ്യതക്കുറവുമാണ് മായം ചേർക്കലിന് കാരണമാകുന്നത്. വിലകുറഞ്ഞ ഔഷധത്തോട് രൂപഗന്ധസമാനതയുള്ള മറ്റേതെങ്കിലും വസ്തു ചേർത്ത് സാമ്പത്തിക ലാഭം നേടുന്ന വിഭാഗം ഇന്ന് പ്രബലമാണ്.

നാട്ടുവൈദ്യത്തിന്റെ രീതിഭേദങ്ങൾ

രോഗത്തിനെ പല പേരുകളിട്ടു വിളിക്കാറുണ്ട്. അതുപോലെതന്നെ രോഗത്തെ ശമിപ്പിക്കുന്നതിനുള്ള ചികിത്സയേയും പലതാക്കി തിരിക്കാം. ഒരു രോഗം ഏത് രീതിയിലാണ് ശരീരത്തിനെയോ മനസ്സിനെയോ ബാധിക്കുന്നത് എന്നു തിരിച്ചറിഞ്ഞാണ് രോഗത്തിന് പേരിടുന്നത്. രോഗങ്ങളെ ഇങ്ങനെ തിരിച്ചറിഞ്ഞ് അവക്ക് പേര് നിർദ്ദേശിക്കുന്നതുപോലെ, ചികിത്സയുടെ വിഭാഗവും രോഗത്തെ പല വിധത്തിൽ പരിശോധിക്കുകയും, പരിഹരിക്കുകയും ചെയ്യുന്നു. ആയുർവേദം ചികിത്സാരീതികളെ വിവിധ തരത്തിൽ തിരിച്ചിട്ടുണ്ട്.

1. പത്ഥ്യം, ഔഷധം :- രോഗം വന്നാൽ ഭക്ഷണക്രമത്തിലൂടെ ചികിത്സിക്കുന്നത് പത്ഥ്യം, മരുന്നു കൊടുത്ത് പരിഹരിക്കുന്നത് ഔഷധം.
2. ശോധനം, ശമനം:- ശരീരത്തിൽ അഴുക്കുകൾ അടിഞ്ഞുകൂടുന്നത് രോഗം. അഴുക്കിനെ ഔഷധമുപയോഗിച്ചും മറ്റും ഇളക്കിക്കളയുന്നത് ശോധനം. അടിഞ്ഞുകൂടിയ അഴുക്കിനെ ഉപവാസം, വ്യായാമം, വെയിൽകൊള്ളൽ, ഔഷധസേവ തുടങ്ങിയവ വഴി ദഹിപ്പിച്ചുകളയുന്നത് ശമനം.
3. ഹേതുവിപരീതം, വ്യാധിവിപരീതം:- അമിതജോലി കൊണ്ട് ക്ഷീണിച്ച (ഹേതു) ശരീരത്തിനെ വിശ്രമം കൊണ്ട് ഇല്ലാതാക്കലാണ് ഹേതുവിപരീതം. ചിലപ്പോൾ വിശ്രമം മാത്രം മതിയാകില്ല രോഗം പരിഹരിക്കാൻ. വ്യാധി ബാധിച്ച ശാരീരികാവയവത്തിന് ചിലപ്പോൾ ഔഷധം വേണ്ടിവരും സുഖപ്പെടാൻ. അത് വ്യാധിവിപരീതം.

4. ദൈവവ്യാപാശ്രയം, യുക്തിവ്യാപാശ്രയം:- പാപത്തിന് പരിഹാരമായി വ്രതം, ഈശ്വരഭജനം, തീർത്ഥാടനം എന്നിവ ചെയ്യുന്നത് ദൈവവ്യാപാശ്രയം. ഔഷധം ഉപയോഗിച്ചുകൊണ്ടുള്ള ചികിത്സയാണ് യുക്തിവ്യാപാശ്രയം.

ഓരോ ചികിത്സാസമ്പ്രദായത്തിനും രോഗത്തെയും ചികിത്സയെയും തരംതിരിക്കുന്ന രീതിയിൽ ഭേദമുണ്ട്. ആധുനികവൈദ്യം, ചെവി, മൂക്ക്, തൊണ്ട (Ear, Nose, Throat -ENT) എന്നിവയ്ക്ക് സംഭവിക്കുന്ന രോഗങ്ങളെ ചികിത്സിക്കുന്നത് ENT പ്രത്യേകമായി പഠിച്ചവരാണ്. എന്നാൽ ആയുർവേദത്തിലും നാട്ടുവൈദ്യത്തിലും ഇത്തരം ഒരു തരംതിരിവ് ഇല്ല. നാട്ടുവൈദ്യത്തിൽ അമ്മൂമ്മവൈദ്യം, വിശ്വാസചികിത്സ എന്നിവ ഉൾപ്പെടുത്തിക്കൊണ്ടുള്ള ചികിത്സാ പദ്ധതിയുണ്ട്. അത് മറ്റു ചികിത്സാസമ്പ്രദായങ്ങളിൽ ഉണ്ടെന്നു വരില്ല.

രോഗം വരുമ്പോൾ ആരാണ് ചികിത്സിക്കുന്നത് എന്നതിനെ അടിസ്ഥാനമാക്കി സ്വയംചികിത്സ, വൈദ്യചികിത്സ, അമ്മൂമ്മവൈദ്യം എന്നിങ്ങനെ തിരിക്കാം.

സ്വയംചികിത്സ

രോഗം വന്നാൽ സ്വയം ചികിത്സിക്കുന്ന രീതി. ചികിത്സയെക്കുറിച്ചുള്ള അറിവ് ജീവിതാനുഭവങ്ങളിൽ നിന്നും മുതിർന്നവരിൽനിന്നും നിരീക്ഷണങ്ങളിൽ നിന്നും പരമ്പരാഗതമായി ലഭിക്കുന്നതാണ്. സ്വയംചികിത്സ വിശേഷബുദ്ധിയുള്ള എല്ലാവർക്കും അറിയാവുന്നതായിരിക്കും. മുറിവ് പറ്റിയിടത്ത് തെങ്ങിൻപട്ടയിലെ പൂപ്പൽ, മുറിക്കൂട്ടിയില, തൊട്ടാവാടിയില എന്നിവ ചതച്ചുവെക്കുന്ന രീതി ഉദാഹരണമാണ്. അജീർണം ശമിക്കാൻ നായ്ക്കൾ പുല്ലുതിന്നുന്നതും, കഴിച്ച ഭക്ഷണത്തെ ദ്രാവകരൂപത്തിലാക്കാൻ കോഴികൾ കല്ലു തിന്നുന്നതും ജന്തുക്കൾ ചെയ്യുന്ന സ്വയംചികിത്സകളാണ്.[31] അറിഞ്ഞും അറിയാതെയും ശാരീരികമായോ, മാനസികമായോ ബുദ്ധിമുട്ടുണ്ടാകുമ്പോൾ എടുക്കുന്ന ചിട്ടകൾ സ്വയംചികിത്സക്ക് ഉദാഹരണങ്ങളാണ്. ശരീരത്തിന് തണുപ്പനുഭവപ്പെടുമ്പോൾ പുതപ്പുകൊണ്ട് മൂടുന്നതും ചൂടനുഭവപ്പെടുമ്പോൾ കാറ്റുകൊള്ളുന്നതും ഇതിന് ഉദാഹരണങ്ങളാണ്. അജീർണം ബാധിക്കുമ്പോൾ ഉപവസിക്കുന്നതും ലഘുവായ ഭക്ഷണം കഴിക്കുന്നതും ഇതിന്റെ ഭാഗമാണ്. പരമ്പരാഗതമായോ സ്വയമോ ആർജ്ജിച്ച ശരീരത്തിന്റെ ആരോഗ്യവുമായി ബന്ധപ്പെട്ട എല്ലാ കാര്യങ്ങളും സ്വയംചികിത്സയിൽ പെടുത്താം.

---

31 കോഴി തിന്നുന്ന കല്ല് 'ക്രോപ്' എന്ന സഞ്ചിയിലാണ് എത്തുന്നത്. കോഴി കഴിക്കുന്ന ഭക്ഷണം ഈ സഞ്ചിയിൽ വെച്ച് കല്ലിന്റെ സഹായത്താൽ അരച്ചെടുക്കുന്നു.

വൈദ്യചികിത്സ

ചില വ്യക്തികൾ, കുടുംബങ്ങൾ എന്നിവർക്ക് മാത്രം അറിയാവുന്നതും മന്ത്രത്തിലോ മരുന്നിലോ അധിഷ്ഠിതവുമായ ചികിത്സ. സമൂഹത്തിൽ ഇവർ വൈദ്യൻ, വൈദ്യകുടുംബം എന്നെല്ലാം അറിയപ്പെടുന്നു. മരുന്ന്, മന്ത്രം എന്നിവയെക്കുറിച്ചുള്ള അറിവ് ഇവർ രഹസ്യമായി കൊണ്ടുനടന്ന് അടുത്ത തലമുറക്ക് പകർന്നു കൊടുക്കുന്നു. 'മന്ത്രം പാട്ടായാൽ മണ്ണാൻ വെളിച്ചത്തായി' എന്ന പഴമൊഴി മന്ത്രങ്ങൾ മറ്റുള്ളവർ കേൾക്കെ ഉച്ച രിക്കരുത് എന്ന വിശ്വാസത്തെക്കുറിക്കുന്നു. രോഗം വന്നാൽ സ്വയം ചികിത്സിക്കാൻ കഴിയില്ലെങ്കിൽ വൈദ്യന്റെ സഹായം തേടുന്നു. രോഗിയുടെ നാഡി ഞരമ്പുകൾ അമർത്തി നാഡിമിടിപ്പ് അറിയുക, വയറ്റിൽ വിരൽ ഉപയോഗിച്ച് അമർത്തി വേദനയുണ്ടോ എന്ന് ചോദിക്കുക, രോഗിയോടോ ബന്ധുക്കളോടോ രോഗവിവരം അന്വേ ഷിക്കുക, രോഗലക്ഷണം നിരീക്ഷിക്കുക, ശാരീരികസവിശേഷതകൾ മനസ്സിലാക്കുക എന്നിവ വഴി വൈദ്യൻ രോഗത്തെ തിരിച്ചറിയുന്നു. രോഗം ഭൗതികേതരമാണെങ്കിൽ (മെറ്റാഫിസിക്കൽ) രോഗിയോടോ ബന്ധുക്കളോടോ പണിക്കരെക്കൊണ്ട് (കണിയാനോട്) രാശി വെപ്പിച്ച് പ്രശ്നം എന്താണെന്ന് അറിഞ്ഞുവരാൻ പറയുന്നു. അതിന്റെ അടിസ്ഥാ നത്തിൽ രോഗത്തെ തിരിച്ചറിഞ്ഞ് പ്രതിവിധി നിർദ്ദേശിക്കുന്നു. മരുന്ന്, മന്ത്രം, ലംഘനം, ശീലങ്ങൾ എന്നിവ ചികിത്സാവിധിയിൽ ഉൾപ്പെടുന്നു.

എല്ലാ മതവിഭാഗങ്ങളിലും 'വൈദ്യകുടുംബങ്ങൾ' കാണാം. ഹിന്ദു ക്കളിൽ മണ്ണാൻ, മലയൻ, വേലൻ, തീയൻ, നമ്പൂതിരി തുടങ്ങിയവരും

പൂജയ്ക്ക് കിലുക്കുന്ന ചുരയ്ക്ക

ആരാധന സ്ഥലം

വനവിഭവം സൂക്ഷിക്കുന്നു

മരുന്നു ശേഖരിക്കുന്ന കുട

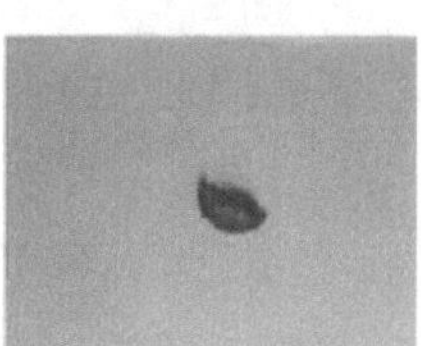

മുള്ളെടുക്കുന്ന ഗരുഡക്കൊക്ക്

മുസ്ലീംകളിൽ തങ്ങൾ, ഒസ്സാത്തി (മുടിവെട്ടുന്ന ഒസ്സാന്റെ ഭാര്യ-പ്രസവം കൈകാര്യം ചെയ്യുന്നവർ-ഇവർ ഒത്താച്ചി, പേറ്റിച്ചി എന്നിങ്ങനെ അറിയപ്പെടുന്നു). ആദിവാസികളിൽ മൂപ്പൻമാർ എന്നിവരും വൈദ്യകുടുംബത്തിൽ പെടുന്നു. കുലത്തൊഴിലുകൾക്ക് തകർച്ച നേരിട്ടുകൊണ്ടിരിക്കുന്ന ഇക്കാലത്ത് വൈദ്യകുടുംബമെന്ന് സമൂഹത്തിൽ അറിയപ്പെടുന്നവരിൽ എല്ലാ കുടുംബങ്ങളും മരുന്ന്, മന്ത്രവാദം എന്നിവ തൊഴിലായി സ്വീകരിക്കുന്നില്ല. ചിലർ വൈദ്യവൃത്തി ഒഴിവാക്കി മറ്റു തൊഴിൽ ചെയ്യുന്നവരാണെങ്കിൽ ചിലർ വേറെ തൊഴിലിനോടൊപ്പം വൈദ്യവൃത്തിയും ചെയ്യുന്നവരാണ്.

പാരമ്പര്യമായി വൈദ്യകുടുംബത്തിൽ ഉൾപ്പെടാത്ത ചിലരും മന്ത്രവും മരുന്നും ഉപയോഗിച്ച് ചികിത്സ നടത്തുന്നുണ്ട്. ഇവർ പ്രത്യേക സഹചര്യത്തിൽ ഭൗതികേതര ചികിത്സാരീതി (മെറ്റാഫിസിക്കൽ ക്യൂറിങ്ങ്) ലഭിച്ചുവെന്ന് സ്വയം വിശ്വസിക്കുന്നവരും സമൂഹത്തിലെ ചില അംഗങ്ങളാൽ അത് അംഗീകരിക്കപ്പെട്ടുകയും ചെയ്യുന്നവരാണ്. മലപ്പുറം ജില്ലയിലെ നിലമ്പൂരിനടുത്തുള്ള വൈലാശ്ശേരി കാളിമുത്തപ്പൻകാവിലെ വേലായുധൻ, ചുങ്കത്തറയിലെ രമേശൻ ചൂരക്കണ്ടി തുടങ്ങിയവർ ഇതിൽ ഉൾപ്പെടുന്നു. വെള്ളി, ഞായർ ദിവസങ്ങളിൽ ഇവരിൽ 'അമ്മ' (കാളി) ആവേശിക്കുന്നു എന്നാണ് വിശ്വാസം. ഉറഞ്ഞുതുള്ളിക്കൊണ്ടിരിക്കുന്ന ഇവരുടെ അടുത്ത് ചെന്നാൽ അനുഗ്രഹം ലഭിക്കുമെന്ന് ചില ആളുകൾ വിശ്വസിക്കുന്നു. അതോടൊപ്പം ഇവർ മരുന്ന്, മന്ത്രം എന്നിവ ഉൾപ്പെട്ട ചികിത്സ നിർദ്ദേശിക്കാറുണ്ട്. മഞ്ഞൾപ്പൊടി, ഭസ്മം, അരിപ്പൊടി, പുഷ്പം എന്നിവകൊണ്ട് തയ്യാറാക്കിയ 'മുദ്ര' പ്രസാദമായി നൽകുന്നു. മുസ്ലീംകളിൽ ഔലിയാക്കളും ബീവികളും പ്രത്യേക സാഹചര്യത്തിൽ സിദ്ധി ലഭിച്ചു എന്ന് വിശ്വസിക്കുന്നവരാണ്. ഇവർ വെള്ളം ജപിച്ചു നൽകുകയോ, പച്ചമരുന്ന് കഴിക്കാനോ, നേർച്ചകൾ ചെയ്യാനോ നിർദ്ദേശിക്കുന്നു. ഭൗതികേതരസിദ്ധി ലഭിച്ചുവെന്ന് വിശ്വസിക്കപ്പെടുന്ന ചികിത്സകരെയാണ് ഒരുവിഭാഗം രോഗികൾ കൂടുതൽ വിശ്വസിക്കുന്നതും ചികിത്സക്കായി ചെല്ലുന്നതും. ഭൗതികേതര ചികിത്സചെയ്യുന്നവരുടെ അടുത്ത് എല്ലാ മതത്തിൽപ്പെട്ടവരും ചികിത്സക്ക് പോകാറുണ്ട്. ഇത്തരത്തിലുള്ള 'സിദ്ധി'ക്കും മാന്ത്രിക ചികിത്സക്കും മതവിശ്വാസവുമായി നേരിട്ട് ബന്ധമില്ല.

അമ്മൂമ്മവൈദ്യം (വീട്ടുചികിത്സ)

രോഗം വന്നാൽ ഒരാൾ സ്വയം നടത്തുന്നതാണ് സ്വയംചികിത്സ. വീട്ടിലെ അംഗത്തിന് രോഗമുണ്ടായാൽ മുതിർന്ന അംഗത്തിന്റേയോ അയൽവാസികളിലെ മുതിർന്ന അംഗത്തിന്റേയോ സഹായത്തോടുകൂടി

നടത്തുന്ന ചികിത്സയാണ് അമ്മൂമ്മവൈദ്യം (വീട്ടുചികിത്സ). ചികിത്സകരിൽ ഏറ്റെയും പ്രായമേറിയ അമ്മൂമ്മയോ മുത്തശ്ശിയോ ആയതിനാൽ വീട്ടുചികിത്സയെ അമ്മൂമ്മവൈദ്യം, അമ്മായിവൈദ്യം എന്നെല്ലാം അറിയപ്പെടുന്നു. വീട്ടുവൈദ്യം, സ്വയംചികിത്സ എന്നിവ പ്രാഥമികചികിത്സ (First aid) കളാണ്. രോഗത്തിന്റെ ലളിതമായ അവസ്ഥയിലുള്ള ചികിത്സയാണിത്. വയറുവേദനയുണ്ടായാൽ ഇഞ്ചിനീരുകൊണ്ട് ഭേദമായില്ലെങ്കിൽ വിദഗ്ധനായ നാട്ടുവൈദ്യനെ ശരണം പ്രാപിക്കുന്നു. വീട്ടിൽ വളർത്തുന്ന പശു, ആട്, കോഴി എന്നിവക്കുണ്ടാകുന്ന രോഗങ്ങളെ ചികിത്സിക്കുന്നത് വീട്ടിൽ വെച്ചാണ്. ഭക്ഷണത്തിന്റെ ആവശ്യത്തിനും അലങ്കാരത്തിനുമായി വീട്ടിൽ വളർത്തുന്ന മരങ്ങൾക്കും കുറ്റിച്ചെടികൾക്കും വള്ളികൾക്കും ഉണ്ടാകുന്ന രോഗങ്ങളെയും ചികിത്സിക്കുക വീട്ടിലാണ്.

വിശദീകരിക്കുന്നതിനുള്ള സൗകര്യത്തിനായി അമ്മൂമ്മവൈദ്യത്തെ പ്രധാനമായും മനുഷ്യർക്കുള്ള ചികിത്സ, വളർത്തുജന്തുക്കളുടെ ചികിത്സ, സസ്യവൈദ്യം എന്നിങ്ങനെ തിരിക്കാം.

മനുഷ്യർക്കുള്ള ചികിത്സ

സാധാരണ/വിശേഷദിനങ്ങളിൽ അനുഷ്ഠിക്കുന്ന വൃത്തിബോധം, ഭക്ഷണരീതി, ആരോഗ്യസംരക്ഷണത്തിനായി ചെയ്യുന്ന വിവിധ പ്രവൃത്തികൾ എന്നിവയെല്ലാം വീട്ടുചികിത്സയാണ്. വിവിധ സമയങ്ങളിൽ ഒരു വ്യക്തി കഴിക്കുന്ന ഭക്ഷണം, രോഗാവസ്ഥയിൽ കഴിക്കുന്ന ഭക്ഷണം, വിശേഷദിവസങ്ങളിൽ കഴിക്കുന്ന ഭക്ഷണം, വീട്ടിൽ തയ്യാറാക്കുന്ന പാനീയങ്ങൾ, എണ്ണകൾ, തൈലങ്ങൾ എന്നിവയെല്ലാം ഇവിടെ വിശദീകരിക്കുന്നുണ്ട്. രോഗങ്ങളുണ്ടാകുന്നതിന് ഭൗതികവും ഭൗതികേതരവുമായ കാരണങ്ങളുണ്ടെന്നാണ് നാട്ടുവൈദ്യത്തിന്റെ വിശകലനം. രണ്ടു രീതികൾക്കും വ്യത്യസ്ത തരത്തിലുള്ള ചികിത്സാപദ്ധതികൾ ഉണ്ട്.

ഭൗതികേതരം

വീട്ടിലുള്ള അംഗങ്ങൾക്ക് ഏതെങ്കിലും തരത്തിലുള്ള അസുഖം ഉണ്ടായാൽ അത് അമാനുഷികശക്തിയുടെ പ്രേരണയാൽ ആണ് സംഭവിച്ചത് എന്ന് വിചാരിച്ച് വീട്ടിൽ വച്ചു നടത്തുന്ന മാന്ത്രികക്രിയകളാണ് ഗൃഹവൈദ്യത്തിലെ ഭൗതികേതരമായ ചികിത്സാരീതി. മനംപിരട്ടൽ, ഛർദ്ദി എന്നിവ ഉണ്ടാവുമ്പോൾ കൊതികൂടിയിട്ടാണ് എന്ന് ചിലർ വിശ്വസിക്കുന്നു. അതിനെ പരിഹരിക്കാൻ മുതിർന്നവർ മുളകും ഉപ്പും കയ്യിൽപ്പിടിച്ച് മന്ത്രം ചൊല്ലി രോഗിയുടെ ശരീരത്തിനു ചുറ്റും ഉഴിഞ്ഞ് അടുപ്പിൽ നിക്ഷേപിക്കുന്നു. മുളകും ഉപ്പും കൈയിൽ പിടിച്ച് രോഗിക്കു

ച്ചറ്റും മന്ത്രം ചൊല്ലി കൈകൊണ്ട് ഉഴിഞ്ഞാൽ ബാധ മുളകിലേക്കും ഉപ്പിലേക്കും ആവാഹിക്കുമെന്നും ഇത് അടുപ്പിലിട്ടാൽ ബാധ നശിച്ചുപോകുമെന്നും ചിലർ വിശ്വസിക്കുന്നു.

വീടിന്റെ രണ്ട് ദിക്കിൽ നിന്നും കാലൻകോഴി (പൂവനും പിടയും) ശബ്ദമുണ്ടാക്കിയാൽ അപകടാവസ്ഥയിലെത്തിയ രോഗി മരിക്കും എന്ന് വിശ്വസിക്കുന്നു.[32] കാലൻകോഴിയുടെ (Mottled wood owl) കൂവൽ കേട്ടാൽ ബന്ധുക്കൾ ആരെങ്കിലും മരിക്കും എന്ന വിശ്വാസവുമുണ്ട്. കാലൻകോഴിയുടെ കൂവൽ കേൾക്കുക എന്ന ദുരവസ്ഥ ഒഴിവാക്കാൻ അടുപ്പിൽ കത്തിവെക്കുന്നു. കത്തി ചൂടാവുമ്പോൾ കാലൻകോഴി പറന്നു പൊയ്ക്കോളും എന്നാണ് വിശ്വാസം.

പുതിയ വീടുണ്ടാക്കുമ്പോഴോ, വസ്ത്രം ധരിക്കുമ്പോഴോ, നവജാതശിശുവിന്റെ ചുറ്റുചുറുക്ക് മറ്റുള്ളവർ കാണുമ്പോഴോ, കാണുന്ന വ്യക്തിയിൽ അസൂയ ഉണ്ടാവുകയും അത് നശിച്ചുപോകട്ടെ എന്ന് മനസ്സിൽ ചിന്തിക്കുകയും ചെയ്യുന്നു. ഇതിനെയാണ് കണ്ണേറ് തട്ടുക എന്നുപറയുന്നത്. കണ്ണേറുദോഷം ഒഴിവാക്കാൻ പുതിയ വീടുവെക്കുമ്പോൾ കള്ളിച്ചെടിയുടെ കമ്പ് കെട്ടിത്തൂക്കുകയോ 'കരിങ്കണ്ണാ നോക്കേണ്ട' എന്ന് എഴുതിയ ബോർഡു വെക്കുകയോ ചെയ്യുന്നു. നവജാതശിശുവിന് കണ്ണേറു തട്ടാതിരിക്കാൻ വീട്ടിലെ മുതിർന്ന അംഗം മുളകും ഉപ്പും കയ്യിൽ പിടിച്ച് ഉഴിയുന്നു.

രോഗം വരാതിരിക്കാനായി വീട്ടിൽ മാന്ത്രികമായ പല മുൻകരുതലുകളും (പ്രതിരോധചികിത്സ) ചെയ്യുന്നു. മരണം, രോഗം എന്നിവ കുടുംബത്തിൽ ഉണ്ടായാൽ വീട് വൃത്തിയാക്കി പുണ്യാഹം.[33] തളിക്കുന്നു. ജാപ്പനീസ് മാന്ത്രികചികിത്സാ രീതിയായ ഫെങ്ഷ്യൂയി (Feng shui) പ്രചരിക്കുന്നുണ്ട്. ചിരിക്കുന്ന ബുദ്ധൻ, തവള, ലക്കി ബാംബൂ എന്നിവ വീടുകളിലെ അലമാരയിൽ സൂക്ഷിക്കുന്നു. വീട്ടിനുള്ളിലേക്ക് കയറുന്നിടത്ത് കാടാമ്പുഴഭഗവതി ഈ വീടിന്റെ ഐശ്വര്യം, നമോസ്തു കുലദൈവതം, പറശ്ശിനിക്കടവ് മുത്തപ്പൻ ഈ വീടിന്റെ ഐശ്വര്യം തുടങ്ങിയവ പ്രദർശിപ്പിക്കുന്നത് വിശ്വാസവുമായി ബന്ധപ്പെട്ട പ്രതിരോധചികിത്സയുടെ ഭാഗമാണ്. മാന്ത്രികകർമ്മം ചെയ്യുന്നവരുടെ വീടുകളിൽ മൃഗങ്ങളെ വളർത്തുന്നത് മന്ത്രവാദി ഒഴിപ്പിച്ച ബാധ കുടുംബത്തിലെ അംഗങ്ങളെ ബാധിക്കാതിരിക്കാനാണ്.[34] മാന്ത്രികന്റെ വീട്ടിൽ വളർത്തുമൃഗം ഉണ്ടെ

32 കാലൻകോഴിയുടെശബ്ദം, 'കുത്തിച്ചുട്ട' എന്ന വാക്കാണ് പറയുന്നതെന്നാണ് ജനത കരുതുന്നത്. രോഗിയായ വ്യക്തിയെ കുത്തിക്കുഴിച്ചിടാനോ ചുടാനോ (ചിതയിൽ) നേരമായി എന്നാണ് വിശ്വാസം. തങ്ങളുടെ പറമ്പിൽ നിന്നും കാലൻകോഴിയെ ഒഴിവാക്കാൻ കത്തി അടുപ്പിൽ വെയ്ക്കുന്നു.

33 പുണ്യാഹം, അമ്പലത്തിലെ പൂജാരി മന്ത്രം ജപിച്ച വെള്ളം.

34 കുഞ്ഞുവൈദ്യർ, മഞ്ചേരി പറഞ്ഞുതന്നത്.

ങ്കിൽ ഒഴിപ്പിച്ച ബാധ ആദ്യം ആവേശിക്കുക മൃഗങ്ങളിലേക്കായിരിക്കും. മനുഷ്യനെ ബാധിക്കുന്ന ശാരീരിക-മാനസിക പ്രശ്നങ്ങളും വളർത്തുമൃഗങ്ങളെയും ബാധിക്കും എന്നും ചിലർ വിശ്വസിക്കുന്നു. ഏലസ്സ്, ചരട് എന്നിവ മൃഗങ്ങളിലും ബന്ധിക്കാറുണ്ട്.

കാലിന് സംഭവിക്കുന്ന ഉളുക്ക്, ചതവ് എന്നിവക്ക് പരിഹാരമായി ഇരട്ടക്കുട്ടികളായി പിറന്നവരിൽ ഒരാൾ ഉഴിഞ്ഞാൽ മതി എന്നും ഇവിടുത്തെ ചിലർ വിശ്വസിക്കുന്നുണ്ട്. പ്രസവസമയത്ത് സാധാരണ കുട്ടിയുടെ തലയാണ് ആദ്യം പുറത്തുവരിക. എന്നാൽ ചിലരിൽ കാലായിരിക്കും പുറത്തുവരിക. അപൂർവ്വമായ രീതിയിൽ ജനിച്ച ഇവർ ഉഴിഞ്ഞാൽ ഉളുക്ക്, ചതവ് എന്നിവ സുഖപ്പെടും എന്ന് ഉത്തരേന്ത്യക്കാർ വിശ്വസിക്കുന്നു.

ഔഷധപ്രയോഗം അമ്മൂമ്മ വൈദ്യത്തിൽ

ഭക്ഷണരീതി ഓരോ നാടിന്റെയും കാലാവസ്ഥക്ക് അനുസരിച്ച് മാനുഷിക ആരോഗ്യത്തിന് ഗുണകരമായ രീതിയിൽ രൂപപ്പെട്ടുത്തിയിക്കുന്നതാണ് അന്നാട്ടിലെ ഭക്ഷണം. ഓരോ നാട്ടിലെ ഭക്ഷണവും അന്നാട്ടിലെ ഔഷധമാണെന്ന് പറയാം. തെറ്റായ ഭക്ഷണം കഴിക്കുമ്പോഴോ, അമിത ഭക്ഷണം കഴിക്കുമ്പോഴോ വ്യക്തികൾക്ക് രോഗം പിടിപെടുന്നു. രോഗം ബാധിച്ച അവസ്ഥയിൽ ഏത് ഭക്ഷണം കഴിക്കണം, ഏത് കഴിക്കരുത് എന്നെല്ലാം ധാരണകളുണ്ട്. വീട് കേന്ദ്രീകരിച്ച്, രോഗം ബാധിക്കാതിരിക്കാനും, വന്ന രോഗം സുഖപ്പെടാനും ഏതെല്ലാം ഔഷധങ്ങൾ ഉപയോഗിക്കണമെന്നതാണ് ഗൃഹചികിത്സയിലെ ഔഷധപ്രയോഗം എന്നതുകൊണ്ടുദ്ദേശിക്കുന്നത്. ഗൃഹചികിത്സയുമായി ബന്ധപ്പെട്ട ഔഷധചികിത്സയെ പ്രധാനമായും മൂന്നായി തരം തിരിക്കാം.

(1) സാമാന്യ ഭക്ഷണരീതി (2) പ്രതിരോധത്തിനായി നടത്തുന്ന പ്രവർത്തനങ്ങൾ (3) ഔഷധരീതി.

സ്വസ്ഥാവസ്ഥയിൽ കഴിക്കുന്ന ഭക്ഷണം

ആരോഗ്യകരമായ അവസ്ഥയിൽ ഒരാൾ കഴിക്കുന്ന ഭക്ഷണം ആണ് അന്നാട്ടിലെ ഭക്ഷണരീതി എന്നു പറയാം. ചക്ക, മാങ്ങ, പപ്പായ തുടങ്ങിയ ഫലവർഗ്ഗങ്ങൾ ധാരാളം ലഭ്യമായിരുന്ന കാലത്ത് ഇവ വേവിച്ചും അല്ലാതെയും ധാരാളം ഉപയോഗിച്ചിരുന്നു. ദരിദ്രർ പഴങ്ങൾ ഉണ്ടാകുന്ന കാലങ്ങളിൽ ഇവ മാത്രം കഴിച്ചും വിശപ്പടക്കിയിരുന്നു. എന്നാൽ ഇപ്പോൾ പഴങ്ങളുടെ ലഭ്യത കുറവാണ്. ലഭിച്ചാൽ തന്നെ ജനങ്ങൾക്ക് ഇവ കഴിക്കാനുള്ള താൽപ്പര്യം മുമ്പത്തെ അപേക്ഷിച്ച് കുറവാണ്. പാരമ്പര്യമായി ഉപയോഗിക്കുന്ന ഭക്ഷണരീതി പരിശോധിക്കാം. ദിവസത്തിൽ മൂന്നു സമയത്താണിവിടെ ഭക്ഷണം കഴിക്കുന്നത്.

പ്രഭാതഭക്ഷണത്തിൽ ചായക്ക് വളരെയധികം സ്ഥാനമുണ്ട്. ഉറക്കച്ചടവിൽനിന്നും മോചനവും ഉന്മേഷവും നൽകാൻ പഞ്ചസാര ചേർത്തുണ്ടാക്കുന്ന ചായക്ക് കഴിവുണ്ട്. ചായയിൽ[35] വകഭേദങ്ങൾ ഉണ്ട് - മീഡിയം ചായ, പൊടിച്ചായ, കട്ടൻചായ, ലൈറ്റ്ചായ, അടിക്കാത്ത ചായ എന്നിവ ഉദാഹരണം. കാപ്പി, ചുക്കുവെള്ളം, ജാപ്പി [36]എന്നിവയും കഴിക്കുന്നവരുണ്ട്. കേരളീയമായ വിഭവങ്ങളിൽ ഭൂരിഭാഗവും ആവിയിൽ വേവിച്ചതാണ്. ഉദാ: പുട്ട്, ഇടിയപ്പം. ഇപ്പോൾ കപ്പ, മധുരക്കിഴങ്ങ്, നട്ടു തലക്കിഴങ്ങ് എന്നീ കിഴങ്ങുവർഗ്ഗത്തിൽപെട്ട പ്രാതൽ കഴിക്കുന്നത് കുറവാണ്. ആവിയിൽ വേവിച്ചതും പുഴുങ്ങിയതുമായ വിഭവങ്ങളിൽ എണ്ണ ഉപയോഗിക്കുന്നില്ല. അതിനാൽ ദഹനസംബന്ധമായ പ്രശ്നങ്ങൾ കുറവാണ്. തമിഴ്നാട്ടിലെ ഭക്ഷണരീതിയിൽ നിന്നും കടംകൊണ്ടതാണ് ദോശ, ഇഡ്ഡലി, ഉപ്പുമാവ് തുടങ്ങിയവ. തമിഴ്നാട്ടിലെ ഭക്ഷണരീതിയുടെ പ്രധാന സവിശേഷതയാണ് പുളിപ്പിച്ച അരിമാവുകൊണ്ടുണ്ടാക്കിയ ഭക്ഷണങ്ങൾ. ദോശയുടെ കേരളീയമായ ആവിഷ്കാരമാണ് അപ്പം. ഉത്തരേന്ത്യക്കാരുടെ ഭക്ഷണമായ ചപ്പാത്തി, പൂരി തുടങ്ങിയവയും ചിലർ ഉപയോഗിക്കുന്നുണ്ട്.

ഇംഗ്ലീഷിൽ Lunch എന്നുപയോഗിക്കുന്നതുപോലെ ഉച്ചഭക്ഷണത്തിന് എപ്പോഴും ഉപയോഗിക്കുന്ന ഒരു പദം മലയാളത്തിൽ നിലവിലില്ല. മുത്താഴം എന്നൊരു പദമുണ്ടെങ്കിലും സാമാന്യജനങ്ങൾ ഇതുപയോഗിക്കാറില്ല. ചോറാണിവിടുത്തെ പ്രധാന ഭക്ഷണം. സാധാരണ ദിവസങ്ങളിൽ പാത്രത്തിലും വിശേഷദിനങ്ങളിൽ ഇലയിലുമാണ് കഴിക്കുന്നത്. നെല്ല് പുഴുങ്ങി ഉണക്കി കുത്തിയെടുക്കുന്ന അരിയാണിവിടെ ചോറുണ്ടാക്കാൻ ഉപയോഗിക്കുന്നത്. ചോറിനുകൂടെ ഒഴിച്ചുകറി ഉപയോഗിക്കുന്നു. ഒഴിച്ചുകറികളിൽ ഇലക്കറികൾക്ക് വളരെ പ്രാധാന്യമുണ്ട്. താളിപ്പ് [37] എന്ന രീതിയാണ് പരമ്പരാഗതമായി ഉപയോഗിക്കുന്നത്. ഒഴിച്ചുകറികൾക്കൊപ്പം പാത്രത്തിന്റെ (ഇലയിൽ) അരികിൽ വിളമ്പുന്ന കറികളാണ് ഉപ്പേരി, അവിയൽ, അച്ചാർ, പച്ചടി, കിച്ചടി തുടങ്ങിയവ. വിശേഷ ദിവസങ്ങളിൽ വിളമ്പുന്ന കറികൾ നിരവധി ഉണ്ട്. അതിന് പ്രാദേശികമായും കാലാനുസൃതമായും രൂപത്തിലും എണ്ണത്തിലും

35 പ്രേമരാജൻ, എം.കെ. (പ്രൊ). 'കോഴിക്കോടിന്റെ പാനീയങ്ങൾ', നാട്ടുപാനീയങ്ങൾ, ഡി.സി.ബുക്സ്, 2008, പുറം 41.

36 ജാപ്പി - പ്രകൃതിചികിത്സകർ നിർദ്ദേശിക്കുന്നപാനീയമാണ് ജാപ്പി. മല്ലി, ജീരകം എന്നിവ 3:1 എന്ന അനുപാതത്തിൽ എടുത്ത് ചട്ടിയിൽ വറുത്ത്, കറുത്തുവരുമ്പോൾ പൊടിച്ചെടുക്കുന്നതാണ് പൊടി. ഇത് ശർക്കര ചേർത്ത് ചായ ഉണ്ടാക്കുന്നതുപോലെ ഉണ്ടാക്കി ഉപയോഗിക്കാം.

37 താളിപ്പ്, തുമ്പിക്കുക എന്ന് മലപ്പുറത്തിന്റെ പ്രാദേശികഭേദം. ഇലക്കറികളും മറ്റും മസാലയും തേങ്ങയും ചേർക്കാതെ എണ്ണയിൽ ഉള്ളി അരിഞ്ഞിട്ട് വറുത്ത് കറി ഉണ്ടാക്കുന്നതാണ് താളിപ്പ്.

വ്യത്യാസം ഉണ്ട്. വിശേഷദിവസങ്ങളിൽ ഉണ്ടാക്കുന്ന പല വിഭവങ്ങളും വിശേഷമല്ലാത്ത ദിവസങ്ങളിലും ഉപയോഗിക്കാറുണ്ട്. മത്സ്യം, മാംസം, മുട്ട എന്നിവ വിശേഷ വിഭവമായാണ് തീൻമേശകളിൽ എത്തിയത്. വിവാഹസദ്യകളിലെ മസാലക്കറി[38] മുമ്പ് ഉപയോഗിച്ചിരുന്നില്ല. പത്തോ ഇരുപതോ വർഷമായിട്ടേ ഉള്ളൂ മസാലക്കറി ഇവിടെ പ്രചരിച്ചിട്ട്. ഉത്തരേന്ത്യക്കാർക്ക് പപ്പടം (പാപ്പട്) വിശേഷ വിഭവമാണെങ്കിൽ ഇവിടെ അത് സാധാരണ വിഭവമാണ്. പപ്പടം എണ്ണയിൽ വറുത്തും കനലിൽ ചുട്ടും ഉപയോഗിക്കാറുണ്ട്.

ബീഫ് മുസ്ലീംകളും ക്രിസ്ത്യാനികളുമാണ് കൂടുതൽ ഉപയോഗിക്കുന്നത്. ഹിന്ദുക്കൾ ഹോട്ടലുകളിൽവച്ചും, കല്യാണത്തിനും ബീഫ് കഴിക്കാറുണ്ടെങ്കിലും വീട്ടിൽ പാകം ചെയ്ത് കഴിക്കുന്നത് കുറവാണ്. ബീഫ് തിന്നാൽ ബുദ്ധികുറയും എന്ന് ഇവിടെ പ്രചരിക്കുന്നുണ്ട്. അത് ബീഫ് ഉപയോഗിക്കുന്ന വിഭാഗങ്ങളോടുള്ള, പ്രത്യേകിച്ചും മുസ്ലീംകളോടുള്ള അതൃപ്തി കൊണ്ടാണ് പ്രചരിക്കപ്പെട്ടിട്ടുള്ളത്.

ഉച്ചക്ക് കഴിക്കുന്ന ഭക്ഷണം തന്നെയാണ് രാത്രിയും കഴിക്കുന്നത്. ചിലർ ചപ്പാത്തി ഉപയോഗിക്കുന്നു. ചിലർ കഞ്ഞി കുടിക്കുന്നു. രാത്രിയിൽ അമിതഭക്ഷണം നന്നല്ല എന്ന ബോധമാണ് ഇതിന് കാരണം. 'അത്താഴം അത്തിപ്പഴത്തോളം' എന്ന പഴമൊഴി ഇതിനെ ശക്തിപ്പെടുത്തുന്നു.

ഭക്ഷണം കഴിക്കുന്നത് മൂന്ന് സമയങ്ങളിലാണെങ്കിലും പ്രാതലിനും ഉച്ചഭക്ഷണത്തിനിടയിലും, ഉച്ചഭക്ഷണത്തിനും ഊണിനുമിടയിലും ലഘുഭക്ഷണം കഴിക്കുന്നരീതി ഇവിടെ കാണാം. പത്തുമണിച്ചായ, നാലുമണിച്ചായ എന്നിങ്ങനെ ഇതറിയപ്പെടുന്നു. പ്രാതലിനുപയോഗിക്കുന്ന വിഭവം തന്നെയാണ് തൊഴിലാളികൾ പത്തുമണിച്ചായക്കും ഉപയോഗിക്കുന്നത്. പ്രധാന ലഘുവിഭവങ്ങൾ കായ വറുത്തത്, കൊണ്ടാട്ടം, അവിൽ, അരിമണി, നെയ്യപ്പം, അട എന്നിവയാണ്. ഹോട്ടലിൽ പഴംപൊരി, വട, കട്‌ലറ്റ്, പഫ്സ് തുടങ്ങിയവ ലഘുഭക്ഷണമായി ലഭിക്കുന്നു. പത്തുമണിക്ക് പാലു ചേർത്ത ചായയും നാലുമണിക്ക് കട്ടൻചായയുമാണ് കൂടുതൽ പേരും കഴിക്കാനിഷ്ടപ്പെടുന്നത്.

പാരമ്പര്യമായി ഇവിടെ തുടരുന്ന ഭക്ഷണരീതി ആരോഗ്യദായകമാണ്. വിറ്റാമിനുകളും മാംസ്യവും കൊഴുപ്പും ആവശ്യത്തിന് ലഭിക്കുന്ന വിധമാണ് ഇവിടുത്തെ ഭക്ഷണരീതി. ഭക്ഷണത്തിൽ ചേർക്കുന്ന മഞ്ഞൾപ്പൊടി ശരീരത്തിൽ വിഷാംശം ബാധിക്കാതിരിക്കാനും, ഇഞ്ചി

---

38 മസാലക്കറി: ബിരിയാണിമസാലചേർത്ത് ഗ്രീൻപീസ്, ഉരുളക്കിഴങ്ങ്, സോയാബീൻ എന്നിവ മല്ലി, മുളക് എന്നിവയിൽ പാകം ചെയ്യുന്നതാണ് മസാലക്കറി.

കറിവേപ്പില എന്നിവ ദഹനശേഷി വർദ്ധിപ്പിക്കുന്നതിനും സഹായിക്കുന്നു. ദാഹം ശമിപ്പിക്കുന്ന സംഭാരം, കരിങ്ങാലിവെള്ളം തുടങ്ങിയവ ദഹനശേഷി വർദ്ധിപ്പിക്കുന്നു.

ഒരു നേരത്ത് മാത്രം ചോറും കറികളും അല്ലെങ്കിൽ ഒരു നേരത്ത് കഞ്ഞി തുടങ്ങിയ ലഘുഭക്ഷണം മാത്രം കഴിച്ച് ശരീരത്തിലെ ആരോഗ്യം നിലനിർത്തുന്ന രീതി ഇവിടെ നിലനിന്നിരുന്നു. രണ്ടു നേരവും കട്ടിയാഹാരം കഴിക്കാനുള്ള പണമില്ലാത്തതും ഇതിനു കാരണമായി. കാർഷികവൃത്തിയിലും മറ്റും ഏർപ്പെട്ട ജനത മേദസ്സൊന്നും ബാധിക്കാതെ ആരോഗ്യവാൻമാരായിരുന്നു. 'തടിയേറിയാൽ ചൊടികുറയും' എന്ന പഴഞ്ചൊല്ല് പഠനമേഖലയിൽ പ്രചരിച്ചിരുന്നു. ശാരീരിക അധ്വാനമുള്ള തൊഴിലുകൾ കുറഞ്ഞതോടെ സ്ഥിതിയിൽ മാറ്റം വന്നു. ജനങ്ങളിൽ ഭൂരിഭാഗത്തിനും വ്യാപാരം, ഡ്രൈവിംഗ്, സർക്കാർ ജോലി, ഗൾഫിലേക്കുള്ള കുടിയേറ്റം തുടങ്ങിയവയുടെ ഫലമായി ഭക്ഷണരീതിയിൽ വലിയ മാറ്റമുണ്ടായി. മത്സ്യം, മാംസം, മുട്ട എന്നിവയുടെ ഉപയോഗവും കരിച്ചതും പൊരിച്ചതുമായ ഭക്ഷണപദാർത്ഥങ്ങളുടെ ഉപയോഗവും വർദ്ധിച്ചതോടെ ശരീരത്തിൽ മേദസ്സിന്റെ (ഫാറ്റ്) അളവ് വർദ്ധിച്ചു. ശാരീരിക അധ്വാനം കുറഞ്ഞതോടെ പ്രമേഹം, പ്രഷർ തുടങ്ങിയ ജീവിതശൈലീരോഗങ്ങൾ സർവ്വസാധാരണമായി. കാൻസർ, വൃക്കരോഗങ്ങൾ, ഹൃദ്രോഗം തുടങ്ങിയ മാരകമായ രോഗങ്ങൾ ഇവിടെ ക്രമാതീതമായി വർദ്ധിച്ചിരിക്കുന്നു.

രോഗപ്രതിരോധത്തിനായി ചെയ്യുന്ന കാര്യങ്ങൾ

തനിക്ക് ലഭ്യമായ സഹചര്യങ്ങളിൽ നിന്നും വിഭവങ്ങളിൽ നിന്നും ജീവൻ നിലനിർത്താനാവശ്യമായ ഭക്ഷണരീതി മനുഷ്യൻ രൂപപ്പെടുത്തിയെടുക്കുകയുണ്ടായി. തന്റെ ശരീരത്തെ ആയാസരഹിതമായും രോഗമില്ലാതെയും നിലനിർത്താനായി അവൻ യത്നിച്ചു. അതിന്റെ ഭാഗമായി രൂപപ്പെട്ടതാണ് ഔഷധങ്ങൾ. ചില വൈദ്യകുടുംബങ്ങൾക്ക് അറിയാവുന്നതും വീട്ടിലും നാട്ടിലുമുള്ള സാമാന്യ ജനങ്ങൾക്ക് അറിയാവുന്നതുമായ ഔഷധക്കൂട്ടുകളാണ് അമ്മൂമ്മവൈദ്യത്തിൽ പെടുന്നത്. രോഗം വന്നുകഴിഞ്ഞ് ചികിൽസിക്കുന്നതിനെക്കാളും നല്ലത് രോഗം വരാതെ നോക്കുന്നതാണ് എന്ന് ഇവർക്കറിയാം. പ്രതിരോധ ഔഷധങ്ങൾ അധികവും പറമ്പിൽനിന്നും പറിച്ചെടുക്കുന്നതാണ്. വീട്ടിൽ കാച്ചുന്ന എണ്ണയും തൈലവും ഔഷധക്കഞ്ഞിയും ചോറും ചികിത്സയുടെ ഭാഗമാണ്.

വൃത്തിബോധം

ജലലഭ്യത ധാരാളമുള്ള പ്രദേശമായതിനാലാവണം പലതവണ കൈകാൽ കഴുകുകയും ഒരു തവണയെങ്കിലും കുളിക്കുകയും ചെയ്യുന്നത്. സൂര്യനുദിക്കുന്നതിനുമുമ്പോ അതിനുതൊട്ടു ശേഷമോ ഉണരുന്നവരാണ് ഇവിടുത്തെ ജനങ്ങൾ. ടെലിവിഷൻ വന്നതിനുശേഷം മാറ്റം വന്നിട്ടുണ്ട്. എണീറ്റയുടനെ പല്ല് വൃത്തിയാക്കുന്നു. പല്ല് വൃത്തിയാക്കാൻ പാരമ്പര്യമായ രീതികൾ ഇവിടെയുണ്ട്. മാവില, വേപ്പില, ഉമിക്കരി എന്നിവകൊണ്ട് ചൂണ്ടുവിരൽ ഉപയോഗിച്ചാണ് പല്ല് തേക്കുന്നത്. 'പഴുത്തമാവിലകൊണ്ട് പല്ലുതേച്ചാൽ പുഴുത്തപല്ലും പവിഴമായി മാറിടും' എന്ന പഴഞ്ചൊല്ല് ഇവിടെ നിലവിലുണ്ട്. മാധ്യമങ്ങളിൽ കാണുന്ന പരസ്യങ്ങളുടെയും മറ്റും സ്വാധീനത്താൽ ടൂത്ത്പേസ്റ്റ്, പൽപ്പൊടി എന്നിവ ഉപയോഗിക്കുന്നവരാണ് ഇപ്പോൾ ഭാരിഭാഗവും. പല്ല് തേച്ചതിനുശേഷം തെങ്ങിലെ പച്ച ഈർക്കിൽ നെടുകെ ചീന്തി നാക്ക് വടിക്കുന്നു. പ്രഭാതഭക്ഷണത്തിനുമുമ്പോ അതിനുശേഷമോ കുളിക്കുന്നു. കുളിക്കുന്നതിനുമുമ്പ് ശരീരത്തിൽ ഔഷധം ചേർത്തതോ, അല്ലാത്തതോ ആയ എണ്ണ തേച്ച് തിരുമ്മുന്നു. തലമുടിക്ക് മാർദ്ദവവും ഒതുക്കവും ലഭിക്കുന്നതിനുവേണ്ടി എണ്ണതേക്കുന്നു[39] കുളിക്കുമ്പോൾ ശരീരം വൃത്തിയാക്കാനായി ചെറുപയർപൊടി, കടലപ്പൊടി എന്നിവ ഉപയോഗിക്കുന്നു. കുളിക്കുമ്പോൾ ചിലർ കൈകൊണ്ട് ഉരക്കുകയും, ചിലർ ചകിരിനാര്, പീച്ചിക്കനാര് എന്നിവ ഉപയോഗിക്കുന്നു. പനി, ചുമ എന്നിവ ബാധിക്കുമ്പോൾ മേൽ കഴുകുക മാത്രമാണ് ചെയ്യുന്നത്. വൈകുന്നേരങ്ങളിൽ തല നനച്ചാൽ ജലദോഷം പിടിക്കും എന്ന് ചിലർ വിശ്വസിക്കുന്നു. പ്രായമേറിയവരും പനിയുള്ളവരും നേരിയ ചൂടുവെള്ളത്തിൽ കുളിക്കുന്നു.

ചൊറിയോ, കുരുവോ ഉണ്ടെങ്കിൽ വെള്ളത്തിൽ പച്ചമഞ്ഞൾ, വേപ്പില എന്നിവ ഇട്ട് തിളപ്പിച്ചാറിയ വെള്ളത്തിൽ കുളിക്കുന്നു. ആർത്തവബാധിതയായ സ്ത്രീയെ അശുദ്ധിയോടെയാണ് വീക്ഷിക്കുന്നത്. ശരീരശുദ്ധിക്കായി പ്രത്യേക കുളി നടത്തുന്നു. ആർത്തവം ബാധിച്ച സ്ത്രീക്ക് അഞ്ചാമത്തെയോ ആറാമത്തെയോ ദിനത്തിൽ മുങ്ങിക്കുളിച്ചതിനുശേഷമേ അടുക്കളയിലോ, മുറികളിലോ പ്രവേശനമുണ്ടായിരുന്നുള്ളൂ. പ്രസവത്തിനുശേഷം ഇരുപത്തെട്ടാം ദിവസം

39 തലയിൽ തേക്കുന്നതിന് വിവിധതരം എണ്ണകൾ- (1) ചെമ്പരത്തിപ്പൂവ് അരിഞ്ഞിട്ട് എണ്ണ കാച്ചി പുരട്ടുന്നത്. തലമുടി വളരാനും കറുപ്പ് നിറം ലഭിക്കുവാനും നല്ലതാണ്. (2)മൈലാഞ്ചി അരച്ച് വെളിച്ചെണ്ണയിൽ ചേർത്ത് കാച്ചി തലയിൽ തേക്കുന്നത് അകാല നര തടയും. മുടി കൊഴിച്ചിൽ ഇല്ലാതാകും. (3) കറ്റാർ വാഴയുടെ നീര് ചേർത്ത് കാച്ചിയ എണ്ണ പുരട്ടുന്നത് മുടി കൊഴിച്ചിൽ തടയും.

മുങ്ങിക്കുളിച്ചാലേ അശുദ്ധി മാറുകയുള്ളൂ എന്ന് വിശ്വസിക്കുന്നു. ഒരു വ്യക്തി ആശുപത്രിയിൽ രോഗിയെ സന്ദർശിച്ച് മടങ്ങിവരുമ്പോഴും മരിച്ച വീട്ടിൽ പോയി തിരിച്ചുവരുമ്പോഴും കുളിച്ചതിനുശേഷം മാത്രമേ വീട്ടിൽ കയറാൻ അനുവദിച്ചിരുന്നുള്ളൂ. കുളി ശരീരത്തെ വൃത്തിയാക്കാൻ മാത്രമുള്ളതല്ല, ഒരനുഷ്ഠാനം കൂടിയായിരുന്നു. ശൗചത്തിന് ധാരാളം വെള്ളമുണ്ടെങ്കിലേ സംതൃപ്തിയാവുകയുള്ളൂ. ഒരു ദിവസത്തിൽ കുളി ഒന്നോ രണ്ടോ തവണയേ ഉള്ളൂവെങ്കിലും ഭക്ഷണത്തിനുശേഷം വായ വൃത്തിയാക്കലും മുഖവും കൈകാലുകളും വൃത്തിയാക്കലും പല സമയങ്ങളിൽ നടത്തുന്നു. വീടിന്റെ മുൻഭാഗത്ത് മൊന്തയിൽ വെള്ളം വെക്കുക എന്നത് ഇവിടത്തെ ശീലമായിരുന്നു. ഇപ്പോൾ വീടിന്റെ മുൻഭാഗത്തുതന്നെ ജലം ലഭിക്കുന്ന പൈപ്പ് ഘടിപ്പിച്ചിരിക്കുന്നു.

വിവിധ രോഗങ്ങളെ പ്രതിരോധിക്കുവാൻ വീട്ടിൽ പാകപ്പെടുത്തിയെടുക്കുന്ന എണ്ണകളും തൈലങ്ങളുമുണ്ട്. കുളിച്ചതിനുശേഷമാണ് ഉത്തരേന്ത്യയിലും മറ്റും കടുകെണ്ണ ശരീരത്തിലും തലയിലും തേക്കുന്നത്. കേരളത്തിൽ വെളിച്ചെണ്ണ കുളിക്കുന്നതിനുമുമ്പാണ് ഉപയോഗിക്കുന്നത്. ഔഷധമിട്ട് എണ്ണ ചൂടാക്കിയും അല്ലാതെയും ഉപയോഗിക്കാറുണ്ട്. തലയിൽ തേക്കാനായി ഉപയോഗിക്കുന്നതിനെ എണ്ണയെന്നും, ശരീരത്തിൽ ഉപയോഗിക്കുന്നതിനെ തൈലം എന്നുമാണ് സാധാരണ പറയുന്നത്.

വിവിധ ഔഷധങ്ങൾ ഉപയോഗിച്ച് എണ്ണകൾ പാകപ്പെടുത്തുന്നതിന് 'നീരിറക്കുക' (നീരുറക്കുക) എന്ന് പറയുന്നു. കുറുന്തോട്ടിയിട്ട് നീരുറ്റ എണ്ണ, ചെമ്പരത്തിയിട്ട് നീരുറ്റ എണ്ണ എന്നൊക്കെയാണ് പറയുക. ചില എണ്ണകൾ തയ്യാറാക്കുന്ന വിധം താഴെ കൊടുക്കുന്നു.

1. പാണൽ, നറുംപാണൽ, നീലയമരി, അമൃത്, കീഴാർനെല്ലി, ഉഴിഞ്ഞ, കഞ്ഞുണ്ണി, പൂവ്വാംകുറുന്നില എന്നിവ ഇടിച്ച് പിഴിഞ്ഞ് നീരെടുത്ത് എണ്ണ കാച്ചുക.
2. വിഷ്ണുക്രാന്തി, കല്ലൂർവഞ്ചി, ഞെരിഞ്ഞിൽ, എള്ളിൻപൂവ്.
3. കൂവളത്തില എണ്ണയിൽ ഇട്ട് കാച്ചി തേക്കുക.
4. നീലയമരിയില, സീതാർമുടി (മുടിനീളി).
5. ദശപുഷ്പങ്ങൾ ഒറ്റക്കും, ഒരുമിച്ചും എണ്ണകാച്ചാം.
6. നന്നാറി, രാമച്ചം എന്നിവ ഇട്ട് കാച്ചിയ എണ്ണകൾ.
7. തുളസി ഇല നീരുറ്റത്ത് തേക്കുക.
8. കുറുന്തോട്ടി ഇട്ട് കാച്ചിയ എണ്ണ.

ത്വക്കിന് മാർദ്ദവം ലഭിക്കാനാണ് ശരീരത്തിൽ എണ്ണകൾ തേക്കുന്നത്. വെളിച്ചെണ്ണ പച്ചയായോ ഔഷധമിട്ട് ചൂടാക്കിയോ ഉപയോഗിക്കാറുണ്ട്. എണ്ണ ശരീരത്തിൽ തേച്ച് നല്ലവണ്ണം തിരുമ്മിയതിനുശേഷം കുളിക്കുന്നു. ശരീരത്തിൽ തൈലം തേച്ചുപിടിപ്പിച്ച് അധ്വാനിച്ചതുനുശേഷം (വ്യായാമം) കുളിച്ചാൽ ആരോഗ്യം നഷ്ടപ്പെടില്ല (കൈവരും) എന്ന് വിശ്വസിക്കുന്നു. ഗൃഹചികിൽസയിൽ ഉപയോഗിക്കുന്ന വിവിധ തരത്തിലുള്ള തൈലങ്ങൾ താഴെ കൊടുക്കുന്നു.

1. കൊട്ടൻച്ചുക്കാദി തൈലം
2. ഇടിഞ്ഞിൽ, കുറുന്തോട്ടി എന്നിവ ഇട്ട് കാച്ചിയ തൈലങ്ങൾ
3. തേങ്ങ പിഴിഞ്ഞെടുത്ത പാൽ വെയിലത്ത് വെച്ച് ചൂടാക്കി ഉപയോഗിക്കുക.
4. ചെത്തിപ്പൂവും മഞ്ഞളും കൂടി ചേർത്ത് കാച്ചിയ എണ്ണ.
5. നെല്ലിക്ക, താന്നിക്ക, കടുക്ക എന്നിവ ചേർത്ത് കാച്ചിയ തൈലം.

ഭക്ഷണം തന്നെ ആരോഗ്യം പ്രദാനം ചെയ്യുന്നതാണെങ്കിലും വിശേഷ അവസരങ്ങളിൽ പ്രതിരോധചികിൽസക്കുവേണ്ടി തയ്യാറാക്കുന്നതാണ് ഔഷധക്കഞ്ഞിയും (മരുന്നുകഞ്ഞി) ചോറും. കഞ്ഞിയും ചോറും സാധാരണ ഭക്ഷണ രീതിയാണ്. എന്നാൽ ഔഷധം ചേർത്ത കഞ്ഞിയും ചോറും പ്രതിരോധചികിൽസയുടെ ഭാഗമാണ്. കട്ടൻചായയും, കാപ്പിയും സാധാരണ ഭക്ഷണമാണെങ്കിൽ നാരങ്ങ ചേർത്ത കട്ടൻ ചായയും (Lemon Tea) ചുക്ക് ചേർത്ത കാപ്പിയും (ചുക്കുകാപ്പിയും) ഔഷധങ്ങളിലാണ് പെടുന്നത്. കഞ്ഞി കുടിക്കുന്ന ശീലം കുറഞ്ഞിരിക്കുന്നു. അസുഖം പിടിപെട്ടാൽ കട്ടിയില്ലാത്ത ആഹാരം ശരീരത്തിന് ലഭിക്കുന്നതിനുവേണ്ടി കഞ്ഞി കുടിക്കുന്ന ശീലം ഇവിടെയുണ്ട്. ശരീരത്തിൽ വിവിധതരം ഔഷധങ്ങൾ എത്താൻ വേണ്ടിയും പ്രതിരോധ ഔഷധം എന്നനിലയിലും മരുന്നുകഞ്ഞി ഉപയോഗിക്കാറുണ്ട്. ചിലത് താഴെക്കൊടുക്കുന്നു.

1. ജീരകക്കഞ്ഞി -ദഹനം ശരിയായ രീതിയിൽ നടക്കാൻ.
2. ഉലുവാക്കഞ്ഞി -ഗ്രൻമൻ, ദഹനസംബന്ധമായ അസുഖങ്ങൾ എന്നിവ പരിഹരിക്കാൻ ഉലുവാക്കിഞ്ഞി ഉപയോഗിക്കുന്നു. വിശേഷിച്ചും ഗർഭിണികൾ.
3. മത്തനില കഞ്ഞി-കർക്കടക കഞ്ഞിയിൽപ്പെടുന്നു.
4. ചെറൂള കഞ്ഞി-കർക്കടക കഞ്ഞിയിൽപ്പെടുന്നു.
5. മുരിങ്ങയില കഞ്ഞി-കർക്കടക കഞ്ഞിയിൽപ്പെടുന്നു.
6. തകരയിലക്കഞ്ഞി-കർക്കടക കഞ്ഞിയിൽപ്പെടുന്നു.

7. തരിക്കഞ്ഞി-റംസാൻ നോമ്പിന് റവകൊണ്ട് ഉണ്ടാക്കുന്നത്. ഇത് ഔഷധമായല്ല ഉപയോഗിക്കുന്നത്.
8. കർക്കടകക്കഞ്ഞി-കർക്കടകമാസത്തിന്റെ ആദ്യനാളുകളിൽ വ്യത്യസ്ത തരം ഇലകൾ ചേർത്ത്, ജീരകം, ഉലുവ തുടങ്ങിയവ പൊടിച്ച് ചേർത്തുണ്ടാക്കുന്നത്.
9. പഴങ്കഞ്ഞി-ഒരു ദിവസം പഴകിയ കഞ്ഞിയാണ് പഴങ്കഞ്ഞി. പ്രാതലിനുപകരമായി പഴങ്കഞ്ഞി കുടിക്കുന്ന ശീലം ചില വീടുകളിലുണ്ട്. കഞ്ഞിയിൽ മോര് (തൈര്) പച്ചമുളക് എന്നിവ ഉടച്ച് ചേർത്താണ് പഴങ്കഞ്ഞി കുടിക്കുന്നത്. പഴങ്കഞ്ഞി 'കുളുത്ത്', വെള്ളച്ചോർ എന്നെല്ലാം അറിയപ്പെടുന്നു.

മലയാളി പല തരത്തിലുള്ള ഭക്ഷണം കഴിക്കാറുണ്ടെങ്കിലും ചോറു മാത്രമേ അവൻ 'ഉണ്ണാറുള്ളൂ'. അവന് അത്രയധികം പ്രിയപ്പെട്ട ഭക്ഷണമാണ് ചോറ്. ചോറുണ്ണുന്നതിനെ ശാപ്പാടടിക്കുക, ചോറ്ബെയ്ക്കുക എന്നെല്ലാം പറയാറുണ്ട്. ചോറ് ഉണ്ണുക, ശാപ്പാടടിക്കുക തുടങ്ങിയവ കേരളത്തിൽ മുഴുവൻ ഉപയോഗിക്കാറുണ്ടെങ്കിലും മലബാറിൽ ഉപയോഗിക്കുന്ന (വിശേഷിച്ച് മുസ്‌ലീംങ്ങൾ) പദമാണ് ബെയ്ക്കുക. ചോറ് മരുന്നുകൾ ചേർത്ത് വേവിച്ചാൽ ആരോഗ്യത്തിന് കൂടുതൽ നല്ലതാണെന്ന് വിശ്വസിക്കുന്നു.

1. ഉള്ളിച്ചോറ് -പ്രസവാനന്തരം ശരീരം ഊർജ്ജസ്വലമാവാൻ കൊടുക്കുന്നതാണ് ഉള്ളിച്ചോറ്. നെയ്യ്, വെളുത്തുള്ളി, ചെറിയ ഉള്ളി എന്നിവ ചേർത്ത് പാകം ചെയ്യുന്നു.രാവിലെ പത്ത് മണിക്കാണ് ഉള്ളിച്ചോറ് കൊടുക്കുക.
2. നെയ്ച്ചോറ്-വിശേഷദിനങ്ങളിൽ ഉണ്ടാക്കുന്ന ചോറാണ് നെയ്ച്ചോറ്. സുഗന്ധവ്യഞ്ജനങ്ങൾ, നെയ്യ് തുടങ്ങിയവയിൽ വേവിക്കുന്ന ചോറ്.
3. തേങ്ങാച്ചോറ്-നാളികേരം (ചിരകിയത്), ഉലുവ എന്നിവ ചേർത്ത് പാകംചെയ്ത ചോറ്. ദഹനസംബന്ധമായ ഗുന്മനെ ഇല്ലാതാക്കാൻ തേങ്ങാച്ചോറ് ഉത്തമമാണ്.
4. നാരങ്ങാചോറ്-ദഹനസംബന്ധമായ അസുഖങ്ങൾക്ക് നല്ലതാണ്. ചെറുനാരങ്ങാ നീര് ചേർത്ത് പാകം ചെയ്ത ചോറ്. നാരങ്ങാചോറ് രണ്ടോ മൂന്നോ ദിവസം കേടുവരാതിരിക്കുമെന്നതിനാൽ യാത്രികർ കൂടെ കരുതാറുണ്ട്.

പാനീയങ്ങൾ

ശരീരത്തിൽ എൺപത് ശതമാനം ജലമാണ് എന്നാണ് ആധുനിക ശാസ്ത്രം അഭിപ്രായപ്പെടുന്നത്. ഒരാളുടെ ശരീരം ശുഷ്കിച്ചാൽ 'ചോരയും നീരും വറ്റി' എന്ന് ഇവിടുത്തുകാർ പറയാറുണ്ട്. ആ പ്രയോഗത്തിൽ നിന്നും അവരുടെ ശാരീരികബോധം മനസ്സിലാക്കാവുന്നതാണ്. പാരമ്പര്യമായി ഇവിടെ രൂപപ്പെട്ട ഭക്ഷണത്തിലും ഔഷധത്തിലും ജലത്തിന്റെ സാന്നിധ്യം കാണാം. കഞ്ഞി, പായസം, രസം, ഒഴിച്ചുകറികൾ തുടങ്ങിയ ഭക്ഷണമെല്ലാം ജലത്താൽ സമ്പുഷ്ടമാണ്. ഭക്ഷണത്തിനു മുമ്പോ കഴിച്ചതിനുശേഷമോ ആണ് വെള്ളം കുടിക്കേണ്ടത് എന്ന് നാട്ടുവൈദ്യം നിർദ്ദേശിക്കുന്നു. ഭക്ഷണത്തിനൊപ്പം പച്ചവെള്ളമോ, ജീരകവെള്ളമോ, കരിങ്ങാലിവെള്ളമോ കുടിയ്ക്കുന്നു

തെങ്ങിൻ കള്ള്, പനങ്കള്ള്, ബാർലിവെള്ളം, ഉണക്കമുന്തിരിവെള്ളം, ഉണ്ണിപ്പിണ്ടിനീര്, തേൻവെള്ളം, കുമ്പളങ്ങനീര്, കരിങ്ങാലിവെള്ളം എന്നിവ ഇവിടെ പ്രചരിക്കുന്ന ചില പാനീയങ്ങളാണ്. ചേരുവകൾ ചേർത്ത് പ്രത്യേകം തയ്യാറാക്കിയ ചില പാനീയങ്ങൾ താഴെ കൊടുക്കുന്നു.

1. ഉലുവ വെള്ളം: വയറുവേദനയുള്ളവരും പ്രമേഹമുള്ളവരുമാണ് ഉലുവവെള്ളം ഉപയോഗിക്കുക. ഉലുവ വെള്ളത്തിലിട്ട് തിളപ്പിച്ച് ഉപയോഗിക്കുക. ഗ്രന്മൻ ഒഴിവാകും.
2. ചുക്കുവെള്ളം: ചന്ദനം, രക്തചന്ദനം, രാമച്ചം, നന്നാറി എന്നിവ തറച്ച് കിഴികെട്ടി വെള്ളം ചൂടാക്കുന്നു.
3. പതിമുകവെള്ളം: ഭംഗിയുള്ള നിറമാണ് പതിമുകവെള്ളത്തിന്.
4. ജീരകവെള്ളം: ചെറിയജീരകം കിഴികെട്ടി വെള്ളത്തിലിട്ട് ചൂടാക്കുന്നു. ദഹനശക്തിയെ ഇത് വർദ്ധിപ്പിക്കുന്നു.
5. സംഭാരം: മോരും വെള്ളവും ചേർത്താണ് സംഭാരം ഉണ്ടാക്കുക. രുചി വർദ്ധിക്കാൻ പച്ചമുളക്, ഇഞ്ചി, നാരകഇല, കറിവേപ്പില, ഉപ്പ് എന്നിവ അരച്ചോ ഉടച്ചോ ചേർക്കും.
6. അവിൽവെള്ളം: വെള്ള അവിലിൽ ശർക്കര ഉടച്ചുചേർത്ത് വെള്ളത്തിൽ പുതർത്തി അവിൽവെള്ളം ഉണ്ടാക്കാം. രുചി വർദ്ധിക്കാൻ ഉള്ളി അരിഞ്ഞിടുന്നു. ദാഹം, വിശപ്പ് എന്നിവ ഇല്ലാതാക്കി ഉന്മേഷം പകരുന്നു.
7. ശർക്കര വെള്ളം: ഉത്സവ പറമ്പുകളിൽ ശർക്കരവെള്ളം സൗജന്യമായി വിതരണം ചെയ്യാറുണ്ട്. ശർക്കരയും ഉള്ളിയും ഉടച്ചുചേർത്ത് വെള്ളം കലക്കുന്നു.

8. നാരങ്ങാവെള്ളം: ചെറുനാരങ്ങാ നീരെടുത്ത് ഉപ്പോ പഞ്ചസാരയോ ചേർത്തുപയോഗിക്കാം.
9. മല്ലിവെള്ളം: പനിയുണ്ടാകുമ്പോഴും അല്ലാത്തപ്പോഴും മല്ലിവെള്ളം ഉപയോഗിക്കാം. ഗുളികയുടെ അനുപാനമായും ഉപയോഗിക്കാം
10. കൂവവെള്ളം: കൂവക്ക് ശരീരത്തെ തണുപ്പിക്കാനും മൂത്രം വർദ്ധിപ്പിക്കാനുമുള്ള കഴിവുണ്ട്. കൂവക്കിഴങ്ങ് വിത്ത് ഉരച്ച് പൊടിയാക്കി വെള്ളമുണ്ടാക്കുന്നു.
11. ചുക്കുകാപ്പി: കാപ്പിയിൽ ചുക്കും ശർക്കരയും ചേർത്ത് തയ്യാറാക്കുന്നു. ദഹനം വേഗത്തിലാക്കാനും ഉറക്കക്ഷീണം പോകാനും, ഉറക്കം വരാതിരിക്കാനും കഫക്കെട്ട് സുഖപ്പെടാനും ചുക്കുകാപ്പി ഉപയോഗിക്കാറുണ്ട്.
12. തരിക്കഞ്ഞി: റംസാൻ മാസത്തിൽ മലപ്പുറം ജില്ലയിൽ ഉണ്ടാക്കുന്നതാണ് തരിക്കഞ്ഞി. അണ്ടിപ്പരിപ്പ്, മുന്തിരി, ഏലം, ഉള്ളി എന്നിവ വറുത്ത് വെള്ളം ഒഴിച്ച് തിളപ്പിക്കുന്നു. അതിൽ അൽപ്പം റവയിട്ട് ഇളക്കി പാൽ കുറച്ചു ചേർത്ത് വേവിക്കുന്നതാണ് തരിക്കഞ്ഞി. മധുരത്തിനു വേണ്ടി പഞ്ചസാരയോ, ശർക്കരയോ, കൽക്കണ്ടമോ ചേർക്കാറുണ്ട്.
13. കഞ്ഞിവെള്ളം: ക്ഷീണമകറ്റാനും ഊർജ്ജസ്വലമാകാനും കഞ്ഞിവെള്ളം കുടിക്കുന്ന പതിവുണ്ട്.
14. പനംചക്കരവെള്ളം: പനംചക്കര, നാളികേരം, ചുക്ക്, ജീരകം എന്നിവ ചേർത്ത് തയ്യാറാക്കുന്ന വെള്ളം.

ക്ഷുദ്രജന്തുക്കളുടെ ആക്രമണം ഒഴിവാക്കാൻ ചെയ്യുന്നത്

തനിക്കും കുടുംബത്തിനും ഏതെങ്കിലും തരത്തിൽ ഉപദ്രവം ചെയ്യുന്നവയെ ക്ഷുദ്ര ജന്തുക്കളെന്ന് വിളിച്ചു. അവയെ തങ്ങളുടെ ആവാസ സ്ഥാനത്തേക്ക് വരാതിരിക്കാൻ പല പ്രതിരോധ നപടപടികളും കൈക്കൊണ്ടു. ക്ഷുദ്രജന്തുക്കളുടെ ഉപദ്രവം ഒഴിവാക്കാൻ വേണ്ടി ചെയ്യുന്ന ഔഷധം ഉപയോഗിച്ചുള്ള പ്രതിരോധ പ്രവർത്തനങ്ങളാണ് ഇവിടെ വിവരിക്കുന്നത്. ക്ഷുദ്രജീവികളിൽ പ്രഥമ സ്ഥാനം പാമ്പുകൾക്കാണ്. പാമ്പിനെ കണ്ടാൽ അവിടെവെച്ച് കൊല്ലുക എന്നത് ഇവിടുത്തെ പ്രത്യേകതയാണ്. പാമ്പിന്റെ ഉപദ്രവം, പാമ്പിനെ കൊന്ന അനുഭവകഥ തുടങ്ങിയവ സംഘം ചേരുമ്പോൾ ജനങ്ങൾ അയവിറക്കാറുണ്ട്. പാമ്പ് തങ്ങളുടെ വീട്ടിലേക്ക്, പറമ്പിലേക്ക് വരാതിരിക്കാൻ പാൽക്കായം വെള്ളത്തിൽ കലക്കി തളിക്കുന്നു. ചെത്തിക്കൊട്ടുവേലി, അണലിവേഗം എന്നീ ചെടികൾ പറമ്പിനുചുറ്റും വെച്ചുപിടിപ്പിക്കുന്നു.

ചെത്തിക്കൊട്ടുവേലി പൊട്ടിക്കുമ്പോൾ തണ്ടിലേയോ, കിഴങ്ങിലേയോ നീര് ശരീരത്തിലായാൽ പൊള്ളുന്നതാണ്. എലി, പെരുച്ചാഴി എന്നിവയുടെ ഉപദ്രവം ഒഴിവാക്കാനും ചെത്തിക്കൊട്ടുവേലി വേലിയരികിൽ വെച്ചുപിടിപ്പിക്കാറുണ്ട്. വീട്ടിൽ കൊതുകുശല്യം ഒഴിവാക്കാനായി സാമ്പ്രാണിയും (ഉല്വവാനം-പ്രാദേശികനാമം) കുന്തിരിക്കവും പുകയ്ക്കുക, ഹെർജാൻ കെട്ടിത്തൂക്കുക എന്നിവ സാധാരണമാണ്. വീട്ടിലെ ഈച്ച ശല്യം ഒഴിവാക്കാൻ നിലം തുടക്കുന്ന വെള്ളത്തിൽ വേപ്പെണ്ണ ചേർക്കാറുണ്ട്. എട്ടുകാലി കടിച്ചാൽ കൃഷ്ണതുളസി, അരുത, പച്ചമഞ്ഞൾ എന്നിവ ഇടിച്ചുപിഴിഞ്ഞ് നീരെടുത്ത് രണ്ടു സ്പൂൺ വീതം രണ്ടു നേരം കഴിക്കുന്നു. ചണ്ടി മുറിവിൽ പുരട്ടാം. പൂച്ച കടിച്ചാൽ കയ്യോന്നി നീരെടുത്ത് കടിച്ച ഭാഗത്ത് പുരട്ടുന്നു.

വളർത്തുജന്തുക്കളുടെ ചികിത്സ

വിവിധ ഉദ്ദേശ്യങ്ങൾക്കായി മനുഷ്യൻ ജന്തുക്കളെ വളർത്താറുണ്ട്. അവക്കുണ്ടാകുന്ന രോഗങ്ങളെ ഇല്ലായ്മ ചെയ്യുന്നതിനും രോഗം വരാതിരിക്കാനും വിവിധതരം വൈദ്യരീതികൾ ഇവിടെ പ്രചരിക്കുന്നുണ്ട്. കൃഷിയുമായും കന്നുകാലികളുമായും ബന്ധപ്പെട്ട് കാളവരവ്, കാളവേല, കാളപൂട്ട്, പോത്തുപൂട്ട് തുടങ്ങിയ ആചാരാനുഷ്ഠാനങ്ങളും ഉത്സവാഘോഷങ്ങളും ഇവിടെ ഉണ്ട്. ക്ഷേത്രത്തിൽ നിന്നും പ്രസാദമായി കൊടുക്കുന്ന പഞ്ചഗവ്യം പശുവിന്റെ ചാണകം, മൂത്രം, പാൽ, തൈര്, വെണ്ണ തുടങ്ങിയവ ചേർത്ത് ഉണ്ടാക്കുന്നവയാണ്.[40] പാൽ ഔഷധമായും ആഹാരമായും ജനങ്ങൾ ഉപയോഗിക്കുന്നു. വീട്ടിലെ തൊഴുത്ത് (ഗോശാല, ആല) വൃത്തിയായി സൂക്ഷിക്കുക എന്നത് ശുചിത്വത്തിന്റെ ഭാഗമായി ഗണിച്ചുവരുന്നു. മൊകാല, അരക്കുപുള്ളി, കാരിപ്പുള്ളി തുടങ്ങിയ പേരുകളാണ് മൂരികൾക്ക് ഇടാറ്.[41] കന്നുകാലികളുടെ ജീവിതരീതി, ശാരീരിക പ്രത്യേകതകൾ, അവക്കുണ്ടാകുന്ന രോഗങ്ങൾ എന്നിവയെക്കുറിച്ചെല്ലാം ജനതക്കുള്ള ബോധ്യങ്ങളാണ് മാട്ടുവൈദ്യമായി രൂപപ്പെട്ടത്.

പശു, ആട് എന്നിവയുടെ ആലയിൽ കൊതുകുകൾ, ചെറിയ പ്രാണികൾ തുടങ്ങിയവ പെരുകാൻ സാധ്യതയുണ്ട്. അവയെ തുരത്താനായി ഹെർജാനിന്റെ കൊമ്പ് തൊഴുത്തിൽ കെട്ടിത്തൂക്കുന്നു. മാട്ടുകളുടെ ശരീരത്തിൽ ക്ഷുദ്രജീവികൾ കടിക്കാതിരിക്കാൻ വേപ്പെണ്ണ

---

40 പശുവിൻ ചാണകത്തിന്റെ പകുതി മൂത്രം, ചാണകത്തിന്റെ ഏഴിരട്ടി പാൽ, മൂന്നിരട്ടി തൈര്, ഗോമൂത്രത്തിന്റെ അത്രയളവ് നെയ്യ് എന്നിവ ചേർത്താണ് പഞ്ചഗവ്യം തയ്യാറാക്കുന്നത്.

41 ശാരീരികമായ പ്രത്യേകത അനുസരിച്ചാണ് പേരുകൾ ഇടുന്നത്. മുഖത്ത് കറുത്ത നിറമുള്ളവയെ കാരിപുള്ളി, ചുവന്ന നിറമുള്ളവയെ അരക്കുംപുള്ളി, മുഖത്ത് പുള്ളികളുള്ളവ സാമാന്യമായി മൊകാല.

തേച്ച കൊടുക്കുന്നു. വയറുവേദന, പനി എന്നിവക്ക് ചുക്കും കുരുമുളകും അരച്ചുകൊടുക്കുന്നു. കന്നുകാലികൾക്ക് മരുന്നുകൾ കൊടുക്കാനായി രൂപപ്പെടുത്തിയ ഉപകരണമാണ് ക്രാവി. മുളന്തണ്ടിന്റെ ഒരറ്റം കൂർപ്പിച്ച് പശുവിന്റെ ഉണ്ണാക്കിലേക്ക് വെച്ച് മറ്റേ അറ്റത്തെ ദ്വാരത്തിലൂടെ മരുന്ന് ഒഴിച്ചുകൊടുക്കുകയാണ് ചെയ്യുക. ഭക്ഷണം കഴിക്കാത്തതിന് ഒന്നിലധികം കാരണങ്ങളുണ്ട്. (1) ശരീരത്തിൽ അകപ്പേൻ ഉണ്ടായാൽ - പ്രതിവിധിയായി ഉപ്പും ഉള്ളിയും കൊടുക്കുകയോ അരിയാർ[42] അരച്ചോ കൊടുക്കും. മുള്ളൻമീൻ ഇടിച്ചുപൊടിച്ച് ഉരുളയാക്കി കൊടുക്കും (2) കണ്ണേറ്, നാപ്പോര് എന്നിവ തട്ടിയാൽ - ചരട്, ഏലസ്സ് എന്നിവ കെട്ടുന്നു (3) ചില ഒടിമൂർത്തികളുടെ ശക്തിവഴി എതിരുപോക്ക് ഉണ്ടായാൽ - മന്ത്രവാദം ചെയ്യുന്നു.

അജീർണം ബാധിച്ചാലും വൈക്കോലിനൊപ്പം കോഴിക്കാഷ്ഠം കഴിച്ചാലും നാൽക്കാലികൾക്ക് വയറിളകും. മാവിൻതൊലി, പേരയില ഇവയിലൊന്ന് ഉരലിലിട്ട് ഇടിച്ചുപിഴിഞ്ഞ് കൊടുക്കുന്നു. പൊട്ടുവണ്ണി (ഉപ്പൂത്തി)യുടെ തളിരില, കുന്നൻവാഴയുടെ മാണിത്തട്ട, കട്ടൻചായ എന്നിവ കൊടുക്കുന്നു. ഇല, കപ്പക്കിഴങ്ങിൻതൊലി എന്നിവ കഴിച്ചാൽ അജീർണം ബാധിച്ച് വയറുവീർക്കുമ്പോൾ ശർക്കര കലക്കി കൊടുക്കും. ശരീരത്തിൽ മുറിവുണ്ടായാൽ അട്ടക്കരി (ഇല്ലറക്കരി) വിതറുന്നു. ഉളുക്ക്, ചതവ് എന്നിവക്ക് പച്ചമഞ്ഞൾ, പുളിയില, ഉപ്പ് എന്നിവ വെള്ളത്തിലിട്ട് തിളപ്പിച്ച് രോഗം ബാധിച്ച ശരീരഭാഗത്ത് പുരട്ടി തിരുമ്മികൊടുക്കുന്നു. കണ്ണിൽ പഴപ്പ് ഉണ്ടായാൽ പൂവാംകുറുന്നില, കരിച്ചക്ക ഇവയിലൊന്ന് കടിച്ച് അതിന്റെ നീര് പശുവിന്റെ കണ്ണിലേക്ക് തുപ്പുന്നു. പശുവിന്റെ അകിട്ടിൽ നീർക്കെട്ട് ഉണ്ടാകുന്നത് ചൂട്ട കൂടുന്നതുകൊണ്ടാണ്. അകിടുമുട്ടുന്ന വെള്ളമുള്ള കുളത്തിലോ തോട്ടിലോ പശുവിനെ നിർത്തുക, വെള്ളം അകിടിലേക്ക് ചീറ്റുക തുടങ്ങിയവ ചെയ്യുന്നു. ചുരത്തുന്ന പാലിന്റെ കട്ടി വർദ്ധിക്കാൻ പരുത്തിക്കുരു ഇടിച്ചുകൊടുക്കുന്നു. കാളയുടെ വരിയുടച്ചാൽ വൃഷണസഞ്ചി വീങ്ങി വീർക്കുന്നു. ഉഴിഞ്ഞയില ഇടിച്ച് പിഴിഞ്ഞ് ക്രാവിയിലാക്കി കൊടുക്കുകയും, ഉഴിഞ്ഞനീർ വൃഷണത്തിൽ പുരട്ടുകയും ചെയ്യുന്നു. കൊളമ്പീരി (കുളമ്പുചീയൽ) ഉണ്ടായാൽ വേപ്പിലനീരിൽ അട്ടക്കരി ചേർത്ത് പുരട്ടുന്നു.

ചക്കമടൽ തിന്നാൻ കൊടുക്കുമ്പോൾ കൂഞ്ഞ് (പൂഞ്ഞ്) കുടുങ്ങാതെ നോക്കണം. തേങ്ങാപ്പീര, പഴകിയ ചോറ് എന്നിവ കൊടുക്കരുത്. പഴകിയ ചോറ് തിന്ന് അസുഖം ബാധിച്ചാൽ അപ്പക്കാരം കാടിയിൽ ചേർത്ത് മൂന്നുനേരം കൊടുക്കുന്നു. പിത്തത്തിന്റെ ശല്യമുണ്ടായാൽ കടുക്ക അരച്ചു കൊടുക്കുന്നു. പ്രസവസംബന്ധമായ അകിടുവീക്കത്തിന്

42 പൊട്ടൻ, പൂക്ക, കാരി, എരിയോൻ തുടങ്ങിയ പ്രാദേശിക നാമങ്ങൾ.

» ക്രാവി- മൃഗങ്ങൾക്ക് മരുന്ന് കൊടുക്കാൻ ഉപയോഗിക്കുന്നത്.

» കോഴി പൊരുന്നാതിരിക്കാൻ ഇട്ടുവിക്കുന്നത്

തഴുതാമവേരും ബാർലിയും അരച്ച് മൂന്നു നേരം കൊടുക്കുന്നു. ചെവിയിൽ നിന്നും നീരൊലിപ്പ് ഉണ്ടായാൽ ഉങ്ങിൻതൊലി, ആര്യവേപ്പ്, മഞ്ഞൾ പ്പൊടി എന്നിവ അരച്ച ചേർത്ത് പുരട്ടുന്നു. വേപ്പെണ്ണ ചൂടാക്കി ചെവിയിൽ തേക്കുന്നു. അയവിറക്കൽ കുറഞ്ഞാൽ തേക്കിൻ കൂമ്പ്, തേൻ, ഉള്ളി, തുമ്പപ്പൂ എന്നിവ അരച്ച് കുഴമ്പു പരുവത്തിലാക്കി നാവിൽ പുരട്ടുന്നു.

രോഗങ്ങളകറ്റാൻ മരുന്നുകൾ ഉപയോഗിക്കുന്നതുപോലെ മന്ത്രവും ഉപയോഗിക്കാറുണ്ട്. കണ്ണേറ്, നാപ്പോര് എന്നിവ തട്ടിയാൽ രോമം പൊങ്ങിനിൽക്കുക, അനാവശ്യമായി കരയുക, വിശപ്പില്ലായ്മ എന്നീവ ഉണ്ടാകും. മന്ത്രവാദിയുടെ അടുത്തുപോയി ചരട്, ഏലസ്സ് എന്നിവ ജപി ച്ചകൊണ്ടുവന്ന് കഴുത്തിൽ കെട്ടിയാൽ രോഗം ഭേദമാവും എന്നാണ്

വിശ്വാസം. ചില സമയത്ത് പശു പാൽ ചുരത്താതിരിക്കുകയോ, പാൽ കുറഞ്ഞുപോകുകയോ ചെയ്യുന്നു. അത് ചില ഒടിമൂർത്തികളുടെ എതിരു പോക്കുകൊണ്ടാണെന്നും അതിന് മന്ത്രവാദമാണ് പരിഹാരമെന്നും ചിലർ വിശ്വസിക്കുന്നു. കന്നുകാലികളെ പീഡിപ്പിക്കുന്ന വനദേവത യാണ് മുണ്ടിയൻ. ഈ ദേവതയുടെ കോപംകൊണ്ട് കൃഷിക്കും കന്നു കാലികൾക്കും നാശമുണ്ടാകും എന്നാണ് വിശ്വാസം. മുണ്ടിയനെ പ്രസാ ദിപ്പിക്കാൻ കോഴിയെയും ആടിനേയും അറുത്ത് മുണ്ടിയൻ കാവുകളിൽ ബലി നൽകി മുണ്ട്യേൻപാട്ട് നടത്തുന്നു.[43]

പ്രതിരോധ ചികിത്സയുടെ ഭാഗമായി കന്നുകാലികൾക്ക് മഴക്കാ ലത്ത് കോഴിമരുന്ന്, അരിയാറ്, തേങ്ങാമരുന്ന് എന്നിവ കൊടുക്കുക പതിവുണ്ട്. കോഴിമാംസം പുഴുങ്ങി മരുന്നുകൾ ചേർത്ത് പാകം ചെയ്യു ന്നതാണ് കോഴിമരുന്ന്.[44] സസ്യഭോജികളായ നാൽക്കാലികൾ ഇവ ഇഷ്ടത്തോടെ ഭക്ഷിക്കില്ലെങ്കിലും നിർബന്ധപൂർവ്വം വായ പൊളിച്ച് കൊടുക്കുകയാണ് പതിവ്. മൂരികൾക്കും വിത്തുകാളകൾക്കും ശക്തി വർദ്ധിക്കാനായി മാസത്തിലൊരിക്കലോ വർഷത്തിൽ മൂന്നോ നാലോ തവണയോ പരുത്തിക്കുരു പൊടിച്ചും മുതിര പുഴുങ്ങിയും കൊടുക്കാറുണ്ട്.

പ്രസവം വേഗത്തിലാവാൻ വയറുഴിയുകയും ഉപ്പിട്ട കഞ്ഞി കുടിക്കാൻ കൊടുക്കുകയും ചെയ്യുന്നു. പ്രസവം കഴിഞ്ഞ് മറുപിള്ള പുറത്തു വരാൻ താമസിച്ചാൽ പാറകം അരച്ചുകൊടുക്കുന്നു. പ്രസവം കഴിഞ്ഞയുടൻ തേങ്ങാപ്പീര ചേർത്ത് കഞ്ഞിയും ഇളനീർ വെള്ളവും ക്ഷീണം മാറാനായി കൊടുക്കുന്നു. പശു പാൽ കൂടുതൽ ചുരത്താനായി പച്ചരി കഞ്ഞിവെച്ച് തേങ്ങാപ്പീരയും ചേർത്ത് കൊടുക്കുന്നു.

പാവപ്പെട്ടവന്റെ പശു എന്നാണ് ആട് അറിയപ്പെടുന്നത്.[45] വിവിധയിനം സസ്യങ്ങളുടെ ഇല ആട് ഭക്ഷിക്കുന്നതുകൊണ്ട് ആട്ടിൻപാ ലും മാംസവും ഔഷധഗുണമുള്ളതാണ് എന്ന വിശ്വാസമുണ്ട്. ആടിന്റെ തല, കാൽ, കൈ, ഊര(നട്ടു) തുടങ്ങിയ വേവിച്ച് കഴിച്ചാൽ മനുഷ്യന്റെ പ്രസ്തുത അവയവങ്ങൾക്ക് നല്ലതാണെന്ന വിശ്വാസമുണ്ട്. അകാരണ മായി ആടിന്റെ ചെവി കൂർത്തുനിൽക്കുന്നത് ആടിന് രോഗബാധയുള്ള തിന്റെ ലക്ഷണമാണ്. വയറിളക്കത്തിന് പേരയില, മഞ്ഞൾ എന്നിവ

43 വിഷ്ണുനമ്പൂതിരി, എം.വി. ഫോക്‌ലോർ നിഘണ്ടു, ഭാഷാ ഇൻസ്റ്റിറ്റ്യൂട്ട്, തിരുവനന്ത പുരം, 1989, പുറം 538.

44 കോഴിമരുന്ന് - കരിങ്കുറിഞ്ഞി, ദേവതാരം, ചുക്ക്, ചിറ്റരത്ത, കുറുന്തോട്ടി എന്നിവ യിൽ കോഴിയെ വേവിക്കുക. ഇവയിൽ അരിയാർ, ത്രിജീരകം, മുതിര, ജാതിയ്ക്ക, ജാതിപത്രി, ഇന്തുപ്പ്, കായം, വെള്ളുള്ളി, ചന്ദനം, പശുവ, ചെറുപയർ, മഞ്ചട്ടി, ഉഴുന്ന്, തെന എന്നിവ പൊടിച്ച് ചേർത്ത് എള്ളെണ്ണയിൽ വരട്ടിയെടുക്കുക.

45 ചാണ്ടി, എബ്രഹാം. 'വളർത്തുമൃഗങ്ങൾ ശാശ്വത മിത്രങ്ങൾ', ജന്തുക്കളും നാട്ടറിവും, ഡി.സി ബുക്സ്, 2004, പുറം 112.

സമം ചേർത്ത് അരച്ചുകൊടുക്കുന്നു. ദഹനക്കേടിന് ചുക്ക്, കറിവേപ്പില, മഞ്ഞൾ, കറിയുപ്പ് എന്നിവ അരച്ചുകൊടുക്കുന്നു. ആടിന്റെ മുലയ്ക്ക് നീർ വന്നാൽ പെരിങ്ങലത്തിന്റെ കൂമ്പും ജീരകവും ചേർത്തരച്ച് വെണ്ണ ചേർത്ത് ചീനച്ചട്ടിയിലിട്ട് മൂപ്പിച്ച് പുരട്ടുന്നു. ആട് പ്രസവിച്ചാലുടനെ ഇളംചൂടുവെള്ളത്തിൽ പിണ്ണാക്ക് ചേർത്തു നൽകുന്നു. ശരീരത്തിലുണ്ടാകുന്ന ഫംഗസ് ബാധക്ക് വേപ്പെണ്ണയിൽ തുരിശിട്ട് ചൂടാക്കിയതിനുശേഷം പുരട്ടുന്നു.

കോഴിപ്പേൻ നിറഞ്ഞാൽ ആൺ ഈന്തുമരത്തിന്റെ പട്ടക്കിടയിലുണ്ടാകുന്ന പൂക്കുല അറുത്ത് കൂട്ടിൽ വെക്കുന്നു. കോഴിപ്പേൻ കോഴികളുടെ ശരീരത്തിൽ നിന്നും ഇറങ്ങിവന്ന് അതിൽ കൂടും. പുകയില കൂട്ടിൽ അരിഞ്ഞിട്ടാൽ കോഴിപ്പേൻ നശിക്കുന്നു. കോഴിവസന്തയെ കുരുപ്പ് എന്നാണ് ഇവിടെ വിളിക്കുന്നത്. വസന്തരോഗം വന്ന കോഴിയെ മാറ്റി പാർപ്പിക്കുകയും അവക്ക് മഞ്ഞളും നൂറും കൊടുക്കുകയും ചെയ്യുന്നു. നാടൻ കൈതയുടെ ചക്ക ഇടിച്ചുപിഴിഞ്ഞ നീര് കൊടുക്കുന്നു. ഒരു പ്രാവശ്യം മുട്ടയിട്ട് പൊരുന്നിയാൽ (പൊരുന്തിയാൽ), വീണ്ടും വേഗം പൊരുന്നാതിരിക്കാൻ കവുങ്ങിൻ പട്ട (പാള) ചതുരത്തിൽ വെട്ടി കോഴിയുടെ തലകൊള്ളാവുന്ന രീതിയിൽ ദ്വാരമുണ്ടാക്കി അതിൽ തലയിട്ടുവിക്കുന്നു കോഴിക്കുഞ്ഞിന് ബോധക്ഷയം ഉണ്ടായാൽ മുകളിൽ മുറം കമിഴ്ത്തി വെച്ച് മുറത്തിൽ കൈകൊണ്ട് തട്ടുന്നു. ഗുരുതരമായ പ്രശ്നമല്ലെങ്കിൽ ബോധം തിരിച്ചുകിട്ടും.

സസ്യവൈദ്യം

വിത്തിറക്കുന്നതു മുതൽ വിളവെട്ടുക്കുന്നതുവരെ കൃഷിയുമായി ബന്ധപ്പെട്ട് ചെയ്യുന്ന പ്രവൃത്തിയുടെ പരമമായ ലക്ഷ്യം വിളവു മെച്ചപ്പെടുത്തുക എന്നതാണ്. ഭൗതികവും ഭൗതികേതരവുമായ പ്രവൃത്തികൾ വിള മെച്ചപ്പെടുത്തുന്നതിനുവേണ്ടി ചെയ്യാറുണ്ട്. അതിനെയാണ് ഇവിടെ സസ്യവൈദ്യം എന്നു വിളിക്കുന്നത്. നെല്ല്, പച്ചക്കറികൾ തുടങ്ങിയവ മെച്ചപ്പെടുത്താൻ ചെയ്യുന്ന പ്രവൃത്തികളാണ് ഇവിടെ വിശദീകരിക്കുന്നത്.

കണിയാൻ പനയോലയിൽ എഴുതിക്കൊടുക്കുന്ന നാളിലാണ് ചിലർ വിത്തിറക്കിയിരുന്നത്. എടവമാസം പകുതിയോടടുക്കുമ്പോൾ വിത്തിറക്കി കന്നിമാസത്തിൽ കൊയ്യുന്നു. 'അത്തം ഞാറ്റുവേല വന്നാൽ ആര്യൻ കൊയ്യാം' എന്ന് പഴമൊഴി. മണ്ണിന് ചെളി, മണൽ, ഓട് എന്നീ മൂന്നു പാളികളുണ്ട്. മൂന്നാം പാളിയായ ഓട് മുകളിലെത്താനാണ് വയൽ ഉഴുന്നത്. ഉഴുതശേഷം പൊട്ടുവണ്ണി, മാവ് തുടങ്ങിയവയുടെ ഇലകൾ വയലിൽ നിക്ഷേപിക്കുന്നു. ഇതിന് തോലിടുക എന്നുപറയും.

അതിനുശേഷം ഊർച്ച നടത്തുന്നു. മൂന്നുതരം ഊർച്ചകളുണ്ട്. ഊർച്ച, മറച്ചൂർച്ച, ചേറിട്ട് ഊർച്ച. ചേറിട്ട് ഊർച്ച നടത്തുമ്പോളാണ് വളപ്പൊടി ഇടുന്നത്. ഊർച്ച നടത്തുന്നതോടെ പച്ചിലയും വളവും മണ്ണും ചേർന്ന് പതിനാല് ദിവസംകൊണ്ട് ഫലഭൂയിഷ്ഠമായി മാറുന്നു. അതിൽ ഞാറ് നടുന്നു.

പരമ്പരാഗതമായി ഉപയോഗിക്കുന്ന നെൽവിത്തുകളാണ് ആര്യൻ, പൊന്നാര്യൻ, ചീര, കുട്ടാടൻ, വെള്ളച്ചീര തുടങ്ങിയവ. പള്ളിയാളിയിൽ ഇരുപത്തിനാലാം നമ്പർ എന്ന മൂപ്പുകുറഞ്ഞ വിത്താണ് ഉപയോഗിച്ചിരുന്നത്. പറമ്പിൽ നടുന്ന നെല്ലാണ് മോടൻ. വലിയമോടൻ, കുട്ടിവിത്ത്. തെക്കൻചീര തുടങ്ങിയ വിത്തുകളാണ് മോടന് ഉപയോഗിച്ചിരുന്നത്. കാലാവസ്ഥയുടെ മാറ്റം കാരണം മോടൻ എന്ന നെൽകൃഷി കുറഞ്ഞിരിക്കുന്നു. അത്യുൽപ്പാദനശേഷിയുള്ള പുതിയ വിത്തിനങ്ങളായ ജ്യോതി, അയ്യാറെട്ട്, കരുണ, ദയ, ഐശ്വര്യ തുടങ്ങിയവയാണ് ഇപ്പോൾ കൂടുതൽ പേരും ഉപയോഗിക്കുന്നത്.

കീടനാശിനികളുടെയും രാസവളങ്ങളുടേയും ഉപയോഗം ഇവിടെ തുടങ്ങുന്നത് 1970 കളുടെ ആരംഭത്തിലാണ്. അതിനുമുമ്പ് ചാഴി, പുഴു തുടങ്ങിയ കീടങ്ങൾ മാത്രമേ ഉണ്ടായിരുന്നുള്ളൂ. തോർത്തുമുണ്ട് മൂന്നടി വലിപ്പമുള്ള വടിയിൽ കെട്ടി വലപോലെ വീശി ചാഴിയെ പിടിക്കുന്നു. ചാഴിവിലക്ക് എന്ന മാന്ത്രികരീതിയും ചെയ്തിരുന്നു. വൈകുന്നേരം ഗ്രാമദേവതക്ക് പൂജ അർപ്പിച്ചശേഷം വെളിച്ചപ്പാടുമൊത്ത് ഗ്രാമീണർ ചാഴി ബാധിച്ച പാടത്തേക്ക് വരുന്നു. കത്തുന്ന ചൂട്ടും കയ്യിലേന്തി വെളിച്ചപ്പാട് പാടം വലംവെച്ചശേഷം ഒരു മൂലയിൽ എത്തി പൂജ നടത്തുന്നു. ഒരു കണ്ടത്തെ 'ചാഴിക്കണ്ട' മായി പ്രഖ്യാപിച്ച്, അതിന്റെ നടുക്ക് ചൂട്ട് കുത്തിനിർത്തുന്നു. ചൂട്ടിന്റെ വെളിച്ചമുള്ള വയലിലേക്ക് ചാഴികൾ ആകർഷിക്കപ്പെടുന്നു. പല ദിവസങ്ങളിൽ ഇത് ആവർത്തിക്കുമ്പോൾ പ്രസ്തുത വയലിലേക്ക് മാത്രം ചാഴി ആകർഷിക്കപ്പെടും എന്നാണ് വിശ്വാസം. ഓലചുരുട്ടിപ്പുഴുവിനെ മുറംകൊണ്ടു വീശിയും വടികൊണ്ട് അടിച്ചും കൊല്ലുന്നു. നെല്ലിന് കതിരു വരുമ്പോൾ തത്തയുടെയും കുരിയാറ്റക്കിളിയുടെയും ശല്യമുണ്ടാകും. ഇവയെ തുരത്താൻ തപ്പിൽകൊട്ടുന്നു.

'ഞങ്ങളെ നെല്ലില് കാഞ്ഞിരക്കായി, കണ്ടോലെ നെല്ലില് ചക്കരക്കട്ടി, ഇറ്യാറ്റേ ഇറ്യാറ്റേ'.

'ആറ്റമ്മേലാറ്റേ കുര്യാറ്റേ, ചെമ്പോത്താറ്റേ പൊന്നാറ്റേ, ആറ്റേ പോ, ആറ്റേ പോ'.

എന്നീ പാട്ടുകൾ പാടാറുണ്ട്. കിളികളെ അകറ്റാൻ ഓഡിയോ കാസറ്റിന്റെ റീൽ വയലിൽ കെട്ടുകയാണ് കിളികളെ അകറ്റാനുള്ള

പുതിയ രീതി. എലിയുടെ ശല്യമില്ലാതിരിക്കാൻ മട്ടക്കണ (തെങ്ങിൻ പട്ട) വയലിന്റെ അരികിൽ കുത്തിവെക്കുന്നു. കണ്ണേറു തട്ടാതിരിക്കാൻ കോലങ്ങൾ ഉണ്ടാക്കിവെക്കാറുണ്ട്.

'തുലാചിത്തിരയിൽ നടാൻ പാടില്ല' എന്നാണ് പഴമൊഴി. തുലാം മാസത്തിലെ ആദ്യ ആഴ്ചയിൽ ധാരാളം മഴപെയ്യുന്നതിനാൽ അന്ത രീക്ഷം മൂടിക്കെട്ടിയ അവസ്ഥയിലായിരിക്കും. ഇക്കാലത്ത് വിത്തിറ ക്കിയാൽ പുഴു തിന്നുപോകും. രണ്ടാം വിളയുടെ കൊയ്ത്ത് കുംഭമാസ ത്തിലാണ്. കാലാവസ്ഥയുടെ മാറ്റം കാരണം ഇപ്പോൾ കൊയ്യുന്നത് ധനുമാസത്തിലെ അവസാനത്തെ ആഴ്ച്ചയാണ്.

മകരത്തിലെ ഉച്ചാറലിനാണ് പച്ചക്കറി നടുന്നത്. വയലിൽ ആണികീറി, അതിൽ ഉണങ്ങിയ ഇല ഇട്ട് കത്തിച്ച് ചാരവും മണ്ണും പൊടിച്ച ചേർത്ത് വെള്ളമൊഴിച്ച് വിത്തുനടുന്നു. വെണ്ണീർ, ചാണകം, കോഴിക്കാഷ്ഠം എന്നിവയുടെ മിശ്രിതം പ്രയോഗിക്കുന്നു. വെണ്ടക്ക നരച്ചാൽ മഞ്ഞൾപൊടി വിതറുന്നു. പാറകഇലയുടെ നീര് ജൈവകീ ടനാശിനിയായി ഉപയോഗിക്കാറുണ്ട്. വേപ്പെണ്ണയിൽ ബാർസോപ്പ് അലിയിച്ച് ഇലകളിൽ തളിക്കുന്നു. മകരമാസത്തിലെ ഉച്ചാറൽ[46] കഴിഞ്ഞ് വിത്തിറക്കിയാൽ മേടമാസത്തിൽ കായ്ക്കുന്നു. 'ഉച്ചാറൽ ഉച്ചക്ക് വെള്ളരി നട്ടാൽ വിഷുവുച്ചക്ക് പറിക്കാം'എന്നാണ് പഴമൊഴി. വിഷുവിന് പറിച്ച വെള്ളരി, മത്തൻ, കുമ്പളം എന്നിവ കോലായയിൽ കെട്ടിത്തൂക്കും. നാലുമാസം കഴിഞ്ഞ് ചിങ്ങമാസത്തിലെ ഓണത്തോട നുബന്ധിച്ച് കറിവെക്കും.

ചികിത്സാരീതികൾ

ചികിത്സാപദ്ധതി ഒരു രോഗത്തിനെ എങ്ങനെയാണ് കൈകാര്യം ചെയ്യുന്നത് എന്ന് വൈദ്യപഠനത്തിൽ പ്രസക്തമാണ്. രോഗത്തെ തിരിച്ചറിയുക, എങ്ങനെ ചികിത്സിക്കണം എന്ന് നിശ്ചയിക്കുക എന്നിവ ഓരോ ചികിത്സാപദ്ധതിയിലും വ്യത്യാസപ്പെട്ടിരിക്കുന്നു. നാട്ടുവൈദ്യ ത്തിലെ വിവിധ ചികിത്സാരീതികളെ വർഗ്ഗീകരിച്ച് വിശദീകരിക്കുക യാണ് ഇവിടെ ചെയ്യുന്നത്.

ശാരീരിക-മാനസിക രോഗലക്ഷണങ്ങളെ രോഗി സ്വന്തമായോ വൈദ്യസഹായത്തോടെയോ മനസ്സിലാക്കി ചികിത്സിക്കുന്ന രീതി. പ്രകൃതിയിൽ നിന്നും കണ്ടെത്തിയ ഔഷധങ്ങൾ വലിയ മാറ്റമൊ ന്നും വരുത്താതെ ഇവിടെ ചികിത്സിക്കുന്നു. നിരവധി ഔഷധങ്ങ ളുടെ ചേരുവയുള്ള ഗുളികകൾ, കഷായങ്ങൾ എന്നിവയൊന്നും

46 ഭൂമീദേവിക്ക് വർഷത്തിൽ ഒരിക്കൽ മാത്രമേ ഋതു (ആർത്തവം) ഉള്ളൂ. ഓരോ വർഷവും മകം ഇരുപത്തിയേഴിന് ഋതുവായാൽ മുപ്പതിന് കുളിക്കും. ഈ ദിവസ ങ്ങളാണ് ഉച്ചാറൽ.

ലക്ഷണാസ്പദചികിത്സയിൽ ഉൾപ്പെടുന്നില്ല. പൊള്ളിയ ശരീരഭാഗത്ത് തേനൊഴിക്കുന്നതും, നെഞ്ചെരിച്ചിലുണ്ടാകുമ്പോൾ ജീരകം ചവയ്ക്കുന്നതും, ജലദോഷമുണ്ടാകുമ്പോൾ കുളിക്കാതിരിക്കുന്നതും രോഗലക്ഷണാസ്പദ ചികിത്സയാണ്.

ആധുനിക ചികിത്സാസമ്പ്രദായങ്ങളുടെ സ്വാധീനം കൂടുതൽ കടന്നു ചെല്ലാത്ത മേഖലയാണ് ആദിവാസിവൈദ്യം. പ്രകൃതിയിൽ നിന്നും പറിച്ചെടുക്കുന്ന ഔഷധങ്ങൾക്ക് കാര്യമായ മാറ്റം വരുത്താതെയാണ് അവർ ചികിത്സിക്കുന്നത്. ചില രോഗങ്ങൾക്ക് ആദിവാസികൾക്കിടയിൽ തനതായ പേരുണ്ട്. തലവേദനയ്ക്ക് തലവെട്ട്, പനിക്ക് കാച്ചിൽ, ചെന്നിക്കുത്തിന് പെരുമണ്ടവെട്ട്, ചെവിവേദനയ്ക്ക് കാതുകുത്തൽ എന്നിവ ഉദാഹരണങ്ങളാണ്.[47] മുഖ്യധാരാസമൂഹം മുമ്പ് കൈക്കൊണ്ടിരുന്ന പല ചികിത്സാരീതികളും ഇന്നും തങ്ങളുടെ ജീവിതത്തിൽ ഇവർ തുടരുന്നു. നിലമ്പൂരിലെ വിവിധ കോളനിയിലുള്ളവർ ചെയ്യുന്ന ചികിത്സയാണ് ഉദാഹരണമായി കൊടുക്കുന്നത്. തലവേദന (തലവെട്ട്) വന്നാൽ ഉച്ചക്കുളം കോളനിയിലുള്ളവർ ആനപ്പല്ല് ഉരച്ച് നെറ്റിയിൽ പുരട്ടുന്നു. വയറുവേദനക്ക് മൈലാടിപ്പൊട്ടി കോളനിയിലുള്ളവർ അമലരി എന്ന ചെടിയുടെ തണ്ട് ചതച്ച് നീര് കുടിക്കുന്നു. ചുണങ്ങിന് ഉച്ചക്കുളം കോളനിക്കാർ ആനത്തകരയുടെ ഇല അരച്ച് പുരട്ടുന്നു. വയറിളക്കത്തിന് അപ്പൻകാപ്പ് കോളനിക്കാർ തഞ്ചുണ്ണിയുടെ വേര് ചതച്ച് വെള്ളം ചേർത്ത് കഴിക്കുന്നു. സ്വയംചികിത്സയായും വീട്ടുചികിത്സയായും ചെയ്യുന്ന കാര്യങ്ങൾ രോഗലക്ഷണാസ്പദചികിത്സക്ക് ഉദാഹരണങ്ങളാണ്. കീടങ്ങളോ പ്രാണികളോ കടിച്ച സ്ഥലത്ത് പച്ചമഞ്ഞൾ, ചുവന്നുള്ളി എന്നിവ നടുവെ ചെത്തി ഉരസുക ഒറ്റമൂലിചികിത്സക്ക് ഉദാഹരണമാണ്.

രോഗലക്ഷണചികിത്സയെക്കാൾ ഒന്നുകൂടി 'ശാസ്ത്രീയമാണ്' രോഗനിദാനാസ്പദചികിത്സ. ആധുനിക ചികിത്സാരീതിയുടെ പല സ്വഭാവങ്ങളും ഇതിനുണ്ട്. രോഗകാരണം കണ്ടെത്തൽ, ചികിത്സിച്ചു ഭേദമാക്കൽ, പ്രതിരോധമാർഗ്ഗം നിർദ്ദേശിക്കൽ എന്നീ സ്വഭാവങ്ങൾ ഇതിനെ ആധുനിക വൈദ്യശാസ്ത്രരീതിയോട് അടുപ്പിക്കുന്നു. മനസ്സും ശരീരവും തമ്മിൽ അഭേദ്യമായ ബന്ധമുണ്ട്. നാട്ടുവൈദ്യത്തിന്റെ ഏറ്റവും വലിയ സവിശേഷത വൈദ്യനും രോഗിയും തമ്മിലുള്ള പരസ്പരവിശ്വാസവും ബന്ധവുമാണ്. അകാരണമായ ഭയം, ഉത്കണ്ഠ, ആത്മവിശ്വാസമില്ലായ്മ എന്നീ മനോരോഗങ്ങളെ അകറ്റാൻ ഉപബോധനം (counciling) ആണ് ആധുനികവൈദ്യം നിർദ്ദേശിക്കുന്നത്. നാട്ടുവൈദ്യം മനോരോഗങ്ങൾക്കും ശാരീരികരോഗങ്ങൾക്കും ഔഷധചികിത്സയും

47 അനുബന്ധം 7.

വിശ്വാസചികിത്സയും നടത്താറുണ്ട്. രോഗത്തിന്റെ കാരണത്തിനെ ഔഷധം കൊണ്ട് തടയുന്ന ചികിത്സാരീതിയാണ് ഔഷധചികിത്സ. രോഗത്തിന്റെ കാരണം ഭൗതികേതരശക്തികളാണെങ്കിൽ, അത് ബാധിക്കാനുള്ള കാരണം മനസ്സിലാക്കുന്നു. മന്ത്രവാദം, നേർച്ചകൾ, പ്രാർത്ഥനകൾ എന്നിവയടങ്ങുന്ന വിശ്വാസചികിത്സ വഴി രോഗത്തെ ചികിത്സിക്കുന്നു.

വിശ്വാസചികിത്സ

ശാരീരികമായ അസ്വാസ്ഥ്യങ്ങളെ പരിഹരിക്കുന്നതിന് ഔഷധങ്ങളും, മാനസികമായ പ്രയാസങ്ങളെ പരിഹരിക്കുന്നതിന് വിശ്വാസചികിത്സയും ആണ് ഉചിതം എന്ന് പൊതുവെ ധാരണയുണ്ട്. ശരീരം ഈശ്വരദാനമാണെന്നും, രോഗങ്ങൾക്ക് കാരണം ദൈവകോപമോ ദുഷ്ടമൂർത്തികളുടെ ഉപദ്രവമോ ആയിരിക്കും എന്നുമാണ് വിശ്വാസം. ദോഷങ്ങൾ ഇല്ലായ്മ ചെയ്യാൻ ഈശ്വരനെ പ്രീതിപ്പെടുത്തുകയോ ദുഷ്ടമൂർത്തികളെ ഇല്ലായ്മ ചെയ്യുകയോ വേണം. അതിനുവേണ്ടി മന്ത്രവാദിയേയും ആരാധനാലയങ്ങളെയും ചിലർ അഭയം പ്രാപിക്കുന്നു. ചികിത്സയിൽ മന്ത്രവും മരുന്നും ഉപയോഗിക്കാറുണ്ട്.

മന്ത്രവാദചികിത്സ

ഭൗതികവും ഭൗതികേതരവുമായ ചികിത്സാപദ്ധതികൾ നാട്ടുവൈദ്യത്തിലുണ്ടെന്ന് മുമ്പേ പ്രസ്താവിച്ചിട്ടുണ്ട്. ഇതിൽ ഭൗതികേതരമായ ചികിത്സാപദ്ധതിയെ മന്ത്രവാദചികിത്സ എന്ന വിഭാഗത്തിൽ പെടുത്താവുന്നതാണ്. കാര്യസാധ്യത്തിനും രോഗനിവാരണത്തിനും ശത്രുനാശത്തിനും പ്രാർത്ഥന മാത്രമായിരുന്നു ഏക ആയുധം. ആ പ്രാർത്ഥനയായിരിക്കണം പിന്നീട് മന്ത്രമായി പരിണമിച്ചത്. വ്യത്യസ്ത കാര്യങ്ങൾക്ക് വ്യത്യസ്ത മന്ത്രങ്ങളുണ്ടായപ്പോൾ ആ മന്ത്രങ്ങൾക്കൊക്കെ വെവ്വേറെ ഉപാസനാമൂർത്തികളുമുണ്ടായി. ഓരോ മന്ത്രവും അതിന്റെ മൂർത്തിയെ ഉപാസിച്ച് പ്രസാദിപ്പിച്ചാലെ ആ മന്ത്രപ്രയോഗംകൊണ്ട് ഉദ്ദേശ്യവും ഫലപ്രാപ്തിയും കൈവരൂ എന്ന് വിശ്വസിക്കപ്പെട്ടു. അങ്ങനെ ഇക്കാണുന്ന മന്ത്രങ്ങളും മന്ത്രമൂർത്തികളുമുണ്ടായി. ആ മന്ത്രോപാസനകളും അതുവഴിയുള്ള പ്രയോഗങ്ങളും മന്ത്രശാസ്ത്രം എന്ന പേരിൽ വളർന്നു. ആ പ്രയോഗത്തിന്റെ കേരളീയനാമമാണ് മന്ത്രവാദം. പ്രയോക്താവിന്റെ പേർ മന്ത്രവാദി എന്നും.[48]

48 നാരായണൻ, കാട്ടുമാടം. മന്ത്രവാദം കേരളത്തിൽ, മാതൃഭൂമി ബുക്സ്, കോഴിക്കോട്, 2006, പുറം 27.

(4) ചികിത്സായന്ത്രങ്ങൾ

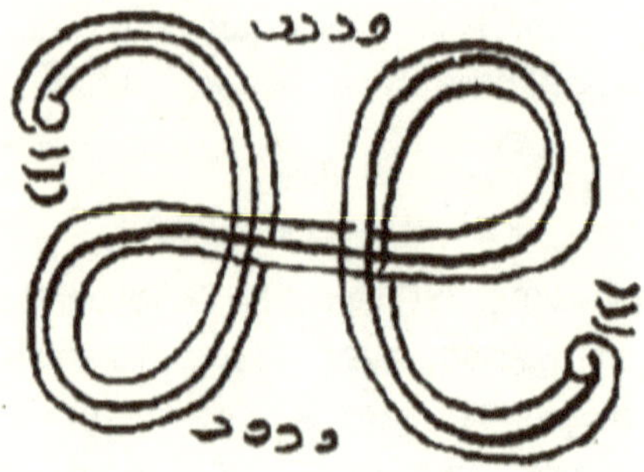

» ചേടിക്കളം

» അപസ്മാരയന്ത്രം

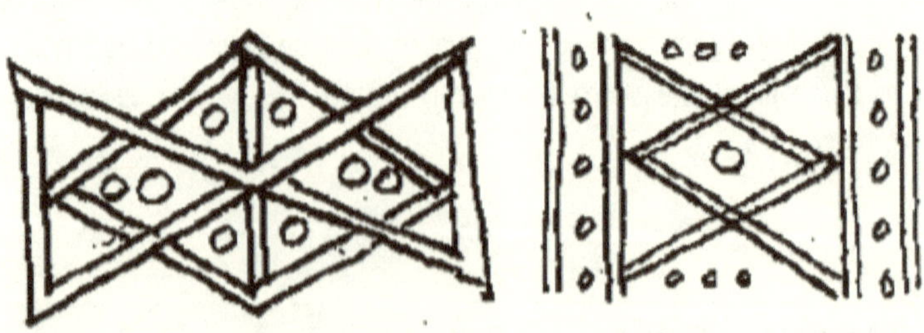

» ഭാര്യാഭർത്താക്കന്മാർ പിരിയാതിരിക്കാൻ

» വശ്യയന്ത്രം

» വസൂരി വരാതിരിക്കാൻ

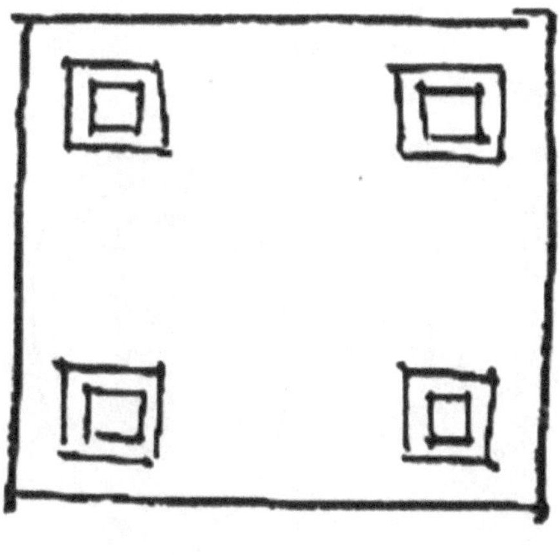

» നാഗക്കെട്ട്

» ബാലഗ്രഹപീഢ

» കിനാവുകാണാതിരിക്കാൻ

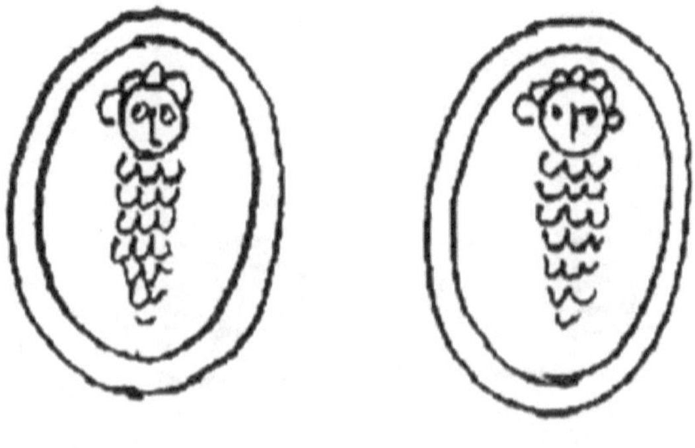

» പരവേശം മാറാൻ

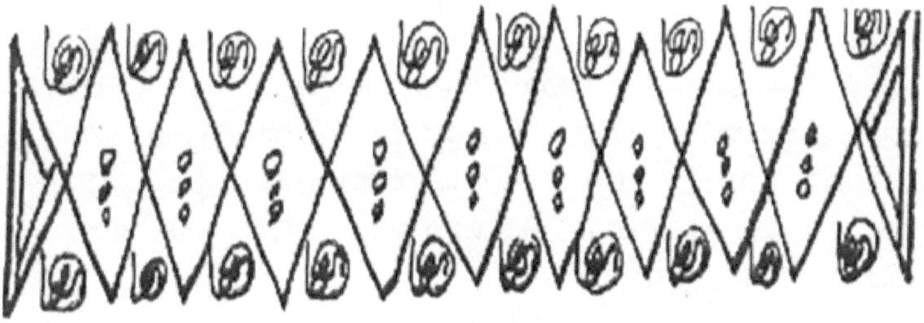

» സർവരക്ഷക്ക്

» സ്ത്രീവശ്യയന്ത്രം

ഭേദപ്പെടാത്ത മനോരോഗമോ മറ്റ ചികിത്സാപദ്ധതികൾ കൊണ്ട് മാറാത്ത ശാരീരിക രോഗങ്ങളോ സുഖപ്പെടുന്നതിനുവേണ്ടിയാണ് മന്ത്രവാദിയെ സമീപിക്കുന്നത്. മൂർത്തികളുടെ അനിഷ്ടംകൊണ്ടോ, കോപംകൊണ്ടോ ആണ് രോഗം ബാധിച്ചത് എന്നതാണ് പൊതുവെയുള്ള വിശ്വാസം. ജ്യോതിഷി കൊടുക്കുന്ന ചാർത്തുമായാണ്[49] രോഗിയോ ബന്ധുക്കളോ വരിക. ചാർത്തിൽ ജ്യോതിഷി നിർദ്ദേശിക്കുന്ന കർമ്മങ്ങൾ മന്ത്രവാദി ചെയ്തു കൊടുക്കുന്നു. ചികിത്സാവിധി മുഴുവനും ചെയ്യുന്നതുവരെ താൽക്കാലികമായി രോഗിക്ക് ബുദ്ധിമുട്ടില്ലാതാക്കുവാനാണ് അടക്കം. രോഗിയുടെ ദേഹത്തിൽ മന്ത്രം ജപിച്ച ചരട് കെട്ടലാണ് 'അടക്കം'.

49 ചാർത്ത് - ജ്യോതിഷി (പണിക്കർ) രാശിവെച്ച് ഒരാളിൽ എന്തെല്ലാം പ്രശ്നങ്ങളാണ് ബാധിച്ചിട്ടുള്ളത് എന്ന് മനസ്സിലാക്കി എന്തെല്ലാം കർമ്മങ്ങൾ ചെയ്താൽ ബാധ ഒഴിയും എന്ന് രേഖപ്പെടുത്തുന്നതാണ് ചാർത്ത് (പ്രശ്നച്ചാർത്ത്)

പഠനമേഖലയിലെ തന്നെ വ്യത്യസ്ത വ്യക്തികളും കൂട്ടായ്മകളും നടത്തുന്ന മന്ത്രവാദ ചികിത്സ വ്യത്യസ്തമാണ്. ജാതി, മതം, പ്രദേശം എന്നിവയുടെ അടിസ്ഥാനത്തിൽ പഠനമേഖലയിലെ മന്ത്രവാദത്തെ വേർതിരിക്കാവുന്നതാണ്. ഒരാൾതന്നെ രോഗത്തിന്റെ വ്യത്യസ്തത, കാഠിന്യം എന്നിവ അനുസരിച്ചും വ്യത്യസ്ത രീതികളാണ് പ്രയോഗിച്ചുകാണുന്നത്. മന്ത്രത്തിനൊപ്പം ഔഷധം നൽകുന്ന രീതിയും മാന്ത്രികചികിത്സ മാത്രം നൽകുന്ന രീതിയും ഉണ്ട്.

വ്യത്യസ്ത ജാതി, മത വിഭാഗങ്ങളിൽ മന്ത്രങ്ങൾ വ്യത്യസ്തമാണെങ്കിലും നൂൽ ഊതുക, ഏലസ്സ് കൊടുക്കുക, വെള്ളം ജപിച്ച് നൽകുക തുടങ്ങിയ കാര്യങ്ങളിൽ സമാനത പുലർത്തുന്നത് ശ്രദ്ധേയമാണ്. രോഗത്തിനനുസരിച്ച് ചെമ്പുതകിടിൽ ചികിത്സായന്ത്രം വരച്ച് മന്ത്രവാദി ഏലസ്സിനുള്ളിലാക്കി കൊടുക്കുന്നു. ഭൗതികപുരോഗതിയുടെ ഈറ്റില്ലമെന്ന് വിശേഷിപ്പിക്കപ്പെടുന്ന ലണ്ടൻ, ന്യൂയോർക്ക്, ഷിക്കാഗോ, പാരീസ് തുടങ്ങിയ വൻനഗരങ്ങളിലൊക്കെ ലക്ഷങ്ങൾ സമ്പാദിക്കുന്ന മന്ത്രവാദികളുണ്ടെന്നും അവർ ഗർഭഛിദ്രം മുതൽ വംശോൻമൂലനം വരെ കോൺട്രാക്ട് അടിസ്ഥാനത്തിൽ നടത്തിക്കൊടുക്കുന്നുണ്ടെന്ന് കുറച്ചു മുമ്പ് ടൈം വാരികയിൽ വന്ന ഒരു ലേഖനത്തിൽ വായിക്കുകയുണ്ടായി. എന്നാൽ സെമിറ്റിക്ക് മതനേതൃത്വത്തിന്റെ ശക്തമായ എതിർപ്പുമൂലം മന്ത്ര, തന്ത്രങ്ങൾ നടത്തുന്ന വ്യക്തികൾ അമേരിക്കയിലേക്കും ആഫ്രിക്കയിലേക്കും കറുത്തവർഗ്ഗക്കാരുടെയും, ഇന്ത്യ, ഇന്തോനേഷ്യ, ചൈന തുടങ്ങിയ രാജ്യങ്ങളിലെ ആദിവാസികളുടെ മാത്രം തൊഴിലായി അറിയപ്പെടുകയാണ് ഉണ്ടായത്. സത്യത്തിൽ ബാബിലോണിയൻ, മെസ്സപ്പൊട്ടോമിയൻ-ആര്യൻ സംസ്കാരങ്ങളിലൊക്കെ മന്ത്രതന്ത്ര സങ്കൽപ്പങ്ങൾ ഉണ്ട്. ആര്യൻമാരുടെ അഥർവ്വവേദത്തിൽ ആരാധനാമന്ത്രങ്ങൾക്കും സ്തുതികൾക്കും പുറമെ സ്ത്രീ പുരുഷൻമാരെയും, രാജാവിനെയും മാത്രമല്ല മൃഗങ്ങളെക്കൂടി വശീകരിക്കാനുള്ള ഉപായങ്ങളും ക്ഷുദ്രം, ആഭിചാരം തുടങ്ങിയ കർമ്മങ്ങളും വിവരിക്കപ്പെട്ടിരിക്കുന്നു.[50]

മന്ത്രവാദചികിത്സയുമായി ബന്ധപ്പെട്ട ഏതെല്ലാം രീതികളാണ് വ്യത്യസ്ത സമുദായങ്ങളിൽ നിലവിലുള്ളത് എന്ന് പരിശോധിക്കാം.

ഹിന്ദുക്കൾ

വിഗ്രഹാരാധന, പൂജകൾ, വഴിപാടുകൾ, തേങ്ങ ഉടക്കൽ (മുട്ടറുക്കൽ) തുടങ്ങിയ ഈശ്വര വിശ്വാസവുമായി ബന്ധപ്പെട്ട കാര്യങ്ങൾ ചെയ്താൽ രോഗശാന്തി കൈവരും എന്ന് ഹിന്ദുക്കളിൽ ചിലർ വിശ്വസിക്കുന്നു. ക്ഷേത്രവുമായി ബന്ധപ്പെട്ട ചില ആചാര വിശ്വാസങ്ങൾ രോഗം

50 നാരായണൻ, കാട്ടുമാടം. മന്ത്രവാദം കേരളത്തിൽ, മാതൃഭൂമി ബുക്സ്, കോഴിക്കോട്, 2006, പുറം 28.

ഭേദപ്പെടാൻ കൂടിയാണ്. ചില പ്രത്യേക രോഗങ്ങളെ ശമനം ചെയ്യുന്ന വഴിപാടുകൾ, പൂജകൾ, ഔഷധവിതരണം തുടങ്ങിയവ പരമ്പരാഗതമായി നിലനിർത്തുന്ന ക്ഷേത്രങ്ങളും ഉണ്ട്. കാടാമ്പുഴയിലെ മുട്ടറുക്കൽ, തിരുവേഗപ്പുറയിലെ കുഷ്ഠരോഗചികിത്സ, അങ്ങാടിപ്പുറം തിരുമാന്ധാംകുന്നിലെ മംഗല്യപൂജ തുടങ്ങിയവ. ഹിന്ദുക്കളിൽ രോഗശാന്തി ലക്ഷ്യം വെച്ച് നടത്തുന്ന മന്ത്രവാദകർമ്മങ്ങളിൽ സവർണ്ണാവർണ്ണവ്യത്യാസങ്ങൾ കാണാവുന്നതാണ്. സവർണ്ണർ നേതൃത്വം നൽകുന്ന മന്ത്രവാദകർമ്മങ്ങളിൽ ഉപയോഗിക്കുന്ന പൂജാദ്രവ്യങ്ങളിൽ മദ്യം, മാംസം എന്നിവയുടെ ഉപയോഗം കുറവാണ്. അവർണർ നടത്തുന്ന പൂജകളിൽ മദ്യം, മാംസം, മത്സ്യം എന്നിവ ഉപയോഗിക്കുന്നു. മദ്യം, മാംസം തുടങ്ങിയവ ഉപയോഗിച്ചുകൊണ്ടുള്ള പൂജകളെയും മന്ത്രവാദകർമ്മത്തെയും മധ്യമം എന്നാണ് വിളിക്കാറ്. ഇവ ഉപയോഗിക്കാത്തതിന് ഉത്തമം എന്നും. സവർണ്ണരിൽ പ്രധാനമായും നമ്പൂതിരിമാർ ആണ് മന്ത്രവാദം ചെയ്യുന്നത്. അവർണ്ണരിൽ തീയൻ, പണിക്കർ, മണ്ണാൻ, വേലൻ, ചെറുമൻ തുടങ്ങിയവർ.

ഹിന്ദുക്കളിൽ ഉന്നതകുലജാതർ എന്നറിയപ്പെടുന്നവരാണ് നമ്പൂതിരിമാർ.[51] കേരളസംസ്ഥാന ദേവസ്വം ബോർഡിന് കീഴിലുള്ള ക്ഷേത്രങ്ങളിലും വ്യത്യസ്ത ജാതികളിലെ കുടുംബക്ഷേത്രങ്ങളിലും അവർണ്ണർ നടത്തുന്ന ചില ക്ഷേത്രങ്ങളിലും ഇവർ പൂജാരികളാണ്. പൂജ ചെയ്യുന്നയാൾ ഈശ്വരനും വിശ്വാസിക്കും മധ്യസ്ഥനാണ് എന്നുള്ളതിനാൽ ഇവർ പുരോഹിതവർഗ്ഗം എന്നറിയപ്പെടുന്നു. പരമ്പരാഗതമായി പൂജ, മന്ത്രവാദകർമ്മം തുടങ്ങിയവ ചെയ്തുകൊണ്ടാണ് ഇവരിൽ ഭൂരിപക്ഷവും ജീവിച്ചിരുന്നത്.[52] ജാതിസമ്പ്രദായത്തിനും പരമ്പരാഗത തൊഴിലുകൾക്കും സംഭവിച്ച ഇടിവ് ചില നമ്പൂതിരി കുടുംബങ്ങളിലെ അംഗങ്ങൾ നഗരത്തിലേക്ക് കുടിയേറാനും പൂജാകർമ്മങ്ങൾ പിന്തുടരാതിരിക്കാനും കാരണമായി. ദേവസ്വം ബോർഡിനു കീഴിലല്ലാത്ത അമ്പലങ്ങളിൽ പൂജാകർമ്മങ്ങൾ (ശാന്തി) ചെയ്യുന്ന തൊഴിലിന് വേതനം കുറവായത് പലരും ഈ ജോലിയിൽ നിന്നും വേർപെട്ടുപോകാൻ കാരണമായി.

നമ്പൂതിരിമാർ ചെയ്യുന്ന മന്ത്രവാദകർമ്മങ്ങളെ പ്രധാനമായും രണ്ടു തരത്തിൽ തിരിക്കാവുന്നതാണ്. 1. ദേവപ്രീതിക്കുവേണ്ടി നടത്തുന്ന പൂജകൾ 2. രോഗനിവാരണത്തിനുവേണ്ടി ചെയ്യുന്ന പ്രത്യേക മന്ത്രവാദങ്ങൾ.

---

51 ശങ്കരൻ, നമ്പൂതിരിപ്പാട്, കാണിപ്പയ്യൂർ. എന്റെ സ്മരണകൾ - മൂന്നാം ഭാഗം, പഞ്ചാംഗം പുസ്തകശാല, കുന്നംകുളം, 1999, പുറം 249.

52 ശങ്കരൻ, നമ്പൂതിരിപ്പാട്, കാണിപ്പയ്യൂർ. എന്റെ സ്മരണകൾ - മൂന്നാം ഭാഗം, പഞ്ചാംഗം പുസ്തകശാല, കുന്നംകുളം, 1999, പുറം 248.

ശാരീരികവും മാനസികവുമായ അസ്വാസ്ഥ്യങ്ങൾക്ക് പരിഹാരമായാണ് വഴിപാടുകൾ കഴിക്കുന്നത്. പഠനമേഖലയിലെ പ്രധാന വഴിപാടുകൾ പുഷ്പാഞ്ജലി, രക്തപുഷ്പാഞ്ജലി, ദേവീപൂജ, പണപ്പായസം തുടങ്ങിയവ ആണ്. ചില പ്രത്യേക ക്ഷേത്രങ്ങളിൽ വ്യത്യസ്തങ്ങളായ വഴിപാടുകൾ ഉണ്ട്. കാടാമ്പുഴയിലെ മുട്ടറുക്കൽ, ആലത്തിയൂർ ഹനുമാൻ കാവിലെ അവിൽ നേദിക്കൽ തുടങ്ങിയവ ഉദാഹരണങ്ങളാണ്. ശാരീരികവും മാനസികവുമായ എന്തെങ്കിലും ബുദ്ധിമുട്ടുണ്ടെങ്കിൽ അതിൽ നിന്നും മുക്തി നേടുവാനായി ആണ് കാടാമ്പുഴക്ഷേത്രത്തിൽ മുട്ടറുക്കുന്നത്. തേങ്ങ ഉടച്ച ശേഷം പൊളിഞ്ഞ തേങ്ങയുടെ നിൽപ്പ് നോക്കി ഫലം പറയുന്ന രീതിയും ഉണ്ട്.

പൂങ്കുടിൽമന, കാട്ടുമാടംമന, വട്ടത്താണിയിലെ ഓതിക്കില്ലം എന്നിവ അറിയപ്പെടുന്ന മന്ത്രവാദകുടുംബങ്ങളാണ്. പരശുരാമൻ പന്ത്രണ്ട് ഗ്രാമങ്ങൾ കേരളത്തിൽ പണിതുവെന്നും, അതിലേക്ക് ബ്രാഹ്മണരെ കൊണ്ടുവന്ന് പാർപ്പിച്ചുവെന്നും ഐതിഹ്യമുണ്ട്. പരശുരാമന്റെ നിർദ്ദേശപ്രകാരം മന്ത്രവാദം ചെയ്യുന്ന ബ്രാഹ്മണകുടുംബങ്ങളാണ് കാട്ടുമാടം, കല്ലൂർ, കാലടി എന്നാണ് വിശ്വാസം. പരശുരാമനാൽ കൽപ്പിക്കപ്പെട്ട് മന്ത്രവാദം നടത്തുന്നവരെ സാമ്പ്രദായികർ എന്ന് അറിയപ്പെടുന്നു[53]. പണിക്കർ (ജ്യോതിഷി) രാശിവെച്ച് ബ്രഹ്മരക്ഷസ് കോപമുണ്ടെങ്കിൽ നമ്പൂതിരിമാരെയാണ് ഒഴിപ്പിക്കാൻ ഏൽപ്പിക്കുക. പ്രശ്നച്ചാർത്തുമായി വരുന്നവർക്ക് വേണ്ടി മന്ത്രവാദി ബ്രഹ്മരക്ഷസ്സിന് പൂജ, ഗന്ധർവ്വശല്യത്തിന് നാരായണബലി, യാഗങ്ങൾ എന്നിവ ചെയ്യുന്നു.

കേരളത്തിൽ നിലനിന്നിരുന്ന ജാതിവ്യവസ്ഥപ്രകാരം നമ്പൂതിരിമാർ, അമ്പലവാസികൾ, നായന്മാർ എന്നീ വിഭാഗങ്ങൾ കഴിഞ്ഞാൽ അടുത്ത സ്ഥാനം ഐങ്കുടിക്കമ്മാളന്മാർ എന്നറിയപ്പെടുന്ന ആശാരി, മൂശാരി, തട്ടാൻ, പെരുങ്കൊല്ലൻ, തോലാശാരി എന്നിവർക്കും തീയൻമാർക്കും ആണ്[54] തീയൻമാർ കേരളത്തിന്റെ തെക്കുഭാഗത്ത് ഈഴവർ എന്നും ചോവന്മാർ എന്നും അറിയപ്പെടുന്നു. വടക്കുഭാഗത്തുമാത്രമേ തീയൻമാർ എന്നറിയപ്പെടുന്നുള്ളൂ. മാന്ത്രികവൃത്തിയിൽ ഏർപ്പെടുന്ന കുടുംബങ്ങളെ രണ്ടായി തിരിക്കാം. 1) തലമുറകളായി മാന്ത്രികകർമ്മം ചെയ്യുന്നവർ 2) അടുത്തകാലത്തായി ദേവി ആവേശിക്കപ്പെട്ടെന്ന് അവകാശപ്പെട്ട് മാന്ത്രികവൃത്തി ചെയ്യുന്നവർ.

തലമുറകളായി മന്ത്രവാദം ഒറ്റക്കും, വൈദ്യവുമായി ചേർത്തും പ്രയോഗിക്കുന്ന കുടുംബങ്ങൾ ഉണ്ട്. താലപ്പൊലി എന്ന പ്രാദേശിക ഉത്സവം

---

53 അനിൽ, കാട്ടുമാടം പറഞ്ഞത്.

54 ശങ്കരൻ, നമ്പൂതിരിപ്പാട്, കാണിപ്പയ്യൂർ. എന്റെ സ്മരണകൾ - മൂന്നാം ഭാഗം, പഞ്ചാംഗം പുസ്തകശാല, കുന്നംകുളം, 1999, പുറം 250.

നടത്തുന്ന അമ്പലങ്ങളിലെ പൂജാരികളായ തീയവിഭാഗത്തിൽപ്പെട്ട വരിൽ ചിലർ മാന്ത്രിക കർമ്മങ്ങൾ ചെയ്യുന്നുണ്ട്. പരമ്പരാഗതമായി താലപ്പൊലി ഉത്സവങ്ങൾ നടത്തുന്ന നിരവധി കുടുംബങ്ങൾ ഉണ്ട്. ചില യിടത്ത് ആട്, കോഴി എന്നിവയെ വഴിപാടിന്റെ ഭാഗമായി താലപ്പൊലി ഉത്സവത്തിന്റെ അന്ന് ബലി നൽകുന്നു. ഏതെങ്കിലും വ്യക്തിക്ക് മാനസി കമായ തകരാറുണ്ടെങ്കിൽ ഭഗവതി/കാളി എന്നീ ദേവികൾക്ക് രോഗം സുഖപ്പെടാനായി വഴിപാട് നേരുന്നു. അത് താലപ്പൊലി നടത്തുന്ന ക്ഷേത്രത്തിലെ പൂജാരിയെ അറിയിച്ചാൽ അദ്ദേഹം പ്രത്യേക പൂജ നടത്തി പ്രസാദം രോഗിക്ക് നൽകുന്നു. അതോടെ രോഗം സുഖപ്പെടും എന്നാണ് വിശ്വാസം.

ചില വ്യക്തികൾ മാനസികവും ശാരീരികവുമായ മാറ്റങ്ങൾ ഉണ്ടാവു കയും അവർ തങ്ങളിൽ ദേവി(അമ്മ)[55] ആവേശിച്ചുവെന്ന് അവകാശ പ്പെടുകയും ചെയ്യുന്നു. ചൊവ്വ, വെള്ളി തുടങ്ങിയ ദിവസങ്ങളിൽ ആണ് ദേവി/അമ്മ ആവേശിക്കുന്നത് എന്നാണ് അവകാശവാദം. പ്രസ്തുത ദിന ങ്ങളിൽ ശാരീരികവും മാനസികവുമായ രോഗങ്ങൾ ഉള്ളവർ മാന്ത്രികരെ ചെന്ന് കണ്ട് പ്രശ്നങ്ങൾ ദേവിക്ക് മുമ്പിൽ അവതരിപ്പിക്കുന്നു. പ്രശ്നം കേട്ടുകഴിഞ്ഞ് അതിന് പരിഹാരം നിർദ്ദേശിക്കുന്നു. പ്രസാദമായി മുദ്ര[56] കൊടുക്കുന്നു. എന്തെങ്കിലും പ്രത്യേക ദേവീപൂജ ഉണ്ടെങ്കിൽ അതും നിർദ്ദേശിക്കുന്നു. മദ്യമാണ് ദേവിക്ക് രോഗി നൽകേണ്ട പ്രധാന വഴിപാട്. മാനസികവും ശാരീരികവുമായ രോഗങ്ങളുള്ളവരിൽ ചിലർ മാന്ത്രികരെ സന്ദർശിക്കുന്നു. പ്രത്യേക അനുഗ്രഹം ഇവർ നൽകുന്നതിനൊപ്പം മരുന്നുകളും നിർദ്ദേശിക്കുന്നു. ദൂരദേശങ്ങളിൽ നിന്ന് പോലും ഇവരുടെ സമീപത്ത് രോഗികൾ സന്ദർശിക്കുന്നത് വർദ്ധിച്ചുവരുന്നു. നിലമ്പൂരിനടു ത്തുള്ള വൈലാശ്ശേരി കാളിമുത്തപ്പൻകാവിലെ വേലായുധൻ, രമേശൻ ചൂരക്കണ്ടി (ചുങ്കത്തറ) തുടങ്ങിയവർ മാന്ത്രികർക്കുള്ള ഉദാഹരണമാണ്.

പണിക്കൻമാർ (കണിയാന്മാർ)

ജ്യോതിഷം കുലത്തൊഴിലായി ഉള്ളവരാണ് പണിക്കൻമാർ. ഇവർ കണിയാൻമാർ, കണിശന്മാർ എന്നെല്ലാം അറിയപ്പെടുന്നുണ്ട്. രോഗിയുടെ നക്ഷത്രഫലം രാശിവെച്ച് കണ്ടുപിടിച്ച് എന്ത് പ്രശ്നമാണ് രോഗിക്കുള്ളത് എന്ന് നിർണ്ണയിക്കലാണ് പണിക്കൻമാരുടെ ജോലി. പണിക്കർ രാശിവെച്ച് ഏത് ബാധയാണ് സാധ്യനിൽ[57] ആവേശിച്ചി രിക്കുന്നത് എന്ന് മനസ്സിലാക്കി പ്രശ്നച്ചാർത്ത് കൊടുക്കുന്നു.

---

55 അമ്മ - കാളി അല്ലെങ്കിൽ ഭഗവതി.

56 മുദ്ര - മഞ്ഞൾപൊടി, തെച്ചി, ചെമ്പരത്തി, ഭസ്മം എന്നിവ ചേർത്ത് നൽകുന്ന താണ് മുദ്ര.

57 സാധ്യൻ - പ്രശ്നം അറിയാൻ വരുന്നവർ, മന്ത്രവാദ ചികിത്സയിലെ രോഗി.

പ്രശ്നച്ചാർത്ത് പ്രകാരം നമ്പൂതിരി, മണ്ണാൻ, വേലൻ, മുസ്ലിം തുടങ്ങിയ വിഭാഗത്തിൽപ്പെട്ടവർ ബാധയേതെന്ന് മനസ്സിലാക്കിയാണ് ഒഴിപ്പിക്കൽ നടത്തുന്നത്. പണിക്കർ വിഭാഗത്തിലും മന്ത്രവാദം ചെയ്യുന്ന കുടുംബങ്ങൾ ഉണ്ട്. അതിൽ പ്രസിദ്ധമാണ് പാലൂരിലെ പണിക്കർ കുടുംബവും കോട്ടക്കലിനടുത്തെ ക്ലാരിമൂച്ചിക്കലിലെ (പണിക്കരുപടി) പണിക്കർ കുടുംബവും. ഇവർ ബാധ ഒഴിപ്പിക്കാൻ ഉച്ചാടനകർമ്മങ്ങൾ, ഉഴിഞ്ഞുവാങ്ങൽ എന്നീ മാന്ത്രികകർമ്മങ്ങൾ ചെയ്യാറുണ്ട്.[58] പണിക്കർ കുടുംബത്തെ പ്രസ്തുത സ്ഥലം ചേർത്ത് കളരിക്കൽ എന്നാണ് അറിയപ്പെടുന്നത്. ഇരുമ്പുഴിയിലെ പണിക്കർ കുടുംബം 'ഇരുമ്പുഴി കളരിക്കൽ' എന്നറിയപ്പെടുന്നു.

മണ്ണാൻമാരും വേലൻമാരും

മണ്ണാൻമാരെയും വേലൻമാരെയും ഒരു വിഭാഗത്തിൽപ്പെടുത്താൻ കാരണം രണ്ടുവിഭാഗവും സമാനമായ (മാന്ത്രികം, വൈദ്യം) ജോലികളിൽ ഏർപ്പെടുന്നതുകൊണ്ടും പട്ടികജാതി വിഭാഗത്തിൽപ്പെടുന്നതുകൊണ്ടുമാണ്. വടക്കൻ കേരളത്തിൽ ഇവർ വ്യത്യസ്ത സമുദായമാണെങ്കിൽ, തെക്കൻ കേരളത്തിൽ സമാന ജാതികളായാണ് അറിയപ്പെടുന്നത്. മണ്ണാൻമാരും വേലൻമാരും തമ്മിൽ വിവാഹം കഴിക്കുക അവിടെ പതിവുണ്ട്. 'മന്ത്രം പാട്ടായാൽ മണ്ണാൻ വെളിച്ചത്തായി' എന്ന പഴമൊഴി മണ്ണാൻമാർക്ക് മന്ത്രവാദത്തിലുണ്ടായിരുന്ന പ്രാധാന്യം വ്യക്തമാക്കുന്നു. മണ്ണാൻമാർ പഠനമേഖലയിൽ ചെയ്യുന്ന കുലത്തൊഴിലുകൾ നിർമ്മാണതൊഴിൽ (കൺസ്ട്രക്ഷൻ വർക്ക്), തയ്യൽ ജോലി, വൈദ്യം, മന്ത്രവാദം, അലക്കുജോലി തുടങ്ങിയവയാണ്. അലക്കുജോലി എങ്ങനെയാണ് മണ്ണാൻമാരുടെ കുലത്തൊഴിലായത് എന്നത് സംബന്ധിച്ച് ഒന്നിലധികം ഐതിഹ്യങ്ങളുണ്ട്.

1) ദക്ഷയാഗകാലത്ത് ശിവശിഷ്യനായ വീരഭദ്രൻ ധാരാളം കൊല നടത്തി. കൊല ചെയ്തതുമൂലം ലഭിച്ച പാപം പരിഹരിക്കാനായി മനുഷ്യരുടെ വസ്ത്രങ്ങൾ അലക്കാൻ ശിവൻ കൽപ്പിച്ചു. വീരഭദ്രന്റെ വർഗ്ഗക്കാരാണ് മണ്ണാൻമാരായി അറിയപ്പെടുന്നത്. തമിഴിൽ അലക്കുകാരെ വീരഭദ്രൻ എന്ന് വിളിക്കാറുണ്ട്. തെയ്യം കെട്ടാൻവേണ്ടി വർണ്ണം അണിഞ്ഞത് കൊണ്ടാണ് ഉത്തരമലബാറിൽ മണ്ണാൻ വണ്ണാൻ എന്നറിയപ്പെടുന്നത്.

2) പാർവ്വതിക്ക് ഋതുസ്നാനത്തിനായി വസ്ത്രങ്ങൾ ശുദ്ധീകരിക്കാൻ ശിവൻ വണ്ണാത്തിയെ സൃഷ്ടിച്ചു. തുടർന്ന് വർണ്ണംകൊണ്ട് ഇവൾക്ക്

---

58 പാലൂർ ലതിക, കോട്ടക്കൽ വിമൽ, രാമകൃഷ്ണപണിക്കർ ഇരുമ്പുഴി എന്നിവർ പറഞ്ഞത്.

ഭർത്താവിനെ സൃഷ്ടിച്ചു. വർണ്ണം കൊണ്ടുണ്ടാക്കിയതിനാൽ വണ്ണാൻ മാർ എന്നറിയപ്പെട്ടുന്നു.

നായൻമാർക്കും അതിൽ താഴെയുള്ളവർക്കും അലക്കുന്നവർ മണ്ണാൻമാർ ആയിരുന്നു. പരമ്പരാഗത തൊഴിലുകൾക്ക് ഇടിവു സംഭ വിച്ചിട്ടുണ്ടെങ്കിലും പഠനമേഖലയിൽ ഇപ്പോഴും മണ്ണാൻപണി എന്നറി യപ്പെടുന്നത് വീടുനിർമ്മാണം ആണ്. പല വിഭാഗത്തിൽപ്പെട്ടവരും നിർമ്മാണത്തൊഴിലിൽ ഏർപ്പെടുന്നുണ്ടെങ്കിലും മേൽക്കൈ ഈ വിഭാ ഗത്തിനുതന്നെയാണ്. ജ്യോതിഷി കൊടുക്കുന്ന ചാർത്തുനോക്കി ഇവർ മന്ത്രവാദം ചെയ്യുന്നു. ചില കർമ്മങ്ങൾ നമ്പൂതിരിമാർ ചെയ്യേണ്ടത്, മണ്ണാൻമാർ ചെയ്യേണ്ടത് എന്ന് നിർദ്ദേശിക്കുന്നത് ജ്യോതിഷിയാണ്.[59] ജ്യോതിഷി നിർദ്ദേശിക്കുന്ന പരിഹാരകർമ്മങ്ങൾ ചെയ്തുതീർക്കാൻ കൂടുതൽ സമയം വേണ്ടിവരുന്നതിനാൽ താൽക്കാലികമായി ബാധയുടെ പ്രശ്നം ഒഴിവാക്കാൻ 'അടക്കം' നൽകും. ഉഴിഞ്ഞുവാങ്ങൽ, മുട്ടറുക്കൽ, ഗുരുതിയും പന്തവും ഉഴിയൽ, കൈബലി, കളംവരച്ചുള്ള മന്ത്രവാദം തുടങ്ങിയവ മണ്ണാൻമാർ ചെയ്യുന്നു.

രോഗിയുടെ പ്രശ്നത്തെ ഒരു മൺകുടത്തിലേക്ക് ആവാഹിക്കു ന്നതാണ് ഉഴിഞ്ഞുവാങ്ങൽ. രോഗിയുടെ പ്രശ്നത്തെ പൊതിച്ച തേങ്ങയായി കണ്ട് അതുടച്ചുകളയുന്നതോടെ പ്രശ്നം തീരുമെന്നുള്ള വിശ്വാസമാണ് മുട്ടറുക്കൽ. ചെറിയതരം മാനസികവിഭ്രാന്തിക്ക് ചെയ്യു ന്നതാണ് ഗുരുതിയും പന്തവും ഉഴിയൽ. വാഴപ്പോള വെട്ടിയെടുത്ത് ത്രികോണാകൃതിയിൽ മടക്കി തെങ്ങോല കുത്തിവെച്ച് അതിലേക്ക് രോഗിയുടെ ബാധയെ ആവാഹിക്കുന്നതാണ് കൈബലി (കൈവേലി എന്ന് നാട്ടുമൊഴി) ബാധയുടെ കോപം അധികമുണ്ടായാൽ മന്ത്രക്കളം വരച്ച് രോഗിയെ കളത്തിനു മുമ്പിലിരുത്തി മന്ത്രവാദകർമ്മം ചെയ്ത് കളത്തിലേക്ക് ആവാഹിക്കേണ്ടുന്ന ആവശ്യമുണ്ട്. കുട്ടിച്ചാത്തൻ, കരി ങ്കുട്ടി തുടങ്ങിയ ബാധകൾക്ക് വ്യത്യസ്ത കളങ്ങൾ ആണ്.

മന്ത്രവാദവും വൈദ്യവും കുലത്തൊഴിലുള്ളവരാണ് വേലൻമാർ. വേലസ്ത്രീകൾക്ക് പ്രസവശുശ്രൂഷയും മണ്ണാത്തിക്ക് സൂതികയുടെയും നവജാത ശിശുവിന്റെയും തുണിയലക്കലുമാണ് കുലത്തൊഴിൽ. ആയുർവേദ ആചാര്യൻ എന്നറിയപ്പെടുന്ന ഭേളൻ (ഭേളസംഹിതയുടെ കർത്താവ്) എന്ന മുനിയുടെ പിൻമുറക്കാരാണ് തങ്ങൾ എന്ന് ചിലർ അവകാശപ്പെടുന്നു.[60] ഭേളൻ എന്ന പേര് ദുഷിച്ചാണ് വേലൻ എന്നായി

---

59 ബ്രഹ്മരക്ഷസ് കോപമാണെങ്കിൽ കർമ്മം ചെയ്യേണ്ടത് നമ്പൂതിരിയും, കുട്ടിച്ചാ ത്തൻ കോപമാണെങ്കിൽ മണ്ണാന്മാരും, ചേക്കുട്ടിപ്പാപ്പയുടെ കോപമാണെങ്കിൽ മുസ്‌ലീംകളുമാണ് മന്ത്രവാദം ചെയ്യേണ്ടത്.

60 മഞ്ചേരിയിലെ വേലവിഭാഗത്തിൽ പെടുന്ന കുഞ്ചുവൈദ്യർ പറഞ്ഞത്.

മാറിയത്. വൈദ്യവും മന്ത്രവാദവും വേലൻമാർക്കും മണ്ണാൻമാർക്കും ഒരുപോലെത്തന്നെയാണ്.

പുള്ളുവൻ, കുറവൻ

സംഘകാലത്ത് ഉയർന്ന സ്ഥാനമായിരുന്നു പുള്ളുവൻമാർക്കും[61] കുറവൻമാർക്കും ഉണ്ടായിരുന്നത്. വീടുവീടാന്തരം കയറി നാവുദോഷം, കണ്ണേറ്, നാഗദോഷം എന്നീ മാനസിക പ്രശ്നങ്ങളെ പാടി ഒഴിപ്പിക്കുന്ന വിഭാഗമാണ് പുള്ളുവൻമാരും കുറവൻമാരും. സ്ത്രീകളും പുരുഷൻമാരും ഈ തൊഴിൽ ചെയ്യുന്നു. പുള്ളുവവിഭാഗം പാടിക്കൊണ്ടാണ് പ്രശ്നപരിഹാരം നടത്തുന്നതെങ്കിൽ കുറവർ കൈനോക്കി ലക്ഷണം പറയുന്നു. പ്രത്യേകതരം ഈണത്തിലൂടെ നാവേറുപാടി ദോഷങ്ങളെ ഒഴിവാക്കുകയും ചെയ്യുന്നു. ചിലർ ചരട് മന്ത്രിച്ചും ഊതിയും പ്രശ്നപരിഹാരം നടത്താറുണ്ട്.

കണ്ണേറ്, നാവേറ് എന്നീ ദോഷം തീർക്കുന്നതിനായി ഇവർ പാട്ടു പാടുന്നു. പാട്ടുപാടിയശേഷം ഒരു കോട്ടുവായിടുന്നു. കോട്ടുവാ നീണ്ടതാണെങ്കിൽ ദോഷം വളരെ കഠിനമായിരുന്നു, ചെറുതാണെങ്കിൽ ലളിതവും എന്നാണ് വിശ്വാസം. കുട്ടികൾക്ക് പുള്ളുദോഷം (പക്ഷിപീഡ) തീർക്കാൻ പക്ഷിയുടെ എല്ല് കെട്ടാൻ പുള്ളുവന്മാർ നിർദ്ദേശിക്കാറുണ്ട്. 'പുള്ളുവർ പാടുന്നതേ വീണ പാടൂ' എന്നൊരു പഴമൊഴിയുണ്ട്. ഗുളികൻ, കരിങ്കുട്ടി എന്നിവരെ ഇവർ ആരാധിക്കുന്നു. സർപ്പക്കാവുള്ള വീടുകളിൽ ചിലർ ഇവരെ വിളിച്ചുവരുത്തി കളംപാട്ട് നടത്താറുണ്ട്.

പാണർ

കൃഷിപ്പണി മുഖ്യതൊഴിലായവരാണ് പാണൻമാർ. ചിലർ മന്ത്രവാദം ചെയ്യാറുണ്ട്. ഇവർ നടത്തുന്ന മന്ത്രവാദരീതിയാണ് ഒടിമറയൽ. ഇവർ രൂപം മാറി ആളുകളെ പേടിപ്പിക്കും എന്ന് ചിലർ വിശ്വസിക്കുന്നു. മാരണം, മാട്ട് തുടങ്ങിയ വശീകരണ പ്രവൃത്തികൾ ഇവർ ചെയ്യാറുണ്ട്.

ചെറുമൻ, കണക്കൻ

കൃഷിപ്പണിയാണ് മുഖ്യതൊഴിൽ. ജീവിതത്തിലെ പ്രാരാബ്ധങ്ങളിൽനിന്നും താൽക്കാലികമുക്തി ലഭിക്കാനായിരിക്കണം സ്വന്തമായ ആചാരാനുഷ്ഠാനരീതികൾ ഉണ്ടായത്. പണിക്കരുടെ ചാർത്ത് പ്രകാരം ഇവരിൽ ചിലർ മന്ത്രവാദം ചെയ്യുക, ചരട് ഊതുക, ഏലസ്സ് ഉണ്ടാക്കുക, ഉഴിഞ്ഞുവാങ്ങുക തുടങ്ങിയവ ചെയ്യുന്നു.

---

61 വിഷ്ണു നമ്പൂതിരി, എൻ.വി. ഫോക്‌ലോർ നിഘണ്ടു, ഭാഷാ ഇൻസ്റ്റിറ്റ്യൂട്ട്, തിരുവനന്തപുരം, 2000, പുറം 449.

ആദിവാസികൾ

വനത്തോട് വശം ചേർന്നോ, വനത്തിനുള്ളിലോ ആണ് ഭൂരിഭാഗം ആദിവാസികളും താമസിക്കുന്നത്. ഇവർ സമൂഹത്തിന്റെ മുഖ്യധാരാ ജീവിതരീതിയോട് ആഭിമുഖ്യം പ്രകടിപ്പിക്കുന്നത് കുറവാണ്. മന്ത്രവാദവും പച്ചമരുന്നുചികിത്സയുമാണ് രോഗപരിഹാരാത്തിന് ഭൂരിഭാഗം ആദിവാസികളും ഇന്നും അവലംബിക്കുന്നത്. ചോലനായ്ക്കർ, കാട്ടുനായ്ക്കർ, അറനാടർ, കാടർ, മലമുത്തർ, ആളർ, മലകാരൻ, മലമ്പണിക്കർ, മുതുവർ, നായാടി, കാട്ടുനായ്ക്കർ തുടങ്ങിയ വിഭാഗക്കാരാണ് പഠനമേഖലയിലുള്ളത്. ഒരാൾക്ക് രോഗം ബാധിക്കുന്നത് താനോ തന്റെ കുടുംബത്തിലെ കുടുബാംഗങ്ങളോ ചെയ്ത തെറ്റായ പ്രവൃത്തി കാരണം ദേവത കോപിച്ചതുകൊണ്ടാണ് എന്ന് അവരിൽ ഭൂരിഭാഗവും വിശ്വസിക്കുന്നു[62]. ഓരോ വിഭാഗം ആദിവാസികൾക്കും അവനവന്റേതായ ആരാധനാ രീതികളുണ്ട്. കാട്ടുനായ്ക്കർ ഭൈരവനെയും മലപ്പണിക്കാർ മലപ്പയെയും ആരാധിക്കുന്നു. ചോലനായ്ക്കൻമാർ ചോലദൈവം (കാട്), ഒളദൈവം (പുഴ), നാട്ടുദൈവം (നാട്) എന്നിവരെ ആരാധിക്കുന്നു. ഇതിൽ ചോലദൈവവും ഒളദൈവവും സദ്ദേവതകളാണ്. നാട്ടുദൈവം ദുർദേവതയാണ്. ഉണങ്ങിയ ചുരയ്ക്ക കിലുക്കിക്കൊണ്ട് മൂപ്പൻ (സെമ്മക്കാരൻ) പാട്ടുപാടി രോഗിയെ ഊതുന്നു. ഇത്തരം മാന്ത്രികകർമ്മങ്ങൾ മൂപ്പന്റെ നേതൃത്വത്തിലാണ് നടക്കുന്നത്.

മുസ്ലീംങ്ങൾ

ഇസ്ലാംമതം വളരെ പ്രാചീനകാലം മുമ്പതന്നെ കേരളത്തിൽ പ്രചരിച്ചിട്ടുണ്ട്. മതപരിവർത്തനം വഴിയാണ് കേരളത്തിൽ ഇസ്ലാംമതം പ്രചരിച്ചത്. മതപരിവർത്തനം നടന്നെങ്കിലും അവരിൽ പലരും ആചാരാനുഷ്ഠാനങ്ങൾ പൂർണ്ണമായി ഉപേക്ഷിക്കാൻ തയ്യാറായില്ല. ഹിന്ദുമതത്തിൽ നിലനിന്നിരുന്ന പല രീതികളും അതേ രീതിയിലോ ചെറിയ മാറ്റങ്ങൾ വരുത്തി ഇസ്ലാമികവൽക്കരിച്ചോ നിലനിർത്തി. മാന്ത്രികർ ഖുറാൻ സൂക്തങ്ങൾ മന്ത്രങ്ങളായി ഉപയോഗപ്പെടുത്തുന്നു.[63] ഇവ പ്രവാചകചികിത്സ (ത്വിബ്ബുന്നബി) എന്ന പേരിൽ അറിയപ്പെടുന്നു[64].

---

62 നിലമ്പൂർ മാഞ്ചീരി കോളനിയിലെ മണ്ണള ചെല്ലൻ പറഞ്ഞു തന്നത്.

63 അനുബന്ധം 7.2.

64 The scanty material furnished by these and other traditions has been more or less systematized by later writers as what is termed Tibbu'n Nabi, or the Prophets medicine, Edward G. Browane, Islamic Medicine, Nizamuddin West Market, New Delhi, 2003, page 13.

പ്രവാചകനായ മുഹമ്മദ്നബിയുടെ പിന്മുറക്കാർ എന്ന് വിശ്വസിക്കപ്പെടുന്ന കുടുംബങ്ങളാണ് തങ്ങന്മാർ. പേരിന് മുന്നിൽ 'സയ്യിദ്' എന്ന് അവർ ചേർക്കാറുണ്ട്. പഠനമേഖലയിലെ ഭൂരിപക്ഷവും സുന്നി വിഭാഗക്കാരാണ്. സുന്നിപ്പള്ളികളിൽ ഖാസിമാരായി നിയമിക്കുന്നത് തങ്ങന്മാരെയാണ്. ഹിന്ദുക്കളിൽ നമ്പൂതിരിമാരെ ക്ഷേത്രത്തിലെ ശാന്തിമാരായി (പൂജാരികൾ) അവരോധിക്കപ്പെടുന്നതുപോലെ. മുസ്ലിംലീഗിന്റെ അദ്ധ്യക്ഷസ്ഥാനം എന്നും പണക്കാട് സയ്യിദ് കുടുംബത്തിൽപ്പെട്ടവർക്കാണ്. പ്രവാചകകുടുംബത്തിൽപ്പെട്ട തങ്ങന്മാർക്ക് ചില സിദ്ധികളുണ്ട് എന്ന് ചിലർ വിശ്വസിക്കുന്നു. തങ്ങന്മാരുടെ പേരുകളെഴുതിയ ബോർഡുകൾ, തങ്ങൾഫാർമസി തുടങ്ങിയവ സ്ഥാപിച്ചിരിക്കുന്നത് രോഗികളെ ആകർഷിക്കാൻ വേണ്ടിയാണ്. മാനസികമോ ശാരീരികമോ ആയ അസുഖമുണ്ടെങ്കിൽ പ്രശ്നപരിഹാരത്തിന് ചിലർ തങ്ങൻമാരെ സമീപിക്കാറുണ്ട്. വെള്ളം, നൂല് എന്നിവ ജപിച്ച് നൽകുക, ഏലസ്സുകെട്ടാൻ പറയുക തുടങ്ങിയവ തങ്ങൻമാർ ചെയ്യുന്നു.

പാരമ്പര്യമായി മാന്ത്രികകർമ്മം ചെയ്യുന്നവരും അടുത്തകാലത്തായി ജിന്ന് കൂടി എന്ന് അവകാശപ്പെട്ട് ചികിത്സ നടത്തുന്നവരും ഇവിടെ ഉണ്ട്. പട്ടിക്കാടിനടുത്തുള്ള മുള്ളത്ത് കുടുംബം (ചേക്കുട്ടിപ്പാപ്പ), കാച്ചിനിക്കാട്ട് ഉരിക്കളെ ആരാധിക്കുന്നവർ പാരമ്പര്യമായ മാന്ത്രികചികിത്സകരാണ്. ചേക്കുട്ടിപ്പാപ്പ, കാച്ചിനിക്കാട്ട് ഉരിക്കൾ എന്നിവർ വിശുദ്ധരായിരുന്നു. ഇവരെ സന്തോഷിപ്പിക്കുന്നതിനുവേണ്ടി പ്രത്യേകം പ്രാർത്ഥനയും വഴിപാടുകളും നടത്തിയാൽ അസുഖം ഭേദമാവും എന്നുമാണ് വിശ്വാസം. സമീപകാലത്തായി മാന്ത്രികക്രിയ തുടങ്ങിയ ചില മുസ്ല്യാന്മാർ, ബീവികൾ എന്നിവരുണ്ട്. മദ്രസയുടെ കീഴിൽ മതം പഠിപ്പിക്കുന്ന മുസ്ല്യാർമാരിൽ ചിലർ അറബിഗ്രന്ഥങ്ങൾ പഠിച്ച് മാന്ത്രികക്രിയ ചെയ്യുന്നു. ജിന്നു ബാധിച്ചതിനാൽ മറ്റുള്ളവരുടെ പ്രേതബാധകളെ ഒഴിപ്പിക്കാൻ കഴിയും എന്ന് അവകാശപ്പെടുന്നവരാണ് ബീവികൾ (ജിന്നുമ്മ, ജിന്നുബീവി). വെള്ളം, നൂല് എന്നിവ ജപിച്ചു നൽകാറുമുണ്ട്. മദ്ധ്യവർത്തികളെ വെച്ചുകൊണ്ടുള്ള പ്രാർത്ഥന, മന്ത്രവാദം, ജ്യോതിഷം എന്നിവ ഖുറാൻ വിലക്കിയിട്ടുണ്ട് എന്ന് പ്രചരിപ്പിക്കുന്നവരും ഇസ്ലാമിലുണ്ട്.

ക്രിസ്ത്യാനികൾ

രോഗശുശ്രൂഷ (ഗോസ്പെൽ) എന്നറിയപ്പെടുന്ന പ്രാർത്ഥനകൾ മറ്റു സ്ഥലങ്ങളിൽ പ്രചരിക്കുന്നതുപോലെ ഇവിടെയുമുണ്ട്. മഞ്ചേരി, മലപ്പുറം, നിലമ്പൂർ, കോഴിക്കോട് തുടങ്ങിയ സ്ഥലങ്ങളിൽ പ്രാർത്ഥനാലയങ്ങളുണ്ട്. പെരിന്തൽമണ്ണയിലെ ലൂർദ്ദ് പള്ളി, കോഴിക്കോടിലെ കരിശുപള്ളി എന്നിവിടങ്ങളിൽ പ്രത്യേക രീതിയിലുള്ള പ്രാർത്ഥനകളും

നേർച്ചകളുമുണ്ട്. പ്രാർത്ഥനകൾക്കു പുറമെ കൊരട്ടിമുത്തിയ്ക്ക് ചൂൽ നേർച്ച നേരുന്നവരും മുരിങ്ങൂർ, പോട്ട തുടങ്ങിയ സ്ഥലങ്ങളിലെ ധ്യാനകേന്ദ്രങ്ങളിൽ പോകുന്നവരും ഇവിടെയുണ്ട്.

ആരാധനാലയങ്ങളിലെ വൈദ്യം

മനസ്സിന്റെ സ്വാസ്ഥ്യത്തിനും മതങ്ങൾ നിർദ്ദേശിക്കുന്നതിനനുസരിച്ചും ആരാധനാലയങ്ങളിൽ പ്രാർത്ഥന നടത്താറുണ്ട്. രോഗങ്ങൾ സുഖപ്പെടുത്തുവാൻ ചില ആരാധനാലയങ്ങൾക്ക് കഴിവുണ്ട് എന്ന വിശ്വാസം ഇവിടെ നിലനിൽക്കുന്നുണ്ട്. അതിനെയാണ് ആരാധനാലയങ്ങളിലെ വൈദ്യം എന്നതുകൊണ്ട് ഉദ്ദേശിക്കുന്നത്. ആരാധനാലയങ്ങളിലെ പ്രാർത്ഥന, നേർച്ച, പ്രസാദം തുടങ്ങിയവകൊണ്ട് രോഗം സുഖപ്പെടും എന്ന് ചിലർ വിശ്വസിക്കുന്നു. മറ്റു ആരാധനാലയങ്ങളിൽ നിന്നും വ്യത്യസ്തമായി, രോഗചികിത്സയുടെ കാര്യത്തിൽ സമൂഹത്തിൽ പ്രശസ്തിയാർജ്ജിച്ചവ ആയിരിക്കും ഇവ. ആരാധനാലയങ്ങളിൽ നടക്കുന്ന വൈദ്യത്തെ മതത്തിന്റെ അടിസ്ഥാനത്തിൽ ക്ഷേത്രവൈദ്യം, മാപ്പിളവൈദ്യം, ക്രിസ്തീയവൈദ്യം എന്നിങ്ങനെ തിരിക്കാം. പഠനമേഖലയിൽ പൊതുവെ അറിയപ്പെടുന്ന പേരുകൾ തന്നെയാണ് ഇവിടെ ഉപയോഗിച്ചിട്ടുള്ളത്. വൈദ്യം നടപ്പുള്ള ക്രിസ്ത്യൻ, മുസ്ലീം ആരാധനാലയങ്ങളിൽ ഹിന്ദുക്കൾ നേരിട്ട് പ്രവേശിച്ചുകൊണ്ടുതന്നെ പ്രാർത്ഥനകൾ നടത്താറുണ്ട്. എന്നാൽ ക്ഷേത്രവൈദ്യം നടക്കുന്നിടത്ത് മറ്റു മതസ്ഥർ നേരിട്ട് പങ്കെടുക്കാറില്ല.

ക്ഷേത്രവൈദ്യം

രോഗങ്ങളുണ്ടാകുന്നത് ഈശ്വരകോപം മൂലമാണ് എന്നും അതിന് പരിഹാരം ഈശ്വരനെ ഭജിക്കുകയാണെന്നുമുള്ള വിശ്വാസമാണ് ക്ഷേത്രവൈദ്യത്തിന് അടിസ്ഥാനം. രോഗം (മാനസിക/ശാരീരിക) ഭേദമാകാൻ പൂജ നടത്തുകയും പ്രാർത്ഥിക്കുകയും ചെയ്യുക സാധാരണമാണ്. ഏതെങ്കിലും മൂർത്തിയെ സന്തോഷിപ്പിക്കുവാനോ, താൻ ചെയ്ത പാപം ഇല്ലായ്മ ചെയ്യാനോ, ഉദ്ദിഷ്ട കാര്യം നടക്കാനോ ആണ് വ്രതങ്ങൾ അനുഷ്ഠിക്കുന്നത്. ഒരു ദിവസം മുഴുവൻ ഉപവാസമിരിക്കുക, ദിവസത്തിൽ ഒരിക്കൽ മാത്രം ഭക്ഷണം കഴിക്കുക, അരിഭക്ഷണം ഒഴിവാക്കുക തുടങ്ങിയ വ്യത്യസ്ത തരം ഉപവാസങ്ങൾ നിലവിലുണ്ട്. ആഴ്ച്ചയിലൊരിക്കൽ (തിങ്കളാഴ്ച്ച വ്രതം, ശനിയാഴ്ച്ച വ്രതം) മാസത്തിലൊരിക്കൽ (പൗർണ്ണമിവ്രതം, ഏകദാശി വ്രതം) വർഷത്തിലൊരിക്കൽ (ശിവരാത്രി, ശബരിമല നോമ്പ്, തിരുവാതിര) തുടങ്ങി വ്യത്യസ്ത കാലയളവിൽ അനുഷ്ഠിക്കുന്ന വ്രതങ്ങളുണ്ട്. വ്രതങ്ങൾ വഴി മനസിനും ശരീരത്തിനും സ്വാസ്ഥ്യം ലഭിക്കുന്നു (ലംഘനം പരമൗഷധം). പൂജാദ്രവ്യങ്ങൾക്കായി

ഉപയോഗിക്കുന്ന പുഷ്പങ്ങളും ചന്ദനവും, പുകക്കാനുപയോഗിക്കുന്ന വസ്തുക്കളും (കുന്തിരിക്കം, സാമ്പ്രാണി) ഔഷധഗുണമുള്ളവയാണ്. ചില ശാരീരിക മനോരോഗങ്ങൾക്ക് മാത്രം പ്രത്യേകം ചികിത്സിക്കുന്ന ക്ഷേത്രങ്ങളെയാണ് ഇവിടെ ക്ഷേത്രവൈദ്യം എന്നതുകൊണ്ട് ഉദ്ദേശിക്കുന്നത്. ക്ഷേത്രവൈദ്യം ചെയ്യുന്നതിന്റെ പേരിൽ പ്രസിദ്ധമായ ക്ഷേത്രങ്ങളാണ് ചേർത്തലക്കടുത്ത തിരുവിഴങ്ങാട്ടെ ഛർദ്ദിചികിത്സ, ചോറ്റാനിക്കരയിലെ ഭ്രാന്തുചികിത്സ, മണ്ണാറശാലയിലെ പാമ്പുവിഷ ചികിത്സ, കൊടുങ്ങല്ലൂരിലെ ഗ്രഹബാധ ചികിത്സ തുടങ്ങിയവ.[65] ഇവിടത്തേക്ക് രോഗശമനാർത്ഥം പോകുന്നവർ പഠനമേഖലയിലുണ്ട്.

'തന്ത്രിയുടെ സങ്കൽപ്പമനുസരിച്ചാണ് ദേവന്റെ ചൈതന്യമിരിക്കുന്നത്. ആരോഗ്യവും ഐശ്വര്യവും സമ്പത്തും സന്തതിയും എന്തും നൽകുന്നതിന് പ്രത്യേക വൈഭവം അതാത് ക്ഷേത്രത്തിൽ ഉപാസ്യനായ ദേവന് പ്രതിഷ്ഠാപകന്റെ തപസ്വിയായ തന്ത്രിയുടെ സങ്കൽപ്പവിശേഷം കൊണ്ട് സിദ്ധിക്കുന്നു. ഗുരുവായൂരപ്പൻ വാതം ശമിപ്പിക്കുന്നതും വൈക്കത്തപ്പൻ വയറുവേദന ശമിപ്പിക്കുന്നതും തിരുവിഴാതേവർ കൈവിഷം ഇളക്കിക്കളയുന്നതും നെല്ലുപായത്തേവർ ധന്വന്തരിമാരായിരുന്നതും ചോറ്റാനിക്കരയിലും ഏറ്റുമാനൂരപ്പൻ അപസ്മാരം ശമിപ്പിക്കുന്നതെല്ലാം പ്രതിഷ്ഠനായ തന്ത്രിയുടെ സങ്കൽപ്പവിശേഷം കൊണ്ടാകണം, അതാതിന് നിത്യനൈമിത്തികളായ ആചാരങ്ങൾ സങ്കൽപ്പിക്കപ്പെട്ടിരിക്കുന്നത് എന്ന് രാഘവൻ തിരുമുൽപ്പാട് അഭിപ്രായപ്പെടുന്നുണ്ട്.[66]

മനസ്സിൽ വിചാരിച്ച ഏതെങ്കിലും കാര്യം ഫലവത്തായില്ലെങ്കിൽ കാടാമ്പുഴ ഭഗവതിക്ഷേത്രത്തിൽ മുട്ടറുക്കൽ നടത്താറുണ്ട്. എന്തുകാര്യം നടത്താനാണോ ബുദ്ധിമുട്ട് അതിനെ തേങ്ങയായി സങ്കൽപ്പിച്ച്, പൂജാരി തേങ്ങ ഉടക്കുന്നതോടെ പ്രശ്നം പരിഹരിക്കപ്പെടും എന്നാണ് വിശ്വാസം. പുതിയ വാഹനങ്ങൾ വാങ്ങിയാൽ അവക്ക് അപകടം സംഭവിക്കാതിരിക്കാനും മുട്ടറുക്കൽ നടത്താറുണ്ട്. കാളികാവ്, കരിങ്കാളികാവ് തുടങ്ങി ക്ഷേത്രങ്ങളിൽ നാഗക്കളം, പൂതക്കളം എന്നിവ വരക്കാറുണ്ട്. കാളി, അയ്യപ്പൻ, വേട്ടയ്ക്കരൻ എന്നീ മൂർത്തികളുടെ കളംവരച്ച് പാട്ട് നടത്താറുണ്ട്.[67] പാമ്പ് വീട്ടിൽ കയറാതിരിക്കാനും പാരമ്പര്യമായി വീടിനുള്ള നാഗദോഷം തീർക്കാനുമാണ് വഴിപാട് നേരുന്നത്. യുവതികൾ സുമംഗലിയാകാൻ അങ്ങാടിപ്പുറം

65 കുഞ്ഞിക്കുട്ടൻ, ഇളയത്. രോഗശാന്തിക്ക് പേര് കേട്ട ക്ഷേത്രങ്ങൾ, ഷാരോൺ ബുക്സ്, ചേർത്തല, 2008, പുറം 20.

66 രാഘവൻ, തിരുമുൽപ്പാട്. വിചാരധാര, പ്രകാശിക പബ്ലിഷിംഗ് ഹൗസ്, ചാലക്കുടി, 2005, പുറം 147.

67 ശശിധരൻ, ക്ലാരി. (ഡോ). വെട്ടത്തുനാട്ടിലെ തോറ്റംപ്പാട്ടുകൾ, ഒലീവ് പബ്ലിഷേഴ്സ്, കോഴിക്കോട്, 2007, പുറം 30.

തിരുമാന്ധാംകുന്ന് ക്ഷേത്രത്തിൽ മംഗല്യപൂജ നടത്താറുണ്ട്. ത്വക്ക് രോഗങ്ങൾ നാഗകോപം കൊണ്ടാണെന്ന് ചിലർ വിശ്വസിക്കുന്നു. തിരുവേഗപ്പുറ വിഷ്ണുക്ഷേത്രത്തിലെ അട, നിവേദ്യം എന്നിവ കഴിക്കുന്നതോടെ രോഗം സുഖപ്പെടും എന്നാണ് വിശ്വാസം. ചമ്രവട്ടത്തെ ഗരുഡൻകാവിൽ സർപ്പദോഷപരിഹാരത്തിനായി പ്രത്യേകം വഴിപാടുകൾ ഉണ്ട്.

മാപ്പിളവൈദ്യം

ദിവസേന അഞ്ച് നേരമുള്ള നിസ്കാരം ഒരാൾക്ക് ശാരീരിക വ്യായാമവും, മാനസിക സൗഖ്യവും നൽകുന്നു. പ്രഭാതം മുതൽ പ്രദോഷം വരെ ജലപാനം നടത്താതെ ഒരു മാസം (റംസാൻ മാസം) നീണ്ടുനിൽക്കുന്ന ഉപവാസം ചെയ്താൽ ശരീരത്തിൽ കെട്ടിനിൽക്കുന്ന മേദസ്സ് കുറയ്ക്കുകയും വികാരവിചാരങ്ങളെ നിയന്ത്രിക്കാൻ പഠിക്കുകയും ചെയ്യുമെന്നാണ് വിശ്വാസം. ജാറം നേർച്ച, യുദ്ധത്തിലും മറ്റും വീരചരമമടഞ്ഞവരേയും വിശുദ്ധരേയും ആരാധിക്കുക, മന്ത്രവാദം, ജ്യോതിഷം തുടങ്ങിയവയെ ചില ഇസ്ലാമിക് സംഘടനകളും വ്യക്തികളും എതിർക്കുന്നുണ്ട്. എങ്കിലും ചിലർ ഖുർആനിലെയും ഹദീസിലെയും (നബിവചനങ്ങൾ) ചില സൂക്തങ്ങൾ ഉദ്ധരിച്ചുകൊണ്ടുതന്നെ മാന്ത്രികക്രിയകളും ജ്യോതിഷ ചികിത്സയും നടത്തുന്നുണ്ട്.[68] ഇസ്ലാം മതവിശ്വാസികളുടെ പൂർണ്ണ പിന്തുണയില്ലാതെ മാപ്പിളമാരിൽ[69] ചിലർ നടത്തുന്ന മന്ത്രവാദം, ജ്യോതിഷം, ഔഷധചികിത്സ, ചില പള്ളികൾ, ജാറങ്ങൾ എന്നിവ കേന്ദ്രീകരിച്ചുനടത്തുന്ന ചികിത്സകളും ആണ് ഇവിടെ മാപ്പിളവൈദ്യം എന്നതുകൊണ്ട് ഉദ്ദേശിക്കുന്നത്. മാന്ത്രികചികിത്സയും ഔഷധചികിത്സയും ചേർത്തുകൊണ്ടുള്ള ചികിത്സാരീതി മുസ്ലീംകളിൽ ചിലർ ലോകത്തിന്റെ പലയിടത്തും ചെയ്യുന്നുണ്ട്.

68 പ്രവാചകൻമാർക്കും ദിവ്യൻമാർക്കും അനുസരിച്ച് കഴിഞ്ഞിരുന്ന ജിന്നുകളും പിശാചുക്കളും ഉണ്ടെന്ന് ഖുർആൻ വ്യക്തമാക്കുന്നുണ്ട്. അറിവുള്ളവന്റേയും ദിവ്യൻമാരുടെയും മുമ്പിൽ ജിന്നുകളും പിശാചുക്കളും അടിമകളാകുന്നു. എന്നാൽ സാധാരണ മനുഷ്യർക്ക് ഈ അദൃശ്യശക്തികൾ ഭൂരിഭാഗവും ഉപദ്രവകാരികളായിരുന്നു. ഭയപ്പെടുത്തുന്ന ദുർഭൂതങ്ങളായിരുന്നു. ജിന്ന്, പിശാച് തുടങ്ങിയ അദൃശ്യശക്തികളുടെ ബാധയേറ്റ് സാധാരണ മനുഷ്യന്റെ സമനില തെറ്റുന്നത് ഒരു വസ്തുതതയും യാഥാർത്ഥ്യവുമാണ്. മനുഷ്യശരീരത്തിൽ പ്രവേശിച്ച് കുഴപ്പങ്ങൾ സൃഷ്ടിക്കുന്ന ഇത്തരം അദൃശ്യശക്തികളെ ഒഴിവാക്കാൻ വിശുദ്ധ സൂക്തങ്ങൾ മന്ത്രിച്ച് ഓതുകയും, ആവാഹനക്രിയകൾ നടത്തുന്നതും നൂറ്റാണ്ടുകൾ പ്രായമുള്ള മാന്ത്രിക ചികിത്സയാണ്. ഖുർആൻ വ്യക്തമാക്കുന്ന ജിന്നിന്റെയും പിശാചിന്റെയും ഉപദ്രവങ്ങളെ ഒഴിപ്പിക്കുന്ന മന്ത്രവാദം ശ്രേഷ്ഠമായ ചികിത്സ തന്നെയാണ്. മന്ത്രവാദം അനിസ്ലാമികമല്ല.
(മുഹമ്മദ് അഷ്റഫ്, പി. ഇസ്ലാമിക ജ്യോതിഷം - മന്ത്രവാദം, പുതുവിൽപറമ്പ്, ആലുവ, 1998. പുറം 37.)

69 മലബാറിൽ മുസ്ലീംകൾ മാപ്പിളകൾ എന്നറിയപ്പെടുന്നു.

എന്തെങ്കിലും ശാരീരിക - മാനസിക പ്രശ്നങ്ങൾ കുടുംബത്തിലു ണ്ടായാൽ ബദ്രീങ്ങൾ, മമ്പുറം തങ്ങൾ എന്ന് വിളിച്ച് പ്രാർത്ഥിക്കുന്ന വരും സുഖപ്പെടാൻവേണ്ടി നേർച്ച നടത്തുന്നവരുമാണ് മലബാറിലെ മാപ്പിളമാർ (ഇന്നതിന് ഇടിവ് സംഭവിച്ചിട്ടുണ്ട്). മുഹമ്മദ് നബിയോ ടൊത്ത് ബദർ യുദ്ധത്തിൽ വീരചരമം പ്രാപിച്ചവരാണ് ബദ്രീങ്ങൾ. മഹാൻമാരായ പണ്ഡിതൻമാർക്ക് സിദ്ധിയുണ്ടെന്ന് ജനങ്ങൾ വിശ്വ സിക്കുമായിരുന്നു. മമ്പുറം തങ്ങൾ (തിരൂരങ്ങാടി), പൊന്നാനി തങ്ങൾ, പുത്തൻപള്ളിയിലെ തങ്ങൾ, വെളിയങ്കോട് ഉമ്മർഖാസി തുടങ്ങിയവർ ഉദാഹരണങ്ങളാണ്. ജാറത്തിൽ നേർച്ച നടത്തിയാൽ (പച്ചപ്പട്ട്, പണം എന്നിവ നിക്ഷേപിക്കുക) മനസിലെ ആഗ്രഹങ്ങൾ നടപ്പിലാകും, രോഗങ്ങൾ സുഖപ്പെടും എന്ന് ചിലർ വിശ്വസിക്കുന്നു. രോഗം സുഖപ്പെ ടുത്താൻ തങ്ങന്മാർ മരുന്നും മന്ത്രവും ഉപയോഗിക്കാറുണ്ട്. തങ്ങൻമാർ അറബിമഷികൊണ്ട് കടവണ്ടിപ്പിഞ്ഞാണത്തിൽ മന്ത്രമെഴുതി അതിൽ വെള്ളമൊഴിച്ച് രോഗികൾക്ക് കുടിക്കാൻ കൊടുക്കുന്നു. 'മോല്യാർക്ക് ഒറക്കെഴുത്ത് പഠിപ്പിക്കണ്ടെ' എന്ന പഴമൊഴി 'ഉറുക്കെഴുതുക' എന്ന മാന്ത്രിക രീതിയെ ഓർമ്മിപ്പിക്കുന്നു. ചേക്കുട്ടിപ്പാപ്പ, കാച്ചിനിക്കാട് ഗുരുക്കൾ തുടങ്ങിയ വിശുദ്ധരെ ആരാധിക്കുന്ന രീതിയും ഇവിടെയുണ്ട്. ബീവി, ജിന്നുബീവി എന്നെല്ലാം അറിയപ്പെടുന്ന മുസ്ലീം സ്ത്രീകളായ മാന്ത്രികരും ഇവിടെയുണ്ട്. ജിന്നു[70] ബാധിച്ച വ്യക്തികൾക്കുണ്ടായ ശാരീരിക മനോരോഗങ്ങൾ ഇവർ ചികിത്സിച്ചാൽ ഭേദമാകും എന്നാണ് വിശ്വാസം. മുസ്ലീം തീർത്ഥാടനകേന്ദ്രമാണ് മമ്പുറം മഖാം. ഇവിടെ നാനാജാതി മതസ്ഥർ പ്രാർത്ഥനക്കും ചികിത്സക്കും വേണ്ടി എത്താ റുണ്ട്. മമ്പുറത്ത് നിന്നും ലഭിക്കുന്ന ബർക്കത്ത് അരി, എണ്ണ എന്നിവ ധനസമ്പാദനത്തിനും ശാരീരിക സൗഖ്യത്തിനും ഗുണകരമാണ് എന്നാണ് വിശ്വാസം. വന്നേരി നാട്ടിൽപ്പെടുന്ന പെരുമ്പടപ്പ് പുത്തൻ പള്ളിയിലെ വിഷചികിത്സ പ്രസിദ്ധമാണ്. കാഞ്ഞിരക്കൽ (തലക്കാട്) പാലക്കാപറമ്പിൽ മൊയ്തീൻ ഔലിയയുടെ ജാറത്തിൽ നേർച്ച ചെയ്താൽ സർപ്പകോപം ഇല്ലാതാകും എന്നാണ് വിശ്വാസം.[71]

---

70 ജിന്ന് എന്നത് ഒരു അറബി പദമാണ്. ലോകത്തെ ചുറ്റിയിരിക്കുന്ന കാഫ് പർവ തത്തിൽ നിവസിക്കുന്ന ഒരുതരം ദേവതാവർഗമെന്ന അർത്ഥം അതിനുണ്ട്. ജിന്നിന്റെ സേവകൊണ്ട് ചില കാര്യസാധ്യങ്ങൾ ഉണ്ടാകുമെന്ന് വിശ്വസിക്കുന്ന വരുണ്ട്.

(വിഷ്ണുനമ്പൂതിരി, എം.വി. ഫോക്‌ലോർ നിഘണ്ടു, ഭാഷാ ഇൻസ്റ്റിറ്റ്യൂട്ട്, തിരുവന ന്തപുരം, 2000, പുറം 34.)

71 ശശിധരൻ, ക്ലാരി. (ഡോ). പറഞ്ഞുതന്നത്.

ക്രിസ്തീയവൈദ്യം

പഠനമേഖലയിൽ മുസ്ലിം, ഹിന്ദു വിഭാഗങ്ങളുടെ ജനസംഖ്യയോട് താരതമ്യം ചെയ്താൽ വളരെ കുറവ് എണ്ണം മാത്രമേ ക്രിസ്ത്യാനികൾക്കുള്ളൂ. തെക്കൻ കേരളത്തിൽ നിന്നും മലബാറിലെ വിവിധ മലയോര പ്രദേശങ്ങളിലേക്ക് കഴിഞ്ഞ നൂറ്റാണ്ടിലെ (1900-1999) വിവിധ കാലങ്ങളിൽ കുടിയേറിപ്പാർത്തവരും സർക്കാർ/സർക്കാരിതര ജോലിക്കുവേണ്ടി ഇവിടെ വന്ന് വിവിധ പ്രദേശങ്ങളിൽ താമസമാക്കിയവരുമാണ് ക്രിസ്ത്യാനികളിൽ ഭൂരിഭാഗവും. പന്തല്ലൂർ, നിലമ്പൂർ, അരീക്കോട്, പെരിന്തൽമണ്ണ തുടങ്ങിയ മേഖലകളിലെ മലയോര പ്രദേശങ്ങളിൽ കോളനിപോലെ കൂട്ടം ചേർന്ന് ഇവർ താമസിക്കുന്നു. മലയിലെ ചേട്ടന്മാർ എന്നാണിവർ അറിയപ്പെടുന്നത്. രാഷ്ട്രീയ-സാംസ്കാരികരംഗങ്ങളിൽ സജീവമായി ഇടപെടാറുണ്ട്. മലയോര പ്രദേശങ്ങളിൽ കൂട്ടം ചേർന്ന് താമസിക്കുന്നതിനാൽ ഇവരുടെ വാമൊഴിക്ക് തിരുവിതാംകൂർ മലയാളത്തിനോടാണ് കൂടുതൽ ബന്ധം. റബ്ബർ, വാഴ, തെങ്ങ്, കാപ്പി തുടങ്ങിയ കൃഷികൾ ചെയ്ത് ജീവിക്കുന്നവരാണ് ഭൂരിഭാഗവും.

ക്രിസ്ത്യാനികളിലെ ചില സഭകൾ പ്രാർത്ഥനകൊണ്ട് രോഗം സുഖപ്പെടും എന്ന് വിശ്വസിക്കുന്നു. പ്രസ്തുത സഭകൾ പ്രചരിപ്പിക്കുന്ന രോഗശാന്തി ശുശ്രൂഷാധ്യാനങ്ങൾ മഞ്ചേരി, മലപ്പുറം, നിലമ്പൂർ, കോഴിക്കോട് തുടങ്ങിയ കേന്ദ്രങ്ങളിൽ നടക്കുന്നുണ്ട്. ചില പള്ളികളിൽ പ്രത്യേകതരം പ്രാർത്ഥനകളാൽ/നേർച്ചകളാൽ രോഗശാന്തി കൈവരും എന്നും ചിലർ വിശ്വസിക്കുന്നുണ്ട്. ഇതിനെയെല്ലാമാണ് ഇവിടെ ക്രിസ്തീയ വൈദ്യം എന്നതുകൊണ്ട് ഉദ്ദേശിക്കുന്നത്.

തെക്കൻ കേരളത്തിലും മധ്യകേരളത്തിലും രോഗശാന്തിയുമായി ബന്ധപ്പെട്ട് നടക്കുന്ന നേർച്ചകളിലും പ്രാർത്ഥനകളിലും ചിലർ പങ്കെടുക്കുന്നു. മുടിയുണ്ടാകാൻ കൊരട്ടിമുത്തിക്ക് (തൃശ്ശൂർ) ചൂലും, കുട്ടികളുണ്ടാവാൻ തൊട്ടിലും നേർച്ച നൽക്കാറുണ്ട്. സുഖപ്രസവം നടക്കാൻ ആലങ്ങാട്ടുപള്ളിയിലെ അരിമാവും വാഴപ്പഴവും ചേർത്തുണ്ടാക്കിയ 'അമുക്ക്' വാങ്ങി കഴിക്കുന്നു. വ്യത്യസ്ത നേർച്ചകളുടെ ഭാഗമായി പോട്ട, മലയാറ്റൂർ, വേളാങ്കണ്ണി തുടങ്ങിയ പള്ളികളിലേക്ക് തീർത്ഥാടനം നടത്തുന്നു. ക്രൈസ്തവരുടെ കൂദാശകളിലൊന്നാണ് രോഗിലേപനം. രോഗത്തിനും മരണത്തിനും കാരണമായ പാപത്തിൽ നിന്നും മോചനം നേടുന്നതിനുള്ള അനുഷ്ഠാനമാണ് രോഗിലേപനം. പുരോഹിതന്റെ നേതൃത്വത്തിൽ വെഞ്ചരിച്ച തൈലം രോഗിയുടെ നെറ്റിയിൽ കുരിശാകൃതിയിൽ പൂശുകയും രോഗിക്ക് ആശീർവാദം നൽകുകയുമാണ് രോഗിലേപനത്തിലെ പ്രധാന കർമ്മങ്ങൾ.

രോഗശാന്തി ശുശ്രൂഷാധ്യാനങ്ങൾ ഇവിടെയുണ്ടെങ്കിലും, പ്രത്യേകതരം പ്രാർത്ഥനകൾ നടപ്പുള്ള പള്ളികൾ ഇവിടെ കുറവാണ്. പെരിന്തൽമണ്ണയിലെ ലൂർദ്ദ് പള്ളിയിൽ മെഴുകുതിരി കത്തിച്ചുകൊണ്ട് എല്ലാ തിങ്കളാഴ്ചയും പ്രത്യേക പ്രാർത്ഥനയുണ്ട്. കോഴിക്കോട് മാവൂർ റോഡിലുള്ള കരിശുപള്ളിയിൽ എണ്ണ, വെണ്ണ എന്നിവ നേർച്ചയായി കത്തിക്കാറുണ്ട്. ഗർഭിണികൾക്കും ശിശുക്കൾക്കും രോഗമോ മറ്റ് അസുഖങ്ങളോ ഉണ്ടായാൽ നടത്തുന്ന നേർച്ചയാണ് മുത്തിയൂട്ട്. യേശുവിന്റെ വളർത്തുപിതാവ്, മാതാവ്, യേശു എന്നിവരെ സങ്കൽപ്പിച്ച് മൂന്ന് പാവപ്പെവർക്ക് ഭക്ഷണവും വസ്ത്രവും ദാനം ചെയ്യുകയും പ്രാർത്ഥന നടത്തുകയുമാണ് മുത്തിയൂട്ട്.

ഔഷധചികിത്സ

വൈദ്യൻ, രോഗി, ഔഷധം, പരിചാരകൻ എന്നിവയെ ആയുർവേദം പാദചതുഷ്ടയം എന്ന് വിശേഷിപ്പിക്കുന്നു. രോഗചികിത്സക്ക് നിർബന്ധമായും വേണ്ട നാല് ഘടകങ്ങൾ എന്ന ഉദ്ദേശ്യത്തിലാണ് പാദചതുഷ്ടയത്തെ ആയുർവേദം വിശദീകരിക്കുന്നത്. രോഗം സുഖപ്പെടുത്തുന്നതിൽ ഔഷധത്തിനുള്ള പങ്ക് ചെറുതല്ല. ഈ പുസ്തകത്തിലെ രണ്ടാം അധ്യായത്തിലും മൂന്നാം അധ്യായത്തിലും വ്യത്യസ്ത ഭാഗങ്ങളിലായി ഔഷധമുപയോഗിച്ചുകൊണ്ടുള്ള ചികിത്സ വിശദമാക്കുന്നുണ്ട് എന്നതിനാൽ ഇവിടെ വിശദീകരിക്കുന്നില്ല.

നാട്ടുവൈദ്യന്മാർ സാധാരണ ഉപയോഗിക്കുന്ന ഔഷധവർഗങ്ങൾ അരിഷ്ടം, കഷായം, ഗുളിക, ഘൃതം, ചൂർണം, ലേഹ്യം, എണ്ണ എന്നിവയാണ്. പ്രത്യേകം ഔഷധങ്ങൾ കൂട്ടിച്ചേർത്ത് വിധിപ്രകാരം തയ്യാർ ചെയ്ത ഔഷധവർഗങ്ങളാണ് മുകളിൽ പ്രസ്താവിച്ചത്. സസ്യങ്ങളുടെ വിവിധ ഭാഗങ്ങൾ നേരിട്ടോ ചതച്ചോ വാട്ടിപ്പിഴിഞ്ഞോ ഉപയോഗിക്കുന്ന രീതികളും ഉണ്ട്. മരുന്നുകൾ കൊത്തിനുറുക്കിയും പൊടിച്ചും ശർക്കരവെള്ളത്തിൽ ചൂടാക്കി തണുപ്പിച്ചതിനുശേഷം അടുപ്പിൽ നിന്നും വാങ്ങിവെക്കുന്നു. അതിൽ താതിരിപ്പൂവിട്ടു ഒരു മാസത്തോളം പുളിപ്പിച്ചതിനുശേഷം, മൂപ്പെത്തുമ്പോൾ മരുന്നു കഷ്ണങ്ങൾ അരിച്ചെടുക്കുന്നതാണ് അരിഷ്ടം. മരുന്നുകൾ കൊത്തിനുറുക്കി വെള്ളത്തിലിട്ട് ചൂടാക്കി കുറുകിയതിനുശേഷം ഉപയോഗിക്കുന്നതാണ് കഷായം. മരുന്നുകൾ ദിവസങ്ങളോളം അരച്ച് വിവിധ വലിപ്പത്തിൽ ഉരുട്ടിയെടുക്കുന്നതാണ് ഗുളികകൾ. മരുന്നുകൾ കഷായം വെച്ച് കുറുക്കി, അരിച്ചെടുത്ത് നെയ്യ് ചേർത്ത് പാകപ്പെടുത്തുന്നതാണ് ഘൃതം. മരുന്നുകൾ ഇടിച്ച് പൊടിയാക്കുന്നതാണ് ചൂർണങ്ങൾ. മരുന്നുകൾ പൊടിച്ച് ശർക്കരയിൽ ചൂടാക്കി പാകം ചെയ്യുന്നതാണ് ലേഹ്യം. മരുന്ന് എണ്ണയിലിട്ട് ചൂടാക്കി പാകം ചെയ്യുന്നതാണ് എണ്ണകൾ.

പ്രത്യേക ഔഷധങ്ങൾ ചേർത്ത് തയ്യാറാക്കിയവ ആണ് വിഷക്കല്ല്, മാത്ര, ഇടിക്കട്ട തുടങ്ങിയവ. ശരീരത്തിനുള്ളിലെത്തിയ പാമ്പിൻ വിഷത്തെ വിഷക്കല്ലിന് വലിച്ചെടുക്കാൻ സാധിക്കും എന്നാണ് വിശ്വാസം. ഇതുപയോഗിച്ചുകൊണ്ടുള്ള ചികിത്സാരീതിയും നിർമ്മാണ രീതിയും മൂന്നാം അധ്യായത്തിൽ വിശദമാക്കിയിട്ടുണ്ട്. ജീവിതാന്ത്യത്തോടടുക്കുന്ന വൃദ്ധരെ ജീവിതത്തിലേക്ക് തിരിച്ചുകൊണ്ടുവരാൻ കൊടുക്കുന്ന ഔഷധമാണ് 'മാത്ര'. മണ്ണാൻ, തീയൻ വിഭാഗങ്ങളിലെ ചില വൈദ്യ കുടുംബങ്ങൾ ഇപ്പോഴും 'മാത്ര' ചികിത്സക്കായി ഉപയോഗിക്കാറുണ്ട്. ഔഷധങ്ങൾ ചേർത്ത് (ലോഹത്തിന്റെ) ഉറപ്പിൽ തയ്യാറാക്കുന്നതാണ് മാത്ര. മുമ്പ് വീട്ടിൽ തയ്യാറാക്കിയ മാത്ര ഇപ്പോഴും ഉപയോഗിക്കുന്നുണ്ടെന്നല്ലാതെ പുതിയ തലമുറയിൽപെട്ടവരാരും ഇവ സ്വന്തമായി നിർമ്മിക്കാറില്ല. അജ്ഞത ആയിരിക്കാം കാരണം. മാത്ര കത്തികൊണ്ട് ചുരണ്ടിയെടുത്തോ കല്ലിൽ ഉരച്ചോ ലഭിക്കുന്ന പൊടി തേനിൽ ചേർത്ത് രോഗിയുടെ നാവിൽ തേച്ചുകൊടുക്കുന്നു. മാത്ര കൊടുത്തിട്ടും ശരീരത്തിന് ഗുണകരമായ മാറ്റം വന്നിട്ടില്ലെങ്കിൽ മറ്റു മരുന്നുകൾ കൊടുത്തിട്ടും ഫലമില്ല എന്നാണ് വിശ്വാസം. ചെന്നിക്കുത്ത് സുഖപ്പെടുത്താൻ ഇടിക്കട്ട ഉപയോഗിക്കുന്നു. ഇടിക്കട്ട ചൂടാക്കി ചെന്നിക്കുത്ത് അനുഭവിക്കുന്ന ഭാഗത്ത് വെച്ചാൽ സുഖപ്പെടും എന്നാണ് വിശ്വാസം.

നാട്ടുവൈദ്യവും വിശ്വാസവും തമ്മിൽ അഭേദ്യബന്ധമുണ്ട്. ഔഷധം ഉപയോഗിക്കുന്നതിലും കൈകാര്യം ചെയ്യുന്നതിലും ചില രീതികൾ (വിശ്വാസങ്ങൾ) ഉണ്ട്. ജനനം, മരണം തുടങ്ങിയവയുടെ 'പുല'യുള്ളപ്പോൾ മരുന്നുകൾ ഉണ്ടാക്കാനോ വിൽക്കാനോ പാടില്ല. സ്ത്രീകൾ ആർത്തവം മൂലം അശുദ്ധിയായിരിക്കുമ്പോൾ മരുന്ന് കൈകാര്യം ചെയ്യാൻ പാടില്ല. സന്ധ്യാനേരത്ത് രോഗിയെ ചികിത്സിക്കാനോ മരുന്ന് കൊടുക്കാനോ പാടില്ല. മുറിയുടെ ഉമ്മറപ്പടിയിൽനിന്ന് വൈദ്യൻ മരുന്ന് കൊടുക്കാനോ, രോഗി മരുന്ന് വാങ്ങാനോ പാടില്ല. മുറിക്കുള്ളിലുള്ള വൈദ്യനിൽനിന്ന് മുറിക്ക് പുറത്തുള്ള രോഗി (ഉമ്മറപ്പടിക്ക് അപ്പുറത്തുനിന്നും) മരുന്ന് വാങ്ങാൻ പാടില്ല.

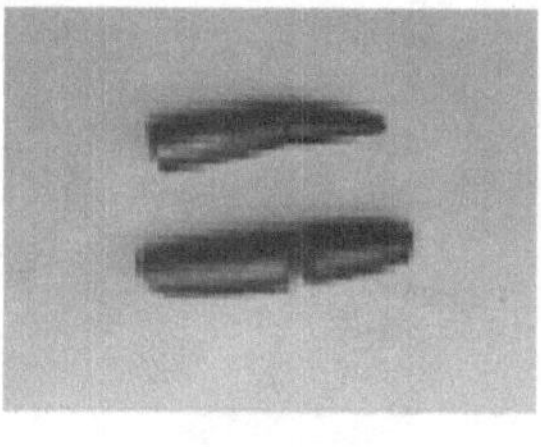

മാത്ര

ഇടിക്കട്ട

ഔഷധം ഉണ്ടാക്കുന്നതുപോലെ പ്രധാനമാണ് അവ കേട്ടുകൂടാതെ സൂക്ഷിക്കുക എന്നത്. ശരിയായ രീതിയിൽ സൂക്ഷിക്കാഞ്ഞാൽ ഗുളികകളും കഷായങ്ങളും ചൂർണങ്ങളും പൂപ്പൽ വന്ന് കേടാകാൻ സാധ്യതയുണ്ട്. ശുചിയായ ഗ്ലാസുപാത്രങ്ങളിലാണ് മരുന്ന് സൂക്ഷിക്കേണ്ടത്. തണുപ്പോ ചൂടോ നേരിട്ട് ഏൽക്കാത്ത സ്ഥലത്താണ് മരുന്നുകൾ സൂക്ഷിക്കേണ്ടത്. ഗുളികകൾ ആഴ്ചയിലൊരിക്കൽ വെയിലത്ത് വെക്കുന്നത് പൂപ്പൽ വരാതിരിക്കാൻ നല്ലതാണ്. മരുന്ന് അളക്കുന്നത് (എണ്ണുന്നത്) ശ്രദ്ധയോടെയായിരിക്കണം.

ഏതൊരു ഫോക്‌രൂപത്തിന്റെയും പ്രത്യേകത, അതു സമൂഹത്തിൽ വ്യത്യസ്തമായ തലത്തിൽ വ്യാപരിച്ചിട്ടുണ്ടാവും എന്നുള്ളതാണ്. കാലത്തിനനുസരിച്ച് സ്വയം മാറ്റം വരുത്തിക്കൊണ്ട് അതിജീവിക്കാൻ ശ്രമിക്കുന്ന ഒരു ഫോക്‌രൂപത്തിന്റെ സാന്നിദ്ധ്യം സമൂഹത്തിൽ ഭക്ഷണം, വസ്ത്രം, താമസം, ഔഷധങ്ങൾ, ആചാരാനുഷ്ഠാനങ്ങൾ, വിശ്വാസങ്ങൾ, വിലക്കുകൾ, നാട്ടുവാങ്മയങ്ങൾ തുടങ്ങി നിരവധി ഘടകങ്ങളിൽ കാണാൻ കഴിയും. നാട്ടുവൈദ്യം പഠനമേഖലയിൽ ഏതെല്ലാം തലത്തിൽ വ്യാപരിച്ചിരിക്കുന്നുവെന്നാണ് ഈ അദ്ധ്യായത്തിൽ വിശദീകരിച്ചിരിക്കുന്നത്. ചില രോഗങ്ങൾക്ക് പ്രത്യേക വൈദഗ്ധ്യമേഖലകൾ ഉണ്ട്. അവ അടുത്ത അദ്ധ്യായത്തിൽ വിശദീകരിക്കുന്നു.

അദ്ധ്യായം മൂന്ന്

പ്രതിവിധിചികിത്സയും പ്രതിരോധചികിത്സയും

നാട്ടുവാങ്മയങ്ങൾ, ആചാരാനുഷ്ഠാനങ്ങൾ, വിശ്വാസങ്ങൾ, വിലക്കുകൾ, ശീലങ്ങൾ, ഭക്ഷണരീതികൾ, മരുന്നുകൾ തുടങ്ങിയ നിരവധി ഘടകങ്ങൾ നാട്ടുവൈദ്യത്തിലുണ്ട്. രണ്ടാം അധ്യായത്തിലെ 'നാട്ടുവൈദ്യത്തിന്റെ രീതിഭേദങ്ങൾ' എന്ന ഉപശീർഷകത്തിൽ നാട്ടുവൈദ്യത്തെ വർഗീകരിച്ച് വിശദീകരിച്ചിട്ടുണ്ട്. കൂടുതൽ വിശദീകരിക്കുന്നതിന് രോഗചികിത്സയെ പ്രതിവിധിചികിത്സ, പ്രതിരോധചികിത്സ എന്ന് തരംതിരിച്ച് വിശദീകരിക്കുകയാണ് ഇവിടെ. രോഗംവരാനുള്ള കാരണം മനസ്സിലാക്കി അവയെ ചികിത്സിക്കുന്നതാണ് പ്രതിവിധിചികിത്സ. രോഗം വരാതിരിക്കാനും, വന്നത് ആവർത്തിക്കാതിരിക്കാനും നടത്തുന്ന കരുതൽ നടപടികളാണ് പ്രതിരോധചികിത്സ. പ്രതിവിധിചികിത്സയിലും പ്രതിരോധചികിത്സയിലും ഔഷധമുപയോഗിച്ചുകൊണ്ടുള്ള ഭൗതികചികിത്സയും മന്ത്രമുപയോഗിച്ചുകൊണ്ടുള്ള ഭൗതികേതരചികിത്സയും ഉണ്ട്.

പ്രതിവിധിചികിത്സ

ഇന്ദ്രിയങ്ങൾകൊണ്ട് അനുഭവിക്കപ്പെടുന്ന ആഹാരം, വ്യായാമം മുതലായവയിൽ ശ്രദ്ധിക്കാതെ, സാഹചര്യങ്ങളുടെയും പരിസരങ്ങളുടെയും പരിശുദ്ധിയെ പാലിക്കാതെ, സദാചാരത്തിൽ നിഷ്ഠയില്ലാതെയുള്ള ജീവിതം പല വിധത്തിലുള്ള രോഗങ്ങൾക്ക് കാരണമാകും. രോഗങ്ങളെ

ആഗന്തു, ശാരീരം, മാനസം, സ്വാഭാവികം എന്നിങ്ങനെ തിരിക്കാം[1]. വിഷം, തീ, അടി, വീഴ്ച്ച, ആഭിചാരം തുടങ്ങിയ ബാഹ്യഘടകങ്ങളിൽ നിന്നുണ്ടാകുന്ന രോഗങ്ങളാണ് ആഗന്തു. അപഥ്യമായ ആഹാരം കഴിച്ചാൽ ഉണ്ടാകുന്നത് ശാരീരം. ശോകം, ക്രോധം, ഭയം, ഈർഷ്യ, നിരാശ തുടങ്ങിയവ കൊണ്ടുണ്ടാവുന്നത് മാനസം. വിശപ്പ്, ദാഹം, വാർദ്ധക്യം തുടങ്ങിയവ വഴിയുണ്ടാകുന്നത് സ്വാഭാവികം. പല വിധത്തിലുള്ള വേദന, വീക്കം, ശാരീരികമാറ്റം, അസ്വാഭാവിക പെരുമാറ്റം തുടങ്ങിയവ രോഗങ്ങളുടെ ലക്ഷണങ്ങളാണ്. രോഗകാരണങ്ങളിലും രോഗങ്ങളിലും വൈവിധ്യങ്ങൾ ഉള്ളതുപോലെ ചികിത്സയിലും വൈവിധ്യങ്ങൾ കാണാം. ഈ പ്രബന്ധത്തിന്റെ വ്യത്യസ്ത ഇടങ്ങളിൽ പ്രതിവിധിചികിത്സകൾ വിവരിച്ചിട്ടുണ്ട്. ഇവിടെ വിഷചികിത്സ, മഞ്ഞപ്പിത്ത ചികിത്സ, മനോരോഗചികിത്സ, കണ്ണുചികിത്സ, പേറെടുപ്പ് തുടങ്ങിയവ വിവരിക്കുന്നു. മേൽപ്പറഞ്ഞ രോഗങ്ങൾക്ക് പഠനമേഖലയിൽ പ്രത്യേക വൈദഗ്ധ്യമുള്ള വൈദ്യന്മാരാണ് ചികിത്സിക്കുന്നത്.

വിഷചികിത്സ

മനുഷ്യന് ദോഷമുണ്ടാക്കുന്ന ജന്തു-സസ്യങ്ങളിൽനിന്നും രക്ഷപ്പെടാൻ വേണ്ടി രൂപപ്പെടുത്തിയ ചികിൽസാസമ്പ്രദായങ്ങളെയാണ് ഇവിടെ വിഷചികിത്സ എന്നതുകൊണ്ടുദ്ദേശിക്കുന്നത്. ക്ഷുദ്രജീവികളുടെ പ്രത്യേകത, അവയിൽ ഭൂരിപക്ഷത്തിനും വിഷമുണ്ട് എന്നതും മനുഷ്യന് പ്രത്യക്ഷത്തിൽ ഗുണമില്ല എന്നതുമാണ്. വിഷം രണ്ടു തരമുണ്ട് സ്ഥാവരമെന്നും, ജംഗമമെന്നും.[2] കാഞ്ഞിരം, നായ്ക്കുരണ, ചേര്, നീലക്കൊടുവേലി, അരളി, തുമ്പ തുടങ്ങിയ സസ്യങ്ങളിലെ തടിയുടെ തൊലി, കായ്, ഇല എന്നിവ ഭക്ഷിക്കുകയോ, ചിലത് സ്പർശിക്കുകയോ ചെയ്താൽ വിഷബാധയുണ്ടാകുന്നു. ഇത്തരം വിഷങ്ങളെ സ്ഥാവരവിഷമെന്നുപറയുന്നു. പാമ്പ്, പേപ്പട്ടി, പൂച്ച, ചിലന്തി, എലി, കീരി, തേൾ, കുരങ്ങ്, അരണ, ഓന്ത്, പല്ലി, പഴുതാര, തവള, മത്സ്യം, തേരട്ട, കടന്നൽ, വേട്ടാളൻ, തേനീച്ച, മനുഷ്യൻ തുടങ്ങിയ ജീവികളുടെ വിഷം ജംഗമത്തിലും പെടുന്നു. സ്ഥാവരവിഷത്തിനും ജംഗമവിഷത്തിനും വീര്യത്തിന്റെ കാര്യത്തിൽ ഏറ്റക്കുറച്ചിലുകൾ ഉണ്ട്. വിഷമിപ്പിക്കുന്നത് എന്നാണ് വിഷം എന്ന പേരിന്റെ നിരുക്തി.[3] വിഷം എന്ന പേരിനു പിന്നിലും, വിഷത്തിന്റെ ഉദ്ഭവത്തെ

1 രാഘവൻ, തിരുമുൽപ്പാട്. (എഡി). ആയുർവേദവിജ്ഞാനകോശം, സാമ്രാട്ട് പബ്ലിക്കേഷൻസ്, തൃശ്ശൂർ, 2003, പുറം 46.

2 ചെറിയാൻ, ഊക്കൻ. പാമ്പിൻവിഷവും പ്രതിവിധിചികിത്സയും, എടക്കുളം പ്രസ്സ്, ഇരിങ്ങാലക്കുട, 2000, പുറം 18.

3 ജഗദ്വിഷണ്ണംതം നഷ്ട്വാ
തേനാസൗവിഷസംജ്ഞിതാ

ബന്ധപ്പെട്ടുത്തിയും നിരവധി ഐതിഹ്യങ്ങളുണ്ട്. ദേവൻമാരും അസുരൻമാരും കൂടിച്ചേർന്ന് പാലാഴിമഥനം നടത്തിയപ്പോൾ അമൃത് ലഭിക്കുന്നതിനുമുമ്പ് ഭീകരരൂപിയും പച്ച നിറമുള്ളവനും തിളങ്ങുന്ന കണ്ണുകൾ ഉള്ളവനുമായ ഒരു പുരുഷനുണ്ടായി. അമൃത് പ്രതീക്ഷിച്ചിരുന്ന ദേവൻമാർ ഭീകരരൂപിയെക്കണ്ട് വിഷണ്ണരായി. വിഷാദത്തിന് കാരണഭൂതനായ ഭീകരരൂപിയെ ഇല്ലായ്മചെയ്യാൻ ബ്രഹ്മാവ് തുനിഞ്ഞപ്പോൾ അവൻ ഭീകരരൂപം വെടിഞ്ഞ് ജന്തുക്കളിലും സസ്യങ്ങളിലും അഭയംതേടി. അവൻ അഭയം പ്രാപിച്ച ജന്തുക്കളും, സസ്യങ്ങളും വിഷമായി മാറി.[4]

സ്ഥാവരവിഷചികിത്സ

ജന്തുക്കളിൽനിന്നല്ലാതെ മനുഷ്യന് നേരിടുന്ന വിഷങ്ങളിൽനിന്നുള്ള രക്ഷയാണ് സ്ഥാവരവിഷചികിത്സ. മനുഷ്യന് ഏൽക്കുന്ന വിഷവസ്തുക്കൾ ഏതെല്ലാമാണെന്നും അവയിൽനിന്നും എങ്ങനെ മോചനം നേടാമെന്നും ഇവിടെ വിശദീകരിക്കുന്നു.

വലിയ മരമായി വളരുന്ന ചേരിന്റെ ശാസ്ത്രീയനാമം സെമികാർപസ് അനകാർഡിയം എന്നാണ്. ചേരിന്റെ സാമീപ്യവും, ചിലർക്ക് മരത്തൊലിയിലെ നീരും ശരീരഭാഗങ്ങൾക്ക് വീക്കമുണ്ടാക്കാറുണ്ട്. ‘ചേരുനായർ ചതിച്ചാൽ താന്നിനായർ രക്ഷിക്കും’ എന്ന പഴമൊഴി വീക്കം എങ്ങനെ ഇല്ലാതാക്കാമെന്ന് വിശദീകരിക്കുന്നു. താന്നിമരത്തിന്റെ (കായുടെ) തൊലിയുടെ കഷായം കുടിക്കുക, അരച്ചുതേക്കുക, താന്നിമരത്തിനുചുറ്റുക തുടങ്ങിയവ ചികിത്സാരീതികളാണ്.

ചെത്തിക്കൊട്ടുവേലിയുടെ തണ്ടും കിഴങ്ങും ഔഷധമാണ്. വിൽപ്പന സാധ്യതയുള്ളതിനാൽ ചിലർ ചെത്തിക്കൊട്ടുവേലി കൃഷി ചെയ്യാറുണ്ട്. ചെത്തിക്കൊട്ടുവേലിയുടെ തണ്ട്, കിഴങ്ങ് എന്നിവ മുറിക്കുമ്പോൾ നീര് ശരീരത്തിലായാൽ തൊലി പൊള്ളുന്നു. കുന്തിരിക്കപ്പൊടി വിതറിയാൽ പൊള്ളൽ സുഖപ്പെടുന്നതാണ്. എലി, പെരുച്ചാഴി തുടങ്ങിയവ ഇതിന്റെ കിഴങ്ങ് തിന്നുകയില്ല എന്നതിനാൽ ചില വ്യക്തികൾ സ്വന്തം പറമ്പിന്റെ അതിരുകളിൽ ചെത്തിക്കൊട്ടുവേലി വെച്ചുപിടിപ്പിക്കാറുണ്ട്. കൊട്ടുവേലിയുടെ കിഴങ്ങും തണ്ടും ഒഴുക്കുള്ള വെള്ളത്തിൽ നന്നായി കഴുകി ചുണ്ണാമ്പുവെള്ളത്തിൽ ഇരുപത്തിനാല് മണിക്കൂറിലധികം ഇട്ടുവെക്കുന്നു. വിഷാംശം ഇല്ലാതാക്കിയതിനുശേഷം ഉപയോഗിക്കുന്നു.

ശരീരത്തിൽ ചൊറിച്ചിലുണ്ടാക്കുന്ന വള്ളിച്ചെടിയാണ് നായ്ക്കുരണ. നായ്ക്കുരണക്കായയുടെ പുറമെയുള്ള ചെറിയ രോമങ്ങളാണ് ചൊറിച്ചിലുണ്ടാക്കുന്നത്. ചൊറി ഇല്ലാതാക്കാൻ നനയാതെ നോക്കുക, ഭസ്മം

4 വിഷചികിത്സകനായിരുന്ന കോട്ടക്കൽ പാണ്ഡമംഗലത്തെ ശ്രീകുമാരവാര്യർ പറഞ്ഞത്.

തേക്കുക, കടയാത്ത തൈര് പുരട്ടുക എന്നിവ ചെയ്യുന്നു. ചൊറിഞ്ഞ് ബോധമില്ലാതായാൽ നഖത്തിനിടയിൽ കുത്തി വേദനിപ്പിച്ച് ബോധം വരുത്തുന്നു. നായ്ക്കുരണവിത്ത് വാജീകരണ ഔഷധമായി ഉപയോഗിക്കുന്നു. കച്ചവടസാധ്യത മുതലെടുത്ത് കമ്പനികൾ നായ്ക്കുരണവിത്തുചേർത്ത ഔഷധച്ചേരുവകൾ വിപണിയിലിറക്കിയിട്ടുണ്ട്.

കൊടിത്തൂവയുടെ വള്ളിയിലും ഇലയിലുമുള്ള ചെറിയ രോമങ്ങളാണ് ചൊറിച്ചിലുണ്ടാക്കുന്നത്. ചൊറിയുന്ന ഭാഗം നനയാതെ നോക്കലും ഭസ്മം തേക്കലുമാണ് ചികിത്സ. കൊടിത്തൂവയുടെ വള്ളിക്കും വേരിനും ഔഷധഗുണം ഉണ്ട്.

സ്ഥാവരവിഷചികിത്സയിൽ ഉൾപ്പെടുത്താവുന്ന നിരവധി ഘടകങ്ങൾ ഇനിയുമുണ്ടെങ്കിലും, അതിൽ പലതും പുതിയ ജീവിതസാഹചര്യത്തിൽ ബന്ധമില്ലാത്തവയാണ്. കൃഷിയും, പ്രകൃതിയുമായി നേരിട്ട് ബന്ധപ്പെടുന്ന തൊഴിലുകൾ കുറഞ്ഞതോടെ വിഷസസ്യങ്ങളുമായുള്ള ബന്ധവും കുറഞ്ഞു. കഞ്ചാവ് കഴിച്ച് ബോധക്ഷയമുണ്ടായാൽ കോവക്ക കഴിക്കുക, കരിക്കിൻവെള്ളം കുടിക്കുക. അമിതമായി മദ്യം കഴിച്ചാൽ പുളി, ഉപ്പുവെള്ളം എന്നിവ കലക്കിക്കൊടുക്കുകയോ, തലയിൽ വെള്ളം ഒഴിക്കുകയോ ചെയ്യുന്നു.

ജംഗമവിഷചികിത്സ

ചില ജന്തുക്കൾ കടിക്കുകയോ മാന്തുകയോ കുത്തുകയോ ചെയ്താൽ മനുഷ്യന്റെ ശരീരം വിഷമയമാകുന്നു. ആചാരാനുഷ്ഠാനത്തിന്റേയോ വിശ്വാസത്തിന്റേയോ ഭാഗമായി നടത്തുന്ന മാന്ത്രികക്രിയകളും ഗൃഹവൈദ്യവും നാട്ടുവാങ്മയങ്ങളും വിഷചികിത്സയുടെ ഭാഗമാണ്. പേപ്പട്ടി, തേൾ, ചിലന്തി, പൂച്ച, എലി, കീരി, കുരങ്ങ്, അരണ, ഓന്ത്, പാമ്പ് തുടങ്ങിയവയാണ് വിഷജന്തുക്കൾ എന്നറിയപ്പെടുന്നത്. എല്ലാ നാട്ടുവൈദ്യന്മാർക്കും വിഷചികിത്സ അറിയാമെങ്കിലും, ചില വൈദ്യന്മാർ വിഷചികിത്സയിൽ പ്രാവീണ്യരാണ്. ഇവർ വിഷചികിത്സ പ്രത്യേകമായി ചെയ്യുന്നതിനാൽ വിഷവൈദ്യൻ, വിഷഹാരി എന്നെല്ലാം അറിയപ്പെടുന്നു.

മറ്റു ജന്തുക്കളേക്കാളും പാമ്പിന് വിഷമേറിയതിനാലും, പാമ്പിൻ വിഷം കൂടുതൽ അപകടകാരിയായതിനാലും വിഷചികിത്സയിൽ പാമ്പുവിഷചികിത്സക്കാണ് പ്രാധാന്യം. പാമ്പിൻവിഷചികിത്സക്ക് ഉപയോഗിക്കുന്ന മരുന്നുകൾ ചികിത്സ നടത്തുന്ന കുടുംബങ്ങൾ രഹസ്യമായി വെക്കുന്നു. ചികിത്സ മറ്റു തറവാട്ടിലുള്ളവർക്ക് പറഞ്ഞു കൊടുത്താൽ തങ്ങളുടെ ഔഷധത്തിന്റെ (മന്ത്രത്തിന്റെ) വീര്യം കുറയും

എന്ന് ഇവർ വിശ്വസിക്കുന്നു.[5] മനുഷ്യമൂത്രം, കർണ്ണമലം, മൂക്കിള, തുപ്പൽ, സാധാരണ പറമ്പിൽ കാണുന്ന ഔഷധസസ്യങ്ങൾ തുടങ്ങിയവ വിഷചികിത്സക്ക് ഉപയോഗിക്കാറുണ്ട്. ഇവ എല്ലാവരും അറിഞ്ഞാൽ ചികിത്സയിൽ താൽപ്പര്യം കാണിക്കില്ല എന്നതുകൊണ്ടുകൂടിയാവണം ഔഷധങ്ങൾ രഹസ്യമാക്കിവെക്കാൻ കാരണം.

വിഷചികിത്സ പ്രതിഫലം വാങ്ങാതെ സൗജന്യമായി ചെയ്തുകൊടുക്കണം എന്ന് ചിലർ വിശ്വസിക്കുന്നു.[6] പ്രതിഫലം വാങ്ങുന്നെങ്കിൽ തന്നെ കൃത്യമായി കാശ് പറയാൻ പാടില്ല. ചികിത്സ ലഭിച്ചയാളോ കുടുംബമോ സന്തോഷത്തോടെ നൽകുന്ന പ്രതിഫലമേ വാങ്ങാവൂ എന്ന് വിശ്വസിക്കുന്നവരുമുണ്ട്. പ്രതിഫലം വാങ്ങിയാൽ തങ്ങളുടെ കുടുംബം നശിച്ചുപോകും, ഔഷധം ഫലിക്കില്ല എന്നീ വിശ്വാസങ്ങൾ പരന്നിട്ടുണ്ടായിരുന്നതിനാൽ വിഷചികിത്സ കച്ചവടച്ചരക്കായിരുന്നില്ല. വിഷചികിത്സ ഒരു തൊഴിലായി തുടരാൻ ഈ വിശ്വാസം ബുദ്ധിമുട്ടായി. പല കുടുംബങ്ങളും വിഷചികിത്സ ചെയ്യുന്നത് നിർത്തി. വിഷചികിത്സ ചെയ്താൽ തങ്ങളുടെ കുടുംബം മുടിയും എന്ന വിശ്വാസം ചില കുടുംബങ്ങൾ വിഷചികിത്സ നിർത്താൻ കാരണമായി. ജീവിത സാഹചര്യം മാറിയതോടെ, പാമ്പ്, തേൾ തുടങ്ങിയ ക്ഷുദ്രജന്തുക്കളുടെ ഉപദ്രവം കുറഞ്ഞു. ആധുനികവൈദ്യം വിഷചികിത്സയിൽ കൂടുതൽ മുന്നോട്ടുപോയതിനാൽ നാട്ടുവൈദ്യന്മാരെ സമീപിക്കൽ കുറഞ്ഞു. ഇതെല്ലാം നാട്ടുവൈദ്യത്തിലെ വിഷവൈദ്യത്തിന്റെ പ്രചാരം കുറയ്ക്കാൻ കാരണമായിട്ടുണ്ട്.

വിഷചികിത്സക്ക് ഉപയോഗിക്കുന്ന വെള്ളശംഖുപുഷ്പം, നീലഅമരി, പിച്ചകം, മഞ്ഞൾ, വയമ്പ്, തെച്ചി, തുളസി തുടങ്ങിയ ഔഷധസസ്യങ്ങൾ വൈദ്യന്മാർ വളർത്താറുണ്ട്. അടുക്കളത്തോട്ടങ്ങളിൽ വളർത്താത്ത മുക്കുറ്റി, ചെറൂള, പുലിച്ചുവടി തുടങ്ങിയവ പറമ്പിൽ നിന്നും പറിക്കുന്നു. വൈദ്യന്മാർ മരുന്ന് വീട്ടിൽ വളർത്താൻ കാരണം വിഷബാധയേറ്റുവന്നാൽ മരുന്ന് തിരഞ്ഞുനടക്കാൻ സമയമുണ്ടാകില്ല എന്നതും രഹസ്യസ്വഭാവം സൂക്ഷിക്കാനും കൂടിയാണ്. പറിച്ചെടുക്കുന്ന ഔഷധങ്ങൾക്കുപുറമെ ഗുളികകളും കഷായങ്ങളും ചികിത്സയ്ക്ക് ഉപയോഗിക്കാറുണ്ട്. ഗുളികകൾ മുമ്പേ തയ്യാറാക്കി വെക്കുന്നതും, കഷായങ്ങൾ കുറിപ്പടി കൊടുത്ത് സ്വയം പാകം ചെയ്യാൻ വൈദ്യൻ നിർദ്ദേശിക്കുന്നവയുമാണ്.

---

5 ഷൈൻവൈദ്യർ, ഭൂദാനം പറഞ്ഞത്.

6 പെരിന്തൽമണ്ണയിലുള്ള സൈഫുന്നീസ എന്ന വിഷചികിത്സക പറഞ്ഞത്.

പാമ്പിൻ വിഷചികിത്സ

'ഒരു ചാൺ ഭൂമിക്ക് ഒരു മുഴം പാമ്പ്' എന്ന പഴമൊഴിയുടെ ഉദ്ദേശ്യം പാമ്പിന്റെ എണ്ണത്തിലുള്ള വർദ്ധനവാണ്.കുന്നിൻ ചെരിവുകളും ഇടവഴികളും കുറ്റിക്കാടുകളും കാവുകളും ഉള്ള പ്രദേശമാണ് പഠനമേഖല. കിഴക്കൻ അതിർത്തിയിൽ സർക്കാർ സംരക്ഷിതവനമാണ്. അതുകൊണ്ടുതന്നെ സർപ്പദംശനമേൽക്കാൻ സാധ്യതയുള്ള മേഖലയാണിത്. ഉപദ്രവിക്കുന്ന പാമ്പുകളെ കണ്ടിടത്തുവെച്ച് കൊല്ലുക എന്നത് ഇവിടെ സാധാരണ കാണുന്ന കാഴ്ച്ചയാണ്. പാമ്പിനെ കൊല്ലാൻ വേണ്ടി ഒത്തുകൂടിയാൽ വർഷങ്ങൾക്കു മുമ്പ് കണ്ട പാമ്പിന്റെ വലിപ്പത്തെക്കുറിച്ചും അത് ചെയ്ത ഉപദ്രവങ്ങളെക്കുറിച്ചും, അതിനെ കൊല്ലാനെടുത്ത സാഹസത്തെപ്പറ്റിയും ജനങ്ങൾ കഥകൾ മെനയുന്നു. 'ആളേറിയാൽ പാമ്പുചാവില്ല' എന്ന പഴമൊഴിയുടെ ഉദ്ദേശ്യം വേറെയാണെങ്കിലും പാമ്പിനെ കൊല്ലാനായി ആളുകൾ ഒത്തുകൂടിയിരുന്നു എന്ന് വ്യക്തമാക്കുന്നു. പാമ്പിനെ കൊല്ലുന്നത് അഭിമാനമാണ്. എന്നാൽ കാവിലെ പാമ്പിനെ കൊല്ലാൻ പാടില്ല എന്ന വിശ്വാസം ഇവിടെയുണ്ട്. കൊന്നാൽ തനിക്കും തന്റെ കുടുബത്തിനും ദോഷങ്ങളുണ്ടാകുമെന്നും ജാതി-മതഭേദമന്യേ ചില ജനങ്ങൾ വിശ്വസിക്കുന്നു. ജനസംഖ്യാവർദ്ധനവും കാടും മേടും വെട്ടിനിരത്തുന്ന തരത്തിലുള്ള ജീവിത രീതിയും പാമ്പുകൾക്ക് ആവാസസ്ഥാനം നഷ്ടപ്പെടാൻ കാരണമായി. പാമ്പ് ആക്രമിക്കുന്ന ജന്തു ആയതിനാലാവണം അതിനെ ആരാധിക്കാൻ കാരണം. ഈ ഭയമാകണം പാമ്പ് ഉപദ്രവിക്കാതിരിക്കാൻ പാമ്പിൻ കാവുകളും പാമ്പിനെ ആരാധിക്കുന്ന അമ്പലങ്ങളും രൂപം കൊടുത്തിരിക്കുന്നതിലെ യുക്തി. ഒരു വ്യക്തി ഇടക്കിടെ സ്വപ്നത്തിൽ പാമ്പിനെ കണ്ടാൽ അയാൾക്ക് നാഗദോഷം ഉണ്ടെന്നും പൂങ്കുടിൽമന[7]യിലേക്ക് വഴിപാടു നേർന്നാൽ അതു തീരുമെന്നും വിശ്വസിക്കുന്നു. വിഷചികിത്സകരിൽ ഭൂരിഭാഗം പേരും ഔഷധചികിത്സയും മാന്ത്രിക ചികിത്സയും ഒരുമിച്ചുചെയ്യുന്നവരാണ്. വിഷവിദ്യ എന്നത് മാന്ത്രികചികിത്സയും, വിഷവൈദ്യം ഔഷധചികിത്സയുമാണ്.

തങ്ങളുടെ കുടുംബം എങ്ങനെയാണ് വിഷവൈദ്യകുടുംബമായി മാറിയത് എന്ന് വിശദീകരിക്കുന്ന കഥകൾ പല കുടുംബങ്ങൾക്കുമുണ്ട്. കുറ്റിപ്പുറത്ത് തോണിക്കടവ് വീട്ടിലെ കുഞ്ഞവറാൻ പറയുന്നത്, മുൻതലമുറയിൽപ്പെട്ട അംഗം ഒരു ബ്രാഹ്മണ സ്ത്രീയെ പുഴ മുറിച്ചുകടക്കാൻ സഹായിച്ചു. പ്രതിഫലമായി അന്തർജ്ജനം പാമ്പിന്റെ വിഷം ഇറക്കാനുള്ള മന്ത്രവും ഔഷധവും കാരണവർക്കു പറഞ്ഞുകൊടുത്തു. നിലമ്പൂർ

7 പൂങ്കുടിൽ മന- മലപ്പുറം ജില്ലയിലെ വെള്ളിക്കാപ്പറ്റയിൽ ഭ്രാന്തുചികിത്സക്കും നാഗദോഷപരിഹാരത്തിനും പ്രസിദ്ധമാണ്.

ചുങ്കത്തറയിലെ വിഷവൈദ്യനായ മന്മഥൻ.ടി. ബി. തങ്ങളുടെ കുടുംബം തിരുവിതാംകൂർ രാജകൊട്ടാരത്തിലെ വിഷവൈദ്യന്മാരായിരുന്നു എന്നും, മുൻതലമുറയിൽപെട്ടവർ നിലമ്പൂരിലേക്ക് കുടിയേറിയതാണെന്നും പറയുന്നു. അന്ന് ചുങ്കത്തറയിൽ പാമ്പിന്റെ കടിയേറ്റവരെ മരിക്കാതെ തന്നെ മരിച്ചെന്നു കരുതി അടക്കം ചെയ്തിരുന്നു.കാരണവർ അത് ചെയ്യരുതെന്ന് വിലക്കി. ജീവച്ഛവമായി കിടന്ന ഒരു രോഗിയെ ചികിത്സിച്ച് ഭേദമാക്കി.

കേരളത്തിൽ തന്നെ പ്രസിദ്ധമായ വിഷവൈദ്യകുടുംബമാണ് അവണപ്പറമ്പ് മന. ഇപ്പോൾ അവണപറമ്പ് മഹേശ്വരൻ നമ്പൂതിരിപ്പാടാണ് വിഷചികിത്സ ചെയ്യുന്നത്. തന്റെ പിതാവിൽനിന്നും പഠിച്ച് ചികിത്സ നടത്തുന്ന വൈദ്യയാണ് പെരിന്തൽമണ്ണക്കടുത്ത ഉമ്മുക്കുൽസു. കോട്ടക്കൽ ആര്യവൈദ്യശാലയിൽ അഗദതന്ത്ര[8] (വിഷചികിത്സ) ആരംഭിച്ചപ്പോൾ ചികിത്സ നടത്തിയ കോട്ടക്കൽ പാണ്ഡമംഗലത്തെ ശ്രീകുമാരവാര്യർ പ്രസിദ്ധ വിഷവൈദ്യകുടുംബത്തിൽ പെടുന്ന വ്യക്തിയാണ്. വിസ്താരഭയത്താൽ പല വൈദ്യകുടുംബങ്ങളുടെയും പേരുവിവരം ഇവിടെ ഉൾപ്പെടുത്തുന്നില്ല.

ആക്രമിച്ച് കീഴടക്കാൻ കഴിയാത്ത എന്തിനേയും വിശ്വാസംകൊണ്ട് കീഴ്പ്പെടുത്തുക മനുഷ്യന്റെ പ്രത്യേകതയാണ്. സൂര്യൻ, ചന്ദ്രൻ, ഇടി, മിന്നൽ, മഴ, പുഴ തുടങ്ങിയ പ്രകൃതിശക്തികളെ ആരാധിക്കാൻ ഇതാണ് കാരണം. സെമിറ്റിക് മതങ്ങൾ രൂപപ്പെടുന്നതിനുമുമ്പ് പ്രകൃത്യാരാധനയായിരുന്നു ലോകത്ത് വ്യാപിച്ചിരുന്നത്. അതുകൊണ്ടായിരിക്കണം ഗ്രീക്ക് മിഥോളജിയിലും ഇന്ത്യൻ മിഥോളജിയിലും സമാനമായ പ്രകൃത്യാരാധനകൾ കാണുന്നത്. പാമ്പിനോടുള്ള ഭയത്തിൽ നിന്നും നിരവധി വിശ്വാസങ്ങൾ ലോകത്ത് രൂപപ്പെട്ടു. ശിവന്റെ കണ്ഠാഭരണം (ഹിന്ദുമതത്തിൽ), സാത്താൻ പാമ്പിന്റെ രൂപത്തിൽ വന്നു (ക്രിസ്ത്യൻ വിശ്വാസം) തുടങ്ങിയ പരാമർശങ്ങൾ മതഗ്രന്ഥങ്ങളിൽ ഉണ്ടാകാൻ കാരണം അതിനെ ഭയപ്പെട്ടിരുന്നു എന്നതാണ്. വീടിനോടനുബന്ധിച്ച് പാമ്പിനെ ആരാധിക്കുന്ന നാഗക്കാവുകൾ ഇവിടെയുണ്ട്. കാവിലെ പാമ്പിനെ ഉപദ്രവിച്ചതുനിമിത്തം (കൊന്നോ അല്ലാതെയോ) പല വ്യക്തികൾക്കും കുടുംബങ്ങൾക്കുമുണ്ടായ ദോഷങ്ങൾ വിവരിക്കുന്ന അനുഭവകഥകൾ ജനങ്ങൾ പറയാറുണ്ട്.

കാവിലെ പാമ്പിനെ നാഗമെന്നാണ് പൊതുവെ വിളിക്കുന്നത്. പാമ്പിനെ സന്തോഷിപ്പിക്കാൻ നടത്തുന്ന അനുഷ്ഠാനമാണ്

---

8 അഗദതന്ത്ര - വിഷചികിത്സക്ക് 'അഗദത്രന്ത'മെന്ന വാക്കാണ് അഷ്ടാംഗഹൃദയം ഉപയോഗിക്കുന്നത്. അഷ്ടാംഗത്തിൽ ഒന്നാണ് അഗദതന്ത്രം. ആഗന്തുകം(വന്നു ചേരുന്ന) വിപത്തുക്കളാണ്.

കളമെഴുത്തും പാട്ടും. ധനുമാസം പന്ത്രണ്ട് മുതൽ മേടമാസം വരെയാണ് കളംപാട്ടുകൾ നടത്താറുള്ളത്. പാട്ട് നടത്തുന്ന ദിവസം പുള്ളുവന്മാർ പഞ്ചവർണ്ണപ്പൊടികൊണ്ട്[9] കളം വരക്കുന്നു. ചിരട്ടയിൽ ദ്വാരമുണ്ടാക്കി അതിൽ പൊടിയിട്ടാണ് കളം വരക്കാറ്. പുള്ളുവൻ നാഗവീണ മീട്ടിക്കൊണ്ടും പുള്ളുവത്തി കുടം കൊട്ടിക്കൊണ്ടും നാഗത്തെ സ്തുതിച്ച്[10] പാട്ട് പാടുന്നു. പാമ്പിൻ കാവുള്ള കുടുംബത്തിലെ സ്ത്രീകളിൽ ചിലർ നാഗം ആവേശിച്ച് ഉറഞ്ഞുതുള്ളി കളത്തിൽ കിടന്ന് കളം മായ്ക്കുന്നു. നാഗത്താൻപാട്ട് നടത്തിയാൽ കാവിലെ നാഗം ഉപദ്രവിക്കില്ല, കുടുംബാംഗങ്ങൾ എന്തെങ്കിലും ദോഷം ചെയ്തിട്ടുണ്ടെങ്കിൽ പരിഹരിക്കപ്പെടും എന്നാണ് വിശ്വാസം. വ്യത്യസ്ത ദിനങ്ങളിൽ വ്യത്യസ്തതരം കളങ്ങളാണ് വരയ്ക്കുക.[11] പുള്ളുവന്മാർ പൂതക്കളവും വരക്കാറുണ്ട്. ഐശ്വര്യം, സന്താനം, സമ്പത്ത് എന്നിവയുണ്ടാകാനാണ് പൂതക്കളം വരയ്ക്കുന്നത്. സമ്പത്തുകാക്കുന്ന നാഗപൂതത്തിനുള്ളതാണ് പൂതക്കളം. പത്തു കളം നാഗങ്ങൾക്കാണെങ്കിൽ ഒരു കളം പൂതത്തിന്. മൂന്ന് കളമാണെങ്കിൽ മൂന്നാമത്തെ കളം പൂതത്തിന്.[12]

കുട്ടികൾക്കും മുതിർന്നവർക്കും ഉണ്ടാകുന്ന നാഗദോഷവും നാവുദോഷവും തീർക്കാനായി പുള്ളുവർ കുടുംബങ്ങളിൽ ചെന്ന് പാട്ടു പാടാറുണ്ട്. വീടുകളിൽ ചെന്ന് പാട്ടുപാടുന്ന പുള്ളുവൻ ഇവിടത്തെ സംസ്കാരത്തിന്റെ ഭാഗമായിരുന്നു. ചില വീട്ടുകാർ വിശ്വാസമില്ലെങ്കിലും പുള്ളുവരെക്കൊണ്ട് പാടിക്കാറുണ്ട്.ഗർഭിണിയുടെ നാഗദോഷം തീർത്തില്ലെങ്കിൽ പ്രസവത്തിൽ പ്രയാസം നേരിടും, അത് കുഞ്ഞിന് ദോഷമായി ബാധിക്കുമെന്നും ചിലർ വിശ്വസിക്കുന്നുണ്ട്. പരിഹാരമായി മാന്ത്രികനായ ഏതെങ്കിലും നമ്പൂതിരി പൂജ നടത്തുന്നു. ഗർഭിണികൾക്കുണ്ടാകുന്ന നാഗദോഷം തീർക്കാൻ പൂങ്കുടിൽ മന, അവണപ്പറമ്പ് മന, കാട്ടുമാടം മന, പാമ്പിനെ ആരാധിക്കുന്ന ക്ഷേത്രം[13] എന്നിവിടങ്ങളിലേക്ക് വഴിപാടുനേരുക സാധാരണമാണ്. മാനസികമോ ശാരീരികമോ

---

9 കാശാവില ഉണക്കിപ്പൊടിച്ചത് പച്ച, നൂറും മഞ്ഞളും ചേർത്തത് ചുവപ്പ്, മഞ്ഞൾപ്പൊടി, അരിപ്പൊടി വെള്ള, കറുപ്പിന് ഉമിക്കരി പൊടിച്ചതും ഉപയോഗിക്കുന്നു.

10 ഹരിഹരനാഗമെ തുണ ചെയ്യാൻ പന്തലകത്ത് മുമ്പേ വെച്ച വിളക്ക് ദൈവമാണെന്ന് ഞാനിതാ തൊഴുന്നേൻ.

11 അഷ്ടനാഗക്കളം, സുദർശനക്കളം, സന്താനക്കളം, സന്തതിക്കളം, നാഗരാജക്കളം, നാഗയക്ഷിക്കളം, നാഗകന്യക്കളം, അനന്തശയനം തുടങ്ങിയവയാണ് പ്രധാന കളങ്ങൾ.

12 പാട്ടിന്റെ ഒന്നാം ദിവസത്തിൽ കന്യാനാഗം, മണിനാഗം, കളമെഴുത്തിന്റെ ഓരോ ദിവസം പിന്നിടുമ്പോൾ ഫണങ്ങളുടെ എണ്ണം കൂടുന്നു. സുദർശന നാഗക്കളത്തിന് 16 ഫണങ്ങളുണ്ട്.

13 മിക്കക്ഷേത്രങ്ങളിലും ഉപദൈവമായി നാഗത്തെ ആരാധിക്കാറുണ്ട്.

ആയ എന്തെങ്കിലും ബുദ്ധിമുട്ടുണ്ടെങ്കിൽ പണിക്കരെ (ജ്യോതിഷി) കണ്ട് രാശിവെപ്പിച്ച് 'പ്രശ്നം' മനസ്സിലാക്കുന്നു. പണിക്കരെഴുതിയ 'ചാർത്ത്' പ്രകാരം നാഗദോഷമുണ്ടെങ്കിൽ, പ്രശ്നപരിഹാരത്തിന് നമ്പൂതിരിയെക്കൊണ്ട് മന്ത്രവാദം ചെയ്യിക്കുന്നു.

പാമ്പ് ഇണചേരുന്നത് കാണാൻ പാടില്ല, പാമ്പിന് സ്ത്രീകൾ കുളിക്കുന്നത് കാണാൻ ഇഷ്ടമാണ്, പാമ്പ് ചൂളമടിക്കും, പാമ്പിനെ ഉപദ്രവിച്ചാൽ അത് 'പക'യുമായി നടക്കുകയും അവസരം കിട്ടിയാൽ കടിക്കുകയും ചെയ്യും (അടികൊണ്ട പാമ്പിനെപ്പോലെ- പഴഞ്ചൊല്ല്), ചേരയെ കൊല്ലാൻ പാടില്ല, കാവിലെ പാമ്പിനെ ഉപദ്രവിച്ചാൽ കുടുംബം മുടിയും, പാമ്പു കടിച്ചയുടൻ തിരിച്ചു കടിച്ചാൽ വിഷം കേറില്ല, എട്ടടിമൂർഖൻ കടിച്ചാൽ എട്ടടിയിലധികം നടക്കുമ്പോഴേക്കും മരിക്കും, അടയിരിക്കുമ്പോഴും ഇണചേരുമ്പോഴും ശല്യം ചെയ്താൽ പാമ്പ് ഓടിച്ചെന്ന് കടിക്കും, പാമ്പിന് മുട്ടയും പാലും നൂറും ഭക്ഷിക്കാനിഷ്ടമാണ്, പാമ്പിനെ തല്ലാൻ മുരിങ്ങാക്കൊമ്പ്, ശീമക്കൊന്നക്കൊമ്പ് എന്നിവയുപയോഗിച്ചാൽ പാമ്പ് വേഗം മയങ്ങും, കാവിലെ പാമ്പാണ് നാഗം, പാമ്പ് മാണിക്യം ഊതിയുണ്ടാക്കാറുണ്ട്, പാമ്പിന്റെ തല കത്തികൊണ്ട് മുറിച്ചാൽ പടം (പത്തി, ഫണം) പാറിവന്ന് വെട്ടിയ ആളെ കൊത്തും, ചില വിഷവൈദ്യന്മാർക്ക് കടിച്ച പാമ്പിനെ വരുത്താൻ സാധിക്കും എന്നിവയെല്ലാം പാമ്പുകളെ സംബന്ധിച്ച വിശ്വാസങ്ങളോ നാട്ടുമൊഴികളോ ആണ്. പെട്ടെന്ന് ദേഷ്യപ്പെടുന്ന ആളെ 'മൂർഖൻ' എന്നും മെലിഞ്ഞ ആളെ 'നീർക്കോലി' എന്നും ജനങ്ങൾ വിളിക്കുന്നു. അനാവശ്യമായി ഭയപ്പെടുത്തുന്നതിന് 'ഓലപ്പാമ്പു കാട്ടി പേടിപ്പിക്കരുത് ' എന്ന പഴമൊഴിയുണ്ട്.

വിഷവിദ്യ വിശ്വാസവുമായി ബന്ധപ്പെട്ടുകൊണ്ടുള്ള ആചാരാനുഷ്ഠാനങ്ങളും മാന്ത്രികക്രിയകളുമാണ്. വിഷവൈദ്യം ഔഷധചികിത്സയും. 'ഒരു വിദ്യ പഠിക്കിലോ വിഷവിദ്യ പഠിക്കണം, വിഷവിദ്യ പഠിക്കിലോ വിഷമിച്ചുപഠിക്കണം'എന്ന പഴമൊഴി പ്രതിപാദിക്കുന്നത് വിദ്യ(മാന്ത്രികചികിത്സ)യെ ആണ്. വിഷവിദ്യ പഠിക്കണമെങ്കിൽ വളരെ ബുദ്ധിമുട്ടാണ്. എന്തെങ്കിലും പാളിച്ച പറ്റിയാൽ രോഗിക്കോ, ചികിത്സകനു തന്നെയോ ദോഷം ഭവിക്കും. വിഷചികിത്സയുമായി ബന്ധപ്പെട്ടതിൽ പ്രധാനമാണ് 'വിഷം'. വിഷബാധയേറ്റ വ്യക്തിയുടെ ചെവി, മൂർദ്ധാവ്, കടിവായ (പാമ്പുകടിച്ച സ്ഥലം) തുടങ്ങിയ ഭാഗങ്ങളിൽ മന്ത്രം ജപിച്ച് ഊതിയാൽ വിഷമിറങ്ങും എന്നാണ് വിശ്വാസം. മന്ത്രം ജപിച്ചൂതിയ വെള്ളം രോഗി കുടിച്ചാൽ വിഷമിറങ്ങും എന്ന വിശ്വാസവുമുണ്ട്. വിഷവൈദ്യന്മാർ മന്ത്രം ജപിക്കുമ്പോഴും ഊതുമ്പോഴും വായിൽ ത്രികടു(ചുക്ക്, കുരുമുളക്, തിപ്പല്ലി) ചവച്ചുകൊണ്ടിരിക്കും. വിഷബാധയേറ്റാൽ കഫം മസ്തിഷ്കത്തെ മൂടി രോഗി ബോധരഹിതനാകുന്നു. ത്രികടു

വായിൽ ചവച്ച് ചെവി, മൂക്ക്, മൂർദ്ധാവ് എന്നിവിടങ്ങളിലൂടെ വൈദ്യൻ ഊതുമ്പോൾ മസ്തിഷ്കത്തിനെ മൂടിയ കഫം നീങ്ങി ബോധം തെളിയും എന്നാണ് വിശ്വാസം.

വിഷചികിത്സയുമായി ബന്ധപ്പെട്ട വിശ്വാസങ്ങളിൽ പ്രധാനമാണ് ദൂതലക്ഷണം. പാമ്പുകടിയേറ്റ വിവരം വൈദ്യനെ അറിയിക്കാൻ വരുന്ന വ്യക്തിയുടെ (ദൂതന്റെ) ശാരീരികലക്ഷണം നോക്കി ചികിത്സിക്കാൻ പറ്റുമോ ഇല്ലയോ എന്ന് നിശ്ചയിക്കലാണ് ദൂതലക്ഷണം. ദൂതൻ ഏത് ദിക്കിൽ നിന്നുമാണ് വരുന്നത് എന്നതിനനുസരിച്ച് ഏത് പാമ്പാണ് കടിച്ചത് എന്ന് നിർണ്ണയിക്കാൻ സാധിക്കും. ദൂതൻ വീടിന്റെ മധ്യ ഭാഗത്തുനിന്നാണ് വിവരം പറയുന്നതെങ്കിൽ നല്ല സർപ്പം (മൂർഖൻ), കോണുകളിൽ നിന്നാണ് പറയുന്നതെങ്കിൽ കോണസം (മണ്ഡലി), കോണിനും നടുഭാഗത്തിനുമിടയിൽ നിന്നാണെങ്കിൽ രാജിലം. വൈദ്യന്റെ ഏത് ഭാഗത്തുനിന്നാണ് ദൂതൻ പറയുന്നത് എന്നു നോക്കി പാമ്പിന്റെ ജാതി നിർണ്ണയിക്കാം. വൈദ്യന്റെ മുന്നിൽ നിന്നു പറഞ്ഞാൽ ബ്രാഹ്മണൻ, ഇടതുഭാഗത്താണെങ്കിൽ ക്ഷത്രിയൻ, പൃഷ്ഠഭാഗത്താണെ ങ്കിൽ വൈശ്യൻ, സവ്യഭാഗത്താണെങ്കിൽ ശൂദ്രൻ. ദൂതൻ പറയുന്ന വാക്കുകളെ മൂന്നുകൊണ്ട് കിഴിച്ച് ശിഷ്ടം ഒന്നു വരുന്നുവെങ്കിൽ വിഷം എളുപ്പം തീർക്കാം, ശിഷ്ടം രണ്ടാണെങ്കിൽ വിഷം വീര്യമുള്ളതാണ്, മൂന്നാണ് ശിഷ്ടമെങ്കിൽ രോഗി മരിക്കും.

നല്ല ദൂതന്മാരും അശുഭദൂതന്മാരും ഉണ്ട്. ചില ദൂതന്മാർ വന്നാൽ മരണം സുനിശ്ചിതം. ശുഭവാക്കു പറയുന്നവനും വെള്ളവസ്ത്രം ധരിച്ചവ നും കയ്യിൽ പൂവുള്ളവനും ശുഭദൂതന്മാരാണ്. ദൂതൻ വരുന്ന സമയത്ത് വൈദ്യൻ ഭക്ഷണം കഴിക്കുക, എങ്ങോട്ടെങ്കിലും പോകാനായി ഇറങ്ങുക, മൂത്രമൊഴിക്കുന്ന സമയം തുടങ്ങിയവ അശുഭസൂചനകളാണ്. വൈദ്യൻ രോഗിയുടെ വീട്ടിൽ പോയി ചികിത്സിക്കാനുദ്ദേശിക്കുന്നെങ്കിൽ നിമിത്തങ്ങളും ലക്ഷണങ്ങളും നോക്കേണ്ടതാണ്. വൈദ്യൻ രോഗിയെ കാണാൻ പോകുമ്പോൾ ചാരം, എണ്ണ, തിലകം, ഒറ്റക്കുവരുന്ന വിപ്രൻ, പോത്ത് എന്നിവ കണ്ടാൽ ദുശ്ശകുനങ്ങളാണ്. വേശ്യ, പഴം, പശു, പാൽ തുടങ്ങിയവ ശുഭസൂചകങ്ങളാണ്.

ദൂതലക്ഷണം രൂപപ്പെട്ട കാലത്ത് ഇവിടെ ജാതിവിവേചനം ശക്തിയായി നിലനിന്നിരുന്നതിനാൽ ദൂതലക്ഷണത്തിലും ജാതിവിവേ ചനം കാണും. രോഗം എത്രയധികം ഭീതിദമാകുന്നുവോ അത്രയധികം വിശ്വാസികളായി ജനങ്ങൾ മാറുന്നു. അതുകൊണ്ടായിരിക്കണം മരണ സാധ്യത ഏറെയുള്ള വിഷചികിത്സയിൽ വിശ്വാസങ്ങളും വർദ്ധിക്കാൻ കാരണം.

നാം കാണുന്ന പാമ്പുകളിൽ ചിലതിനേ വിഷമുള്ളൂ. ഉദാ: മൂർഖൻ, അണലി, ശംഖുവരയൻ, വെള്ളിക്കെട്ടൻ. വിഷം കുറഞ്ഞ പാമ്പുകളാണ് പച്ചിലപ്പാമ്പ്, തേയി, ചുരുട്ട തുടങ്ങിയവ. വിഷസഞ്ചിയിൽ രൂപപ്പെടുന്ന വിഷം കൊത്തുമ്പോൾ വിഷപ്പല്ലുവഴി ശരീരത്തിലെത്തുന്നു. കരാളി, മകരി, കാളരാത്രി, യമദൂതിക എന്നിങ്ങനെ നാല് വിഷപ്പല്ലുകളാണ് പാമ്പിന് ഉള്ളത്

കൊച്ചുണ്ണിത്തമ്പുരാന്റെ 'പ്രയോഗസമുച്ചയ' ത്തിൽ വിഷമുള്ള പാമ്പിനെ നാലായി വിഭജിച്ചിട്ടുണ്ട്. മൂർഖൻ, മണ്ഡലി (അണലി), രാജിതം, വേന്ദ്രൻ. മൂർഖൻ ഇരുപത്തിയാറ് തരവും മണ്ഡലി പതിനാറ് തരവും രാജിതം പതിമൂന്നും വേന്ദ്രൻ പതിനേഴ് തരവുമുണ്ട്. ഏത് പാമ്പാണ് കടിച്ചതെന്ന് തിരിച്ചറിയാൻ വിഷവൈദ്യന്മാർക്ക് ലക്ഷണം വഴി സാധിക്കും. മൂർഖൻ കടിച്ചാൽ കടിയേറ്റ ഭാഗം നല്ല തണുപ്പും മരവിപ്പും വേദനയുമുണ്ടാകും. മണ്ഡലിയാണെങ്കിൽ വീക്കവും

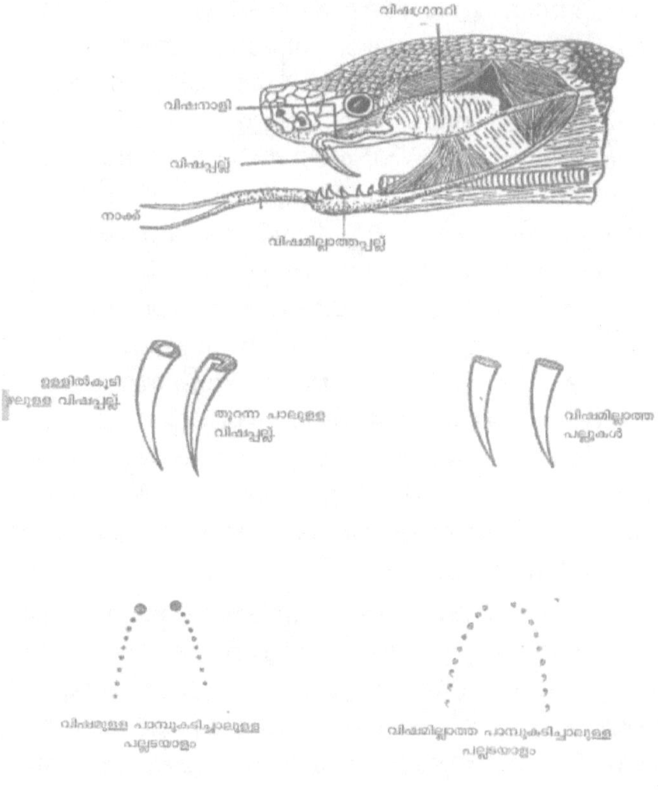

» പാമ്പിന്റെ വിഷാവയവങ്ങൾ

ഇളംചൂടും, രാജിതമാണെങ്കിൽ തൊണ്ടയിൽ കഫം കെട്ടുകയും കാഴ്ച മങ്ങുകയും ചെയ്യും. മൂർഖനും രാജിതത്തിനും യൗവനത്തിലും, മണ്ഡലിക്ക് വാർദ്ധക്യത്തിലും വിഷത്തിന് ശക്തികൂടും. മുറിവായുടെ നിറം നോക്കി വിഷഹാരിക്ക് ഏത് തരം പാമ്പാണ് കടിച്ചതെന്ന് മനസ്സിലാകും. മനസ്സിലാക്കാൻ കഴിയാത്ത പാമ്പുകളാണ് വേന്ദ്രൻ. വേന്ദ്രൻ കടിച്ചാൽ മറ്റു മൂന്നു തരം പാമ്പുകളുടെയും ലക്ഷണങ്ങൾ മാറിവരും. അതിനാൽ വിഷഹാരിയുടെ ശ്രദ്ധ വിഷചികിത്സയിൽ കൂടുതൽ ആവശ്യപ്പെടുന്നുണ്ട്. 'ആളൊരു വേന്ദ്രനാണ്' എന്ന് ചിലരെപ്പറ്റി ജനങ്ങൾ പറയാറുണ്ട്. ഏത് രീതിയിലാണ് പ്രസ്തുത വ്യക്തി പെരുമാറുക എന്നറിയാത്തതിനാലാണ് ഇങ്ങനെയൊരു വാക്ക് രൂപപ്പെടാൻ കാരണം. പാമ്പിൽ വേന്ദ്രൻ എന്ന വിഭാഗം വരാൻ കാരണം, അവർക്ക് ലക്ഷണം കണ്ടെത്തുന്നതിൽ ബുദ്ധിമുട്ട് നേരിടുന്നതുകൊണ്ടായിരിക്കാം.

മൂർഖൻ, മണ്ഡലി, രാജിതം എന്നിവയുടെ ഗർഭധാരണകാലം കർക്കടകം മുതൽ തുലാം വരെയുള്ള മാസങ്ങളാണ്. നാലു മാസം കൊണ്ട് മുട്ട വിരിയുന്നു. മണ്ഡലി പ്രസവിക്കുകയാണ് ചെയ്യുക. മഞ്ഞ, ചുവപ്പ്, മിശ്രവർണ്ണം എന്നിവയാണ് മുട്ടയുടെ നിറങ്ങൾ. മഞ്ഞയിൽ നിന്ന് ആണും ചുവപ്പിൽ നിന്ന് പെണ്ണും മിശ്രവർണ്ണത്തിൽ നിന്ന് വേന്ദ്രനും പിറക്കുന്നു എന്നാണ് വിശ്വാസം. ഉഗ്രവിഷമുള്ള പാമ്പാണ് കടിച്ചതെങ്കിൽ ശരീരം നീലനിറമാകുകയും വിറയൽ, മരവിപ്പ്, ശക്തിയായ വേദന എന്നിവയുണ്ടാവുകയും ചെയ്യും. സപ്തധാതുക്കളായ ചർമ്മം, രക്തം, മാംസം, മേദസ്സ്, മജ്ജ, അസ്ഥി, ശുക്ലം എന്നിവയിലേക്ക് വിഷം പ്രവേശിക്കുന്നു. വിഷം ചർമ്മം വഴി ഉള്ളിലെത്തുമ്പോൾ രോഗിക്ക് രോമാഞ്ചമുണ്ടാകും. രക്തത്തിലെത്തിയാൽ വിയർക്കും. മാംസത്തിലെത്തിയാൽ ശരീരത്തിന് നിറം മാറ്റവും ചൂടും ഉണ്ടാകും. അസ്ഥിയിലെത്തിയാൽ കാഴ്ച മങ്ങും. മജ്ജയിലെത്തിയാൽ മോഹാലസ്യം, മേദസ്സിലെത്തിയാൽ വിറയലും ശുക്ലത്തിലെത്തിയാൽ ദീർഘമായ മോഹാലസ്യവും ചിലപ്പോൾ മരണവും സംഭവിക്കും. വിഷം ശുക്ലത്തിൽ മറ്റു സപ്തധാതുക്കളെല്ലാം കടന്ന് അവസാനമാണെത്തുക. ഏത് ധാതുവിലാണ് വിഷം പ്രവേശിച്ചിരിക്കുന്നത് എന്ന് ലക്ഷണങ്ങൾ നോക്കി മനസ്സിലാക്കി വിഷഹാരി ചികിത്സ നിർണ്ണയിക്കുന്നു.

എട്ടടി മൂർഖൻ കടിച്ചാൽ എട്ടടി നടക്കുമ്പോഴേക്കും മരണം, വട്ടക്കുറ സാവധാനമേ കടിക്കുകയുള്ളൂ. വട്ടക്കുറ കടിച്ചാൽ വിഷം സാവധാനമേ കയറുകയുള്ളൂ, കയറിയാൽ ഇറങ്ങാൻ പാടാണ്(ചീഞ്ഞവിഷമാണ്) എന്നീ വിശ്വാസങ്ങൾ ജനങ്ങൾക്കിടയിൽ പ്രചരിച്ചിട്ടുണ്ട്. ഇതിനെ വ്യക്തമാക്കുന്ന ചില ശൈലികളും ചൊല്ലുകളുമാണ് താഴെ കൊടുക്കുന്നത്.

1. നീർക്കോലി കടിച്ചാലും അത്താഴം മുടങ്ങും.
2. ആളൊരു മൂർഖനാണ്.
3. എട്ടടി മൂർഖൻ കടിച്ചാൽ എട്ടടി നടന്നാൽ മരണം.
4. കൊച്ചു പാമ്പ് കടിച്ചാലും വിഷമുണ്ട്.
5. ആളൊരു വേന്ദ്രനാണ്.
6. ചവിട്ടിയാൽ കടിക്കാത്ത പാമ്പില്ല.
7. പാല് കൊടുത്ത കൈയ്ക്ക് കടിക്കുന്ന പാമ്പ്.
8. പാമ്പിന് പാലു കൊടുത്താലും വിഷം ചർദ്ദിക്കും.
9. പാമ്പ് ചാകണം, കോല് ഒടിയരുത്.
10. ആളേറിയാൽ പാമ്പു ചാകില്ല.
11. ഓടുന്ന പാമ്പിനെ കൈയാൽ പിടിക്കുന്ന കാലം.
12. മഞ്ഞച്ചേര മലർന്നു കടിച്ചാൽ മലയാളത്തിൽ മരുന്നില്ല.

വളരെ സൂക്ഷ്മതയോടെ കൈകാര്യം ചെയ്യേണ്ട ഒന്നാണ് പാമ്പിൻ വിഷചികിത്സ. ജീവനും മരണത്തിനും ഇടക്കുള്ള ഘട്ടത്തിലായിരിക്കും വൈദ്യന്റെ സമീപം രോഗിയെ കൊണ്ടുവരിക. കണ്ടെത്താൻ ദുർഘടമായ മരുന്നു നിർദ്ദേശിക്കുക, ചികിത്സയിൽ അലംഭാവം പ്രകടിപ്പിക്കുക എന്നിവ പാടില്ല. വിഷവൈദ്യം ലാഭേച്ഛയോടെ ചെയ്യാൻ പാടില്ലെന്നും അങ്ങനെ ചെയ്താൽ തങ്ങളുടെ കുടുംബം നശിച്ചുപോകും എന്നുമുള്ള വിശ്വാസം വൈദ്യന്മാർക്കിടയിൽ പ്രചരിക്കാൻ കാരണം, രോഗിയുടെ ജീവൻ രക്ഷിക്കുക എന്ന കാര്യം അനിവാര്യമായതുകൊണ്ടാണ്.

ചികിത്സയുടെ ആദ്യപടി ഏത് പാമ്പാണ് കടിച്ചത് എന്ന് തിരിച്ചറിയലാണ്.കടിവായുടെ പ്രത്യേകത നോക്കിയും കടിവായുടെ ശീതോഷ്ണം നോക്കിയും മനസ്സിലാക്കുന്നു. രോഗിക്ക് കരളകവേര് ചവയ്ക്കാൻ കൊടുക്കുന്നു. കയ്പുരസമാണ് അനുഭവപ്പെടുന്നതെങ്കിൽ മൂർഖൻ, ചവർപ്പാണെങ്കിൽ രാജിതം, എരിവാണെങ്കിൽ മണ്ഡലി എന്നു നിശ്ചയിക്കുന്നു. ശരീരത്തിന്റെ ഏതു ധാതുവിനേയാണ് വിഷം ബാധിച്ചിരിക്കുന്നത് എന്ന് മനസ്സിലാക്കി ചികിത്സ നിശ്ചയിക്കുന്നു. വിഷചികിത്സയിൽ ഒറ്റമൂലികളും അഞ്ജനവും കൂട്ടുമരുന്നുകളും മന്ത്രങ്ങളും വൈദ്യന്മാർ പ്രയോഗിക്കാറുണ്ട്.

മാന്ത്രികചികിത്സ

പാമ്പിനെ ഭീകരജന്തുവായി കണ്ടുകൊണ്ടുള്ള വിശ്വാസങ്ങളും നാടോടിക്കഥകളും പ്രചരിക്കുന്നതുകൊണ്ടായിരിക്കണം വിശ്വാസചികിത്സക്ക് വിഷചികിത്സയിൽ പ്രാധാന്യം കൈവന്നത്. മാന്ത്രിക ചികിത്സയെ പൊതുവിൽ വിഷവിദ്യ എന്നാണ് വിളിക്കുന്നത്. (വിഷവൈദ്യമെന്നാൽ ഔഷധചികിത്സയും).

കാവിലെ പാമ്പാണെങ്കിൽ അത് മനസ്സിലാക്കാതെ ചികിത്സിച്ചാൽ രോഗി രക്ഷപ്പെട്ടുമെങ്കിലും വിഷഹാരിയുടെ കുടുംബം മുടിയും എന്ന വിശ്വാസം ഉണ്ട്. കുടുംബത്തിലുള്ളവർക്ക് വിഷം ബാധിക്കാതിരിക്കാൻ വിഷഹാരി വീട്ടിൽ മൃഗത്തിനെ വളർത്തുന്നു. വിഷത്തിന്റെ ശക്തികൊണ്ട് തന്റെ കുടുംബത്തിന് ജീവഹാനി വരാതെ അത് വളർത്തുമൃഗത്തിനെ ബാധിക്കും എന്നാണ് വിശ്വാസം.

'മന്തിരത്തിൽ പലമറിവാൻ വിഷത്തെപ്പാര്' എന്ന പഴമൊഴി തമിഴ് ദേശത്ത് വിഷചികിത്സയിൽ മന്ത്രത്തിനുള്ള പ്രാധാന്യത്തെ കുറിക്കുന്നു. മാന്ത്രികരീതിയിൽ പ്രധാനം വെള്ളം ജപിച്ചുതലും ചരട് ബന്ധിക്കലുമാണ്. മനസ്സിന് ശക്തി കിട്ടാനും അതുവഴി ആരോഗ്യം വീണ്ടെടുക്കാനും മാന്ത്രികക്രിയകൾ സഹായിക്കും. ഭൂരിഭാഗം വിഷചികിത്സകരും ഔഷധചികിത്സയോടൊപ്പം മാന്ത്രിക ചികിത്സ ചെയ്യുന്നവരാണ്. മിക്ക വൈദ്യന്മാരുടെയും വീടുകളിലെ ഒരു മുറി ഉപാസനാദേവൻ/ദേവിയുടെ പൂജാകർമ്മം നടത്തുന്നതിനായി ഒഴിച്ചിടാറുണ്ട്. ഉപാസനാമൂർത്തിയുടെ അനുഗ്രഹമില്ലെങ്കിൽ തങ്ങളുടെ ചികിത്സ ഫലിക്കില്ലെന്ന് ഇവർ വിശ്വസിക്കുന്നു. മാപ്പിളവൈദ്യത്തിൽ മാന്ത്രിക ചികിത്സ സർപ്പകോപം ഇല്ലാതാക്കാൻ ചെയ്യാറുണ്ട്. പെരുമ്പടപ്പ് പുത്തൻപള്ളിയിലേക്ക് നേർച്ച, കാഞ്ഞിരക്കൽ (തലക്കാട്) പാലക്കാപ്പറമ്പിൽ മൊയ്തീൻ ഔലിയയുടെ ജാറത്തിലേക്ക് നേർച്ച എന്നിവ വിഷവൈദ്യമായി ചെയ്യാറുണ്ട്. ഖുറാനിലെ ഫാത്വിഹ ഓതിയാൽ വിഷമിറങ്ങുമെന്ന് ചിലർ വിശ്വസിക്കുന്നു.[14]

ഔഷധ ചികിത്സ

വിഷം സൃഷ്ടിക്കുന്ന അനിശ്ചിതാവസ്ഥയെ ഇല്ലായ്മ ചെയ്യാൻ നിരവധി മരുന്നുകൾ ഉപയോഗിക്കുന്നുണ്ട്. വെളുത്ത ശംഖുപുഷ്പം, നീലയമരി, അണലിവേഗം, എരുക്ക് തുടങ്ങിയവ വിഷചികിത്സക്ക് സാധാരണ ഉപയോഗിക്കുന്ന ഔഷധസസ്യങ്ങളാണ്. ഔഷധചികിത്സയെ നാലാക്കി തിരിക്കാം. 1) ഒറ്റമൂലിചികിത്സ 2) ആദിവാസി ചികിത്സ 3) കോഴിചികിത്സ 4) വിഷക്കല്ലുചികിത്സ

രോഗത്തിന് ഒരൗഷധം കൊണ്ട് ലഭിക്കുന്ന ചികിത്സയാണ് ഒറ്റമൂലിക. വൈദ്യന്മാർ ഒറ്റമൂലികൾ ശേഖരിക്കുന്നത് ചുറ്റുപാടുകളിൽ നിന്നും ആയിരിക്കും. ആദിവാസിവൈദ്യത്തിലും ഗൃഹവൈദ്യത്തിലും ആണ് ഒറ്റമൂലികൾ കൂടുതൽ ഉപയോഗിക്കുന്നത്. വൈദ്യന്മാർ ഒറ്റമൂലികൾ ഉപയോഗിക്കുക കുറവാണ്. പ്രഥമചികിത്സ (First aid) എന്ന നിലയിലും ഒറ്റമൂലികൾ ഉപയോഗിക്കാറുണ്ട്. പാമ്പുകടിച്ച പുൺവായിൽ

14 അലി, മുസ്ല്യാർ, കൊടക്കാട്. ത്വിബ്ബുന്നബി ഇസ്‌ലാമിക് പബ്ലിഷിങ് ഹൗസ്, 2000, പുറം 53.

പച്ചമഞ്ഞൾ അരച്ചുവെക്കുകയോ വാകത്തൊലി അരച്ച് പുരട്ടുകയോ ചെയ്യുന്നു. അണലിവിഷത്തിന് അണലിവേഗം അരച്ചുപുരട്ടുന്നു. തുപ്പൽ, കർണ്ണമലം, മൂക്കിള, മൂത്രം എന്നിവ കടിവായിൽ പുരട്ടാറുണ്ട്. ചില ഒറ്റ മൂലികൾ താഴെ കൊടുക്കുന്നു.

അയ്യപ്പാന-അണലി ദംശിച്ചാൽ രക്തസ്രാവം നിൽക്കാനായി അയ്യപ്പാനയുടെ നീര് ഒഴിക്കുന്നു.

സർപ്പപ്പോള (മരൽ)- ഇല, വേര് എന്നിവയുടെ സത്ത് പ്രത്യൗഷധമായി ഉപയോഗിക്കുന്നു.

അൽപ്പം-വിഷം പുറന്തള്ളാൻ ഉപയോഗിക്കുന്നു.അൽപ്പം അകത്ത്, വിഷം പുറത്ത് എന്ന് പഴമൊഴി.

മഞ്ഞൾ -അരച്ച് പുരട്ടുന്നത് ഏത് തരം വിഷത്തിനും നല്ലതാണ്.

വനവുമായി ബന്ധപ്പെട്ട പ്രദേശത്താണ് താമസവും തൊഴിലുമെന്നതിനാൽ പാമ്പുകളുടെ ഉപദ്രവം ആദിവാസികൾക്ക് ഉണ്ടാകാൻ സാധ്യത കൂടുതലാണ്. മുഖ്യധാരാജീവിത രീതിയുമായി തികച്ചും വ്യത്യസ്തമായ സമീപനങ്ങളാണ് ഇവർക്കുള്ളത്. നാട്ടുവൈദ്യരീതിയും ഇവർക്ക് വ്യത്യസ്തമാണ്. ഒറ്റമൂലിചികിത്സയും മന്ത്രവാദവുമാണ് പാമ്പിൻ വിഷചികിത്സക്ക് ഇവർ ചെയ്യുന്നത്. ഔഷധസസ്യങ്ങൾ വളർത്തുന്ന പതിവ് ഇവർക്കില്ല. പാമ്പിന്റെ കടിയേറ്റാൽ പരിസരങ്ങളിൽനിന്നും ഔഷധം പറിച്ചെടുക്കുകയാണ് ചെയ്യുക. കയ്യുവനരച്ചി, നാഗമ്പടം, നാഗവള്ളി, എരുക്കിൻ പാൽ, അണലിവേഗം, നാഗമുല്ല, ഊരിവേര് തുടങ്ങിയ ഒറ്റമൂലികൾ ഇവർ ഉപയോഗിക്കുന്നു.ചികിത്സക്ക് പാമ്പിന്റെ ആകൃതിയുള്ള ചെടികൾ ഉപയോഗിക്കുക എന്നത് ആദിവാസിചികിത്സയിൽ കാണുന്ന പ്രത്യേകതയാണ്. മരുന്നിന്റെ പേരിൽ പോലും 'പാമ്പി'ന്റെ സാന്നിദ്ധ്യം കാണാം. പാമ്പ് ഫണം വിടർത്തി നിൽക്കുന്നതുപോലെയാണ് നാഗമ്പടത്തിന്റെ ആകൃതി. നാഗവള്ളി കണ്ടാൽ പാമ്പു ഇഴഞ്ഞുപോകുന്നതുപോലെ തോന്നും.

വിഷപ്പല്ലു തട്ടി മുറിഞ്ഞ ഭാഗം നന്നായി കഴുകി വൃത്തിയാക്കിയ ശേഷം അവിടെ കോഴിയുടെ മലദ്വാരം ചേർത്തുവെക്കുന്നു. മലദ്വാരത്തിനെ സ്പർശിച്ചുകൊണ്ടുവെക്കുന്ന എന്തിനേയും വലിച്ചെടുക്കാനുള്ള കഴിവ് കോഴിയുടെ മലദ്വാരത്തിനുണ്ട്. ഈ ശക്തി ഇവിടെ വിഷം വലിച്ചെടുക്കാനായി ഉപയോഗിക്കുകയാണ് ചെയ്യുന്നത്. ഒരാളുടെ വിഷം വലിച്ചെടുക്കാൻ നിരവധി കോഴികളുടെ ജീവൻ ഹോമിക്കേണ്ടതുണ്ട് എന്നതിനാൽ കോഴി ചികിത്സക്ക് ചില എതിർപ്പുകൾ നേരിടേണ്ടി വന്നിട്ടുണ്ട്.

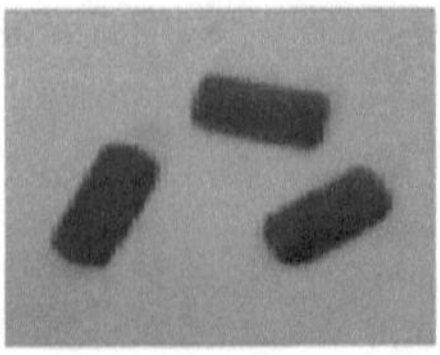

വിഷക്കല്ല്

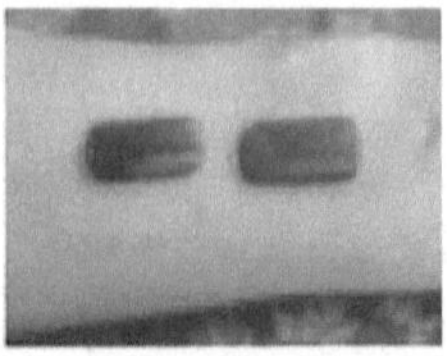

വിഷക്കല്ല്
വെയ്ക്കുന്ന വിധം

വിഷം വലിച്ചെടുക്കാൻ തുടങ്ങിയാൽ കോഴി അബോധാവസ്ഥ യിലാകും. അപ്പോൾ മറ്റൊരു കോഴിയെ വെക്കുന്നു. ഒരാളുടെ വിഷം വലിച്ചെടുക്കാൻ നിരവധി കോഴികളെ ആവശ്യമുണ്ട് എന്നത് കോഴി ചികിത്സ പ്രയോഗിക്കുന്നതിലെ ബുദ്ധിമുട്ടാണ്. പാമ്പുകടിയേറ്റ് ഒരാൾ വരുമ്പോൾ ഇത്രയധികം കോഴികളെ സംഘടിപ്പിക്കുക ബുദ്ധിമുട്ടാണ്. കോഴിക്കോട് ജില്ലയിലെ ബേപ്പൂരാണ് കോഴിചികിത്സയിൽ പ്രസിദ്ധം. പെരിന്തൽമണ്ണയിലെ ഉമ്മുക്കുൽസു വൈദ്യർ ഒരിക്കൽ കോഴിചികിത്സ പ്രകാരം വിഷം വലിച്ചെടുത്തു എന്ന് ഓർക്കുന്നുണ്ട്.

ഔഷധങ്ങൾ അരച്ച് കൂട്ടിച്ചേർത്ത് ഉണക്കി വാർത്തെടുത്ത് കല്ലുപോലെ ദൃഢമാക്കി സൂക്ഷിക്കുന്നതാണ് വിഷക്കല്ല്. പാമ്പിന്റെ കടിവായിൽ വെച്ചാൽ, വിഷക്കല്ലിന് വിഷം വലിച്ചെടുക്കാൻ സാധിക്കും എന്നാണ് വിശ്വാസം. ഗരുഡക്കൊടി, അണലിവേഗം, പച്ചമഞ്ഞൾ, ഉങ്ങിൻതൊലി, മുരിക്കില, എരുക്കില, ഉമ്മത്തില, വേപ്പ്, കുപ്പമഞ്ഞൾ, വാളൻപുളിയില, മുരിങ്ങാത്തൊലി തുടങ്ങിയവയാണ് വിഷക്കല്ലുണ്ടാക്കാൻ ഉപയോഗിക്കുന്ന ഔഷധങ്ങൾ. വിഷവൈദ്യവു മായി ബന്ധപ്പെട്ട പല വീടുകളിലും വിഷക്കല്ല് മുമ്പ് സൂക്ഷിച്ചിരുന്നു. ഇതിന്റെ നിർമ്മാണക്രമം ഇവർ രഹസ്യമാക്കിവെക്കാറുണ്ട്. പഴയതും പുതിയതുമായ വിഷങ്ങളെ വലിച്ചെടുക്കാൻ കല്ലിന് സാധിക്കാറുണ്ട്. ഒരിക്കൽ വിഷം വലിച്ചെടുത്ത കല്ല് പാലിൽ ശുദ്ധിചെയ്ത ശേഷം വീണ്ടും ഉപയോഗിക്കാം എന്നാണ് വിശ്വാസം. കോട്ടക്കൽ ആര്യവൈദ്യശാല യിൽ നടന്ന അഗദതന്ത്ര സെമിനാറിൽ വിഷക്കല്ല് പ്രദർശിപ്പിച്ചിരുന്നു. [15]തങ്ങളുടെ ആശ്രമത്തിൽ വിഷക്കല്ല് ഉണ്ടാക്കാറുണ്ട് എന്ന് ഒരു പാതിരി അവകാശപ്പെട്ടിരുന്നു. 1953 ൽ അന്റോണിനസിന് സിലോണിൽ നിന്നും ലഭിച്ച യോഗം (മരുന്നുകുറിപ്പ്) വെച്ച് സ്വയം തയ്യാറാക്കിയതാണ് വിഷക്കല്ല്. തല, നെഞ്ച്, വയർ എന്നീ ഭാഗങ്ങളിൽ കല്ലുവെക്കാറില്ല. അവിടേക്ക് വിഷം എത്തിയാൽ മരണം സംഭവിക്കും. ശരീരത്തിന്റെ

15 റവ. ഫാദർ അന്റോണിയസ് സി.എം.ഐ, ലിറ്റിൽ ഫ്ളവർ ഹോമിയോ ഡിസ്പെൻസറി, സെന്റ്തോമസ് മൗണ്ട്, മേരിക്കുന്ന്, കോഴിക്കോട്.

ഏത് ഭാഗത്ത് കടിച്ചാലും കൈകാലുകളിൽ ചെറിയ മുറിവുണ്ടാക്കി അവിടെ കല്ലുവെക്കുന്നു. മൂർഖനാണെങ്കിൽ എട്ട് കല്ലുകൾ വേണ്ടിവരും.[16] നാൽപ്പത് വർഷമായി വിഷചികിത്സ ഈ ആശ്രമത്തിൽ ചെയ്യുന്നുണ്ട്.

സാമാന്യ ഔഷധവിഷവൈദ്യം

ഒറ്റമൂലി, കോഴി, വിഷക്കല്ല് എന്നിവ ഉപയോഗിച്ചുകൊണ്ടുള്ള ചികിത്സ ചില വ്യക്തികൾ ചെയ്യുന്നതാണ്. സാമാന്യ ഔഷധവിഷ വൈദ്യം എന്നതുകൊണ്ടുദ്ദേശിക്കുന്നത്, വിഷവൈദ്യന്മാർ ഔഷധ ങ്ങൾ, അഞ്ജനം, നസ്യം തുടങ്ങിയ രീതികൾ ഉപയോഗിച്ച് ചെയ്യുന്ന ചികിത്സയെ ആണ്. ലക്ഷണങ്ങൾ നോക്കി ഏത് പാമ്പാണ് കടിച്ചത്, വിഷമിപ്പോൾ സപ്തധാതുവിൽ ഏതിനെയാണ് ബാധിച്ചിരിക്കുന്നത് എന്നെല്ലാം മനസ്സിലാക്കി ചികിത്സ നിർണ്ണയിക്കുന്ന രീതിയാണ് സാമാന്യ ഔഷധവിഷവൈദ്യത്തിൽ പെടുത്തിയിരിക്കുന്നത്. വിഷ മിറക്കാൻ ബുദ്ധിമുട്ടില്ലെങ്കിൽ സാധ്യം, ബുദ്ധിമുട്ടാണെങ്കിലും മരണം ഉറപ്പായാലും അസാധ്യം. അസാധ്യമാണെങ്കിൽ ബന്ധുക്കളെ കാര്യം മനസ്സിലാക്കിക്കൊടുത്ത് മടക്കി അയക്കുകയോ, അവസാനമായി ഒരു ശ്രമം നടത്തുകയോ ചെയ്യുന്നു. ലക്ഷണം നോക്കിയാണ് സാധ്യമോ, അസാധ്യമോ എന്ന് നിശ്ചയിക്കുന്നത്.

അംഗുഷ്ഠം, പാദം, സന്ധി, ഗുഹ്യം, നാഭി, ഹൃദയം, കുചം, കണ്ഠം, നെറ്റി, കവിൾത്തടം, മൂർദ്ധാവ് തുടങ്ങിയ ശരീരഭാഗങ്ങളിൽ പാമ്പുകടിച്ചാൽ ചികിത്സിച്ച് ഭേദമാക്കാൻ പ്രയാസമാണ്. വേന്ദ്രൻ വിഭാഗത്തിൽപ്പെട്ട പാമ്പുകൾ ദംശിച്ചാൽ ലക്ഷണം നോക്കി ചികിത്സ നിർണ്ണയിക്കുക ബുദ്ധിമുട്ടാണ്. വിഷം തീണ്ടി സപ്തധാതുക്കളിൽ ഓരോന്നിനേയും ബാധിച്ചതിനുശേഷമാണ് ശുക്ലത്തിലെത്തുക. വിഷം ശുക്ലത്തിലെത്തി യാൽ രോഗിക്ക് ബോധക്ഷയമോ കൂടെക്കൂടെയുള്ള മോഹാലസ്യമോ ഉണ്ടാകും. അപ്പോൾ ചികിത്സിക്കുക പ്രയാസമാണ്. ചിലർ ദൂതല ക്ഷണം വഴി സാധ്യമോ അസാധ്യമോ എന്ന് നിശ്ചയിക്കാറുണ്ട്. ഇത് മുമ്പ് വിവരിച്ചതുകൊണ്ട് ഇവിടെ ചെയ്യുന്നില്ല.

അരയാലിന്റെ ചുവട്, ശ്മശാനം, പുറ്റുള്ള ഇടം എന്നീ സ്ഥലങ്ങ ളിൽവെച്ചും, സന്ധ്യാസമയത്തും, നാലുവഴി കൂടുന്നിടത്തും, ഭരണി, കാർത്തിക, ആയില്യം, മകം, വിശാഖം, പൂയം, പൂരാടം, പൂരുരുട്ടാതി, മൂലം എന്നീ നക്ഷത്രങ്ങളിലും കടിയേറ്റാൽ മരണം സംഭവിക്കാൻ സാധ്യത കൂടുതലാണ്. അജീർണ്ണമുള്ളവൻ, പിത്തരോഗി, വെയിൽ കൊണ്ട് ക്ഷീണമുള്ളവൻ, ബാലൻ, വിശന്നവൻ, വൃദ്ധൻ, പ്രമേഹരോഗി, കുഷ്ഠരോഗി, ബലമില്ലാത്തവൻ, ഗർഭിണി എന്നിവർക്ക് പാമ്പിൻ

16 ഫാദർ തോമസ്, സെന്റ്തോമസ് മൗണ്ട് പൂളക്കടവ്, മേരിക്കുന്ന്.

കടിയേറ്റാൽ ചികിത്സിക്കുക പ്രയാസമാണ്. ആയുധം കൊണ്ട് മുറിച്ചാൽ രക്തം വരാതിരിക്കുക, ചൂരലുകൊണ്ടടിച്ചാൽ പാട് കാണാതിരിക്കുക, വെള്ളമൊഴിച്ചാൽ രോമാഞ്ചമുണ്ടാകാതിരിക്കുക എന്നീ ലക്ഷണങ്ങൾ കണ്ടാൽ രോഗിയുടെ അവസ്ഥ ഗുരുതരമാണെന്ന് നിർണ്ണയിക്കാം. മുഖം വികൃതമാകുക, തലമുടി പിടിച്ചാൽ പിഴുതുവരിക, മൂക്ക് വിയർക്കുക, രക്തം കറുത്തിരിക്കുക, വായ തുറക്കാൻ പറ്റാതിരിക്കുക, മൂക്കിൽനിന്നും വായിൽനിന്നും രക്തം വരിക, മലവും മൂത്രവും പോകാതിരിക്കുക തുടങ്ങിയ ലക്ഷണം അസാധ്യമായവയാണ്. അസാധ്യമായ ലക്ഷണങ്ങൾ കണ്ടിട്ടും അവയെ ധൈര്യപൂർവ്വം നേരിടുന്ന വൈദ്യന്മാർ ഉണ്ടായിരുന്നു. അസാധ്യലക്ഷണം കാണിക്കുന്ന രോഗികളെ ചില വൈദ്യന്മാർ, തന്നേക്കാൾ ചികിത്സാപരിചയവും വൈദഗ്ധ്യവുമുള്ള മറ്റു വൈദ്യന്മാരുടെ അടുത്ത് പറഞ്ഞയക്കുന്ന രീതിയും ഉണ്ടായിരുന്നു.

വിഷം സപ്തധാതുക്കളിൽ ആറെണ്ണത്തിനുമാത്രമേ (ശുക്ലം ഒഴികെ) ബാധിച്ചിട്ടുള്ളൂ എങ്കിൽ അതിനെ സാധ്യമായാണ് കണക്കാക്കുന്നത്. ഇണചേർന്ന് ക്ഷീണിക്കുകയും, ഭയപ്പെടുകയും, കീരി പരിജയപ്പെടുത്തുകയും ചെയ്ത പാമ്പുകൾക്ക് വിഷവീര്യം കുറയും. പാമ്പ് ഒരിക്കൽ ദംശിച്ച് അധികകാലമായിട്ടില്ലെങ്കിൽ വിഷത്തിന്റെ അളവ് സഞ്ചിയിൽ കുറവായിരിക്കും. വിഷവീര്യം കുറഞ്ഞ പാമ്പുവർഗ്ഗങ്ങൾ ദംശിച്ചാൽ അതിനെ ചികിത്സിക്കുക എളുപ്പമാണ്. മൂർഖൻ, മണ്ഡലി, രാജിലം എന്നിവ കടിച്ചാൽ രോഗിയിൽ കാണുന്ന ലക്ഷണം നോക്കി ചികിത്സിക്കുക എളുപ്പമാണ്. ദൂതലക്ഷണം നോക്കിയും സാധ്യലക്ഷണങ്ങൾ മനസ്സിലാക്കാറുണ്ട്. പാമ്പു കടിച്ച് വിഷം അധികം കയറുന്നതിനുമുമ്പ് രോഗിയെ വിഷവൈദ്യന്റെ അടുത്തെത്തിച്ചാൽ ലക്ഷണം നോക്കി ചികിത്സ നിശ്ചയിക്കാം. 'എട്ടടിമൂർഖൻ കടിച്ചാൽ എട്ടടി വെക്കും മുമ്പ് മരണം' എന്ന പഴമൊഴി മൂർഖന്റെ വിഷവീര്യത്തെ കുറിക്കുന്നു. വട്ടക്കുറയുടെ ചലനം വളരെ സാവധാനത്തിലാണ്, അതിന്റെ വിഷം കയറാനും സമയമെടുക്കും എന്നതുകൊണ്ട് ചികിത്സിക്കാൻ ബുദ്ധിമുട്ടില്ല. 'നീർക്കോലി കടിച്ചാലും അത്താഴം മുടങ്ങും' എന്ന ചൊല്ല് വിഷത്തിന്റെ വീര്യക്കുറവ് കാണിക്കുന്നു. ഓരോ മാസത്തേയും വാവുനാളിൽ വിഷത്തിന് ശക്തിയേറും എന്ന് വിശ്വസിക്കുന്നു.

ഔഷധോപയോഗരീതികൾ

മൂക്കിലൂടെ ഔഷധം ഒഴിച്ച് നടത്തുന്ന ചികിത്സയാണ് നസ്യം. വിഷവൈദ്യത്തിലെ നസ്യം ഔഷധത്തെ മൂക്കിൽക്കൂടെ ഊതി മൂർദ്ധാവിലേക്ക് കയറ്റുന്നതാണ്. ചുക്ക്, കുരുമുളക്, തിപ്പല്ലി തുടങ്ങിയ ഔഷധങ്ങൾ ആണ് നസ്യത്തിന് ഉപയോഗിക്കുന്നത്. വിഷം ശരീരത്തിനകത്ത് പ്രവേശിച്ചാൽ കഫം കോപിച്ച് മസ്തിഷ്ക്കത്തിനു ചുറ്റും ഒരാവരണം

സൃഷ്ടിക്കുന്നു. അപ്പോൾ മോഹാലസ്യവും ബോധക്ഷയവും ഉണ്ടാകും. ഇതിൽ നിന്ന് മോചനം ലഭിക്കാനാണ് നസ്യം ചെയ്യുന്നത്. മരുന്ന് വായിലിട്ട് ചവച്ച് ചെവി, മൂക്ക് എന്നിവയിലൂടെ ഊതിയിട്ടും ബോധം തിരിച്ചുകിട്ടാത്തതിനാൽ സൈക്കിളിൽ കാറ്റ് നിറക്കുന്ന പമ്പിൽ മരുന്ന് ചതച്ചിട്ട് ശക്തമായി പമ്പ് ചെയ്തപ്പോൾ രോഗിക്ക് കണ്ണീർ വന്നു എന്ന് കോട്ടക്കൽ ആര്യവൈദ്യശാലയിൽ ചികിത്സകനായിരുന്ന ശ്രീകുമാര വാര്യർ ഓർക്കുന്നു.[17]

ഔഷധങ്ങളരച്ച് എഴുതുന്നതാണ് അഞ്ജനം. അഞ്ജനമിട്ടതിനു ശേഷം കണ്ണിൽനിന്നും പ്രതികരണം (കണ്ണുനീറ്റൽ) കുറവാണെങ്കിൽ വിഷം ശക്തമാണെന്ന് മനസ്സിലാക്കുന്നു. രോഗിക്ക് ബോധക്ഷയം സംഭവിച്ചാൽ അഞ്ജനം എഴുതാറുണ്ട്. കരളകം, അമരി, അൽപ്പം, പിഴിഞ്ഞാറി തുടങ്ങിയവയുടെ വേര് ആണ് അഞ്ജനത്തിനുപയോഗിക്കുന്നത്. ഇവ വില്വാദി ഗുളിക[18]യുടെ കൂടെ ചേർത്ത് കണ്ണിൽ എഴുതുന്നു. ഇതേ മരുന്നുകൾ നസ്യത്തിനും ഉപയോഗിക്കാം. മൂർഖന്റെ വിഷം ശുക്ല ത്തിലെത്തിയാൽ മരണചേഷ്ടകൾ കാണിക്കും. നസ്യവും അഞ്ജനവും മാറിമാറി ചെയ്താൽ ഫലം കാണുന്നു. മാടപ്രാവ്, കുരങ്ങ്, പൂച്ച, ഉടുമ്പ്, കീരി, പന്നി, ആന, മയിൽ എന്നിവയുടെ കാഷ്ഠം, കൃഷ്ണതുളസിയുടെ ഇലയിലരച്ച് പശുവിൻ കൊമ്പിൽ സൂക്ഷിക്കുക. ആവശ്യമുള്ളപ്പോൾ ഇതെടുത്ത് തുളസി നീരിലരച്ച് നസ്യത്തിനും അഞ്ജനത്തിനും ഉപയോഗിക്കാം.

പാത്രത്തിൽ ശേഖരിച്ച മനുഷ്യന്റെ മൂത്രം രോഗിയോടുതന്നെ കുടിവായിൽ ഒഴിക്കാൻ പറയുന്നു. മനുഷ്യമൂത്രത്തിന് വിഷത്തെ തടയാനുള്ള ശേഷിയുണ്ട്. രോഗി ഇത്തരം പ്രവൃത്തികൾ ചെയ്യുമ്പോൾ

---

17 ശ്രീകുമാരവാരിയർ, ജ്യോതി, പാണ്ഡമംഗലം, കോട്ടക്കൽ.

18 വില്വാദി ഗുളിക
വില്വസ്യമൂലം സുരസസ്യപുഷ്പം
ഫലം കരഞ്ജസ്യ നതര സുരാഹ്യം
ഫലത്രയം വ്യോഷനിശാദ്വയഞ്ച
ബസ്തസ്യമൂത്രേണ സുസൂക്ഷമപിഷ്ടം
ഭുജംഗലൂതോന്ദുരു വൃശ്ചികാദൈ്യ-
ർ വിഷൂചികാജീർണ ഗരജ്വരൈത്വ
ആർത്താൻ നരാൻ ഭൂതവിധർഷിതാംശ്ച
സ്വസ്ഥീകരോത്വഞ്ജന പാനനസ്യൈ:
കൂവള വേര്, തുളസിപ്പൂവ്, പ്രങ്കിൻകുരു, തകരം, ദേവതാരം, ത്രിഫലത്രികട്ടു, വരട്ടുമഞ്ഞൾ, ഇവസമം ആട്ടിൻ മൂത്രത്തിൽ അരച്ച് ഗുളികയുരുട്ടി ഉണക്കി സൂക്ഷിക്കുക, ഗുളിക അരച്ച് കണ്ണിൽ എഴുതുകയും സേവിക്കുകയും ചെയ്യാം. സർപ്പം, ചിലന്തി, എലി, തേൾ മുതലായവയുടെ വിഷങ്ങളും വിഷൂചികയും അജീർണ്ണവും കൂട്ടുവിഷവും ശമിക്കും.

ഭയം കുറയുകയും ധൈര്യം കൈവരുകയും ചെയ്യും. അതോടെ ചികിത്സ എളുപ്പമാകും. മൂത്രം ശരിയായ രീതിയിൽ പോകുന്നുണ്ടെങ്കിൽ രോഗിക്ക് കുഴപ്പമില്ല എന്നു മനസ്സിലാക്കാം. മൂത്രമൊഴിക്കാൻ ബുദ്ധിമുട്ടുണ്ടെങ്കിലും, മൂത്രത്തോടൊപ്പം രക്തം പോകുന്നുണ്ടെങ്കിലും രോഗിയുടെ ശരീരസ്ഥിതി മോശമാണ് എന്ന് കണക്കാക്കാം. കരളകം, നീലയമരി, വെളുത്ത ശംഖു പുഷ്പത്തിൻ വേര് തുടങ്ങിയവയുടെ നീർ മുറിവായിലേക്ക് ധാരയായി ഒഴിക്കാറുണ്ട്.

ഔഷധസേവയാണ് പാനം എന്നതുകൊണ്ടുദ്ദേശിക്കുന്നത്. ചർമ്മം, രക്തം, മാംസം എന്നീ ഭാഗങ്ങളിലെത്തിയ വിഷത്തെ നിർവീര്യമാക്കാൻ ഔഷധങ്ങൾ ചവച്ച് ചെവിയിലും ശിരസ്സിലും ഊതുന്നു. മേദസ്സ്, അസ്ഥി എന്നിവിടങ്ങളിലെത്തിയ വിഷത്തെ ഇറക്കാൻ പാനം (ഔഷധസേവ) ആവശ്യമാണ്. നീലയമരിവേര് വെള്ളത്തിലരച്ച് കടിവായിൽ തേക്കുന്നതും സേവിക്കുന്നതും വിഷം വേഗത്തിലിറങ്ങാൻ സഹായിക്കും. അമുക്കുരം മനുഷ്യമൂത്രത്തിലരച്ച് കുടിക്കുവാൻ കൊടുക്കുന്നു. ചിറ്റമൃതിൻ വേര്, മരോട്ടിവേര്, നന്ത്യാർവട്ടത്തിൻ വേര്, കുരുമുളക് ഇവ സമം ചേർത്ത് മനുഷ്യമൂത്രത്തിലരച്ച് സേവിച്ചാൽ രോഗിക്കുണ്ടാകുന്ന ശരീരവലിവ് ഇല്ലാതാകും. ഏതുതരം പാമ്പിൻ വിഷം ഇല്ലാതാക്കാനും വില്വാദിഗുളികക്ക് സാധിക്കും എന്നാണ് വിശ്വാസം.

മൂർഖന്റെ വിഷം ശമിക്കാൻ അമുക്കുരം, എരുക്കില, രാമച്ചം, ചന്ദനം, ഇന്തുപ്പ്, ചെറുപീരവേര് എന്നിവ കുരുമുളക് ചേർത്തരച്ച് മനുഷ്യമൂത്രത്തിൽ സേവിക്കുന്നു. ഔഷധം കൊടുത്ത് രോഗിയെ ഛർദ്ദിപ്പിച്ചും വയറിളക്കിയും വിഷം പുറത്തുകളയുന്നു. അങ്കോലത്തിൻകുരു, വേപ്പിൻകുരു, എരുക്കിൻകായ്, ഉമ്മത്തിൻകുരു എന്നിവ ഒരേ മാത്രയിലെടുത്ത് ചൂടുവെള്ളത്തിലരച്ച് സേവിക്കുക. കുറച്ചുനേരം കഴിഞ്ഞാൽ ഛർദ്ദിയും വിരേചനവും തുടങ്ങും. വിഷം പുറത്തുപോയാൽ നിർത്താനായി ഉപ്പും ചോറും കൊടുക്കുന്നു. ആവണക്കെണ്ണ കട്ടൻ ചായയിലൊഴിച്ച് കുടിച്ചാൽ രോഗിക്ക് വയറിളകും. മലത്തോടൊപ്പം വിഷവും പുറത്തുപോകും. മണ്ഡലി വിഷമാണെങ്കിൽ ശരീരം മഞ്ഞനിറമാകും. ഇതിന് കരിക്കിൻ വെള്ളത്തിൽ ചന്ദനമരച്ച് കൊടുക്കുന്നു. വിഷം ശുക്ലത്തിൽ എത്തിയാൽ നെല്ലിക്കാത്തോട് പശുവിൻ പാലിൽ പുഴുങ്ങിയരച്ച് തലയിലിടുകയോ അമരിവേര് മുലപ്പാലിലരച്ച് പച്ചക്കർപ്പൂരം ചേർത്ത് തലയിലിടുകയോ ചെയ്യുന്നു.

പാമ്പിന്റെ കടിയേറ്റുണ്ടായ മുറിവിൽ വീക്കം, അമിതമായ ചൂട് എന്നിവ ശമിപ്പിക്കുന്നതിനുവേണ്ടി മരുന്നു പുരട്ടുന്നു. പാമ്പിന്റെ കടിവായിൽ മനുഷ്യമൂത്രം, കർണ്ണമലം, മൂക്കിള, തുപ്പൽ എന്നിവ പുരട്ടിയാൽ വിഷം ഇറങ്ങാനും കയറാനുമുള്ള സാധ്യത കുറയുന്നു. കടിവായിലെ വീക്കം

കറക്കാൻ കായം, കുരുമുളക്, വയമ്പ് ഇവ സമമെടുത്ത് ചമതയിലയുടെ നീരിലരച്ച് തേക്കുന്നു. കായവും ഈശ്വരമുല്ലയുടെ വേരും മനുഷ്യമൂത്ര ത്തിൽ അരച്ചുപുരട്ടുന്നതും വീക്കം ശമിപ്പിക്കാൻ നല്ലതാണ്. ശ്വേത മണ്ഡലി കടിച്ച മുറിവിലെ വീക്കം തടയാൻ വിളാർപശ, കരിക്കിൻ വെള്ളത്തിൽ പുഴുങ്ങിയരച്ച് ശരീരം മുഴുവൻ തേക്കുന്നു. കുഴിമണ്ഡലി കടിച്ചാൽ കടിവായക്ക് ചുറ്റും ചൊറിച്ചിൽ അനുഭവപ്പെടുന്നു. ഇതിന് നെന്മേനി വാകയില, തേറ്റാംപരൽ, കാവിമണ്ണ് എന്നിവ അരിക്കാടി യിൽ അരച്ച് തേക്കുന്നു.

പാമ്പ് കടിച്ച മുറിവിന് ചുറ്റുമുള്ള ഞരമ്പറുത്ത് ദുഷിച്ച രക്തം കളയു ന്നതാണ് രക്തമോക്ഷം. പനമ്പട്ട, കത്തി തുടങ്ങിയ മൂർച്ചയേറിയ ആയു ധങ്ങളാണ് ഉപയോഗിക്കുന്നത്. മൂർഖൻ, മണ്ഡലി എന്നിവയുടെ വിഷം ചർമ്മത്തിലോ, രക്തത്തിലോ കലർന്നാൽ പ്രത്യേകതരം വേദന, വിറയൽ എന്നിവ അനുഭവപ്പെടും. ഇതിന് രക്തമോക്ഷം അനുയോജ്യ മാണ്. ദുഷിച്ച രക്തം പുറത്ത് കളയുന്നതിന് നാൽക്കാലികളുടെ കൊമ്പും സ്വന്തം വായയും വൈദ്യൻ ഉപയോഗിക്കുന്നു. വായ ഉപയോഗിച്ച് രക്തം വലിച്ചെടുക്കുന്ന സമയത്ത് വായിൽ ചെറിയ മുറിവുപോലും പാടില്ല. മുറിവുണ്ടെങ്കിൽ വലിക്കുന്നയാളിലും വിഷം ബാധിക്കാൻ സാധ്യതയുണ്ട്.

പാമ്പുകടിയേറ്റ ഒരാൾ വൈദ്യന്റെ അടുത്തെത്തിയാൽ ഭക്ഷണ രീതി നിർദ്ദേശിക്കാറുണ്ട്. നവര അരികൊണ്ട് കഞ്ഞിയോ ചോറോ കഴിക്കുന്നത് നല്ലതാണ്. ഭക്ഷണം വേഗത്തിൽ ദഹിക്കുന്നതിനും വിഷം ശമിപ്പിക്കുന്നതിനും കഞ്ഞിയിൽ തിപ്പലി, ചുക്ക് എന്നിവ പൊടിച്ച് ചേർത്ത് ഉപയോഗിക്കുന്നു. ഇലക്കറി താളിപ്പായി പാകം ചെയ്ത് വിഷം ശമിപ്പിക്കാൻ കഴിവുള്ള മഞ്ഞൾപ്പൊടി ചേർത്ത് കഴിക്കുന്നു. ഉണ്ണിപ്പി ണ്ടി, കയ്പക്ക, കുമ്പളങ്ങ, ചുവന്ന ഉള്ളി എന്നിവ വിഷം അകത്തുചെന്ന രോഗിക്ക് കഴിക്കാവുന്നതാണ്. 'നീർക്കോലി കടിച്ചാൽ അത്താഴം മുടങ്ങും' എന്ന പഴമൊഴി അത്താഴം ഒഴിവാക്കിയാൽ നീർക്കോലി വിഷം ഇല്ലാതാകും എന്ന ചികിത്സയെ ഓർമ്മിപ്പിക്കുന്നു.

മദ്യം, മാംസം, മത്സ്യം എന്നിവ പാമ്പ് കടിയേറ്റ വ്യക്തി കഴിക്കാൻ പാടില്ല. ഉറങ്ങുമ്പോൾ ശ്വാസം അധികമായി വലിക്കും. അതിനാൽ ഉറക്കം കുറയ്ക്കുകയോ, ഒഴിവാക്കുകയോ ചെയ്യണം. മനസ്സിനെ

» മൃഗങ്ങളുടെ കൊമ്പുകൾ

പരമാവധി സ്വസ്ഥമാക്കി നിർത്താൻ കഴിയുന്ന ചിന്തകളിലും, ശരീരം അധികം അനങ്ങാത്ത വിനോദങ്ങളിലും ഏർപ്പെടാം.

മറ്റു ജീവികളുടെ വിഷചികിത്സ

പാമ്പിൻ വിഷചികിത്സ പോലെത്തന്നെ പ്രധാനമാണ് മറ്റു ജീവികളുടെ വിഷചികിത്സയും. എലി, ചിലന്തി, പേപ്പട്ടി, പൂച്ച, നായ, പഴുതാര, കടന്നൽ, തേൾ, തേനീച്ച, വണ്ട്, ചൊറിയൻ പുഴു തുടങ്ങിയവ കടിച്ചാൽ ചെയ്യുന്ന ചികിത്സയാണ് ഇതിൽപ്പെടുന്നത്. വിഷം കുറവായതിനാൽ മരണം പോലുള്ള ദുരവസ്ഥ ഇതിൽ കുറവാണ്. അതിനാൽ വീട്ടിൽവെച്ചു തന്നെയാണ് ഇവയ്ക്ക് ചികിത്സിക്കുന്നത്. ഇതിൽ നിന്ന് വ്യത്യസ്തതയുള്ളത് പേപ്പട്ടി വിഷത്തിന്റെ കാര്യമാണ്. ഇവയെ ഒരു പട്ടികയിൽ ഉൾപ്പെടുത്തിയാണ് വിവരിക്കുന്നത്.

ജന്തു	ലക്ഷണം	ചികിത്സ
1. എലി	പനി, അരുചി, പനി, അരുചി, വീക്കം, വ്രണം.	ഉഴിഞ്ഞ നീരോ, പൂവാംകുറുന്തില നീരോ തലയിലൊഴിക്കുക. ചെറുചീരവേര് പാലിൽ അരച്ച് സേവിക്കുക. പനിവന്നാൽ ഷഡംഗം കഷായം സേവിക്കുക.
2. ചിലന്തി	കരുവാളിപ്പ്, പനി,	ആര്യവേപ്പില, തുളസിയില, ചുക്ക്, ഇന്തുപ്പ്, ചെറുചീര, കായം, സന്ധിവേദന.വെള്ളുള്ളി, വയമ്പ്, നന്നാറി, മുരിങ്ങവേരിൻതൊലി, മഞ്ചട്ടി, അരത്ത ഇവ സമം അരിക്കാടിയിൽ അരച്ചുപുരട്ടുക.
3. പേപ്പട്ടി	രക്തം വരിക	കടിവായിൽ നിന്നുംപുലിച്ചുവടിയുടെ നീര് കുടിക്കുക. നീലയുമ്മത്തിൻ ഇല മൂന്ന് കഴഞ്ച് (പതിനഞ്ച് ഗ്രാം) അരച്ച് കുടിക്കുക.
4. പൂച്ച	ചുട്ടുനോവ്, വീക്കം	മഞ്ഞളും കറിവേപ്പിലയും അരച്ച് കുടിക്കുക. ഈശ്വരമുല്ലയുടെ ഇല അരച്ചിടുക.
5. നായ	മുറിവ്, വേദന	കത്തുന്ന വിറകുകൊള്ളിയിലൂടെ വെള്ളമൊഴിച്ച് മുറിവായിൽ വീഴ്ത്തുക.

6. പഴുതാര, കടന്നൽ	വേദന, വീക്കം	പച്ചമഞ്ഞൾ മുറിച്ച് ഉരച്ചുതേക്കുക.
7. തേൾ	ചുവപ്പ്, വീക്കം, വേദന.	കറിവേപ്പില, കുരുമുളക് എന്നിവ സമം മോരിലരച്ചുപുരട്ടുക. വില്വാദിഗുളിക സേവിക്കുക. തുമ്പപ്പൂ, ചുവന്നുള്ളി, തുളസിയില ഇവ പശുവിൻ മൂത്രത്തിൽ അരച്ചു തേക്കുക.
8. തേനീച്ച, വണ്ട്	വേദന, വീക്കം, പനി	ചെറുപുന്നയുടെ വിത്ത്, മഞ്ഞൾ, മരമഞ്ഞൾ എന്നിവ അരച്ചുതേക്കുക. പച്ചമഞ്ഞൾ ഉരച്ചുതേക്കുക.
9. ചൊറിയൻ പുഴു	ചൊറി, വീക്കം	വാളൻപുളി മോരിൽ അരച്ചുപുരട്ടുക.

മഞ്ഞപ്പിത്ത ചികിത്സ

ശരീരത്തിലെ ഏറ്റവും വലിയ ഗ്രന്ഥിയായ കരൾ ഉത്പാദിപ്പിക്കുന്ന പിത്തനീര് ശരിയായ ദഹനവും, മലത്തിന് നിറവും, സുഖശോധനയും ഉണ്ടാക്കുന്നു. ആരോഗ്യമുള്ള വ്യക്തിയുടെ നൂറ് ഗ്രാം രക്തത്തിൽ ബിലിറൂബിൻ 0.1 മുതൽ 0.9 മില്ലിഗ്രാം വരെ കാണുന്നു. ബിലിറൂബിന്റെ അളവ് രക്തത്തിൽ ക്രമാതീതമായി വർദ്ധിക്കുന്ന അവസ്ഥയാണ് മഞ്ഞപ്പിത്തം. മഞ്ഞപ്പിത്തം പാരമ്പര്യമായും, മലിനപ്പെട്ട സാഹചര്യങ്ങളിൽ ജീവിക്കുന്നതുകൊണ്ടും ഉണ്ടാകാറുണ്ട്. രോഗബാധിതന്റെ മൂത്രം, കണ്ണ്, ചർമ്മം തുടങ്ങിയവക്ക് മഞ്ഞനിറം കാണുന്നതിനാലാണ് മഞ്ഞപ്പിത്തം എന്ന് പറയുന്നത്.

മഞ്ഞപ്പിത്തത്തിന് വീട്ടുചികിത്സയായി പോലും ഉപയോഗിക്കുന്ന ഒറ്റമൂലിയാണ് കീഴാർനെല്ലി. പ്രസിദ്ധനായ മഞ്ഞപ്പിഞ്ഞ ചികിത്സകനായിരുന്നു ഊരകത്തിനടുത്തുള്ള പുത്തൻപീടിയേക്കൽ കല്ലൻകുന്നൻ മമ്മീദ്. വർഷങ്ങൾക്ക് മുമ്പ് മരിച്ചുവെങ്കിലും മക്കളായ സിദ്ദീഖ്, മുജീബ് എന്നിവർ ഇപ്പോഴും മഞ്ഞപ്പിത്ത ചികിത്സ നടത്തുന്നുണ്ട്. ഈ ചികിത്സ തങ്ങളുടെ കുടുംബത്തിന് എങ്ങനെ ലഭിച്ചുവെന്ന് അദ്ദേഹത്തിന്റെ ഭാര്യ ഓർക്കുന്നു. സമ്പന്നനായിരുന്ന കല്ലൻകുന്നൻ മമ്മീദ് വ്യാപാരം മൂലം ദരിദ്രനായപ്പോൾ, നാട്ടുകാരനായ മുസ്ല്യാർ 'നീ വേറെ പണിക്കൊന്നും ഇനി പോകണ്ട, ഈ മരുന്ന് നിനക്കും നിന്റെ മക്കൾക്കും ജീവിക്കാനുള്ള പണം നൽകും' എന്ന് പറഞ്ഞ് ഒരു ഓല (മരുന്നെഴുതിയ കടലാസ്) കൊടുത്തു. അമ്പതുവർഷമായി ഇവർ മഞ്ഞപ്പിത്തരോഗികളെ ചികിത്സിക്കുന്നു. കുന്നിൻപുറങ്ങളിൽ നിന്നും പറമ്പിൽനിന്നും പറിച്ചെടുക്കുന്ന

പച്ചമരുന്നുകൾ അരച്ച് ഗുളികരൂപത്തിലും അല്ലാതെയും ചികിത്സക്ക് ഉപയോഗിക്കാറുണ്ട്. മരുന്ന് മൂന്നുദിവസം കഴിച്ചാൽ മൂത്രത്തിന്റെ മഞ്ഞനിറം വർദ്ധിക്കുമെങ്കിലും, പിന്നീട് കുറയുന്നു. മഞ്ഞപ്പിത്തത്തിന്റെ തുടക്കമാണെങ്കിൽ ഒരാഴ്ച്ചകൊണ്ടും പഴക്കമുള്ളതാണെങ്കിൽ ഒന്നരമാസം കൊണ്ടും രോഗം സുഖപ്പെടും. മരുന്നു കഴിക്കുമ്പോൾ താഴെ പറയുന്ന പഥ്യം ശ്രദ്ധിക്കണം.

1. പനിയുണ്ടെങ്കിലും രാവിലേയും വൈകുന്നേരവും കുളിക്കുക.
2. ജീരകം, തിളപ്പിച്ച വെള്ളം, പശുവിൻ പാൽ, ഇളനീർ, ചെറിയരിക്കഞ്ഞി, ഇലവർഗങ്ങൾ എന്നിവ കഴിക്കാം.
3. നേന്ത്രപ്പഴം, കോഴിയിറച്ചി, മാട്ടിറച്ചി, കിഴങ്ങുവർഗങ്ങൾ, പുളി, ഉപ്പ് എന്നിവ കുറക്കുക. കട്ടൻചായ, എണ്ണ, എരിവ് എന്നിവ ഒഴിവാക്കുക.

ആദിവാസികൾ മഞ്ഞപ്പിത്തതിന് കീഴാർനെല്ലി ഉപയോഗിക്കുന്നുണ്ട്. കീഴാർനെല്ലി ഇല അരച്ച് കറുത്ത ആടിന്റെ പാലിൽ ചേർത്ത് കഴിക്കുക, മൈലാഞ്ചി സമൂലം കഷായം വെച്ച് രണ്ട് ഔൺസ് വീതം രണ്ടുനേരം കഴിക്കുക. കൊട്ടച്ചെടിയുടെ തോലരച്ച് അര ഔൺസുവീതം കഴിക്കുക. ചെറുനെല്ലിച്ചെടിയരച്ച് ആടിന്റെ മൂത്രത്തിൽ കലക്കി കുടിക്കുക എന്നിവ വിവിധ പ്രദേശങ്ങളിലെ ആദിവാസികൾ ചെയ്യുന്ന ചികിത്സകളാണ്.

മനോരോഗ ചികിത്സ

മനസ്സിനും ശരീരത്തിനും ഒരുപോലെ സ്വാസ്ഥ്യമുണ്ടാക്കുന്ന അവസ്ഥയാണ് ആരോഗ്യം. ശാരീരിക രോഗങ്ങൾ മനസ്സിന്റെ ആരോഗ്യത്തേയും, മാനസികരോഗങ്ങൾ ശരീരത്തിന്റെ ആരോഗ്യത്തേയും ബാധിക്കുന്നു. ജനക്കൂട്ടത്തിൽ നിന്നുപോലും തീവ്രമായ മനോരോഗമുള്ള ഒരാളെ തിരിച്ചറിയാൻ കഴിയുന്നു. അവർ കാണിക്കുന്ന ചേഷ്ടകൾ കൊണ്ടു മാത്രമല്ല അയാളുടെ മുഖത്തിന്റേയും ശരീരത്തിന്റെയും പ്രത്യേകതകൾ കൊണ്ടുകൂടി ആയിരിക്കും ഇത്. മന്ദബുദ്ധിയായ ഒരാളുടെ മുഖത്തിന്റെ ആകൃതിക്ക് വ്യത്യാസമുണ്ട്. വയസ്സിൽ കൂടുതൽ പ്രായം തോന്നിക്കുക, തല നരയ്ക്കുക, പല്ല് പുറത്തുചാടുക എന്നിവ സാമാന്യേന മനോരോഗികളിൽ കാണുന്ന പ്രത്യേകതകളാണ്.

ആയുർവേദാചാര്യൻമാരിൽ ഭൂരിഭാഗം പേരും ഹൃദയത്തിലാണ് മനസ്സിന്റെ സ്ഥാനം എന്ന് വാദിക്കുന്നവരാണ്.[19] തലച്ചോറിൽ ഓരോ ഇന്ദ്രിയങ്ങൾക്കും, വികാരങ്ങൾക്കും വെവ്വേറെ കേന്ദ്രങ്ങളുണ്ടെന്നും, ആ കേന്ദ്രത്തിൽ ഏതിനെങ്കിലും ആഘാതമോ, വൈകല്യമോ സംഭവിച്ചാൽ

19 ഹൃദയം ചേതാസ്ഥാന മുക്തം (സുശ്രുതസംഹിത), സത്വാദിദാമ ഹൃദയം സ്തനോര : കോഷ്ഠ മധ്യമം (അഷ്ടാംഗഹൃദയം)

മനസ്സിന്റെ സമതുലിതാവസ്ഥ നശിക്കുമെന്നും ആധുനിക വൈദ്യശാസ്ത്രം അഭിപ്രായപ്പെടുന്നു. മനോരോഗത്തെ 'തലക്ക് സുഖമില്ല', വട്ടാണ് എന്നെല്ലാം പറയാറുണ്ട്. പഠനമേഖലയിലെ ജനങ്ങളിൽ മസ്തിഷ്ക മാണ് മനസ്സിന്റെ കേന്ദ്രം എന്ന വിശ്വാസമാണുള്ളത്.

മറ്റുള്ള രോഗങ്ങളിൽ നിന്നും വ്യത്യസ്തമായി മനോരോഗങ്ങൾ ഏതെല്ലാമാണെന്ന് കൃത്യമായി വേർതിരിക്കുക ബുദ്ധിമുട്ടാണ്. അതുപോലെ തന്നെ ബുദ്ധിമുട്ടുള്ള കാര്യമാണ് ശാരീരിക രോഗങ്ങളെയും മനോരോഗങ്ങളെയും വേർതിരിക്കുക എന്നത്. മനോരോഗത്തെ പൊതുവിൽ രണ്ടായി തിരിക്കാം (1)ശരീരത്തിൽ കൂടെക്കൂടെ ഉണ്ടാകുന്ന രോഗങ്ങൾ മനസ്സിനെ ബാധിക്കുന്നത്. (2)മനസിനെ നേരിട്ട് ബാധിക്കുന്ന രോഗങ്ങൾ.

ശരീരത്തിന് ബാധിക്കുന്ന രോഗങ്ങൾ മനസ്സിനെ ബാധിക്കുന്നത്

ശരീരത്തിനുണ്ടാകുന്ന രോഗങ്ങൾ രോഗിയുടെ മനസ്സിന്റെ ശക്തി ക്ഷയിപ്പിച്ച് ചിലപ്പോൾ മനോരോഗമാകാറുണ്ട്. ശരീരത്തെ നിരന്തരം ബുദ്ധിമുട്ടിക്കുന്ന രോഗം അയാളുടെ മനസ്സിനെ ബാധിക്കുക സ്വാഭാവികമാണ്.

പ്രായം ചെന്ന ആളുകളിലുണ്ടാകുന്ന സന്നിപാതം ശാരീരികവും മാനസികവുമായ രോഗമാണ്. പ്രായം വർദ്ധിക്കുന്നതിനനുസരിച്ച് വ്യക്തിയുടെ മസ്തിഷ്ക്കത്തിന്റെ ഉന്മേഷം നഷ്ടപ്പെടും. തദ്ഫലമായുണ്ടാകുന്നതാണ് സന്നിപാതം.[20] സന്നിപാതത്തിനെ പഠനമേഖലയിൽ 'ചന്നി' എന്ന് പറയാറുണ്ട്. വൃദ്ധർ കാണിക്കുന്ന എന്തു ചാപല്യങ്ങളെയും ചന്നി എന്നാണ് വിശേഷിപ്പിക്കാറുള്ളത്.

സ്മൃതിക്ക് (സ്വബുദ്ധി) സംഭവിക്കുന്ന (താൽക്കാലികമായി) തെറ്റായ അവസ്ഥയാണ് അപസ്മാരം. ഗർഭിണിയായിരിക്കുമ്പോൾ ശരിയായ രീതിയിൽ രക്ഷ ലഭിക്കാഞ്ഞാൽ കുഞ്ഞിന് അപസ്മാരമുണ്ടാകാൻ സാധ്യതയുണ്ട്. ഗ്രഹണി ബാധിച്ചവർക്കും, കൃമിരോഗമുള്ളവർക്കും, ആർത്തവ സംബന്ധമായ തകരാറുള്ളവർക്കും, അപഥ്യമായ ആഹാരം നിരന്തരം കഴിക്കുന്നവർക്കും അപസ്മാരം ഉണ്ടാകാൻ സാധ്യത കൂടുതലാണ്. മസ്തിഷ്കത്തിലെ സെറിബ്രൽ ഭാഗത്തുണ്ടാകുന്ന ക്രമമില്ലായ്മയാണ് അപസ്മാരത്തിന് കാരണമെന്ന് നവീനമതം. പാരമ്പര്യം വഴിയും അപസ്മാരം ചിലരെ ബാധിക്കാറുണ്ട്. അപസ്മാരമുള്ള ചിലർക്ക് വായിൽ നിന്നും നുരയും പതയും വരിക, കൈകാലുകൾ മരവിക്കുക

20 ബുദ്ധിയുടെ തകരാറോ നാവിന് പോരായ്മയോ ഉള്ള വാതരോഗികൾക്ക് സന്നിപാതം എന്ന് പറയാം. (വാര്യർ, പി.എസ്. ചികിത്സാസംഗ്രഹം - ആര്യവൈദ്യശാല, കോട്ടക്കൽ, പുറം 1999).

തുടങ്ങിയവ ഉണ്ടാകും.ഇതിനെ 'കുറുക്കെളക്കം' എന്ന് വിളിക്കുന്നു. ഉന്മാദം ബാധിച്ച വ്യക്തി രോഗലക്ഷണങ്ങൾ എപ്പോഴും കാണിക്കുമെങ്കിൽ അപസ്മാരം ചില നിമിഷങ്ങളിൽ മാത്രമേ ബാധിക്കൂ. അതു കഴിഞ്ഞാൽ ഉറങ്ങിയുണർന്ന പോലെ എഴുന്നേൽക്കുന്നു. അപസ്മാര രോഗി ദൈവികമായ വെളിപാട് ലഭിച്ചവനായും പൈശാചിക ബാധയുള്ളവനായും വിവിധ രാഷ്ട്രങ്ങളിൽ വിവിധ സാഹചര്യങ്ങൾക്കനുസരിച്ച് കരുതപ്പെട്ടിരുന്നു. [21]

വിരുദ്ധങ്ങളായ ഔഷധങ്ങളും ജന്തുക്കളുടെ മലങ്ങളും, ഭസ്മങ്ങളും അൽപ്പവീര്യങ്ങളായ വിഷങ്ങളും മറ്റും ഭക്ഷണത്തിൽ ചേർത്ത് ഒരാൾ (കൈ) അപരന് ആരുമറിയാതെ കൊടുക്കുന്നതാണ് കൈവിഷം. മന്ത്രവിദ്യയിൽ, ഈ ഭക്ഷണം ഒരാൾക്ക് വിഷമായി ഭവിക്കട്ടെ എന്ന് ചിന്തിച്ചാലും സദ്ഭക്ഷണം വിഷമായി മാറും എന്നൊരു വിശ്വാസമുണ്ട്. വിഷം ചേർന്ന ഭക്ഷണം കഴിക്കുന്ന വ്യക്തിക്ക് അഗ്നിമാന്ദ്യം, ശ്വാസംമുട്ട്, അജീർണ്ണം തുടങ്ങിയ ശാരീരിക രോഗങ്ങളുടെ ലക്ഷണങ്ങളും ദുഃസ്വപ്നം കാണൽ, വിഷാദം, ആലസ്യം തുടങ്ങിയ മാനസികരോഗങ്ങളും ഉണ്ടാകും.

അഷ്ടാംഗഹൃദയത്തിൽ മനോരോഗങ്ങളെ മദാത്യയം, മദമൂർഛായ സന്യാസം എന്നിങ്ങനെ തിരിച്ചിരിക്കുന്നു.

1. മദാത്യയം - മദ്യം, കഞ്ചാവ് തുടങ്ങിയ ലഹരി വസ്തുക്കൾ ധാരാളം കഴിച്ച് ശരീരത്തിന്റേയും മസ്തിഷ്ക്കത്തിന്റേയും ഓർമ്മ നഷ്ടപ്പെട്ട് മനോരോഗമായി മാറുന്ന അവസ്ഥയാണിത്. ആയുർവേദം ചില അവസരങ്ങളിൽ മദ്യം ഔഷധമെന്ന നിലയിൽ സേവിക്കാമെന്നു നിർദ്ദേശിച്ചിട്ടുണ്ടെങ്കിലും[22] അതിന്റെ നിരന്തരമായ ഉപയോഗം മനസിന്റെ താളം തെറ്റിക്കുന്നു. ധർമ്മബോധത്തെയും സുഖദുഃഖങ്ങളെയും സദാചാരബോധത്തെയും നശിപ്പിക്കാൻ മദ്യത്തിന് കഴിയാറുണ്ട്.

2. മദമൂർച്ഛായസന്യാസം -മദാത്യയത്തിൽ വിവരിച്ചതിന്റെ അവസ്ഥ ഒന്നുകൂടി തീവ്രമാണ് മദമൂർഛായസന്യാസത്തിൽ. ആഹാരാദി കാര്യങ്ങളിൽ തീരെ ശ്രദ്ധിക്കാതെ രജോഭക്ഷണങ്ങൾ തോന്നിയ പോലെ കഴിച്ച് രോഗാതുരമായ ശരീരവും മനസ്സും ആയിത്തീരുന്ന (മദം മൂർഛിക്കുന്ന) അവസ്ഥയാണ് മദമൂർഛായ. മൂർഛായം വഴി

21 രാഘവൻ, തിരുമുൽപ്പാട്. (എഡി). ആയുർവേദ വിജ്ഞാനകോശം, സാമ്രാട്ട് പബ്ലിക്കേഷൻസ്, ഇരിങ്ങാലക്കട, 2003, പുറം 314.

22 മാംസം ധാരാളം കഴിക്കുന്നവർക്ക് മദ്യം അനുപാനമാക്കാവുന്നതാണ്. രാജയക്ഷ്മ (ക്ഷയം) രോഗം ശങ്കിക്കുന്നവർക്ക് പരിഹാരമായി മദ്യം സേവിക്കാം. (വാര്യർ, പി.എസ് (എഡി) ആയുർവ്വേദ പ്രബന്ധാവലി) എ.വി.എസ് കോട്ടക്കൽ 1991, പുറം 1991.

ഒരു രോഗിക്ക് തന്റെ ചുറ്റുപാടും ചുവപ്പുനിറമോ നീലനിറമോ ആയി തോന്നും. ഹൃദയത്തിൽ വേദന, വിറ, തലചുറ്റൽ എന്നിവ ഉണ്ടാകും. മദമൂർഛാദികൾ ഔഷധം കൂടാതെ ശമിക്കുമെങ്കിലും സന്ന്യാസം എന്ന അവസ്ഥയിലെത്തിയാൽ ഔഷധസേവയില്ലെങ്കിൽ മരണം വരെ സംഭവിക്കും. പ്രത്യേകിച്ച് ഒരു കാരണവുമില്ലാതെ എല്ലാം വിട്ടൊഴിഞ്ഞ് പോകുന്നതിനാലാണ് (പലപ്പോഴും ഹൃദയസ്തംഭനമാണുണ്ടാകുക) ഇതിന് സന്ന്യാസം എന്ന് പറയുന്നത്.

മനസ്സിനെ നേരിട്ട് ബാധിക്കുന്ന രോഗങ്ങൾ

മനോരോഗത്തിന്റെ ശാരീരികമായ കാരണം പല രീതിയിലുമുള്ള മസ്തിഷ്ക്ക വൈകല്യങ്ങളാണെന്ന് മുമ്പ് പ്രസ്താവിച്ചു കഴിഞ്ഞു. പ്രത്യേകിച്ച് ഒരു രോഗലക്ഷണവുമില്ലാതെ മനസ്സിനെ നേരിട്ട് ബാധിക്കുന്ന രോഗങ്ങളാണിനി വിവരിക്കുന്നത്. രോഗം ബാധിച്ച ശേഷം കുറച്ചുകാലം കഴിഞ്ഞ് ശാരീരികമായ പല അസ്വസ്ഥതകളും ഉണ്ടാവുമെന്നല്ലാതെ പ്രസ്തുത രോഗങ്ങളുടെ ആരംഭത്തിൽ ഒരു ശാരീരിക അസ്വസ്ഥതയും ഇത്തരക്കാരിൽ കാണാറില്ല. മനസ്സിനെ നേരിട്ട് ബാധിക്കുന്ന മനോരോഗങ്ങളെ പ്രധാനമായും രണ്ടായി തിരിക്കാം. 1. ഉന്മാദം, 2. ബാധകൾ.

നല്ലതേത്, മോശമേത്, സുഖമേത്, ദുഃഖമേത്, വേണ്ടതേത്, അരുതാത്തതേത് തുടങ്ങിയ വകതിരുവുകൾ നഷ്ടപ്പെടുന്ന അവസ്ഥയാണ് ഉന്മാദം. ആധുനിക വൈദ്യശാസ്ത്രപ്രകാരം സൈക്കോസിസ് ആണിത്. വണ്ടി ഓടിക്കുന്നയാൾക്ക് ശരിയായ രീതിയിൽ ഡ്രൈവിംഗ് അറിയില്ലെങ്കിൽ സംഭവിക്കാവുന്നതുപോലെയാണ് ഉന്മാദം ബാധിച്ചയാൾ സമൂഹത്തോട് പെരുമാറുക. ചില പ്രത്യേക സന്ദർഭങ്ങളിലോ ജന്മനാലോ മാനസികമായി ദൗർബല്യം ഉള്ളവർക്കാണ് ഉന്മാദം ബാധിക്കാൻ സാധ്യത കൂടുതൽ. ഒന്നും ഓർമ്മിക്കാൻ കഴിയായ്ക, അനാവശ്യമായ കോപം, അനുചിതമായ ചേഷ്ടകൾ, കാരണം കൂടാതെയുള്ള ഭയം തുടങ്ങിയവ ഉന്മാദത്തിന്റെ സവിശേഷതകളാണ്. ജനങ്ങൾ സാമാന്യമായി ഭ്രാന്ത്, വട്ട്, ചൂട്, ലൂസ് തുടങ്ങിയ പദങ്ങൾകൊണ്ടാണ് ഉന്മാദത്തിനെ അഭിസംബോധന ചെയ്യുന്നത്. ചൂടുകൂടുന്ന കാലയളവിൽ ഭ്രാന്ത് വർദ്ധിക്കും എന്ന് ജനത കരുതുന്നുണ്ട്. ഉച്ചപ്രാന്ത്, മൂച്ചിപ്രാന്ത് എന്ന് ജനങ്ങൾ ശക്തമായ രീതിയിലുള്ള ഉന്മാദത്തിനെ വിളിക്കുന്നു. ഈ വാക്കുകൾ ഒരാളെ പരിഹസിക്കാനാണ് സാധാരണ ഉപയോഗിക്കുന്നത്. പക്ഷെ അതുകൊണ്ട് അർത്ഥമാക്കുന്നത് ശക്തമായ രീതിയിലുള്ള ഉന്മാദാവസ്ഥ എന്നു തന്നെയാണ്.

ഗ്രഹബാധ, പക്ഷിപീഡ, ഭൂതബാധ (ജിന്നുബാധ), മാട്ട്, മാരണം, വശ്യം, നാവേറ്, ഗന്ധർവ്വബാധ, പിശാചുബാധ തുടങ്ങിയ വിവിധ

ബാധകളുണ്ടെങ്കിലും ഇവിടെ സൗകര്യപൂർവ്വം ബാധകൾ എന്ന ഒറ്റ വിഭാഗത്തിൽ പെടുത്തിയിരിക്കുന്നു. കാരണം ഈ ബാധകൾ ഒരാളുടെ സ്വസ്ഥ ജീവിതം തകർക്കുന്നതിന് ശാരീരികമായ ഒരു കാരണവും വേണ്ടതില്ല. ഗ്രഹബാധ പ്രായപൂർത്തിയായവർക്കും കുട്ടികൾക്കും ബാധിക്കാം. നല്ല നിരീക്ഷണബോധമുള്ള ആൾക്ക് മാത്രമേ ഗ്രഹബാധയെ തിരിച്ചറിയാനും അവയെ ഒഴിപ്പിക്കാനും സാധിക്കൂ. മാന്ത്രികൻ പല കർമ്മങ്ങളിലൂടെയും (പൂജയിലൂടേയും മറ്റും) രോഗിയെ ബാധ പുറത്തുപോയി എന്ന തോന്നൽ ഉണ്ടാക്കുന്നു.

കുട്ടികളെ ബാധിക്കുന്നതാണ് ഗ്രഹബാധ, പക്ഷിബാധ എന്നിവ. എന്താണ് ഗ്രഹബാധ എന്ന് വിശദീകരിക്കുന്ന ഒരു കഥയുണ്ട്. സുബ്രഹ്മണ്യൻ തനിക്ക് കളിക്കാനായി കൂട്ടുകാരില്ലെന്ന് പരമശിവന്റെ അടുത്ത് പരാതി പറഞ്ഞപ്പോൾ, ശിവൻ ഗ്രഹങ്ങളെ സൃഷ്ടിച്ചു. സുബ്രഹ്മണ്യൻ വളർന്നു വലുതായപ്പോൾ ഗ്രഹങ്ങൾക്ക് കളിക്കാൻ ആളില്ലാതെ അവർ ശിവനോട് പരാതി പറഞ്ഞു. ഭൂമിയിൽ ചെന്ന് വൃത്തിയില്ലാത്ത ജീവിക്കുന്ന കുട്ടികളെ കണ്ടെത്തി അവരുടെ കൂടെ കളിച്ചുകൊള്ളുക എന്ന് ശിവൻ ഉപദേശിച്ചു. ഗ്രഹങ്ങൾ പല വേഷത്തിൽ കുട്ടികളെ ബാധിച്ചു. പക്ഷികളുടെ രൂപത്തിൽ ബാധിക്കുന്നതാണ് പുള്ളുദോഷം. കുട്ടികളെ വൃത്തിയോടെ വളർത്തിയാൽ രോഗം ബാധിക്കില്ല എന്ന ചിന്ത അമ്മമാരിൽ വളർത്തിയെടുക്കാനാണ് ഇത്തരമൊരു കഥ സമൂഹം രൂപപ്പെടുത്തിയിരിക്കുന്നത്. കുടുംബകലഹം, അനാരോഗ്യം, ധനനാശം തുടങ്ങിയ ദോഷങ്ങൾ ഉണ്ടാകാൻ അന്യകുടുംബത്തിലുള്ളവർ ചെയ്യുന്ന ദുഷ്ടവൃത്തിയാണ് മാട്ട്, മാരണം, കൂടോത്രം തുടങ്ങിയവ. കോഴിത്തലയും മറ്റും ദോഷമുണ്ടാകേണ്ടുന്ന വീട്ടിൽ അവരറിയാതെ കുഴിച്ചിടുന്നതാണിത്. ചെയ്യുക, കൊടുത്തയക്കുക തുടങ്ങിയ പദങ്ങളാണ് ആളുകൾ ഇതിനു പയോഗിക്കുന്നത്.

ഒരു വീട്ടിലെ വ്യക്തിയെ മറ്റൊരു വ്യക്തിക്ക് വശപ്പെടുത്തുവാൻ ചെയ്യുന്നതാണ് വശ്യം. സ്ത്രീകളെ, വിശേഷിച്ചും യുവതികളെ ബാധിക്കുന്ന ദോഷമാണ് ഗന്ധർവ്വബാധ. ഭൂതപ്രേത പിശാചുബാധകളെ പല കൂട്ടായ്മകളും മതങ്ങളും വ്യത്യസ്ത പേരുകളിൽ വിളിക്കുന്നുണ്ട്.[23] ബാധകൾ പിടികൂടിയാൽ ദീനഭാവത്തോടെയുള്ള മുഖം, അനാവശ്യചിന്ത, സംഭ്രമിച്ചു നാലുപാടും നോക്കുക, കരയുക, ഭക്ഷണത്തോടുള്ള വിരക്തി തുടങ്ങിയ ലക്ഷണങ്ങൾ കാണിക്കുന്നു. രോഗിയോ, കുടുംബമോ മുൻതലമുറയോ ചെയ്ത പാപമാണ് വ്യക്തിയെ ഭ്രാന്തനാക്കി മാറ്റിയതെന്നാണ് വിശ്വാസം. ചില കുടുംബങ്ങളിൽ ഒന്നിലധികം പേർക്ക് ഭ്രാന്ത്

23 നാരായണൻ, കാട്ടുമാടം. മന്ത്രവാദം കേരളത്തിൽ, മാതൃഭൂമി ബുക്സ്, 2006, പുറം 44.

ബാധിക്കാറുണ്ട്. പാരമ്പര്യമായും ഇതു കണ്ടുവരുന്നുണ്ട്. സഫലീകരിക്കപ്പെടാതെ പോയ മോഹങ്ങളോ, മുമ്പ് ചെയ്ത കാര്യങ്ങൾ തെറ്റാണെന്ന തോന്നലോ ആണ് പലരിലും ബാധ എന്ന പേരിൽ കുടിയിരുത്തപ്പെടുന്നത് എന്നാണ് നവീനപക്ഷം.

ചികിത്സ

സമൂഹം വളരെ ആകാംക്ഷയോടെ മനോരോഗത്തെ വീക്ഷിച്ചിരുന്നു എന്നതിന് തെളിവാണ് 'മനോരോഗത്തിന് മരുന്നില്ല' എന്ന പഴമൊഴി. ചികിത്സാരീതികൾ പലതും നിലവിലുണ്ടെങ്കിലും ഒന്നുമില്ലെന്ന പഴമൊഴി ഇവിടെ രൂപപ്പെടാൻ കാരണം അതിനെ ഭയത്തോടെ വീക്ഷിക്കുന്നതുകൊണ്ടാണ്. തനിക്കോ, തന്റെ കുടുംബത്തിനോ ഒരു തരത്തിലുമുള്ള മനോരോഗങ്ങളും ബാധിക്കരുതെന്ന് പ്രാർത്ഥിക്കുന്നവർ ഏറെയാണ്. ഒരു കുടുംബത്തിലെ ഒന്നിലധികം വ്യക്തികൾക്ക് ബാധിക്കുന്നതിനാലും, പാരമ്പര്യമായി ബാധിക്കുന്നതിനാലും, മനോരോഗമുണ്ടാകുന്നവർ വൈകൃതമാർഗം സ്വീകരിക്കുന്നതിനാലും, അമാനുഷിക ചേഷ്ടകൾ പ്രകടിപ്പിക്കുന്നതിനാലും ആയിരിക്കണം മനോരോഗചികിത്സയിൽ വിശ്വാസചികിത്സക്ക് കൂടുതൽ പ്രചാരം സിദ്ധിച്ചത്. ലോകം മുഴുവനും ഇത്തരത്തിലുള്ള വിശ്വാസചികിത്സ നിലനിൽക്കുന്നുണ്ട്. വിശ്വാസചികിത്സയോടൊപ്പം തന്നെ ഔഷധചികിത്സയും നാട്ടുവൈദ്യത്തിലുണ്ട്.

മനസിനേയും ശരീരത്തിനേയും ഒരുപോലെ ബാധിക്കുന്ന മനോരോഗങ്ങളെ മാത്രം ചികിത്സിക്കുന്ന നാട്ടുവൈദ്യൻമാർ ഉണ്ട്.[24] മനോരോഗങ്ങളിൽ കുട്ടികൾക്കുണ്ടാകുന്നത് അപസ്മാരം, വൃദ്ധൻമാർക്കുണ്ടാകുന്നത് സന്നിപാതം, അതിനിടയിലുള്ളവർക്കുണ്ടാകുന്നത് ഭ്രാന്ത് എന്നും ജനങ്ങൾ വിശ്വസിക്കുന്നു. മനോരോഗങ്ങൾക്ക് ഏറ്റവും പ്രചാരം മന്ത്രവാദചികിത്സയാണെങ്കിലും നാട്ടുവൈദ്യൻമാർ ചെയ്യുന്ന ഔഷധചികിത്സയും പഠനമേഖലയിൽ ശക്തമാണ്.

മനോരോഗങ്ങളെ കൃത്യമായി അതിർവരമ്പിട്ടു നിർണ്ണയിക്കാൻ ബുദ്ധിമുട്ടുള്ളതുപോലെ, അതിനുള്ള ചികിത്സാ സമ്പ്രദായങ്ങളെയും പേരിട്ടു വിളിക്കാൻ ബുദ്ധിമുട്ടാണ്. 'മനോരോഗങ്ങൾ' എന്ന ലേഖനത്തിൽ ശ്രീ. രാഘവൻ തിരുമുൽപ്പാട് പറയുന്നത്, ചികിത്സ വിവരിച്ചു പൂർത്തിയാക്കുക സാധ്യമല്ല.ഔചിത്യപൂർവ്വം ഉപയോഗിക്കുന്നതിന് തക്കവണ്ണം വിവിധ ഗ്രന്ഥങ്ങളിൽ ചേർത്തിട്ടുള്ള ഔഷധയോഗങ്ങളെയും മറ്റും എടുത്തുപറഞ്ഞവസാനിപ്പിക്കുക സാധ്യമല്ലല്ലോ. നീക്കുപോക്കില്ലാതെ ചികിത്സാവിധികളേയും നിർദ്ദേശിക്കുക സാധ്യമല്ല. ശാസ്ത്രം

24 പൂങ്കുടിൽ മന, അപസ്മാര പണിക്കർ, കാട്ടുമാടം മന എന്നീ കുടുംബങ്ങൾ മനോരോഗചികിത്സയിൽ പ്രസിദ്ധമാണ്.

വിളക്കുമാത്രമാണ്. കാണേണ്ടത് ബുദ്ധിയാകുന്ന കണ്ണുകൊണ്ട് തന്നെ വേണം. കണ്ണിനു പകരമോ കാണപ്പെടേണ്ട ദ്രവ്യത്തിന് പകരമോ ശാസ്ത്രം പ്രയോജനപ്പെട്ടുത്തുകയുണ്ടായല്ലോ. ശാസ്ത്രമാകുന്ന വിളക്കു പയോഗപ്പെടുത്തി നോക്കി കണ്ടുനേടുന്ന പരിചയത്തിൽ നിന്നുണ്ടാവും. അനുഭവം തന്നെയാണ് അവനവനു പ്രമാണം.[25] ചികിത്സകൻ എങ്ങനെയാണ് മനോരോഗത്തേയും ചികിത്സയേയും കാണേണ്ടത് എന്നതിന്റെ സംക്ഷിപ്ത രൂപമാണ് മുകളിലത്തെ അഭിപ്രായം.

ഓരോ രോഗത്തിലും എന്തെല്ലാം ചികിത്സകളാണ് ഗൃഹവൈദ്യത്തിലും നാട്ടുവൈദ്യത്തിന്റെ ശാഖകളായ മന്ത്രവാദചികിത്സകളിലും ഔഷധചികിത്സകളിലും ചെയ്യുന്നത് എന്ന് പരിശോധിക്കാം. മന്ത്രവാദചികിത്സകളെ വിശദമായി മുമ്പ് പ്രസ്താവിച്ചിട്ടുള്ളതിനാൽ ഇവിടെ പരാമർശിക്കുന്നില്ല.

'അറുപത് കഴിഞ്ഞാൽ അത്തും പിത്തും' എന്ന പഴമൊഴിയുണ്ട്. അറുപത് വയസ്സ് കഴിയുന്ന ചിലരിൽ സാമാന്യബുദ്ധി നശിക്കുന്നതിനെയാണ് അത്തും പിത്തും എന്ന വാക്കിലൂടെ ഉദ്ദേശിക്കുന്നത്. കുട്ടികളുള്ള വീട്ടിൽ കൊമ്പഞ്ചാദി ഗുളിക സൂക്ഷിക്കുന്നതുപോലെ വൃദ്ധരുള്ള വീട്ടിൽ ഗോരാജനാദി ഗുളിക സൂക്ഷിക്കുക പതിവാണ്.[26] സന്നിപാതത്തിനെ 'ചന്നി' എന്നും ഗോരാജനാദിയെ 'കോരോസനാദി' എന്നുമാണ് വിദ്യാഭ്യാസമുള്ളവർ പോലും വിളിക്കുന്നത്. കാടാമ്പുഴ ക്ഷേത്രത്തിനടുത്തുള്ള സന്നിപാത ചികിത്സാകേന്ദ്രമാണ് കൊട്ടമ്പാറ. സന്നിപാതത്തിന്റെ പ്രധാന ലക്ഷണം പനിയാണ്. പനിയുടെ ലക്ഷണഭേദമനുസരിച്ച് സന്നിപാതം പതിമൂന്ന് തരമുണ്ട്. സന്ധികം, ആന്തകം, രുഗ്ദാഹം, ചിത്തവിഭ്രമം, ശീതാംഗം, താന്ത്രികം, കണ്ഠകുബ്ജം, കർണ്ണകം, ഭുഗ്നനേത്രം, രക്തഷ്ഠീവി, പ്രലാപകം, ജിഹ്വകം, അഭിന്യാസം എന്നിങ്ങനെ. ഇതിൽ ആറെണ്ണം ചികിത്സ കൊണ്ട് സുഖപ്പെടാറില്ല. സന്നിപാതത്തിന് ഉപയോഗിക്കുന്ന ഔഷധങ്ങളാണ് ഗോരോചനാദി ഗുളിക, ചുക്കും തിപ്പല്യാദി ഗുളിക, മാനസമിത്രവടകം, വലിയചന്ദനാദി എണ്ണ തുടങ്ങിയവ.വലിയചന്ദനാദി എണ്ണ തലയിൽ തേച്ച് അരമണിക്കൂർ കഴിഞ്ഞ് തുടച്ച് നീക്കുന്നു. രാസ്നാദി ചൂർണ്ണം, കർപ്പൂരാദി ചൂർണ്ണം തുടങ്ങിയവ ചേർത്ത് തലയിൽ അമർത്തി തിരുമ്മുന്നു. രോഗിക്ക് ഭയം, കോപം എന്നിവയുണ്ടെങ്കിൽ മന്ത്രവാദി (വൈദ്യൻ) ജപിക്കുകയോ ഏലസ്സ് ബന്ധിക്കുകയോ ചെയ്യുന്നു.

---

25 രാഘവൻ, തിരുമുൽപ്പാട്. ആയുർവേദ പ്രബന്ധാവലി, ആര്യവൈദ്യശാല, കോട്ടക്കൽ, 1991, പുറം 224.

26 കൊമ്പഞ്ചാദി ഗുളിക കുട്ടികളുടേതാണെന്നും ഗോരാചനാദി ഗുളിക വൃദ്ധൻമാരുടേതാണെന്നും സാമാന്യജനതക്കറിയാം.

അപസ്മാരചികിത്സയ്ക്ക് ഉപയോഗിക്കുന്ന ഒറ്റമൂലിയാണ് ബ്രഹ്മി, അശ്രുത എന്നിവ. ഇവയുടെ നീര് കുടിക്കാൻ കൊടുക്കുകയോ മണപ്പിക്കുകയോ ചെയ്യുന്നു. പ്രത്യേകമായി തയ്യാർ ചെയ്ത അപസ്മാരനെയ്യ്[27] സന്ധികളിലും മൂക്കിലും മണപ്പിക്കുന്നു. അപസ്മാരമുണ്ടായാൽ കുരുമുളകുപൊടി ശീലയിൽ തെറുത്ത് കത്തിച്ച് പുകയേൽപ്പിക്കുന്നു. വയമ്പ്, ശതാവരിക്കിഴങ്ങ്, ഇരട്ടിമധുരം, കരിന്നെച്ചിയില, വെളുത്തുള്ളി എന്നിവ അപസ്മാര രോഗികൾക്ക് നല്ലതാണ്. കഠിനാധ്വാനം, മത്സ്യമാംസാദികൾ, പുകവലി തുടങ്ങിയവ വർജിക്കണം.

വയറുവേദനയാണ് കൈവിഷം ബാധിച്ചതിന്റെ പ്രധാന ലക്ഷണം. വിഷം സ്ഥിതി ചെയ്യുന്ന ഭാഗം മനസിലാക്കുവാൻ നീലയമരിയില പാലിൽ അരച്ച് വയറ്റിൽ പുരട്ടണം. മരുന്ന് നാഭിയുടെ മുകളിൽ മാത്രം ഉണങ്ങാതിരുന്നാൽ ആമാശയത്തിലായിരിക്കും കൈവിഷം. നാഭിക്ക് കീഴ്ഭാഗം ഉണങ്ങാതിരുന്നാൽ പക്വാശയത്തിലായിരിക്കും. ആമാശയത്തിലാണെങ്കിൽ ഛർദ്ദിക്കാനുള്ള (വമനം) മരുന്നും, പക്വാശയത്തിലാണെങ്കിൽ വിരേചനത്തിന് മരുന്നും കഴിക്കുന്നു.[28] കൈവിഷ ചികിത്സക്ക് പ്രസിദ്ധമാണ് ചേർത്തലയിലെ തിരുവിഴാക്ഷേത്രവും [29]പട്ടാമ്പിയിലെ തൃപ്പോങ്കോട് ക്ഷേത്രവും. കൈവിഷം പുറത്തുപോകണമെങ്കിൽ മൂന്ന് ദിവസം മുതൽ ഇരുപത്തിയൊന്നു ദിവസം വരെ ഔഷധം കഴിക്കണം. ഏരിവും പുളിയുമില്ലാത്ത നിവേദ്യച്ചോറാണ് പഥ്യം. ജലധാര, പ്രത്യേകം തയ്യാറാക്കിയ എണ്ണതേച്ചുകുളി എന്നിവയും ചികിത്സക്കായി നിർദ്ദേശിക്കാറുണ്ട്.[30]

ഉന്മാദ ചികിത്സയിൽ വമനവിരേചനങ്ങൾക്കും എണ്ണകൊണ്ടുള്ള ധാരക്കും സ്ഥാനമുണ്ട്. പശുവിൻപാൽ, ബ്രഹ്മിയില, കുമ്പളങ്ങ, ചെറുചീര, മുരിങ്ങയില, പടവലം, പഴം എന്നിവ രോഗികൾക്ക് നല്ലതാണ്. മദ്യം, ഉറക്കൊഴിപ്പ്, കഠിനൗഷധങ്ങൾ, എരിവ് കൂടുതലായ ഭക്ഷണങ്ങൾ എന്നിവ അപഥ്യമാണ്. തണുത്തവെള്ളം, നെല്ലിക്കാവെള്ളം തുടങ്ങിയവ ധാരക്ക് ഉപയോഗിക്കുന്നു. അവിപത്തിപ്പൊടി ഉപയോഗിച്ച് വിരേചനം നടത്തുന്നു. കറുകനീർ, ചെറുചീര, ചിറ്റമൃത്, വയമ്പ് തുടങ്ങിയവ ഉന്മാദരോഗികൾക്ക് രോഗശമനം വരുത്താൻ ഉപയോഗിക്കാറുണ്ട്.

27 വാര്യർ, പി.എസ്. ചികിത്സാ സംഗ്രഹം, ആര്യവൈദ്യശാല, കോട്ടക്കൽ, 1999, പുറം 120.

28 വിഷ്ണുനമ്പൂതിരി, എം.വി. ഫോക്‌ലോർനിഘണ്ടു, ഭാഷാ ഇൻസ്റ്റിറ്റ്യൂട്ട്, തിരുവനന്തപുരം, 2000, പുറം 234.

29 ശങ്കുണ്ണി, കൊട്ടാരത്തിൽ. ഐതിഹ്യമാല, കറന്റ്ബുക്സ്, കോട്ടയം, 1996, പുറം-851.

30 നാരായണൻ, കാട്ടുമാടം. മന്ത്രവാദം കേരളത്തിൽ, മാതൃഭൂമിബുക്സ്, കോഴിക്കോട്, 2006, പുറം 59.

കാപ്പി, ചായ, പുകയില എന്നിവ ഉപേക്ഷിക്കുക, മലബന്ധമുണ്ടാക്കാത്ത ഭക്ഷണങ്ങൾ കഴിക്കുകയും ശരിയായ ദഹനം ഉറപ്പ് വരുത്തുകയും വേണം. ഉന്മാദചികിത്സയിൽ മന്ത്രവാദത്തിന് പ്രത്യേക സ്ഥാനമുണ്ട്.

പീനാറി, അത്രുത എന്നിവ പുകച്ചാൽ അതിന്റെ രൂക്ഷഗന്ധം കൊണ്ട് രോഗം വരില്ല എന്നാണ് വിശ്വാസം. പീനാറി അരച്ച് സന്ധികളിലും നാവിലും പുരട്ടുന്നു. ബ്രഹ്മിരസത്തിൽ തേനും വയമ്പും ചേർത്ത് കൊടുക്കുന്നു. മന്ത്രം ജപിച്ചെഴുതിയ ചരട് കെട്ടുന്നു.

മർമ്മചികിത്സ

പ്രചാരത്തിന് കാര്യമായ കുറവ് വരാത്ത വൈദ്യവിഭാഗമാണ് മർമ്മചികിത്സ. മർമ്മചികിത്സ ജനങ്ങൾക്ക് കൂടുതൽ ഫലപ്രദമായതുകൊണ്ടാണ് പ്രചാരം കുറയാത്തത്. മർമ്മചികിത്സ ചെയ്യുന്ന അലോപ്പതി ആശുപത്രികൾ ഉണ്ടെങ്കിലും ചെലവ് കുറവായതിനാലും അഡ്മിറ്റാവാൻ മടിയായതിനാലും ആണ് ആളുകൾ പാരമ്പര്യ മർമ്മചികിത്സകരെ അഭയം പ്രാപിക്കുന്നത്. കേടുപറ്റിയ എല്ലിന് ശസ്ത്രക്രിയ വേണമെന്നുണ്ടെങ്കിൽ ആധുനിക വൈദ്യശാസ്ത്രത്തെ സമീപിക്കാൻ വൈദ്യന്മാർ നിർദ്ദേശിക്കുന്നു. പ്രസിദ്ധരായ മർമ്മചികിത്സകരായിരുന്നു മലപ്പുറത്തെ പറങ്ങോടൻകുട്ടി വൈദ്യരും ചങ്ങമ്പിള്ളിഗുരിക്കളും, കുന്ദമംഗലത്തെ സ്വാമിഗുരിക്കളും, ചെലവൂരിലെ സി.എം.എം.ഗുരിക്കളും. ഇവരുടെ പിൻതലമുറക്കാരും ശിഷ്യന്മാരും വ്യത്യസ്ത പ്രദേശങ്ങളിൽ മർമ്മചികിത്സ ചെയ്യുന്നു.

കളരികളിൽ മുറകൾ അഭ്യസിക്കുമ്പോൾ പരിക്കുപറ്റിയാൽ ചികിത്സിക്കാൻ വേണ്ടിയാവണം കളരിചികിത്സ തുടങ്ങിയിട്ടുണ്ടാവുക. ഈ ചികിത്സാ രീതി കളരികളിൽനിന്ന് പുറത്തേക്കും പരന്നിട്ടുണ്ടാവും. അതിനാലാണ് ഈ വൈദ്യസമ്പ്രദായം കളരിചികിത്സ, മർമ്മചികിത്സ, കളരിമർമ്മ ചികിത്സ തുടങ്ങിയ പേരുകളിൽ അറിയപ്പെടുന്നത്. കളരിചികിത്സ, കളരിമർമ്മചികിത്സ എന്നീ പേരുകളിൽ മർമ്മചികിത്സ അറിയപ്പെടുന്നുണ്ടെങ്കിലും ഇവിടെ സൗകര്യത്തിനുവേണ്ടി മർമ്മചികിത്സ എന്നുവിളിക്കുന്നു. മറ്റു രണ്ടു പേരുകളും കളരിയെ ഓർമ്മിപ്പിക്കുന്നതാണ്. എന്നാൽ ചികിത്സിക്കുന്നവരിൽ ചിലർ മാത്രമേ കളരി അഭ്യസിച്ചിട്ടുള്ളൂ. തിരുമ്മുകാരൻ, ഉഴിച്ചിലുകാരൻ, വൈദ്യർ, ഗുരിക്കൾ എന്നീ പേരുകളിൽ മർമ്മചികിത്സകർ അറിയപ്പെടുന്നുണ്ട്.

കേരളത്തിലെ കളരിപാരമ്പര്യത്തിനെ വടക്കൻപാട്ടുകൾ ഓർമ്മപ്പെടുത്തുന്നു. നാട്ടുവാഴികൾക്കിടയിലെ തർക്കങ്ങൾ പരിഹരിച്ചിരുന്നത് അങ്കം വെട്ടിയായിരുന്നു. ഏത് നാട്ടുവാഴിയുടെ ചാവേറാണ് അങ്കത്തിൽ ജയിക്കുന്നത് അയാളുടെ ഭാഗം ജയിച്ചിരുന്നു. അങ്കം വെട്ടാനും

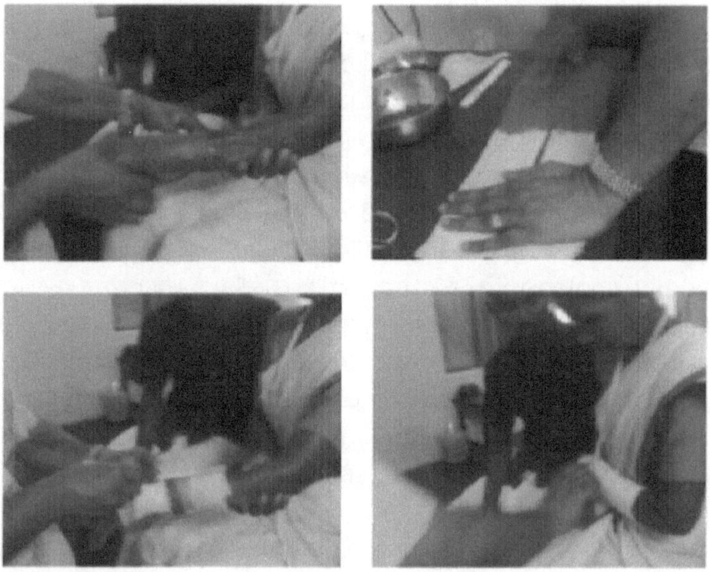

» മർമ്മചികിത്സ

ശത്രുരാജ്യങ്ങളോട് യുദ്ധം ചെയ്യാനും കളരികൾ ഉണ്ടായിരുന്നു. കടത്തനാടൻ കളരി, പുത്തൂർ കളരി, തച്ചോളിക്കളരി തുടങ്ങി നിരവധി കളരികൾ പ്രസിദ്ധങ്ങളായിരുന്നു. നാട്ടുവാഴിഭരണവും രാജഭരണവും ഇല്ലാതായെങ്കിലും സ്വയംരക്ഷക്കുവേണ്ടിയും വ്യായാമത്തിനുവേണ്ടിയും ഇന്നും കളരികൾ പ്രവർത്തിക്കുന്നുണ്ട്. കടത്തനാടൻ കളരിയിൽപെട്ട ചില കുടുംബങ്ങൾ പഠനമേഖലയുൾപ്പെട്ട ഭാഗങ്ങളിലേക്ക് താമസം മാറ്റിയപ്പോൾ ഇവിടേയും അവർ കളരികൾ സ്ഥാപിച്ചു. അവയുടെ തുടർച്ചകളാണ് ഇന്ന് കാണുന്ന കളരികൾ. കളരികളിൽ അഭ്യസിപ്പിക്കുന്നവർ 'ഗുരിക്കൾ' എന്നാണറിയപ്പെടുന്നത്. 'ഒന്നുകിൽ ആശാന്റെ നെഞ്ചത്ത് അല്ലെങ്കിൽ കളരിക്ക് പുറത്ത്' എന്ന പഴഞ്ചൊല്ല് ആശാന് കീഴിൽ എത്രത്തോളം ചിട്ടയോടെയും ക്ഷമയോടെയുമാണ് ശിഷ്യർ കളരിയഭ്യസിച്ചിരുന്നത് എന്നതിനെ കുറിക്കുന്നു. ഇന്ന് കളരിപ്പയറ്റിന്റെ പരിശീലനം അങ്കത്തിനോ പൊയ്ത്തിനോ പ്രയോഗിക്കാനുള്ളതല്ല, വ്യായാമത്തിനും ആരോഗ്യ പരിപാലനത്തിനും ഉള്ളതാണ്.[31]

ആയോധനമുറകൾ പരിശീലിക്കുമ്പോൾ അപകടങ്ങൾ സംഭവിക്കുക സാധാരണമാണ്. അപകടങ്ങളെ തരണം ചെയ്യുവാൻ ചികിത്സ അറിഞ്ഞിരിക്കേണ്ടത് ഗുരിക്കൾക്ക് അത്യാവശ്യമാണ്. കളരിയിലെ

31 രാഘവൻ, പയ്യനാട്. (എഡി). കേരളാ ഫോക്‌ലോർ, ഫോക്‌ലോർ ഫെലോസ് ഓഫ് മലബാർ ജ്യോതി സദനം, പയ്യന്നൂർ, 1997, പുറം 380.

അഭ്യാസമുറകൾ ചിട്ടപ്പെടുത്തിയിരിക്കുന്നത് മർമ്മങ്ങളെ അടിസ്ഥാനമാക്കിയാണ്. മർമ്മങ്ങൾ ഏതെല്ലാമാണെന്നും അവയിൽ ആഘാതമേൽക്കാതെ എങ്ങനെയാണ് പരിശീലനം നടത്തേണ്ടത് എന്നും ഇവർ ശീലിക്കുന്നു. മർമ്മങ്ങളിൽ ആയുധം കൊണ്ടോ അല്ലാതെയോ ഉള്ള ആഘാതമേറ്റാൽ എങ്ങനെയാണ് തരണം ചെയ്യുക എന്നും ഗുരിക്കൾ പഠിപ്പിക്കാറുണ്ട്. ആയോധനമുറകൾ അഭ്യസിക്കുമ്പോൾ ശരീരത്തിന് ലാഘവം കിട്ടാനും അപകടങ്ങൾ തരണം ചെയ്യാനും ഔഷധങ്ങൾ തയ്യാറാക്കുന്നു. കളരിക്കകത്ത് ചികിത്സ രൂപപ്പെട്ടപ്പോൾ ചുറ്റുപാടുമുള്ളവരും 'ഗുരിക്കളെ' ചികിത്സക്കായി സമീപിച്ചുതുടങ്ങി. ഇത് ക്രമേണ മർമ്മചികിത്സ എന്ന നാട്ടുവൈദ്യരീതിയായി മാറി. ഇവർ കളരിചികിത്സകൻ, കളരിമർമ്മചികിത്സകൻ, ഗുരിക്കൾ എന്നെല്ലാം അറിയപ്പെട്ടു. ഇവരുടെ ചില പിൻതലമുറക്കാർ കളരി പഠിക്കാതെ, ചികിത്സ മാത്രം പഠിച്ചു. ഇവർ മർമ്മചികിത്സകർ എന്നും അറിയപ്പെട്ടു. കോഴിക്കോട് ജില്ലയിലെ കടത്തനാടൻ ഭാഗങ്ങളിൽ കളരിമർമ്മ ചികിത്സകർ എന്നാണ് ഇവർ അറിയപ്പെടുന്നതെങ്കിൽ കളരി പഠിക്കാത്ത ചികിത്സകരായതിനാലാണ് ഇവിടെ മർമ്മചികിത്സകർ എന്നറിയപ്പെടുന്നത്.

മർമ്മങ്ങൾ

ആന്തരികാവയവങ്ങളുടെ പ്രവർത്തനത്തെ ശരിയായ രീതിയിൽ പ്രവർത്തിക്കാൻ സഹായിക്കുന്നതും, ശരീരത്തിന്റെ മൊത്തത്തിലുള്ള പ്രവർത്തനങ്ങളെ നിർവ്വഹിക്കുന്നതിനും സഹായിക്കുന്ന ചില കേന്ദ്രങ്ങളാണ് മർമ്മങ്ങൾ. ശരീരശാസ്ത്രത്തെപ്പറ്റിയുള്ള പൂർണ്ണമായ പഠനത്തിനും, ശല്യതന്ത്രത്തെപ്പറ്റിയുള്ള അവഗാഹത്തിനും മർമ്മവിജ്ഞാനം വേണം. മർമ്മങ്ങളിൽ ആഘാതമേറ്റാൽ മറ്റു ശരീരഭാഗങ്ങളിലേൽക്കുന്ന ആഘാതത്തെക്കാൾ വേദനക്കും അപകടസാധ്യതക്കും കാരണമാകുന്നു. കളരി പഠിച്ചവർക്ക് മർമ്മവിജ്ഞാനം ശത്രുവിനെ തുരത്താനാണ്. 'മല്ലൻ പിടിച്ചേടം മർമ്മം' എന്ന പഴമൊഴി കളരിയഭ്യസിച്ചവന്റെ (മല്ലന്റെ) മർമ്മജ്ഞാനത്തെക്കുറിക്കുന്നു.

മനുഷ്യശരീരത്തിൽ സ്ഥിതിചെയ്യുന്ന നൂറ്റിയേഴ് മർമ്മങ്ങളെ അഞ്ച് ഉപവിഭാഗങ്ങളായി തിരിച്ചിരിക്കുന്നു. 1) ശാഖാമർമ്മങ്ങൾ 2) കോഷ്ഠമർമ്മങ്ങൾ 3) ഉരോമർമ്മങ്ങൾ 4) പൃഷ്ഠമർമ്മങ്ങൾ 5) ഊർദ്ധ്വാംഗ മർമ്മങ്ങൾ

ശാഖാ എന്നതുകൊണ്ട് അർത്ഥമാക്കുന്നത് കൈകാലുകളെയാണ്. ഓരോ കൈയ്യിലും കാലിലും പതിനൊന്ന് മർമ്മങ്ങൾ വീതം, രണ്ട് കൈകളിലും രണ്ട് കാലുകളിലുമായി നാൽപ്പത്തിനാല് മർമ്മങ്ങൾ. കൈകാലുകളിൽ ഓരോന്നിലുമുള്ള പതിനൊന്ന് മർമ്മങ്ങൾക്ക്

പേര് ഒന്നുതന്നെയാണ്. ക്ഷിപ്രം, തലാഹൃത്ത്, കൂർച്ചം, കൂർച്ചശിരസ്സ്, ഗുൽഫം (മണിബന്ധം), ഇന്ദ്രാവസ്തി, ജാനു (കൂർപ്പരം), ആണി, ഊർവ്വി, ലോഹിതം, വിടപം. ഈ പതിനൊന്ന് മർമ്മങ്ങളിൽ ആദ്യത്തെ രണ്ടിനും ഇന്ദ്രവസ്തിക്കും അപകടം പറ്റിയാൽ മരണസാധ്യതയുണ്ട്. കൂർച്ചത്തിൽ പരിക്കേറ്റാൽ വൈകല്യവും ഗുൽഫാം, കൂർച്ചശിരസ്സ് എന്നിവയിലെ പരിക്ക് വേദനാജനകവും വിടപമർമ്മത്തിൽ പരിക്കേറ്റാൽ വൈകല്യവും സംഭവിക്കുന്നു.

വയറിന്മേലുള്ള മൂന്ന് മർമ്മങ്ങളാണ് കോഷ്ഠമർമ്മങ്ങൾ. നാഭി, വസ്തി, ഗുദം എന്നീ മൂന്ന് മർമ്മങ്ങളിലും അപകടം പറ്റിയാൽ മരണത്തിന് സാധ്യതയുണ്ട്.

മാറിൽ ഒൻപത് മർമ്മങ്ങളുണ്ട്. ഇവയിൽ ഹൃദന്തമർമ്മത്തിന് പരിക്കേറ്റാൽ പെട്ടെന്ന് മരണം സംഭവിക്കും. സ്തനമൂലങ്ങളിൽ രണ്ടും സ്തനരോഹിതത്തിൽ രണ്ടും, അപാലാപത്തിൽ രണ്ടും, അപസ്തംഭത്തിൽ രണ്ടും മർമ്മങ്ങൾ വീതം. ഇവക്ക് അപകടം പിണഞ്ഞാൽ പെട്ടെന്ന് മരണം സംഭവിക്കില്ലെങ്കിലും മരണസാധ്യതയുണ്ട്.

മുതുകിലുള്ള പതിനാല് മർമ്മങ്ങളാണ് പൃഷ്ഠമർമ്മങ്ങൾ. കുകുന്ദരം രണ്ട്, അംസഫലകം രണ്ട്, അംസം രണ്ട് എന്നീ ആറ് മർമ്മങ്ങളിൽ പരിക്കേറ്റാൽ ശരീരത്തിന് വൈകല്യം സംഭവിക്കാൻ സാധ്യതയുണ്ട്. കുകുന്ദരത്തിന് ഏൽക്കുന്ന ആഘാതം രോഗിയിൽ സ്ഥിരമായ വൈകല്യത്തിന് കാരണമാകുന്നു. നിതംബം രണ്ട്, പാർശ്വസന്ധി രണ്ട്, ബൃഹതി രണ്ട് എന്നീ മർമ്മങ്ങൾക്കേൽക്കുന്ന ആഘാതം മരണത്തിന് കാരണമാകാറുണ്ട്.

പിൻകഴുത്തിലും തലയിലുമുള്ള മുപ്പത്തിയേഴ് മർമ്മങ്ങളെ ഊർദ്ധ്വാംഗമർമ്മം എന്നു വിളിക്കുന്നു. നിലാ ഒന്ന്, മന്യാ രണ്ട്, കൃകാടിക രണ്ട്, വിധുരംഫണം രണ്ട്, അപാംഗം രണ്ട്, ആവർത്തം രണ്ട് എന്നീ പതിന്നാല് മർമ്മങ്ങളിൽ പരിക്കേറ്റാൽ ശരീരത്തിന് വൈകല്യം സംഭവിക്കും. മാതൃക എട്ട്, ശംഖം രണ്ട്, ശൃംഗാടകം നാല്, അധിപതി ഒന്ന് എന്നീ മർമ്മങ്ങൾക്കേൽക്കുന്ന ആഘാതം പെട്ടെന്ന് മരണത്തിന് കാരണമാകുന്നു. ഉത്ക്ഷേപം രണ്ട്, സ്ഥപതി ഒന്ന് എന്നീ മർമ്മങ്ങൾക്ക് ആഘാതമേറ്റാൽ ശസ്ത്രക്രിയ മാത്രമേ പരിഹാരമുള്ളൂ.

ആയുർവേദത്തിൽ മാംസം, അസ്ഥി, സിര (ധമനി) സന്ധി എന്നീ ശാരീരികഘടകങ്ങളിലാണ് നൂറ്റിയേഴ് മർമ്മങ്ങൾ സ്ഥിതിചെയ്യുന്നത്. മാംസമർമ്മത്തിൽ പതിനൊന്ന്, സിരാമർമ്മം നാൽപത്തിയൊന്ന്, സ്നായുമർമ്മം ഇരുപ്പത്തിയേഴ്, അസ്ഥിമർമ്മം എട്ട്, സന്ധിമർമ്മം ഇരുപത് എന്നിങ്ങനെയാണ് സുശ്രുതാചാര്യൻ വിഭജിച്ചിരിക്കുന്നത്.

മർമ്മങ്ങളിൽ ആഘാതമേറ്റാൽ എങ്ങനെയാണ് അത് ശരീരത്തിനെ ബാധിക്കുക എന്നുനോക്കി മർമ്മങ്ങളെ വിഭജിച്ചിട്ടുണ്ട്. പരിക്കേറ്റാൽ പെട്ടെന്ന് മരിക്കുന്നത് (സദ്യപ്രാണഹരമർമ്മം)- പത്തൊൻപത്, സാവധാനം മരണം സംഭവിക്കുന്നത് (കാലാന്തരപ്രാണഹരമർമ്മം)- മുപ്പത്തിമൂന്ന്, ശസ്ത്രക്രിയ ചെയ്താൽ സുഖമാകുന്നവ (വിശല്യഘ്നമർമ്മം)-മൂന്ന്, ശാരീരികവൈകല്യങ്ങളുണ്ടാകുന്നത് (വൈകല്യകരം)-നാൽപ്പത്തിനാല്, വേദനയുണ്ടാകുന്നത് (രുജാകരം) എട്ട് എന്നിങ്ങനേയും വിഭജനമുണ്ട്. മർമ്മങ്ങളെ വ്യത്യസ്ത ആചാര്യന്മാർ വ്യത്യസ്ത രീതിയിലാണ് തിരിച്ചിട്ടുള്ളതെങ്കിലും നൂറ്റിയേഴ് എണ്ണമാണെന്ന് പൊതുവെ അംഗീകരിച്ചിട്ടുണ്ട്.

മർമ്മത്തെക്കുറിച്ചും മർമ്മസ്ഥാനത്തെക്കുറിച്ചുമുള്ള അറിവ് ആചാര്യന്മാർ (ഗുരുക്കൾ) പ്രിയപ്പെട്ട ശിഷ്യർക്കുമാത്രമേ പറഞ്ഞുകൊടുക്കാറുള്ളൂ. അതും കളരി കുറേക്കാലം അഭ്യസിച്ചതിനുശേഷം മാത്രം. മർമ്മസ്ഥാനം അറിയുന്ന വ്യക്തി മർമ്മസ്ഥാനത്ത് ഒരു കൊട്ടൽ (സ്പർശം) കൊടുത്താൽ ശരീരം സ്തംഭിക്കുകയോ, കോച്ചിവലിക്കുകയോ, ബോധക്ഷയമുണ്ടാകുകയോ, രക്തം തുപ്പുകയോ ചെയ്യും. അദ്ദേഹം തന്നെ 'മറുകൊട്ട്' കൊടുത്താൽ രോഗം സുഖപ്പെടുകയും ചെയ്യും. നാട്ടുവൈദ്യൻമാരായ മർമ്മചികിത്സകരിൽ കളരിയറിയുന്നവരും ഇല്ലാത്തവരുമുണ്ട്. ഇവരിൽ കളരിമുറകൾ അഭ്യസിച്ചവർ മാത്രമാണ് ഗുരിക്കൾ എന്നറിയപ്പെടുന്നത്.

മരുന്നുകൾ

മർമ്മസംബന്ധമായ എന്തെങ്കിലും തകരാറ് പറ്റിയാൽ നീരുവരിക, ചൂട് അനുഭവപ്പെടുക, കുത്തിനോവുക, പനിക്കുക എന്നീ ലക്ഷണങ്ങൾ ഉണ്ടാകും. അത് പരിഹരിക്കാൻ മരുന്നിന്റെ ആവശ്യമുണ്ട്. വൈദ്യൻ സ്ഥാനഭ്രംശം വന്ന എല്ല് ശരിയാക്കി തൈലംപുരട്ടി തുണികൊണ്ട് കെട്ടുന്നു.

നാട്ടുവൈദ്യത്തിന്റെ വികാസദശയിലെ ഭൂരിഭാഗം മരുന്നുകളും പാകം ചെയ്യാതെ ഉപയോഗിക്കുന്നവ ആയിരുന്നു. ഒറ്റമൂലികൾ ഉപയോഗിച്ചുതുടങ്ങിയ നാട്ടുവൈദ്യം കാലക്രമേണ പാകം ചെയ്തും അല്ലാതെയും മരുന്നുകൾ ഉപയോഗിച്ച് തുടങ്ങി. കൈനഖത്തിൽ എന്തെങ്കിലും ശക്തിയായി തട്ടിയാൽ ആദ്യം തന്നെ വിരൽ സ്വന്തം വായിൽ തിരുകുന്നു. തുടർന്ന് ഉപ്പുപാത്രത്തിൽ കൈപൂഴ്ത്തുകയും ഉപ്പുചാലിച്ച വെള്ളത്തിൽ നനച്ച് തുണി ചുറ്റുകയും ചെയ്യുന്നു. ഇത് വീട്ടുചികിത്സയിൽപ്പെടുന്നു. ചെന്നിനായകം (ചെന്ന്യായം എന്ന് നാട്ടുമൊഴി), കോഴിമുട്ടയുടെ വെള്ളക്കരു, മുറ, നറുംപശ, വെണ്ണ, ചാരായം, തേൻ,

മുലപ്പാൽ, വട്ടപ്പെരുയില, മുരിങ്ങാത്തൊലി, കാവിമണ്ണ്, പുറ്റമണ്ണ് തുടങ്ങിയവ പാകം ചെയ്യാതെ ഉപയോഗിക്കുന്നു

ചെന്നിനായകം പൊടിച്ച് പച്ചവെള്ളത്തിൽ ചേർത്ത് കുഴമ്പുപരുവത്തിലാക്കി മുലക്കണ്ണിൽ തേക്കുന്നു. ചെന്നിനായകത്തിന്റെ കയ്പുരുചി കുട്ടിക്ക് അരോചകമായതിനാൽ കുട്ടി മുലകുടി നിർത്താൻ നിർബന്ധിതമാകുന്നു. ഭാരമുള്ള വസ്തു ശക്തിയിൽ തട്ടി രക്തം കട്ടപിടിച്ച് കറുത്ത നിറമാകുന്നു. ചെരിപ്പിടാതെ കല്ലിൽ അമർത്തിച്ചവിട്ടിയാലും രക്തം കട്ടപിടിച്ച് നിൽക്കും. 'ചോര കല്ലിക്കുക' എന്നാണ് ഈ അവസ്ഥക്ക് പറയുക. ചോര കല്ലിച്ച ഭാഗത്ത് ചെന്നിനായകം ചാലിച്ച് പുരട്ടാറുണ്ട്. ചതവോ, ഉളുക്കോ പറ്റി വീങ്ങി നീരുണ്ടായാൽ ചെന്നിനായകം തേനിൽ ചാലിച്ച് മുട്ടയുടെ വെള്ളക്കരു ചേർത്ത് പുരട്ടുന്നു. മസിലുപിടുത്തം, വേദന എന്നിവ ശമിക്കാൻ ചെന്നിനായകം വെള്ളത്തിൽ കലക്കി കുടിക്കുന്നു. കോഴിമുട്ടയുടെ വെള്ളക്കരുവിൽ ചെന്നിനായകം, മർമ്മാണി ഗുളിക എന്നിവ പൊടിച്ചു ചേർത്ത് പരിക്കുപറ്റിയ ഭാഗത്തു പുരട്ടുന്നു. ശരീരഭാഗത്ത് പുരട്ടുമ്പോൾ ചിലർക്കെല്ലാം അലർജി തോന്നിയതിനാലും, പക്ഷിപ്പനി നാട്ടുനീളെ ബാധിച്ചതിനുശേഷവും കോഴിമുട്ട ഉപയോഗിക്കുന്നത് കുറച്ചുവെന്ന് മലപ്പുറത്തെ മർമ്മചികിൽസകനായ ശ്രീധരൻ വൈദ്യർ അഭിപ്രായപ്പെട്ടു. മുറവും നറുംപശയും പൊടിച്ച് തേൻ, മുട്ടയുടെ വെള്ളക്കരു എന്നിവയിൽ ചാലിച്ചാൽ പശ പരുവമാകും. ഉളുക്ക്, ചതവ്, സ്ഥാനഭ്രംശം (കെണുപ്പന്ന് തെറ്റൽ) എന്നിവയുണ്ടാകുന്ന വീക്കം മാറ്റാൻ ഈ മരുന്ന് ഫലപ്രദമാണ്. മുലപ്പാൽ, വെണ്ണ, തേൻ, ചാരായം എന്നീ ഔഷധങ്ങൾ മർമ്മാണിഗുളിക, മുറു, ചെന്നിനായകം എന്നിവയിൽ ചാലിച്ച് പുരട്ടുന്നു. കൈപ്പത്തിയിൽ ചതവുണ്ടായാൽ ഉപ്പുവെള്ളത്തിൽ കഴുകി ചാരായം തുണിയിൽ നനച്ച് ലേപനമാക്കുകയോ, ചുറ്റുകയോ ചെയ്യുന്നു. കാൽപ്പാദം ചതഞ്ഞാലുള്ള വീക്കത്തിന് ഉഴുന്ന്, നെൽപ്പൊരി, പുതിയ ഓട്ടിൻകഷണം എന്നിവ പൊടിച്ച് ചാരായത്തിൽ അരച്ച് തുണിയിൽ പരത്തി ചുറ്റിയിടുന്നു. വട്ടപ്പെരുയില, മുരിങ്ങയില, പുളിയില എന്നിവ അരച്ച് തേനിലോ, മുട്ടയുടെ വെള്ളയിലോ ചാലിച്ച് പരിക്കുപറ്റിയ സ്ഥലത്ത് തേക്കുന്നു. മുരിങ്ങാത്തൊലി, മുരിങ്ങയില എന്നിവ ചൂടാക്കി കുടിക്കാനും തൈലത്തിൽ ചേർക്കാനും ഉപയോഗിക്കാറുണ്ട്. നീര്, വേദന എന്നിവ ഇത് കുറയ്ക്കുന്നു. തൈലമുണ്ടാക്കുമ്പോൾ മുരിങ്ങാക്കമ്പാണ് ഇളക്കാൻ ഉപയോഗിക്കുക. മുറുവിന്റെ കൂടെ കാവിമണ്ണ്, പുറ്റമണ്ണ് എന്നിവ ഉപയോഗിച്ചാൽ നല്ല പശിമ കിട്ടും. കാവിമണ്ണിന് നീരിനെ വലിച്ചെടുക്കാൻ കഴിവുള്ളതുകൊണ്ടാണ് രാസ്നാദി ചൂർണ്ണം, കർപ്പൂരാദിചൂർണ്ണം എന്നിവയിൽ ഇത് ചേർക്കുന്നത്. കോഴിമുട്ടയിൽ പുറ്റമണ്ണ് മാത്രം ലേപനമാക്കുന്ന രീതിയും ഉണ്ട്.

മർമ്മചികിത്സക്ക് ഉപയോഗിക്കുന്ന മരുന്നുകളുടെ പേരുകൾ പല സ്ഥലങ്ങളിലും ഒന്നുതന്നെയാണെങ്കിലും അതിലെ ചേരുവകൾക്ക് ചെറിയ വ്യത്യാസങ്ങൾ ഉണ്ട്. മർമ്മചികിൽസക്ക് ഉപയോഗിക്കുന്ന ഔഷധങ്ങളെ സാമാന്യമായി തൈലങ്ങൾ, കുഴമ്പുകൾ, ഗുളികകൾ, കഷായങ്ങൾ, ലേപനങ്ങൾ, ചൂർണ്ണങ്ങൾ, ഭക്ഷണംപോലെ അകത്തേക്ക് കഴിക്കുന്നവ എന്നിങ്ങനെ തിരിക്കാവുന്നതാണ്.

എണ്ണകളും തൈലങ്ങളും പുറമെ തേക്കാൻ മാത്രമല്ല നസ്യത്തിനും അകത്തേക്ക് കഴിക്കാനും ഉപയോഗിക്കാറുണ്ട്.കുഴമ്പിൽ മെഴുക്, നെയ്യ് എന്നിവ കൂടുതൽ ചേർക്കുന്നതിനാൽ കട്ടി കൂടുതലാണ്. അശവെണ്ണ, മുട്ടതൈലം, നാൽപ്പാമരാദി ഊറെണ്ണ, മർമ്മതൈലം, ഗന്ധതൈലം, മുറിവെണ്ണ, ധാന്വന്തരം കുഴമ്പ് തുടങ്ങിയവയാണ് സാധാരണ ഉപയോഗിക്കുന്നത്. വീട്ടിൽ പാകം ചെയ്യുന്നതാണ് എള്ളെണ്ണ, വെളിച്ചെണ്ണ, പശുവിൻ നെയ്യ് എന്നിവ ചേർന്ന മുക്കൂട്ട് കുഴമ്പ്.

അശവെണ്ണ

കൊങ്ങിരപ്പഴം, ചെറുനാരങ്ങ ഇവയുടെ ചാറ്, ആലിൻചാറ്, തേങ്ങപ്പാൽ എന്നിവ ഉരി വീതം കൊടുവേലി, ഉമ്മത്തിൻവേർ, കാഞ്ഞിരവേർ, കുറുന്തോട്ടിവേർ, ദേവതാരം, ഇഴവപ്പട്ട, വേപ്പെണ്ണ, പന്നിനെയ്യ് ഇവ എണ്ണയിലിട്ട് കാച്ചി അരിക്കുക. എണ്ണയുടെയും, മരുന്നിന്റെയും അളവനുസരിച്ച് പച്ചക്കർപ്പൂരം ചേർക്കുക. ഇതിന്റെ ഉപയോഗം നീരൊഴിഞ്ഞ് പോകാനും അസ്ഥിഭംഗം പെട്ടെന്ന് സുഖപ്പെടാനും സഹായിക്കും.

മുട്ടതൈലം

കോഴിമുട്ട പത്ത് എണ്ണം പുഴുങ്ങി വെള്ളക്കരുവെടുക്കുക, ആടലോടകവേർ രണ്ട് നാഴി കഷായം വെക്കുക, വേലിപ്പരുത്തിച്ചാർ രണ്ട് നാഴി, കോലരക്ക് രണ്ട് പലം കോലരക്ക് വെന്ത രസം ഊറ്റി ഒരുനാഴി, ജാതിപത്രി, കറാമ്പൂ, തിപ്പല്ലി, ചിറ്റരത്ത, കിരിയാത്ത, വാൽമുളക്, ഇരട്ടിമധുരം, വേപ്പിൻപൂ, കടുക്, പഴുത്തടയ്ക്ക, വെള്ളക്കുന്തിരുക്കം, ചെന്നിനായകം, ജീരകം, മുന്തിരി, അരിയാറ് ഇവ ഒരു കഴഞ്ച് വീതം പൊടിയാക്കുക. മുട്ടയുടെ വെള്ളക്കരു ചീനച്ചട്ടിയിലിട്ട് മുരിങ്ങാക്കമ്പു കൊണ്ട് ഇളക്കി മുട്ടതൈലം കിനിയുമ്പോൾ മേൽപ്പറഞ്ഞ പൊടിയിട്ട് ഇളക്കിച്ചേർത്ത് ചൂടാറിയാൽ സാമ്പ്രാണി ചേർത്ത് കുങ്കുമപ്പൂവ്, ഗോരോജനം, വെരുകിൻപുഴുക്, കസ്തൂരി എന്നിവ പൊടിച്ചുചേർത്ത് മർമ്മരോഗികൾക്ക് സേവിക്കാൻ കൊടുക്കാം.

നാൽപ്പാമരാദി ഊറെണ്ണ

നാൽപ്പാമരത്തിൻതൊലി, കുറുന്തോട്ടിവേര്, കൈതവിഴ, ആലിൻവിഴ, പൂത്തിരിങ്ങ, വേപ്പിൻകട്ട, വെട്ടിവർ, പുഴവാൻപട്ട, തൊലിഴവപ്പട്ട ഇവ രണ്ട് പലംവീതം. ഇരുപത്തിനാല് ഇടങ്ങഴി വെള്ളം വെച്ച് ഒരു ഇടങ്ങഴിയാക്കി വറ്റിച്ച് കൊടങ്ങൽ കൊപ്പ, കയ്യോന്നി, ആറുകൻപുല്ല്, തുമ്പ, തഴുതാമ, മുരിക്കില, നിഴൽനീങ്ങി, വിഷ്ണുക്രാന്തി, നീരുന്നി, ഒടിമടക്കി, മൂടില്ലാതാളി, കുപ്പമേനി ഇവയുടെ നീര് ഒഴക്ക് വീതം. നല്ലെണ്ണ, ത്രികട്ടു, ത്രിഫല, വേപ്പെണ്ണ, വയമ്പ്, ചെമ്പകമൊട്ട്, പാമ്പിൻനെയ്യ്, അതിമധുരം, കച്ചോലം, പന്നിനെയ്യ്, ചിറ്ററത്ത, തിരുതാളിവേര്. പൂങ്കെണ്ണ, പടിക്കാരം, കടുക്, ചെന്നിനായകം ഇവ രണ്ടു നാഴിവീതം. കുന്തിരിക്കം നാല് പലം, കോലരക്ക് നാല് കഴഞ്ച്. മേൽപ്പറഞ്ഞ കഷായവും ചാറും എണ്ണകളും ചേർത്ത് കാച്ചി അരിക്കുക (മെഴുക് പാകം) അതിൽ പച്ചക്കർപ്പൂരം ഇരുപത് ഗ്രാം ചേർക്കുക.

മർമ്മതൈലം

ഏത് മർമ്മത്തിനും മുറിവോ, ചതവോ പറ്റിയാൽ ഉപയോഗിക്കാനുള്ള തൈലമാണിത്. ശതാവരിക്കിഴങ്ങ്, ദശപുഷ്പം, ചിറ്റമൃത് ഇവ സമം ഇടിച്ചുപിഴിഞ്ഞ നീര്, രണ്ട് നാഴി നല്ലെണ്ണ, ഉരി മഞ്ചാരി, കദളിപ്പഴം, ഉഴുന്ന്, കൊട്ടമാഞ്ചി, രാമച്ചം, ചന്ദനം, ഇരുവേലി ഇവ ഒരു കഴഞ്ച് വീതം അരച്ചുകലക്കി പത്ത് നാഴി പാലും ചേർത്ത് കാച്ചി ധാരകോരുക.

മുറിവെണ്ണ

വ്യത്യസ്ത വൈദ്യന്മാർ തങ്ങളുടെ യുക്തിക്കനുസരിച്ച് മുറിവെണ്ണ പാകപ്പെടുത്തുന്നതിൽ വ്യത്യസ്തത പുലർത്താറുണ്ട്. അവയിൽ ചിലത് താഴെ കൊടുക്കുന്നു.

1)നാഴി എണ്ണ, നാഴിആട്ടിൻപാൽ, കശകശം, ചുക്ക് (ഇരുപത്തിഎട്ട് കഴഞ്ച്), കുറുന്തോട്ടി വേര് (രണ്ട് കഴഞ്ച്) എന്നിവ കാച്ചിയരിക്കുക. ഈ എണ്ണ കാൽപ്പടം ചതഞ്ഞാൽ നല്ലതാണ്.

2) നാഴി വെളിച്ചെണ്ണ, നാഴി മുരിങ്ങയില, കറിയുപ്പ് മൂന്ന് കഴഞ്ച്, കൊട്ടുവേലി ഒന്നരക്കഴഞ്ച് ഇവ കാച്ചി അരിക്കുക.

3) വെളിച്ചെണ്ണ നാഴി, മുരിങ്ങയിലച്ചാർ നാഴി, മുരിങ്ങാപ്പട്ട ആറ് കഴഞ്ച് ഇവ കാച്ചി അരിക്കുക.

4) നീരിനും വേദനക്കുമുള്ള പ്രത്യേകം മുറിവെണ്ണ, പൂവെണ്ണ, ഓടെണ്ണ, നല്ലെണ്ണ, കുന്തിരിക്കം, പടിക്കാരം, ദേവതാരം, ഭൃന്നാഗം, കുറുന്തോട്ടി വേര് എന്നിവ രണ്ട് കഴഞ്ചുവീതം കൽക്കം കാച്ചി അരിക്കുക.

ഗുളികകൾ

മർമ്മചികിത്സയിൽ ഗുളികകൾ അകത്തേക്ക് സേവിക്കാനും പൊടിച്ച് തേനിൽ ചാലിച്ച് ലേപനത്തിനും ഉപയോഗിക്കാറുണ്ട്. അകത്തേക്ക് കഴിക്കുന്ന ഗുളികകൾ പനി, തലവേദന, വീക്കം തുടങ്ങിയവ കുറക്കാനാണുപയോഗിക്കുന്നത്. മുക്കാദിഗുളിക പനിക്കും മർമ്മാണിഗുളിക വേദന, വീക്കം എന്നിവ കുറക്കാനും കഴിക്കുന്നു. മല്ലി, മുരിങ്ങയില, ജീരകം തുടങ്ങിയവ ചൂടാക്കി വെള്ളത്തിലും ദശമൂലാരിഷ്ടം, ത്രിഫലാരിഷ്ടം എന്നിവയുടെ കൂടെയും സേവിക്കുന്നു. മർമ്മഗുളിക മർമ്മരോഗങ്ങൾക്കും, ചോരക്കുരുവിനും ലേപനമായി ഉപയോഗിക്കാറുണ്ട്. പാൽമുതുക്കിൻ കിഴങ്ങ്, അടപതിയൻ, ശതാവരി, മുത്തങ്ങ, നിലപ്പന, കൂവ, കുരുവിക്കിഴങ്ങ്, പച്ചനെല്ലിക്ക, നന്നാറി, ചിറ്റമൃത് ഇവയുടെയെല്ലാം ചാറ് നാഴിവീതം. കറുക, ഇരട്ടിമധുരം, ചന്ദനം, രക്തചന്ദനം ഇവയുടെ പൊടി ഓരോ നാഴി. സഹസ്രവേധി, കന്നാരം, കന്മദം, പാൽ, നിർവേദി, ഗരുഡപ്പച്ച ഇവ ആറ് കഴഞ്ചുവീതം. പ്രസാരിണി, പൊന്നങ്ങാണി, പെരുങ്കുരുമ്പവേര്, നാൽപ്പാമരമൊട്ട്, തേറ്റാമ്പരൽ, ഞെരിഞ്ഞിൽ, ഇരുവേലി, രാമച്ചം ഇവ ചേർന്നുള്ള കഷായത്തിലും നാൽപ്പാമരത്തൊലി, പാച്ചോറ്റിത്തൊലി, ഞാറത്തൊലി, പുല്ലാനിത്തൊലി തുടങ്ങിയ കഷായത്തിലും അരച്ച് സൂക്ഷിക്കുക. ഈ ഗുളിക എല്ലാവിധ മർമ്മരോഗങ്ങൾക്കും നല്ലതാണ്.

കഷായങ്ങളും അരിഷ്ടങ്ങളും

മർമ്മസംബന്ധമായ പരിക്കുകൾ ഉണ്ടാകുമ്പോൾ പനി, വിറയൽ തുടങ്ങിയ അസുഖങ്ങൾ ഉണ്ടാകാറുണ്ട്. ഗുളികയോട് കൂടിയോ, ഒറ്റക്കോ സേവിക്കുന്നതാണ് കഷായങ്ങളും അരിഷ്ടങ്ങളും. വേദന ശമിക്കാൻ കഷായം- പൈൻമരത്തിൻകറ, ചെറുകമിഴിൻകായ്, കടമ്പ്, പതിമുകം, ചുരങ്ങ, ഇലവിൻപശ, നെന്മേനിവാക, ആറ്റുവഞ്ചി, ഏലാവാലുകം, അശോകം ഇവകൊണ്ടുള്ള കഷായം.

പനി ശമിക്കാൻ കഷായം- ചുക്ക്, കിരിയാത്ത, ഏലം, അമൃത്, വിഷ്ണുക്രാന്തി, കുരുമുളക്, വേപ്പിൻപട്ട, അത്തിപ്പട്ട, പൂതവൃക്ഷം, പഴയ മുതിര എന്നിവ കഷായംവെച്ച് മുക്കാദിഗുളിക ചേർത്ത് കഴിക്കുക.

പനിയ്ക്കും ക്ഷീണത്തിനും കഷായം- ഏലം, ചുക്ക്, മുന്തിരി, അമുക്കുരം, കോലരക്ക്, ജീരകം, വെള്ളക്കുന്തിരിക്കം, മീറ, കറുക, ഇരട്ടിമധുരം, കൊശാഞ്ഞി ഇവ ഒരു കഴഞ്ച് വീതം ചെങ്ങഴിനീർവെള്ളം ചൂടാക്കി ഒന്നര ഇടങ്ങഴിയാക്കി കുറുക്കി (മുപ്പത്തിരണ്ട് ഔൺസ്) തിപ്പല്ലി പൊടിച്ച് രാവിലേയും വൈകുന്നേരവും സേവിക്കുക.

ക്ഷീണത്തിനും രക്തശുദ്ധിക്കും -ദശമൂലാരിഷ്ടം, ലോഹാസവം, ജീരകാരിഷ്ടം

ലേപനങ്ങൾ -മർമ്മഗുളിക, കാവിമണ്ണ്, പുറ്റമണ്ണ്, നറുംപശ, കോഴി മുട്ടയുടെ വെള്ളക്കരു എന്നിവ ഒറ്റക്കോ മിശ്രിതമായോ ലേപനമായി ഉപയോഗിക്കാവുന്നതാണ്.

ഊരമർമ്മത്തിന് - അശവെണ്ണ പുരട്ടുക.

വാരിയെല്ലുകൾക്ക് ഭംഗം സംഭവിച്ചാൽ -കശകശ, ചെന്നിനായകം, മീറ എന്നിവ ചാരായത്തിലരച്ച് കട്ടിയായി പുരട്ടുക.

നീരിന്-നാഗരാദി ലേപനം

നട്ടെല്ലിന് -ഊറെണ്ണ ഏലാദി കഷായം ചേർത്ത് മർമ്മഗുളികയിൽ അരച്ചിടുക, ഉള്ളിൽ കഴിക്കുകയും ചെയ്യാം.

ഭക്ഷണംപോലെ കഴിക്കാവുന്നവ

മർമ്മസംബന്ധമായ ഏത് അസുഖത്തിനും നവരയരി കൊണ്ടുള്ള ചോറ് നല്ലതാണ്. തിക്തകം കഷായം, ഇളനീർ, ശതാവരിനീര്, എന്നിവ ഒരേ അളവിലും അതിന്റെ പകുതി പശുവിന്റെ പാലും നെയ്യും ഇവയിൽ രാമച്ചം, ചന്ദനം, കറുകവേര്, പുത്തരിച്ചുണ്ടവേര് ഇവ സമം കൽക്കനാക്കി ചേർത്ത് നെയ്യാകമാക്കുക. നീരും വേദനയും ശമിക്കാൻ ഇത് ഭക്ഷണം പോലെ കഴിക്കാവുന്നതാണ്. അസ്ഥിഭംഗം മൂലം മൂത്രക്കടച്ചിൽ, മൂത്രപ്പഴപ്പ് എന്നിവയുണ്ടായാൽ മുത്താറിയിൽ പാൽ ചേർത്ത് കൊടുക്കാം. ബാർലിവെള്ളത്തിൽ മോരോ നാരങ്ങനീരോ ചേർത്ത് കഴിക്കുന്നതും നല്ലതാണ്.

കെട്ടിനു മരുന്ന്

'എല്ലാടവും മുറിഞ്ഞാൽ മരുന്നൊന്നല്ല' എന്ന പഴമൊഴി മർമ്മചികിത്സകർ ഉപയോഗിച്ചിരുന്നു. ഇത് മരുന്നിലെ വൈവിധ്യത്തെ ഓർമ്മിപ്പിക്കുന്നു. രോഗത്തിനനുസരിച്ചും രോഗിയുടെ പ്രായഭേദമനുസരിച്ചും മരുന്നും ചികിത്സാരീതികളും മാറുന്നു. ഉളുക്ക്, ചതവ്, അസ്ഥിഭംഗം എന്നിവ സംഭവിച്ചാൽ കെട്ടുന്നു. ഏലാദിഗണം, നവരനെല്ലിൻപൊടി, കോഴിമുട്ടയുടെ വെള്ള, പുറ്റമണ്ണ് എന്നിവ ചേർത്ത് കുഴമ്പുപരുവത്തിലാക്കി മർമ്മാണിഗുളിക ചേർത്ത് പുരട്ടുന്നു. എല്ലിന് പൊട്ടുണ്ടെങ്കിൽ മുളച്ചീന്ത് വെച്ച് കെട്ടുന്നു.

» സ്ലിങ്ങ്

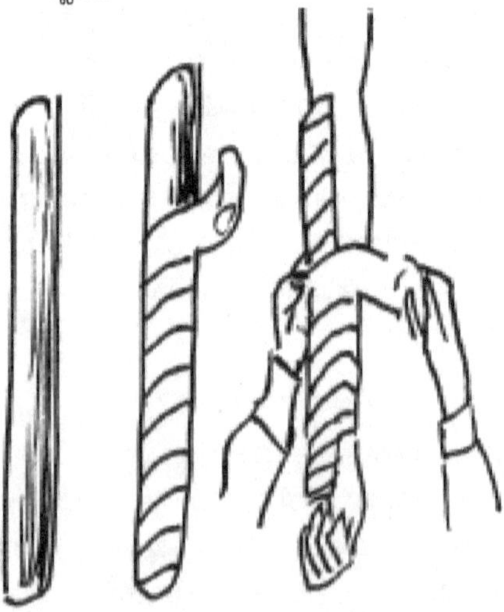

» കയ്യൊടിഞ്ഞാൽ മുളച്ചീന്ത് വച്ച് ചുറ്റുന്നവിധം

ചികിത്സ

പരിക്കുപറ്റിയ ഭാഗത്തെ ചൂട്, വീക്കം, നിറംമാറ്റം, മുഴ എന്നിവ നോക്കിചികിത്സ നിർണ്ണയിക്കുന്നു. എന്തിന്റെയെങ്കിലും പ്രഹരത്താലോ, കാലോ, കയ്യോ തെന്നിവീണാലോ എല്ലൊടിയുന്നു. ഒടിഞ്ഞുലുങ്ങിയ അവയവം പൂർവ്വസ്ഥിതിയിൽ പിടിച്ച് ശരിയാക്കി മരുന്ന് തേച്ച് തുണികൊണ്ട് മുറുക്കിക്കെട്ടുന്നു. ഇളകാതിരിക്കാൻ

ഓടമുളയുടെ ചീന്ത് ഉപയോഗിക്കാറുണ്ട്. കൈമുട്ടിന് കീഴ്പോട്ടുള്ള എല്ല് ഒടിഞ്ഞാൽ (പൊട്ടൽ) മരുന്നുതേച്ചുകെട്ടി കഴുത്തിൽ തൂക്കിയിടുന്നു. സ്ഥാനം തെറ്റിയ എല്ല് ശരിയായ സ്ഥാനത്ത് വെക്കും. 'ചെറുവിരൽ വീങ്ങിയാൽ പെരുവിരൽ' എന്ന പഴമൊഴി വീക്കത്തിന്റെ കാഠിന്യത്തെ സൂചിപ്പിക്കുന്നു. വിരലൊടിഞ്ഞ് വീങ്ങിയാൽ ദേവതാരതൈലത്തിൽ ശീലമുക്കി ഓരോ വിരലിലും ചുറ്റിവെക്കണം. മുറിവുണങ്ങാൻ സഹായിക്കുന്ന തൈലങ്ങൾകൊണ്ട് ധാരചെയ്യണം. പനിമരുന്ന്, ലേപനമരുന്ന് എന്നിവ വൈദ്യൻമാർ ഒടിവിന് ഉപയോഗിക്കാറുണ്ട്.

ഭാരമേറിയ വസ്തു ശരീരത്തിന്റെ ഏതെങ്കിലും ഭാഗത്ത് വീണാലോ, തെന്നിവീണാലോ, ചതവ് സംഭവിക്കുന്നു. ചതവുണ്ടായ ഭാഗത്ത് മുറിവുമുണ്ടായിരിക്കില്ല. രക്തനാഡികൾക്കും മാംസത്തിനും കേടുണ്ടായതിനാലാണ് ചതവുണ്ടായ ഭാഗം നീല നിറമാകുന്നത്. ചതവേറ്റഭാഗം ഉയർത്തിവെച്ചിരുന്നാൽ വേദനക്ക് കുറവുണ്ടാവുന്നതാണ്. ചതഞ്ഞ ഭാഗത്ത് രക്തം കട്ടപിടിച്ചിട്ടുണ്ടെങ്കിൽ (ചോര കല്ലിക്കുക) ചെന്നിനായകം വെള്ളത്തിൽ കലക്കി കുടിക്കുന്നു. കൂടുതൽ ഉണ്ടെങ്കിൽ കീറി ദുഷിച്ച രക്തം കളഞ്ഞ് മുറിവെണ്ണ പുരട്ടുന്നു. നഖങ്ങൾ ചതഞ്ഞാലോ ചോര കല്ലിച്ചാലോ ഉപ്പുവെള്ളം കൊണ്ട് കഴുകി വൃത്തിയാക്കുന്നു. സന്ധിബന്ധം വരുന്നതിനായി ലേപന ഔഷധങ്ങൾ പുരട്ടുന്നു. കൈമുട്ടിനാണ് ചതവ് പറ്റിയതെങ്കിൽ വെണ്ണ തേച്ച തുണികൊണ്ട് ചുറ്റി മുറിവെണ്ണ പുരട്ടുക. കൈപ്പടത്തിനാണെങ്കിൽ ചാരായം പുരട്ടുന്നു. അരയ്ക്കുതാഴെ ചതവുപറ്റിയാൽ രോഗിയെ കിടത്തി തുണികൊണ്ട് കെട്ടുന്നു. കാലിന്റെ എത് ഭാഗത്തിനാണ് ചതവ് പറ്റിയതെങ്കിലും സന്ധിബന്ധം ശരിയാക്കി, തുണികൊണ്ട് വരിഞ്ഞുകെട്ടുന്നു.

വീഴുക, ഭാരമുള്ള എന്തെങ്കിലും വസ്തു ശരീരത്തിൽ തട്ടുക, കൈകാലുകൾ ശരിയായ രീതിയിലല്ലാതെ നിലത്ത് കുത്തുക എന്നിവ സംഭവിക്കുമ്പോൾ എല്ല് സ്വസ്ഥാനത്തുനിന്ന് ചെറുതായി തെന്നും. ഈ അവസ്ഥയാണ് ഉളുക്ക്. കണങ്കാലിലും മണിബന്ധത്തിലുമാണ് ഉളുക്കുണ്ടാകുന്നത്. എല്ല് സ്ഥാനം തെറ്റി നിൽക്കുന്ന ഭാഗത്ത് വേദന, വീക്കം, ഇളക്കാൻ പറ്റാത്ത അവസ്ഥ എന്നിവയുണ്ടാകും. 'കാലുപടം മറയുക' എന്ന അവസ്ഥയും ഉളുക്കാണ്. ഉളുക്ക് ബാധിച്ച ഭാഗത്ത് തണുത്തവെള്ളം കൊണ്ട് കഴുകുന്നു. ഇരട്ടപിറന്ന (Twins) കുട്ടികളിൽ ഒരാൾ തൈലം തേച്ച് ഉഴിഞ്ഞാൽ ഉളുക്ക് സുഖപ്പെടും എന്ന വിശ്വാസമുണ്ട്[32]. പച്ചമഞ്ഞളും പുളിയിലയും ചതച്ചിട്ട് ചൂടാക്കിയ വെള്ളത്തിൽ

32 ഉത്തരേന്ത്യക്കാർ 'ഉൾട്ട'യായി ജനിച്ച കുട്ടികൾ ഉഴിഞ്ഞാൽ സുഖപ്പെടും എന്നു വിശ്വസിക്കുന്നു. പ്രസവസമയത്ത് തലക്കുപകരം കാലോ, കൈയ്യോ ആദ്യം പുറത്തുവരുന്നവരേയാണ് 'ഉൾട്ട' എന്നതുകൊണ്ട് ഉദ്ദേശിക്കുന്നത്.

ത്തുണി മുക്കിപ്പിഴിഞ്ഞെടുത്ത് ചൂടോടെ ഉളുക്കിയ ഭാഗത്തുവെക്കുന്നത് (ചൂടുപിടിക്കുക എന്നാണിതിന് പറയുക) നീരു കുറയാൻ സഹായിക്കുന്നു. വേദന കുറയുന്നില്ലെങ്കിൽ, മർമ്മചികിത്സകനെ സമീപിക്കുന്നു സ്ഥാനം തെറ്റിയ എല്ലിനെ യഥാർത്ഥ സ്ഥാനത്ത് വെച്ച് ലേപനൗഷധം പുരട്ടി കെട്ടിയാൽ സുഖപ്പെടുന്നു.

കിഴിച്ചിൽ, മസിൽ കയറൽ

തോളെല്ല് സ്വസ്ഥാനത്തുനിന്നും തെന്നി താഴോട്ട് നിൽക്കുന്ന അവസ്ഥയാണ് കിഴിച്ചിൽ. ബാഡ്മിന്റൺ കളിക്കുമ്പോഴും എറിയുമ്പോഴും ചിലരിൽ കിഴിച്ചിൽ ഉണ്ടാകാറുണ്ട്. കൂടെക്കൂടെ ഈയവസ്ഥയുണ്ടാകുമെന്നതിനാൽ ചിലർ സ്വയം ശരിയായ സ്ഥാനത്ത് എല്ല് വെക്കാറുണ്ട്. മർമ്മ ചികിത്സകൻ പ്രത്യേകതരം ബാൻഡേജ്കൊണ്ട് ചുറ്റി പ്രശ്നം പരിഹരിക്കുന്നു.

എല്ലുപൊട്ടി മുറിവാകുക, അവയവം മുറിഞ്ഞ് രണ്ടാകുക തുടങ്ങിയ ഗൗരവതരമായ പ്രശ്നങ്ങളുണ്ടാകുമ്പോൾ വൈദ്യൻ അലോപ്പതി ചികിത്സ നിർദ്ദേശിക്കുന്നു. മർമ്മ ചികിത്സകന് തൊട്ടുനോക്കിയും ലക്ഷണം കണ്ടും പ്രശ്നം മനസ്സിലാകുമെങ്കിലും, ചിലർ എക്സറേ നോക്കിയാണ് ചികിത്സിക്കുന്നത്. മലപ്പുറത്തെ പ്രസിദ്ധ മർമ്മചികിത്സകനായിരുന്ന പറങ്ങോടൻകുട്ടി വൈദ്യരുടെ പിൻഗാമികൾ മലപ്പുറം ജില്ലയിലെ വിവിധ സ്ഥലത്ത് ചികിത്സ നടത്തുന്നുണ്ട്. സ്വാമി ഗുരിക്കൾ നൂറ്റിയമ്പത് വർഷം മുമ്പ് കുന്ദമംഗലത്ത് സ്ഥാപിച്ച കൈരളീവൈദ്യശാലയുടെ ചുവടുപിടിച്ച് പിൻതലമുറക്കാർ മർമ്മ ചികിത്സ ചെയ്യുന്നുണ്ട്. പാരമ്പര്യമർമ്മചികിത്സയും ആധുനികവൈദ്യവും ചേർത്ത് ചികിത്സിക്കുന്നവരാണ് അന്തരിച്ച സി.എം.എം.ഗുരിക്കൾ സ്ഥാപിച്ച ശാഫി ദവാ ഖാന (എസ്.ഡി.കെ). ചൂരക്കൊടി കളരിസംഘം ഇന്ന് നിരവധി ഏജൻസികളുള്ള എസ്.ഡി.കെ. ഫാർമസിയായി മാറിയിരിക്കുന്നു.

കണ്ണുചികിത്സ

കണ്ണിനേയും അതിന്റെ പരിരക്ഷയേയും വളരെ ഗൗരവമായാണ് കാണുന്നത്. കണ്ണ് എന്നതിന് കാണുന്ന അവയവം എന്നതിനുപരി വളരെ പ്രധാനപ്പെട്ടത്, ചെറിയ ദ്വാരം എന്നീ അർത്ഥങ്ങൾ കൂടി ഉണ്ട്. മുലക്കണ്ണ്, തേങ്ങാക്കണ്ണ് എന്നീ വാക്കുകൾ ഈ അർത്ഥത്തിൽ വന്നതാണ്. കണ്ണായ സ്ഥലം, ശിശുക്കൾ ഈ നാടിന്റെ കണ്ണാണ് തുടങ്ങിയ പ്രയോഗങ്ങൾ 'വളരെ പ്രധാനപ്പെട്ടത്' എന്ന അർത്ഥമാണ് കണ്ണിന് കൊടുക്കുന്നത്. വൃത്തിബോധത്തിന്റെ ഭാഗമായി രാവിലെ എഴുന്നേറ്റയുടനെയും പുറമെനിന്ന് വീട്ടിൽ വന്നു കയറുന്നതിന് മുമ്പും കൈയ്യും കാലും മുഖവും കണ്ണും വൃത്തിയാക്കുക പതിവുണ്ട്. കണ്ണിലെ

പീള (നയനമലം) പുറമെ ആരെങ്കിലും കാണുന്നത് കുറച്ചിലാണ്. ജനങ്ങൾ ധാരാളം ഇലക്കറികൾ ഭക്ഷിക്കാൻ കാരണം അവ കണ്ണിന്റെ ആരോഗ്യം സംരക്ഷിക്കും എന്ന ബോധ്യമുള്ളതുകൊണ്ടാണ്. ഭംഗിയും തെളിച്ചവുമുള്ള കണ്ണുകൾ സൗന്ദര്യലക്ഷണമായതിനാൽ അവ സംരക്ഷിക്കുന്നതിന് വേണ്ടി കണ്ണെഴുതുന്നു.[33] കണ്ണിന്റെ വലിപ്പത്തിലുള്ള ക്രമമില്ലായ്മ, കോങ്കണ്ണ്, പൂച്ചക്കണ്ണ് എന്നിവ സൗന്ദര്യക്കുറവാണ്. കണ്ണിനെ സംബന്ധിച്ചുള്ള പഴമൊഴികൾ, ശൈലികൾ, കണ്ണു സംരക്ഷിക്കുന്നതിന് വേണ്ടി ക്രമപ്പെടുത്തിയ ഭക്ഷണം, ഔഷധം, അചാരാനുഷ്ഠാനങ്ങൾ, വൃത്തിബോധം തുടങ്ങിയവ ഉൾപ്പെടുത്തിക്കൊണ്ട് മാത്രമേ നാട്ടുവൈദ്യത്തിലെ കണ്ണുചികിത്സ പറയാനാവൂ.

'ആയിരം കണ്ണുപൊട്ടിച്ചേ അരവൈദ്യനാകൂ' എന്ന പഴമൊഴി വൈദ്യനാകണമെങ്കിൽ തെറ്റായ ഔഷധം കൊടുത്ത് നിരവധി പേരുടെ കണ്ണ് പൊട്ടിച്ചതിന് ശേഷം (നിത്യപരിചയത്തിലൂടെ) മാത്രമേ സംഭവിക്കൂ. ഇതിൽ നിന്നും മനസിലാകുന്ന കാര്യം പഴമൊഴി രൂപപ്പെട്ട നാളുകളിൽ ഇവിടെ കണ്ണുചികിത്സ ശക്തമായിരുന്നു എന്നാണ്. കണ്ണേറുദോഷം, കണ്ണേറ്റുപാട്ട് തുടങ്ങിയ വിശ്വാസങ്ങൾ പ്രചരിക്കാൻ കാരണം ഒരാളുടെ കണ്ണിന് (മനസ്സിന്) മറ്റൊരാളുടെ സമ്പത്തിനെ (സ്വസ്ഥജീവിതത്തിനെ) നശിപ്പിക്കാൻ സാധിക്കും എന്ന വിശ്വാസമാണ്. കണ്ണുചികിത്സ മാത്രം ചെയ്യുന്ന നാട്ടുവൈദ്യൻമാരായ 'പത്തപ്പിരിയം കണ്ണുചികിത്സ' പഠനമേഖലയിൽ പ്രസിദ്ധമാണ്. മുൻതലമുറയിൽപ്പെട്ടവർ കണ്ണുചികിത്സയുടെ ഭാഗമായി ശസ്ത്രക്രിയ വരെ ചെയ്തിരുന്നു എന്ന് അഭിമാനപൂർവ്വം ഓർക്കുകയും അന്നത്തെ ശസ്ത്രക്രിയ ഉപകരണങ്ങൾ ഇന്നും സൂക്ഷിക്കുകയും ചെയ്യുന്നു. കണ്ണുചികിത്സക്ക് ഗൃഹവൈദ്യമായി ഉപയോഗിക്കുന്ന ഒറ്റമൂലിയാണ് നന്ത്യാർവട്ടം. അതിന്റെ മൊട്ടും പൂവും ഇടിച്ചുപിഴിഞ്ഞ നീര് കണ്ണിന് ആരോഗ്യം നൽകുന്നു.

കണ്ണുരോഗമുണ്ടാകാനുള്ള കാരണങ്ങൾ

തൊണ്ണൂറു വയസ്സായിട്ടും കണ്ണടയില്ലാതെ വായിക്കുന്നവരെ കാണുക, അവരെപ്പറ്റി പറയുക തുടങ്ങിയവ ആശ്ചര്യകരമായി മനസിലാക്കുന്നവരാണ് ഇവിടത്തെ ജനങ്ങൾ. ടി.വി കാണുക, മൊബൈൽ ഫോൺ നോക്കുക, തെറ്റായ ഭക്ഷണം കഴിക്കുക തുടങ്ങിയവ വഴിയാണ് പുതുതലമുറക്ക് ചെറുപ്പത്തിൽ തന്നെ കണ്ണിന്റെ ആരോഗ്യം നഷ്ടപ്പെടുന്നത്.

33 തലയിൽ തോർത്താനുപയോഗിക്കുന്ന തുണി ചെറിയ കഷ്ണമാക്കി പൂവാംകുറുന്നിലനീരും ചെറുനാരങ്ങാനീരും ചേർത്തതിൽ പല പ്രാവശ്യം മുക്കി തണലത്തുണക്കി തിരികളാക്കുന്നു. ത്രിഫല പൊടിച്ച് മൂപ്പിച്ച എള്ളെണ്ണയൊഴിച്ച് അതിൽ മേൽപറഞ്ഞ തിരി കത്തിക്കുന്നു. ഇതിനെ പുതിയ കലം കൊണ്ട് മൂടുന്നു. തിരി കത്തിയ കലത്തിന്റെ ഉൾഭാഗത്ത് പിടിക്കുന്ന കരി കൺമഷിയായി ഉപയോഗിക്കുന്നു.

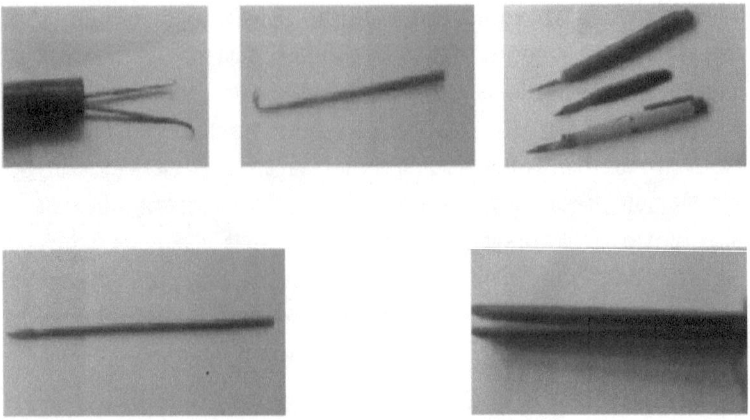

» പത്തപ്പിരിയം കണ്ണുചികിത്സകരുടെ ശസ്ത്രക്രിയ ഉപകരണങ്ങൾ

മതിയായ ഉറക്കം കണ്ണിനും മനസ്സിനും ശരിയായ തരത്തിലുള്ള വിശ്രമം നൽകിയിരുന്നു. വൈദ്യുതി വന്നതോടെ രാത്രിയിലെ ഇരുട്ട് ഇല്ലാതായി. ടി.വി കണ്ട് വൈകിയുറങ്ങുകയും രാവിലെ നേരത്തെ ഉണരുകയും ചെയ്യുന്നത് കണ്ണിന് നല്ലതല്ല. അമിതമായ വായന, ബൈക്കിലെ യാത്ര തുടങ്ങിയവയെല്ലാം കണ്ണിന്റെ ആരോഗ്യം കുറച്ചു. മുരിങ്ങയില, പയറില തുടങ്ങിയവ താളിപ്പായും ഉപ്പേരിയായും ഇവിടത്തെ ജനത ധാരാളം ഉപയോഗിച്ചിരുന്നു. ഭക്ഷണരീതിയിൽ ഇലക്കറികളുടെ സ്ഥാനത്ത് മത്സ്യം, മാംസം, മുട്ട എന്നിവയാണ് ഇപ്പോൾ ഉപയോഗിക്കുന്നത്. ഇവയുടെ അമിതോപയോഗം കാരണം മേദസ്സ് വർദ്ധിച്ച് ശരീരത്തിന്റെ ഭാരം വർദ്ധിക്കുകയും ചെയ്യു. അമിതമൈഥുനം കണ്ണിനെ ക്ഷീണിപ്പിക്കും എന്ന് ചില ജനങ്ങൾ വിശ്വസിക്കുന്നു.

ശാരീരികാധ്വാനം കുറഞ്ഞത്, വയറിൽ അജീർണ്ണം വരുത്തുന്നത്, മത്സ്യമാംസാദികളുടെ അമിതോപയോഗം എന്നിവ പരോക്ഷമായി കണ്ണിന്റെ ആരോഗ്യം കുറക്കാൻ കാരണമായി. തെറ്റായ ഭക്ഷണക്രമമാണ് കണ്ണ് രോഗത്തിന് കാരണമെന്ന് ആയുർവേദത്തിൽ പറയുന്നു.

34 *കച്ചെരിച്ചു പുളിച്ചുള്ള പദാർത്ഥങ്ങൾ നിമിത്തമായ്*
മലങ്ങളൊക്കെക്കോപിച്ചിട്ടവ പിത്താശ്രയങ്ങളാം
ഞരമ്പിലൂടെ മേൽപ്പോട്ടുചെന്നു കണ്ണിൽനിറഞ്ഞുടൻ
ഉണ്ടാകും പല ദണ്ഡങ്ങൾ'

കണ്ണുരോഗത്തിന് പ്രധാന കാരണം തെറ്റായ രീതിയിലുള്ള ഭക്ഷണക്രമമാണെന്ന് തിരിച്ചറിഞ്ഞിരുന്നു എന്നതിന് തെളിവാണ് മുകളിൽ കൊടുത്ത വരികൾ. എത് രോഗത്തിന് ചികിത്സിക്കുമ്പോഴും ശരീരത്തെ

34 വാഗ്ഭടൻ, സഹസ്രയോഗം, എസ്.ടി റെഡ്യാർ & സൺസ്, കൊല്ലം, 1995, പുറം 233.

മുഴുവൻ പരിഗണിക്കണം എന്നായിരുന്നു ഇവിടത്തെ ചികിത്സാ സമ്പ്രദായം അനുശാസിച്ചിരുന്നത്. ഒരു രോഗത്തിന് മാത്രം ചികിത്സിക്കുന്ന വൈദ്യൻമാർക്ക് പോലും മറ്റു രോഗങ്ങളുണ്ടാകുന്നതെങ്ങിനെയെന്ന് സാമാന്യമായ ധാരണയുണ്ടായിരുന്നു.

ചികിത്സ

പുറമെ കാണുന്ന ലക്ഷണങ്ങൾ നോക്കിയായിരുന്നു കണ്ണുരോഗങ്ങൾ എതെല്ലാമാണെന്ന് തിരിച്ചറിഞ്ഞിരുന്നത്. കണ്ണിലുണ്ടാകുന്ന വേദന, ചൊറി, ചുവപ്പ്, സ്രവം വരിക എന്നീ ലക്ഷണങ്ങളിൽ നിന്നും രോഗത്തെ തിരിച്ചറിഞ്ഞ് അവക്ക് ചികിത്സ നിർണ്ണയിക്കുന്നു. ആയുർവേദത്തിലെ അഷ്ടാംഗങ്ങളിലെ ശാലാക്യതന്ത്രത്തിലാണ് നേത്രരോഗചികിത്സ വിവരിക്കുന്നത്. ആയുർവേദം എഴുപത്തിയാറ് തരം കണ്ണുരോഗങ്ങളെപ്പറ്റിയും അവയുടെ ലക്ഷണം, ചികിത്സ എന്നിവയും വിശദീകരിക്കുന്നുണ്ട്. പുറമെ നിന്നുള്ള ആഘാതം, ഉള്ളിൽ തന്നെയുള്ള കുരു, പീള (നയനമലം) തുടങ്ങിയവ കാരണവും കണ്ണിൽ വേദന, ചൊറിച്ചിൽ, ചുവപ്പ്, സ്രവം എന്നിവയുണ്ടാകും. കണ്ണിലെ ചുവപ്പ് ചിലപ്പോൾ ചെങ്കണ്ണിന് കാരണമാകുന്നു. കണ്ണുരോഗങ്ങളെ പ്രധാനമായും രണ്ട് തരത്തിൽ തിരിക്കാം. 1.കണ്ണിന് പുറമെ നിന്നേൽക്കുന്ന ആഘാതം മൂലമുണ്ടാകുന്നവ. 2.കണ്ണിലുണ്ടാകുന്നവ.

കണ്ണിൽ കോൽ തട്ടുകയോ, കരടുപോകുകയോ ചെയ്യുക, തേനീച്ച, കടന്നൽ തുടങ്ങിയവ കുത്തുക എന്നിവയാണ് സാധാരണ കണ്ണിലുണ്ടാകുന്ന പ്രശ്നങ്ങൾ. കൃഷിപ്പണിയും മറ്റും ചെയ്യുന്ന സമയത്ത് കോലോ, മറ്റോ തട്ടിയോ കരടുവീണോ കണ്ണു ചുവക്കുകയാണെങ്കിൽ രണ്ടു കണ്ണും പച്ചവെള്ളം കൊണ്ട് കഴുകി മുലപ്പാലൊഴിക്കുന്നു. നന്ത്യാർവട്ടത്തിന്റെ മൊട്ടിലെ (പൂവാം കുറുന്നില) നീരെടുത്ത് കണ്ണിലൊഴിക്കുന്നതും നല്ലതാണ്. തേനീച്ചയോ കടന്നലോ കണ്ണിലെ പോളയിലോ മറ്റോ കുത്തി കണ്ണ് വീങ്ങിയാൽ പച്ചമഞ്ഞൾ അരച്ചിടുന്നു. പച്ച മഞ്ഞൾ ഉരസിയാൽ കുത്തിയ തേനീച്ചയുടെ കൊമ്പ് കൊഴിഞ്ഞുപോയി വീക്കം ഇല്ലാതാകുന്നു. കണ്ണിന് തണുപ്പ് കിട്ടാനായി കക്കരിക്ക, വെള്ളരിക്ക, കാരറ്റ് എന്നിവ ചെറിയ കഷ്ണമായി ചെത്തി തുണിയിൽ കിഴിയാക്കി കെട്ടി കണ്ണിന്റെ മുകളിൽ വെക്കുന്നു.

ചെങ്കണ്ണ്, കണ്ണിലെ കുരു, വീക്കം, ചൂട്, വേദന, പഴുപ്പ്, സ്രാവം, മാലക്കണ്ണ് തുടങ്ങിയവയാണ് സാധാരണ കണ്ണിലുണ്ടാകുന്ന രോഗങ്ങൾ. ചെങ്കണ്ണ് ഉണ്ടായാൽ രാവിലെ കണ്ണ് നല്ലവണ്ണം വൃത്തിയാക്കി സ്വമൂത്രം കണ്ണിലൊഴിക്കുന്നു. തേർക്കടയുടെ ഇല മുലപ്പാലിൽ അരച്ച് നെറ്റിയിൽ മൂന്ന് ദിവസം തേക്കുന്നു. കണ്ണിന് ക്ഷീണമുണ്ടാകാതിരിക്കാൻ വായന,

യാത്ര തുടങ്ങിയവ ഒഴിവാക്കുന്നു. കണ്ണിലുണ്ടാകുന്ന വീക്കം,. പഴുപ്പ്, ചൂട്, വേദന എന്നിവക്ക് പിച്ചകമൊട്ട്, ഇന്തുപ്പ്, ദേവതാരം, ചുക്ക് തുടങ്ങിയവ തെളിമദ്യത്തിലരച്ച് ഗുളികയുണ്ടാക്കി കണ്ണിലെഴുതുന്നു കണ്ണിൻ പോളയിൽ കുരുവുണ്ടായാൽ ചൂണ്ടാണിവിരൽ കൈപ്പത്തിയിലുരസി ചൂടാക്കി കുരുവിൽ വെക്കുന്നു. 'കൺകുരുവിന് കൈവിരലൗഷധം' എന്ന പഴമൊഴി ഇതിന്റെ ജനകീയത വ്യക്തമാക്കുന്നു. കർപ്പൂരം, ഇന്തുപ്പ്, തിപ്പല്ലി, നെല്ലിക്ക, കുരുമുളക് എന്നിവ നെയ്യിലരച്ച് തേനിൽ ചാലിച്ച് കണ്ണിലെഴുതിയാൽ കൺകുരു ശമിക്കും. കണ്ണിലെ കുരുവിന് കുരുവില്ലാക്കടുക്ക, കുരുമുളകിലയിൽ ഉണ്ടാകുന്ന ചെറിയ കുരു എന്നിവ അരച്ച് തേക്കുക. രാത്രിയിൽ കണ്ണുകാണാത്ത അവസ്ഥയാണ് മാലക്കണ്ണ്. ഇതിന് പുങ്ങിൻകുരു, ചെങ്ങഴിക്കിഴങ്ങ്, പൊന്ന്, കാവിമണ്ണ്, താമരയല്ലി തുടങ്ങിയവ ചാണകനീരിലരച്ച് ഗുളികയാക്കി മുലപ്പാലിൽ ചാലിച്ച് കണ്ണിൽ തേക്കുന്നു. എല്ലാത്തരം കണ്ണുരോഗങ്ങൾക്കും ഫലപ്രദമായി ഉപയോഗിക്കുന്ന മരുന്നാണ് ഇളനീർ കുഴമ്പ്.[35] കണ്ണിന് കുളിർമ്മയുണ്ടാകാൻ ചെമ്പരത്തി താളി, കുറുന്തോട്ടി താളി എന്നിവ തേച്ചുകുളിക്കുന്നു.

പേറെടുപ്പ്

അമ്മയുടെ കൂടെ ചെറുപ്പം മുതൽ സഹായിക്കാനായി പോയാണ് ഒരു വയറ്റാട്ടി പേറെടുപ്പ് വിദ്യ പഠിക്കുന്നത്. പ്രസവവേദന കുറവാണെങ്കിൽ ഗർഭിണിയോട് അങ്ങോട്ടും ഇങ്ങോട്ടും നടക്കാൻ പറയുന്നു. ആവണക്കെണ്ണ കൊടുക്കുന്നു. പ്രസവം അടുത്താൽ യോനിയിൽ നിന്നും ഒരു ചുവന്ന ദ്രാവകം പുറപ്പെടുകയും നടുവിനും അരക്കെട്ടിനും ക്രമമായി വേദനയുണ്ടായി ശക്തിപ്പെടുകയും ചെയ്യും. അപ്പോൾ ഒരു തോർത്തുമുണ്ട് വയറിന് മീതെ കെട്ടി, [36]യോനീമുഖം ലക്ഷ്യമാക്കി ഉഴിയുന്നു. യോനീമുഖത്ത് എണ്ണ പുരട്ടി പ്രസവത്തെ എളുപ്പത്തിലാക്കുന്നു. വളരെ അപൂർവ്വമായി പനയോല കൊണ്ട് യോനീമുഖം കീറിക്കൊടുത്ത് പ്രസവത്തെ സുഗമമാക്കാറുണ്ട്. മുറിവ് സുഖപ്പെടാൻ കുന്തിരുക്കം പൊടിച്ച് തേക്കുന്നു. ചിലർക്ക് പ്രസവസമയത്ത് അബോധാവസ്ഥ, അപസ്മാരം എന്നിവ ഉണ്ടാകാറുണ്ട്. അതൊഴിവാക്കാൻ അപസ്മാര നെയ്യ് ഗർഭിണിയുടെ സന്ധികളിലും, മൂക്കിലും തേക്കുന്നു. പ്രസവത്തിന് ബുദ്ധിമുട്ട് നേരിട്ടാൽ വാതിലിന്റെ കട്ടിള കഴുകിയ വെള്ളം കുടിപ്പിക്കുന്നു. കന്നുപൂട്ടിനുപയോഗിക്കുന്ന കൊഴു അടുപ്പിലിട്ട് പഴുക്കുമ്പോൾ ഒഴുക്കുവെള്ളത്തിലിടുന്നു.

---

35 ഇളനീർ കുഴമ്പ് തയ്യാറാക്കുന്ന വിധം - മരമഞ്ഞൾതൊലി, ത്രിഫല, ഇരട്ടിമധുരം ഇവ ഇളനീർ വെള്ളത്തിൽ കഷായമുണ്ടാക്കി വറ്റിച്ച് എട്ടിലൊന്നാക്കി കുറുക്കി മെഴുകുപോലെയാക്കുക, തണുത്തതിന് ശേഷം പച്ചക്കർപ്പൂരം, ഇന്തുപ്പ്, ചെറുതേൻ എന്നിവ ചേർത്ത് മുപ്പതു നാഴിക അരക്കുക.

36 പ്രസവശേഷം മറുപിള്ള പുറത്തേക്ക് കൃത്യമായി വരാനാണ് വയറിൽ തോർത്തുമുണ്ട് കെട്ടുന്നത്.

ഉമ്മറപ്പടിയിൽ പായ വിരിച്ച് അതിൽ വാഴയില വച്ച് ചിറ്റമൃത് കൊണ്ട് കെട്ടി മുകളിൽ തേങ്ങ വച്ച് ഉടക്കുന്നു. പ്രസവത്തിന് ബുദ്ധിമുട്ട് നേരിട്ടാൽ ചിലർ ലാംഗലി പ്രയോഗം ചെയ്യുന്നു. [37]പ്രസവസമയത്ത് രക്തസ്രാവം ഉണ്ടായാൽ പച്ചക്കടുക് അരച്ച് നെറ്റിയിൽ ഇടുകയോ അട്ടക്കരി ഉപ്പു നീരിൻ തെളിയിൽ കലക്കി കഴുകുകയോ ചെയ്യുന്നു.

പ്രസവം കഴിഞ്ഞാൽ ക്ഷീണമകറ്റാനായി കരിക്കിൻ വെള്ളം കൊടുക്കുന്നു. അയമോദക ദ്രാവകത്തിൽ പൊങ്കരാദി ഗുളിക പൊടിച്ച് കൊടുക്കുന്നു. ചിലർ ഗർഭിണിയുടെ ചുണ്ട് ചുവക്കാനായി വെറ്റില മുറുക്കാൻ കൊടുക്കുന്നു. പ്രസവം കഴിഞ്ഞ് കുറച്ച് കഴിയുമ്പോൾ മറുപിള്ള പുറത്ത് പോകുന്നു. മറുപിള്ള ശരിയായ രീതിയിൽ പുറത്തുപോകാൻ തോർത്തുമുണ്ട് പൊക്കിളിന് മീതെ മുറുക്കിക്കെട്ടണം. മറുപിള്ള പെട്ടെന്ന് പോകാൻ എരുമപ്പെട്ടിയില (ഇലമുളച്ചി) അരച്ച് യോനീമുഖത്ത് പുരട്ടുകയോ ഇരുപത്തിയൊന്ന് മുളകില അരച്ച് വെളിച്ചെണ്ണയിൽ ചാലിച്ച് പുരട്ടുകയോ ചെയ്യുന്നു. ഗർഭിണിയായിരിക്കുന്ന സമയത്ത് കുളിച്ച സ്ഥലത്തിന് താഴെ മറുപിള്ള കുഴിച്ചിടുന്നു. അതിന് മുകളിൽ കല്ല് വെക്കുന്നു.

നവജാതശിശുവിന്റെ പൊക്കിൾക്കൊടിയുടെ തുടിപ്പ് നിന്നാലുടൻ പൊക്കിൾകൊടി മുറിക്കുന്നു. വയറ്റാട്ടിയുടെ നടുവിരലിന്റെ നീളത്തിൽ ചകിരിനാരുകൊണ്ട് കെട്ടി പനയോല കൊണ്ട് പൊക്കിൾകൊടി മുറിക്കുന്നു. പൊക്കിൾകൊടിയുടെ മുറിവ് വേഗം ഉണങ്ങാനായി മഞ്ഞൾ അരച്ചിടുക, നെല്ലിക്ക ചുട്ട് അരച്ചിടുക എന്നിവ ചെയ്യാറുണ്ട്. പൊക്കിൾ കൊടി മുറിക്കുന്ന സമയത്ത് പ്രസവിച്ച സ്ത്രീ ശ്വാസോച്ഛ്വാസം ചെയ്യാൻ പാടില്ല. അമ്മ ശ്വാസോച്ഛ്വാസം ചെയ്താൽ കുട്ടിക്ക് ഭാവിയിൽ ശ്വാസം മുട്ടൽ ഉണ്ടാകും എന്നാണ് വിശ്വാസം. മുറിച്ചുകളഞ്ഞ പൊക്കിൾകൊടി വെള്ളത്തിൽ ഒഴുക്കുന്നു. പ്രസവം കഴിഞ്ഞാൽ ഇരുപത്തിയെട്ട് ദിവസം കൊണ്ട് ഗർഭപാത്രം പൂർവ്വസ്ഥിതിയിലാകുന്നു. കുഞ്ഞിന് മുലപ്പാൽ കൊടുത്തു തുടങ്ങുന്നതോടെ ഗർഭപാത്രം ചുരുങ്ങും എന്നാണ് വിശ്വാസം.

രോഗം വരാതിരിക്കാനും വന്നത് ആവർത്തിക്കാതിരിക്കാനും വേണ്ടിയുള്ള മുൻകരുതൽ നടപടികളാണ് പ്രതിരോധചികിത്സ. ഒരു വ്യക്തി അമ്മയുടെ ഗർഭപാത്രത്തിൽ കഴിയുന്ന നാൾ മുതൽ മരണം വരെ പ്രതിരോധചികിത്സക്ക് വിധേയനാകുന്നുണ്ട്. വ്യത്യസ്തതയുള്ള ഭക്ഷണരീതി തുടരുന്നതുവഴി ശരീരത്തിനും, സന്തോഷമേകുന്ന വിനോദങ്ങളിൽ ഏർപ്പെടുന്നത് മനസ്സിനും സ്വാസ്ഥ്യം നൽകുന്നു. രോഗം ബാധിക്കരുത്

37 ലാംഗലി പ്രയോഗം: മേന്തോന്നിയുടെ രണ്ട് കിഴങ്ങുകൾ ഒന്ന് വലുത് (ശിവൻ), ഒന്ന് ചെറുത് (ശക്തി) എടുത്ത് ശിവശക്തികളെ മനസിൽ വിചാരിക്കുക. ശിവനെ വലതുകയ്യിലെടുത്ത് യോനീമുഖത്ത് കാണിക്കുക, യോനിമുഖം വലുതായി കുട്ടി പുറത്ത് വരുന്നു. ഉടൻ ഇടതുകൈയിലെ കിഴങ്ങ് കാണിക്കുക ഇല്ലെങ്കിൽ കുടൽ പുറത്തുചാടും. പ്രസവിച്ചയുടൻ ഗർഭിണിയുടെ തലയിൽ എണ്ണയിടണം.

എന്ന് വിചാരിച്ച് വിശേഷചേരുവ ചേർത്ത ഭക്ഷണം കഴിക്കുന്നതും വ്യായാമം ചെയ്യുന്നതും അറിഞ്ഞുകൊണ്ടുള്ള പ്രതിരോധചികിത്സയാണ്. ഭൗതികവും ഭൗതികേതരവുമായ ചികിത്സാപദ്ധതികൾ ഇവിടെയുണ്ട്. പാമ്പിന്റെ ഉപദ്രവം ഇല്ലാതാക്കാൻ വീടിന്റെ പരിസരത്ത് പാൽക്കായം തളിക്കുന്നത് ഭൗതികരീതിയും, പാമ്പുമ്മേക്കാട്ട് ക്ഷേത്രത്തിലേക്ക് പാലും നൂറും കൊടുക്കാമെന്ന് നേർച്ച നേരുന്നത് ഭൗതികേതരമായ ചികിത്സാരീതിയുമാണ്.

പഠന മേഖലയിൽ ഇന്നും ശക്തമാണ് കർക്കടകമാസ ചികിത്സ. അതിവിടെ വിശദീകരിക്കുന്നുണ്ട്. ഗർഭരക്ഷ, പ്രസവാനന്തരശുശ്രൂഷ എന്നിവ പേറെടുപ്പ് പോലെ ഗൗരവതരമായിത്തന്നെ ചെയ്യുന്നുണ്ട്. മനോരോഗം, കണ്ണുരോഗം എന്നിവ ഉണ്ടാകാതിരിക്കാൻ നടത്തുന്ന പ്രതിരോധചികിത്സയും ഇവിടെ വിശദീകരിക്കുന്നുണ്ട്.

കർക്കടകമാസത്തിലെ ചികിത്സകൾ

'കർക്കടകം ദുർഘടം' എന്ന പഴഞ്ചൊല്ല് പ്രസിദ്ധമാണ്. ഇങ്ങനെ ഒരു ചൊല്ല് പ്രചരിക്കാൻ കാരണം ജനങ്ങൾ അനുഭവിച്ച ബുദ്ധിമുട്ടുകൾ തന്നെയാണ്. 'കർക്കടകത്തിൽ ഇക്കരത്തെ കാക്കക്ക് അക്കരേക്ക് പറക്കാൻ കഴിയില്ല.' എന്ന ചൊല്ല് കർക്കടകമാസത്തിലെ ശക്തമായ മഴയെ സൂചിപ്പിക്കുന്നു. ശക്തമായ മഴയിൽ കൃഷി, കൂലിപ്പണി, തെങ്ങുകയറ്റം, മത്സ്യബന്ധനം തുടങ്ങിയവ ചെയ്യാൻ കഴിയാതെ വരുന്നു. അത് നാട്ടിൽ ദുരിതം വിതക്കുന്നു. കർക്കടകം പഞ്ഞമാസമായിട്ടാണ് പൊതുവെ അറിയപ്പെടുന്നത്. അക്കാലത്ത് ജോലിക്ക് പോകാൻ കഴിയാത്ത അവസ്ഥയുണ്ടായിരുന്നതിനാൽ കഴിക്കേണ്ടുന്ന ഭക്ഷണത്തെപറ്റിയും പഴമൊഴിയുണ്ട്, 'ചക്കീം മാങ്ങേം പത്തീസം, താളും തവരേം പത്തീസം, അങ്ങിനീം ഇങ്ങനീം പത്തീസം'. കർക്കടകമാസത്തിലെ ദുരിതങ്ങളിൽ നിന്നും മോചനം ലഭിക്കാൻ കൂടിയായിരിക്കണം രാമായണവായന ഈ മാസത്തിൽ നടത്തുന്നത്.

കർക്കടകത്തിലെ ശക്തമായ മഴയിലും തണുപ്പിലും ശരീരം ഇളമിക്കും[38] എന്നതിനാൽ കർക്കടക മാസത്തിൽ പ്രതിരോധ ചികിത്സക്ക് അനുയോജ്യമായ കാലമാണ് എന്ന് വിശ്വസിക്കുന്നു. 'ശീതം നീങ്ങിയാൽ വാതമില്ല' എന്ന പഴമൊഴി വാതരോഗികൾക്കും വൃദ്ധർക്കും തണുപ്പ് വളരെ ബുദ്ധിമുട്ടാണ് എന്ന് സൂചിപ്പിക്കുന്നു. മഴ തുടങ്ങിയാൽ കുഞ്ഞുങ്ങൾക്കും മുതിർന്നവർക്കും പനി, കഫക്കെട്ട്, ചുമ, ഛർദ്ദി തുടങ്ങിയവ പടർന്നുപിടിക്കാറുണ്ട്. കാലികമായ രോഗങ്ങളെയും വാതം, തളർച്ച തുടങ്ങിയ ദീർഘകാല രോഗങ്ങളെയും പ്രതിരോധിക്കാനാണ്

38 ശരീരം മൃദുലമാകുക - ഇക്കാലത്ത് ശരീരവേദന, നേരിയ പനി എന്നിവ ഇടക്കിടക്ക് ഉണ്ടാകും.

കർക്കടകമാസത്തിലെ ചികിത്സകൾ. കർക്കടകമാസത്തിൽ ചെയ്യുന്ന ആരോഗ്യസംരക്ഷണത്തെ ഭക്ഷണത്തിൽ വരുത്തുന്ന മാറ്റം, ഔഷധ പ്രയോഗം, ഉഴിച്ചിൽ (തിരുമ്മൽ) എന്നിങ്ങനെ മൂന്നായി തിരിക്കാം.

പ്രതിരോധ പ്രവർത്തനത്തിന് വേണ്ടി മാത്രമായിരിക്കില്ല, ദാരിദ്ര്യം കൊണ്ടുകൂടി ആയിരിക്കണം ഇക്കാലത്ത് പ്രത്യേക ഭക്ഷണം രൂപപ്പെടുത്തിയത്. ചക്ക, മാങ്ങ എന്നിവ ധാരാളം ലഭിക്കുന്ന കാലമാണ്. ആദ്യ പത്തുദിവസം ഇലക്കറികൾ ഉപയോഗിക്കാറില്ല. ഇക്കാലത്ത് ഇലകളിൽ കട്ട് (വിഷാംശം) ഉണ്ടാകും എന്നാണ് വിശ്വാസം. കർക്കടകത്തിലെ ആദ്യ പത്ത് ദിവസത്തിന് ശേഷം ഇലക്കറികൾ ധാരാളം ഉപയോഗിക്കുന്നു. ഉലുവാക്കഞ്ഞി, ജീരകക്കഞ്ഞി, പത്തിലക്കറി എന്നിവ ഉപയോഗിക്കുന്നു. ഉലുവാക്കഞ്ഞി തുമ്മൽ, ഛർദ്ദി എന്നിവയെ പ്രതിരോധിക്കുകയും ദഹനശേഷി വർദ്ധിപ്പിക്കുകയും ചെയ്യുന്നു. ജീരകക്കഞ്ഞി കഫക്കെട്ടിനേയും ചുമയേയും തടയുന്നതിനോടൊപ്പം ദഹനശേഷി വർദ്ധിപ്പിക്കുന്നു. കഞ്ഞികളെല്ലാം ചൂടോടെയാണ് ഉപയോഗിക്കുന്നത്. തണുപ്പുകാലത്ത് ചൂടോടെ കഞ്ഞി കുടിക്കുന്നത് ആശ്വാസദായകമാണ്. പത്തിലക്കറിയിൽ സാധാരണ ഉപയോഗിക്കുന്ന ഇലകളോടോപ്പം മറ്റിലകളും ഉപയോഗിക്കാറുണ്ട്. ഇലകൾക്ക് എന്തെങ്കിലും ദോഷമുണ്ടെങ്കിൽ അത് കർക്കടകമാസത്തിൽ തന്നെ ആയിക്കോട്ടെ എന്ന വിശ്വാസമാണ്. പത്തിലക്കറി പാകം ചെയ്യുമ്പോൾ അതിൽ മഞ്ഞൾപ്പൊടി ചേർക്കാറുണ്ട്. മഞ്ഞൾപ്പൊടി ഉപയോഗിക്കുന്നത് ഇലക്കറികളിലെ വിഷാംശത്തെ ഇല്ലാതാക്കാനാണ്.

ഔഷധപ്രയോഗം

കർക്കടകത്തിലെ തണുപ്പ് ശരീരം ഇളമിക്കാൻ കാരണമാകുന്നു. ഇക്കാലത്തെ ഔഷധപ്രയോഗം വർഷം മുഴുവനും ആരോഗ്യം പ്രദാനം ചെയ്യുന്നു എന്നാണ് വിശ്വാസം. കർക്കടകത്തിൽ ശരീരം ഇളമിക്കുന്നതിനാൽ ശരീരവേദന, പനി, വിറയൽ, വാതപ്പനി തുടങ്ങിയവ പിടിപെടാൻ സാധ്യതയുണ്ട്. പ്രതിരോധമായും, രോഗചികിത്സയായും പ്രത്യേക ഔഷധപ്രയോഗം നടത്താറുണ്ട്. കർക്കടകത്തിൽ ഉപയോഗിക്കുന്ന കഞ്ഞിയുടെ മരുന്നടങ്ങിയ കിറ്റ് മാർക്കറ്റിൽ സുലഭമാണ്.

കർക്കടകക്കഞ്ഞിയിൽ ഉപയോഗിക്കുന്ന ഇലകളിൽ ഭൂരിഭാഗവും ഔഷധങ്ങളാണ്. ജീരകം, ഉലുവ, മല്ലി തുടങ്ങിയവ ദഹനശക്തി വർദ്ധിപ്പിക്കുന്നതിനും തുമ്മൽ വരാതിരിക്കുവാനും നല്ലതാണ്. കർക്കടകക്കഞ്ഞിപോലെ പത്തിലക്കറി കർക്കടക മാസത്തിൽ ഉപയോഗിക്കാറുണ്ട്. പൊതിച്ച തേങ്ങയിൽ ദ്വാരമുണ്ടാക്കി വെള്ളം കളഞ്ഞ് അതിൽ മരുന്നുകൾ നിറച്ച് അടുപ്പിലെ കനലിൽ വെക്കുന്നു. പാകമായ ശേഷം എടുത്ത് തോട് (ചിരട്ട) പൊട്ടിച്ചുകളഞ്ഞ് തേങ്ങ ചുരണ്ടിയെടുത്ത്

ഉള്ളിൽ വെന്ത മരുന്നിനോട് ചേർത്ത് ഉപയോഗിക്കുന്നതാണ് തേങ്ങാമരുന്ന്.[39] കർക്കടകമാസത്തിലെ വേദന, തരിപ്പ് തുടങ്ങിയവ തേങ്ങാമരുന്ന് കഴിച്ചാൽ ഇല്ലാതാകും. ചിലർ തേങ്ങ ചുരണ്ടിയെടുത്ത് അതിൽ മരുന്ന് ചേർത്ത് ചട്ടിയിലിട്ട് ഇളക്കി വറുത്ത് കഴിക്കാറുണ്ട്. മനുഷ്യൻ ഉപയോഗിക്കുന്ന തേങ്ങാമരുന്നിൽ ചില മരുന്നുകൾ കൂടുതലായി ചേർത്ത് മൂരികൾക്ക് കൊടുക്കാറുണ്ട്.[40] നാൽക്കാലികൾ സസ്യഭുക്കുകളാണെങ്കിലും വയൽ ഉഴുന്നതിന് ശക്തി ലഭിക്കാൻ കോഴിപ്പാവ് [41] മരുന്ന് കൊടുക്കാറുണ്ട്.

ശരീരം എളുമിക്കുന്നതിനാൽ വേദന, വാതം, പനി എന്നിവ പിടിപെടാൻ സാധ്യത കൂടുതലാണ്. ഇവ കർക്കടകത്തിൽ തുടങ്ങി ചിലർക്ക് കുറേകാലം നിലനിൽക്കും. അവ പരിഹരിക്കാൻ ഉഴിച്ചിൽ നടത്തുന്നു. വൈദ്യരുടെ അടുത്തുപോയും സ്വയവും വീട്ടിലെ ഒരംഗത്തിന്റെ സഹായത്തോടെയും ചെയ്യാറുണ്ട്. ഉഴിച്ചിൽ നടത്തുമ്പോൾ ചോരോട്ടം (Blood Circulation) വർദ്ധിക്കുമെന്നാണ് വിശ്വാസം. ഉഴിച്ചിൽ ദുർമേദസ്സുകളെ കളഞ്ഞ് ശരീരത്തെ ശുദ്ധിയാക്കുന്നു.

ഉഴിച്ചിൽ നടത്താനാവശ്യമായ തൈലം വൈദ്യൻ ഉഴിയുകയാണെങ്കിൽ വൈദ്യനും, വീട്ടിലാണെങ്കിൽ സ്വയം തയ്യാറാക്കിയോ, വൈദ്യന്റെയടുത്തുനിന്നും വാങ്ങിക്കൊണ്ടുവന്നോ ചെയ്യുന്നു. കൊട്ടൻച്ചുക്കാദി, പിണ്ഡതൈലം, ധന്വന്തരം തൈലം തുടങ്ങിയവയാണ് സാധാരണ ഉഴിച്ചിലിന് ഉപയോഗിക്കുന്നത്. ഇടിഞ്ഞിൽതൊലി, മുരിങ്ങാത്തൊലി, കുറുന്തോട്ടി, പുളിഞ്ഞരമ്പ്, വാതംകൊല്ലിയില, വട്ടപ്പെരുയില തുടങ്ങിയവ എണ്ണയിലിട്ട് ചൂടാക്കി പാകം വന്നശേഷം ഉപയോഗിക്കുന്നു. വീട്ടിൽ തയ്യാറാക്കുന്ന തൈലത്തിനുപയോഗിക്കുന്ന മരുന്നുകളിൽ പ്രാദേശികമായ ചില വ്യത്യാസങ്ങൾ ഉണ്ട്. തൈലം ശരീരം മുഴവൻ (തലയിലൊഴികെ) തേച്ചുപിടിപ്പിച്ച് തിരുമ്മുന്നു. ശരീരത്തിന്റെ മുകൾഭാഗത്തുനിന്നും കീഴോട്ടാണ് തിരുമ്മേണ്ടത്. അരമണിക്കൂർ തിരുമ്മിയതിന്

39 തേങ്ങാമരുന്ന് ഔഷധങ്ങൾ. അരിയാർ, ജീരകം, പെരുംജീരകം, കരിംജീരകം, വയമ്പ്, നീർമാതളത്തോട്, അരത്ത, ശതകുപ്പ, കുറശ്ലാണി, കറാമ്പു, ഏലക്കാ, ഉഴുന്നുപരിപ്പ്, ചെറുപയർ, തെന, ലന്തക്കുരു, അമുക്കുരം, യവം, ഗോതമ്പ്, കൃമിശത്രു എന്നിവ പൊടിച്ച് തേങ്ങപൊതിച്ച് അതിന് ദ്വാരമിട്ട് വെള്ളം കളഞ്ഞ് അതിൽ മരുന്ന് നിറച്ച് മണ്ണുകൊണ്ട് അടച്ചതിനുശേഷം (ശീലമൺചെയ്യുക) അടുപ്പിലിട്ട് ചുടുന്നു. വെന്തതിനുശേഷം തേങ്ങാക്കാമ്പും മരുന്നും ചേർത്ത് കഴിക്കുന്നു.

40 തേങ്ങാമരുന്ന് മൂരികൾക്ക് കൂടുതൽ ചേരുവകൾ - ഇലവങ്ങ്ഗം, മഞ്ഞൾ.

41 കോഴിപ്പാവ് മരുന്ന് - കരിങ്കുറിഞ്ഞി, ദേവതാരം, ചുക്ക്, ചിറ്റരത്ത്, കുറുന്തോട്ടി എന്നിവയിൽ കോഴിയെ വേവിക്കുക. ഇവയിൽ അരിയാർ (കുടകപ്പാലയരി, കാർഗോലരി, ചെറുപയർ, വിഴാലരി, ഏലത്തരി, കൊത്തമ്പാലരി), ത്രിജീരകം, മുതിര, ജാതിയ്ക്ക, ജാതിപത്രി, ഇന്തുപ്പ്, കായം, വെള്ളുള്ളി, ചന്ദനം, പച്ചുവ, ചെറുപയർ, മഞ്ചട്ടി, ഉഴുന്ന്, തെന എന്നിവ എള്ളെണ്ണയിൽ വരട്ടിയെടുക്കുക.

ശേഷം കുറച്ച് നേരം വിശ്രമിച്ച് കുളിക്കുന്നു. ദിവസേനയും ഒന്നിടവിട്ട ദിവസങ്ങളിലും 9, 16, 24, 40 ദിവസം വരെയൊക്കെ തിരുമ്മുന്നവരുണ്ട്. തിരുമ്മൽ തുടങ്ങിയാൽ ആദ്യദിവസങ്ങളിൽ ശരീരവേദന, പനി തുടങ്ങിയവ ഉണ്ടാകാൻ സാധ്യതയുണ്ട്. അതിനെ പ്രതിരോധിക്കാനായി മല്ലി, ജീരകം തുടങ്ങിയവയിട്ട് തിളപ്പിച്ച വെള്ളം മുക്കാദിഗുളിക,[42] ചുക്കും തിപ്പല്യാദി ഗുളിക[43] എന്നിവയിലേതെങ്കിലുമൊന്ന് ചേർത്ത് കഴിക്കാൻ നിർദ്ദേശിക്കുന്നു. വ്യാധികൾ പിടിപെടാൻ സാധ്യതയുള്ള കർക്കടക മാസത്തിലെ പ്രത്യേക ഭക്ഷണരീതി, ഔഷധപ്രയോഗം, തിരുമ്മൽ തുടങ്ങിയവ വഴി വർഷം മുഴുവനും ആരോഗ്യം നിലനിൽക്കും എന്നാണ് വിശ്വാസം. ശരീരികാധ്വാനം അധികമുണ്ടായിരുന്ന നാളുകളിൽ മഴയുടെ കാഠിന്യം കൊണ്ട് കർക്കടകമാസത്തിൽ ജോലി ചെയ്യാൻ സാധിക്കുമായിരുന്നില്ല. ഇക്കാലം അവർ പലതരത്തിലുള്ള പ്രതിരോധ പ്രവർത്തനങ്ങളുമായി മുന്നോട്ട് നീങ്ങി. അതാണ് കർക്കടകമാസത്തെ പ്രത്യേക ചികിത്സാരീതിയായി മാറിയത്.

ഗർഭരക്ഷാചികിത്സ

ഗർഭധാരണം മുതൽ പ്രസവം നടക്കുന്നതിന് മുമ്പുവരെയുള്ള ചികിത്സയാണ് ഗർഭരക്ഷാചികിത്സ. തലമുറയെ നിലനിർത്തുന്ന പ്രവൃത്തിയാണ് പ്രസവം എന്നതിനാലാണ് ഗർഭരക്ഷക്ക് കൂടുതൽ പ്രാധാന്യം വന്നത്. ഗർഭരക്ഷാ ചികിത്സയിൽ മാന്ത്രികചികിത്സയും ഔഷധ ചികിത്സയും ഉണ്ട്. ഗർഭിണിക്ക് നാഗദോഷം വരാതിരിക്കാൻ പൂങ്കുടിൽമനയിൽ പോയി നേർച്ച കൊടുക്കുന്ന പതിവ് ഹൈന്ദവർക്കിടയിൽ ഉണ്ട്. പൂജാദ്രവ്യമായി ലഭിക്കുന്ന നെയ്യ് പ്രസവരക്ഷക്ക് നല്ലതാണെന്ന് ചിലർ വിശ്വസിക്കുന്നു. തുളസിയില, ആടലോടകത്തിന്റെ ഇല, മുക്കുറ്റി സമൂലം തുടങ്ങിയവ ചേർത്ത് എണ്ണ നീരുറ്റത്താണ് ഗർഭിണിയായിരിക്കുമ്പോൾ സ്ത്രീകൾ തേക്കുക. മാസത്തിലൊരിക്കൽ പുളികുടി[44] നടത്തുന്നത് ഗർഭകാലത്തുണ്ടാകുന്ന ഛർദ്ദി ഇല്ലാതാക്കാൻ

42 ത്രിഫല ത്രികട്ടു, ജീരകം, കരിഞ്ചീരകം, വയമ്പ്, കിരിയാത്ത്, കർപ്പൂരം, ജാതിക്ക, ഇന്തുപ്പ്, ചെന്നിനായകം, കറാമ്പൂ, ഉള്ളി, തക്കോലം, കൊട്ടം, ഇലവങ്ഗം, കായം, അയമോദകം, ഇവ സമം കരുനെച്ചിയിലനീരിൽ അരച്ച് ഗുളികയുരുട്ടി സേവിക്കുക-മുക്കാദി ഗുളിക (മുക്കാമുക്കട്ടുകാദി എന്നും ഈ ഗുളികക്ക് പേരുണ്ട്).

43 ചുക്ക്, തിപ്പലി, ചെന്നിനായകം, കലങ്കൊമ്പ്, വയമ്പ്, ജീരകം, രുദ്രാക്ഷം, കിരിയാത്ത, ചെഞ്ചല്യം, പാഷാണം, പച്ചമുളക്, കർപ്പൂരം, മനയോല, തുരിശ് ഇവ സമം മുലപ്പാലിലും ഉഴിഞ്ഞ നീരിലും അശാളി കഷായത്തിലും അരച്ച് ഗുളികയായി സേവിക്കുക.

44 പുളികുടി എന്ന കർമ്മത്തിന് പുളികുടിക്കല്യാണം എന്നും വിളിക്കാറുണ്ട്. ഗർഭകാലം ആഘോഷമാക്കുക എന്നതാണ് ഇതിന്റെ ഉദ്ദേശം, എട്ടാം മാസത്തിൽ വയറു കാണാൻ പോകുക എന്ന ചടങ്ങും ഇതിന്റെ ഭാഗമാണ്. ഇത്തരം ചടങ്ങുകൾ വഴി ഗർഭിണിക്ക് കൂടുതൽ ഉത്തരവാദിത്വവും സന്തോഷവും ഉണ്ടാകും.

വേണ്ടിയാണ്. മഹാധാന്വന്തരം ഗുളിക ഗർഭരക്ഷക്കായി കൊടുക്കുന്നു.

ഗർഭകാലം ഒമ്പത് മാസവും ഒമ്പത് ദിവസും പത്ത് വിനാഴികയും ആണ് എന്ന് വയറ്റാട്ടികൾക്ക് അറിയാം. ഓരോ മാസത്തിലും ഏത് ഭക്ഷണമാണ് കഴിക്കേണ്ടത്, ഏത് കഴിക്കാൻ പാടില്ല എന്ന് ധാരണ യുണ്ട്. ഒന്നാം മാസം മുതൽ പത്ത് മാസം വരെ ഇളനീർ കഴിക്കുന്നു. ഈന്തപ്പഴം, മുന്തിരി, ഇലക്കറികൾ തുടങ്ങിയവ ധാരാളം കഴിക്കണം. മുലപ്പാലുണ്ടാകുന്നതിനായി പാൽമുതുക്കിൻ കിഴങ്ങ് ഉണക്കിപ്പൊടി ച്ചത് പശുവിൽപാലിൽ ചേർത്ത് കുടിക്കുന്നു. കുട്ടി നല്ല വെളുത്തനിറ മാകാൻ ഉണക്കമുന്തിരി വെള്ളത്തിൽ ചാലിച്ച് കഴിക്കുന്നു. ഗർഭിണി ഭർത്താവിനോടോ, തന്റെ കുടുംബാംഗങ്ങളോടോ ഇഷ്ടമുള്ള ഭക്ഷണം ആവശ്യപ്പെടുന്നതാണ് വ്യാക്കുൾ. പപ്പായ കഴിച്ചാൽ ഗർഭം അലസി പ്പോകും. അതിനാൽ കഴിക്കാൻ പാടില്ല. മീനും നെയ്യും, നെയ്യും പാലും വിരുദ്ധാഹാരമായതിനാൽ ഒരുമിച്ച് കഴിക്കരുത്. പയറുവർഗങ്ങൾ വായുക്ഷോഭം ഉണ്ടാക്കുമെന്നതിനാൽ അവ കഴിക്കാൻ പാടില്ല.

ഒന്നുമുതൽ പത്ത് വരെ മാസങ്ങളിൽ കുറുന്തോട്ടിക്കഷായത്തിൽ ധാന്വന്തരം ഗുളിക ചേർത്ത് കഴിക്കണം. സുഖപ്രസവത്തിന് കൊത്ത മ്പാലി, കുവളവേര് എന്നിവ കഷായം വെച്ച് കുടിക്കുന്നു. രണ്ട് മൂന്ന് മാസ ങ്ങളിൽ തിരുതാളിക്കഷായം, നാല് അഞ്ച് മാസങ്ങളിൽ ഞെരിഞ്ഞിൽ കഷായം, അഞ്ചാം മാസം മുതൽ കുറുന്തോട്ടി പാൽക്കഷായം. ഇത് കാലിലെ ഞെരമ്പ് വലിച്ചിൽ, ശ്വാസംമുട്ട്, ശരീരവേദന, നീര് എന്നിവ ക്ക് ആശ്വാസം പകരുന്നു.

ഗർഭിണി പകൽ ഉറങ്ങാൻ പാടില്ല, സന്ധ്യാസമയത്ത് വീടിന് പുറത്ത് ഇറങ്ങാൻ പാടില്ല. ഉമ്മറപടിയിൽ ഇരിക്കാൻ പാടില്ല എന്നീ വിലക്കുകൾ സമൂഹത്തിൽ നിലനിൽക്കുന്നു. ഗർഭിണികൾ പ്രസവമ ടുക്കും വരെ നെല്ലുകുത്തണമെന്നായിരുന്നു മുമ്പത്തെ രീതിയെങ്കിൽ ആധുനിക വൈദ്യം അതിനെതിരാണ്. ഗർഭിണി മലർന്നോ, കമിഴ്ന്നോ കിടക്കാൻ പാടില്ല, ചെരിഞ്ഞ് മാത്രമേ കിടക്കാൻ പാടുള്ളൂ. ഗർഭിണി ഇരട്ടപ്പഴം (വാഴപ്പഴം രണ്ടെണ്ണം കൂടി ചേർന്ന് നിൽക്കുന്നത്) തിന്നാൻ പാടില്ല, തിന്നാൽ ഇരട്ടക്കുട്ടികളാണ് പിറക്കുക. പെൺകുട്ടിയാണെ ങ്കിൽ ഗർഭിണി കൂടുതൽ സുന്ദരിയാകും. ആൺകുട്ടിയാണെങ്കിൽ വയറിൽ ഇടക്കിടെ ചലനം ഉണ്ടാകും. ഗർഭിണികളുടെ കാര്യത്തിൽ ഉള്ള താൽപ്പര്യം പ്രസവാനന്തര ശുശ്രൂഷയിലും ആളുകൾ കാണിക്കുന്നു.

പ്രസവാനന്തരചികിത്സ

പ്രസവിച്ചുകഴിഞ്ഞ സ്ത്രീയുടെ ആരോഗ്യരക്ഷക്ക് വേണ്ടിയും നവജാത ശിശുവിന്റെ ആരോഗ്യത്തിനു വേണ്ടിയും നടത്തുന്ന ചികിത്സയാണ് പ്രസവാനന്തര ചികിത്സ. പ്രസവശേഷം സ്ത്രീയുടെ ശരീരത്തിന് ക്ഷീണം വരുന്നതിനാൽ ഭൗതികവും ഭൗതികേതരവുമായ ചികിത്സാവിധികൾ നടത്തുന്നു. പ്രസവിച്ച സ്ത്രീ കാൽനീട്ടിയേ ഇരിക്കാവൂ. കിടക്കുമ്പോൾ കാൽ സമാന്തരമായി നീട്ടിയേ കിടക്കാവൂ എന്നെല്ലാം പേറ്റിച്ചികൾ നിർദ്ദേശിക്കാറുണ്ട്. പ്രസവത്തിന് ശേഷം പതിനഞ്ചു ദിവസം കഴിഞ്ഞു മാത്രമേ സ്ത്രീകൾ പുറത്തിറങ്ങാവൂ എന്നാണ് വിശ്വാസം. പതിനഞ്ചു ദിവസം വരെ വീട്ടുകാർ പുല ആചരിക്കുന്നു.

പേറെടുപ്പിന് പോയിരുന്ന ഒത്താച്ചികളെ ഇപ്പോൾ മുസ്‌ലീംകൾ പ്രസവാനന്തരം നാൽപ്പത് ദിവസത്തോളം പാർപ്പുകാരായി[45] വെയ്ക്കാറുണ്ട്. പ്രസവാനന്തരശുശ്രൂഷയിൽ ഭൂരിപക്ഷം പേരും പരമ്പരാഗതമായി തുടർന്നുവന്ന രീതിയാണ് അനുഷ്ഠിക്കുന്നത്. പ്രസവാനന്തര ശുശ്രൂഷയെ ഭക്ഷണം, കുളി, മരുന്ന് എന്നിങ്ങനെ തിരിക്കാം.

പ്രസവം വളരെയധികം ഊർജ്ജവും രക്തവും നഷ്ടപ്പെടുത്തുന്നു. 'പെറ്റാൽ വയർ ഓടം പോലെ' എന്നാണ് പഴമൊഴി. ഓടം എന്നാൽ തോണി, തോണിപോലെ കുഴിഞ്ഞ വയറായി മാറുന്നു. അത് തരണം ചെയ്യാൻ നന്നായി ഭക്ഷണം കഴിക്കണം. കുട്ടിക്ക് മുലപ്പാൽ ധാരാളമുണ്ടാകാൻ നാളികേരപ്പാൽ ചേർത്ത കഞ്ഞികൊടുക്കുന്നു. ഗ്രന്മൻ, വായുക്ഷോഭം എന്നിവ ഉണ്ടാകാതിരിക്കാൻ രാവിലെ പത്തുമണിക്ക് ഉലുവാക്കഞ്ഞിയും, ഉച്ചക്ക് നെയ്യും വെള്ളുള്ളിയും കുരുമുളകും ചേർത്തുണ്ടാക്കുന്ന ഉള്ളിച്ചോറും കൊടുക്കുന്നു. ആടിന്റെ ഊര, കാൽ, തല എന്നിവ പ്രത്യേകം കറിയാക്കി പാകം ചെയ്ത് ഉലുവാപ്പൊടി ചേർത്ത് കൊടുക്കുന്നു. കോഴിമുട്ട, പോത്തിറച്ചി, കോഴിയിറച്ചി തുടങ്ങിയവയും ധാരാളം കഴിക്കാൻ കൊടുക്കുന്നു.

പ്രസവം കഴിഞ്ഞ് 7, 14, 28, 56 എന്നീ ദിവസങ്ങളിലെ കുളികൾ വളരെ വിശേഷപ്പെട്ടതാണ്. നാൽപ്പാമരത്തിൻതോൽ, ചിരട്ട, തെങ്ങിൻ പട്ട, പ്ലാവില തുടങ്ങിയവ ഇട്ട് തിളപ്പിച്ച വെള്ളത്തിലാണ് കുളിക്കുന്നത്. രാവിലെ പത്ത് മണിക്കും പതിനൊന്ന് മണിക്കും ഇടയിൽ വെയിലിന് ചൂടേറുന്നതിനു മുമ്പാണ് പ്രസവിച്ച സ്ത്രീ കുളിക്കുന്നത്. കുളിക്കുമ്പോൾ വയറിന് ചുറ്റും തോർത്തുമുണ്ടുകെട്ടുന്നു. പ്രസവശേഷം വയർ ചുരുങ്ങി വരാനാണ് തോർത്തുമുണ്ടുകെട്ടുന്നത്. ശരീരത്തിൽ ആണിരോഗം വരാതിരിക്കാനും ചൂടുകുരു പൊന്താതിരിക്കാനും പ്രസവശേഷം എഴാം

45 പാർപ്പുകാർ - പ്രസവാനന്തര ശുശ്രൂഷക്കായി വെക്കുന്ന ഒസ്സാൻ സ്ത്രീകളെ വിളിക്കുന്ന പേര്

ദിവസം മുതൽ ഒരാഴ്ച്ച വരെ ശരീരത്തിൽ തേങ്ങാപ്പാൽ തേച്ച പിടിപ്പിക്കുന്നു. കുളിക്കുന്നതിന് മുമ്പ് ധാന്വന്തരം കുഴമ്പ് നല്ലവണ്ണം ശരീരത്തിൽ തേച്ചുപിടിപ്പിക്കുന്നു. ചെറുപയർപൊടി, കടലപ്പൊടി എന്നിവ സോപ്പിനുപകരം ഉപയോഗിക്കുന്നു.

പ്രസവശേഷം വായുശല്യം, വയറുവേദന, മൂലക്കുരു എന്നിവ സ്ത്രീകളിൽ ഉണ്ടാകുക സാധാരണമാണ്. ഇവക്ക് പ്രതിരോധമായും പ്രതിവിധിയായും ധാന്വന്തരം ഗുളിക ചേർത്ത് ധാന്വന്തരം കഷായം സേവിക്കുന്നു. ഉലുവവെള്ളത്തിൽ പൊങ്കാരാദി ഗുളിക ചേർത്ത് കഴിക്കുന്നു. വെള്ളുള്ളി ഇടിച്ചുപിഴിഞ്ഞ നീർ ചേർത്ത് തയ്യാറാക്കുന്ന ഔഷധക്കഞ്ഞി കുടിക്കുന്നു. നിരവധി സന്ധിബന്ധങ്ങൾക്ക് പ്രസവം അയവുവരുത്തുന്നു. നാഡിക്കഷായം[46] ശരീരത്തിന് ഊർജ്ജസ്വലതയും ഉന്മേഷവും പകരുന്നു. ഭക്ഷണത്തിന് ശേഷമാണ് കഷായം സേവിക്കേണ്ടത്. ഭക്ഷണശേഷം ദശമൂലാരിഷ്ടം, ജീരകാരിഷ്ടം എന്നിവ കൊടുക്കുന്നു. പ്രസവം കഴിഞ്ഞ് നാല് ആഴ്ച്ചകൾക്കു ശേഷം പേറ്റുലേഹ്യം (സൂതികാരസായനം)[47] കഴിച്ചുതുടങ്ങുന്നു. ചിലർ ആടിന്റെ മാംസവും എല്ലിന്റെ സൂപ്പും ചേർത്ത അജമാംസരസായനം കഴിക്കാറുണ്ട്. ഇവ മുലപ്പാൽ വർദ്ധിക്കുന്നതിന് നല്ലതാണ്. മുലപ്പാൽ വർദ്ധിക്കാനായി ശതാവരിക്കിഴങ്ങ് ചേർത്ത പാൽക്കഷായവും സേവിക്കുന്നു. വായിലെ പുണ്ണിന് ദശമൂലാരിഷ്ടം, ജീരകാരിഷ്ടം, അയമോദകസത്ത് എന്നിവ ചേർത്ത മുക്കി അരിഷ്ടമോ അയമോദകം, കരിഞ്ചീരകം എന്നിവ അരിക്കാടിയിൽ അരച്ച് കുഴമ്പ് പരുവമായോ കഴിക്കുന്നു. വായുശല്യം ഒഴിവാക്കാൻ അരിയാർ, ഇലവങ്ഗം, പട്ട, കറാമ്പൂ, തിപ്പല്ലി, യവം, നന്നാറി, നീർമാതളത്തൊലി, ഇന്തുപ്പ്, കായം എന്നിവ പൊടിച്ച് (മുക്കിപ്പൊടി) മോരിൽ കലക്കി കുടിക്കുന്നു.

പ്രസവാനന്തര ശുശ്രൂഷയുടെ ഭാഗംതന്നെയാണ് നവജാതശിശുക്കളുടെ പരിപാലനവും. മണ്ണാത്തികൾ (മണ്ണാൻ വിഭാഗത്തിലെ സ്ത്രീകൾ) സൂതികയുടെ വസ്ത്രം അലക്കുന്നതിനോടൊപ്പം കുട്ടികളുടെ വസ്ത്രം അലക്കുകയും അവരെ കുളിപ്പിക്കുകയും ചെയ്യുന്നു. കുട്ടികളെ

---

46 നാഡിക്കഷായം-തക്കോലം, ജോനകപ്പല്ല്, വെള്ളുള്ളി, ചിറ്റേലം, കഴഞ്ചിക്കുരു, കാഗോളി, പച്ചുവ, അശാളി, അമുക്കുരം, പതിമുകം, ജീവകം, കുറുന്തോട്ടി, ദശമൂലം.

47 പേറ്റുലേഹ്യം -അരിയാറ്, അമുക്കുരം, ലന്തക്കുരു, മാതളത്തോട്, കരിംജീരകം, മുത്തങ്ങ, ഇരട്ടിമധുരം, നാഗപ്പൂവ്, ജീരകം, വയമ്പ്, മഞ്ഞൾ, കുറുത്തകൊട്ടം, ത്രിഫല, ഇലവങ്ഗം, ചെറുപയർ, മുതിര, ഉലുവ, കടുക്, നന്നാറി, നിലപ്പന, വെള്ളുള്ളി, ഉഴുന്ന്, തിന, അശാളി, കൃമിശത്രു, മാശിക്ക, വയമ്പ്, കറുവാപ്പട്ട, തക്കോലം, ജാതിക്ക, ഏലം, തിപ്പല്ലി, കായം, ചുക്ക്, മുന്തിരി, പച്ചില ഇവയുടെ പൊടി മൂന്നര കിലോ. ഏഴ് കിലോ ശർക്കര, അരകിലോ നെയ്യ് എന്നിവ ലേഹ്യപാകം ചെയ്യുക.

മുമ്പെല്ലാം പാളയിൽ കിടത്തിയാണ് കുളിപ്പിച്ചിരുന്നത്. ചിലർ സോപ്പിനുപകരം ചെറുപയർപൊടി, കടലപ്പൊടി എന്നിവ ഉപയോഗിക്കുന്നു. കുട്ടികൾക്ക് ശരീരത്തിൽ കുരുക്കൾ വരാതിരിക്കാനും തൊലി മാർദ്ദവമുള്ളതാക്കാനും വെന്ത തേങ്ങയുടെ എണ്ണ തേക്കാറുണ്ട്. ദഹനശേഷി വർദ്ധിക്കാനും ചുമ, കഫക്കെട്ട് എന്നിവ ബാധിക്കാതിരിക്കാനും വയമ്പ്, മാശിക്ക, കായം, ചന്ദനം, ജാതിക്ക എന്നീ മരുന്നുകൾ കൊടുക്കുന്നു. ഓട്ടിൻ കഷ്ണത്തിലോ കടവണ്ടിപ്പിഞ്ഞാണത്തിലോ ഉരച്ചാണ് ഇവ കൊടുക്കുന്നത്. കുട്ടികൾക്ക് നിറം കൂടാൻ വയമ്പിൽ സ്വർണ്ണക്കമ്പി കയറ്റി ഉരമരുന്നിന്റെ കൂടെ കൊടുക്കാറുണ്ട്. ശിശുക്കളുടെ സകല രോഗത്തിനേയും പ്രതിരോധിക്കുന്നതാണ് കൊമ്പഞ്ചാദി ഗുളിക. മഞ്ഞപ്പിത്തം ബാധിക്കാതിരിക്കാനും, വിളർച്ച വരാതിരിക്കാനും കുട്ടികളെ രാവിലെയോ, വൈകുന്നേരമോ ഇളംവെയിൽ കൊള്ളിക്കാറുണ്ട്. ജലദോഷം പിടിക്കാതിരിക്കാൻ കുളിച്ചതിനുശേഷം മൂർദ്ധാവിൽ അടുപ്പിലെ മണ്ണുപൊടിച്ചോ, കച്ചൂരാദിചൂർണമോ തേക്കാറുണ്ട്. കുട്ടികൾക്ക് മുടി ഇടതൂർന്ന് വളരാനും, തലയിൽ കുരുക്കൾ വരാതിരിക്കാനും വേണ്ടി ചെമ്പരത്യാദി വെളിച്ചെണ്ണ [48] തേക്കുന്നു. ഔഷധഗുണമുള്ള നവരയരി കുട്ടികൾക്ക് വിരകി കൊടുക്കാറുണ്ട്. നവധാന്യം, കൽക്കണ്ടം എന്നിവ ചേർത്ത് വിരകുന്നതും കുട്ടിയുടെ ആരോഗ്യം വർദ്ധിപ്പിക്കാൻ വേണ്ടിയാണ്. കുഞ്ഞുങ്ങൾ ശക്തിയിൽ മുലപ്പാൽ വലിച്ചുകുടിക്കുന്നതിനാൽ പാലിനൊപ്പം വായുവും കൂടി അകത്തേക്ക് ചെല്ലുന്നു. ശരീരത്തിൽ അനാവശ്യമായെത്തുന്ന വായു വയറുവേദനയുണ്ടാക്കുമെന്നതിനാൽ, കുട്ടിയെ തോളിൽ കിടത്തി മുതുകത്ത് തട്ടണം. അപ്പോൾ ഏമ്പക്കമായി അകത്തെ വായു പുറത്തുപോകുന്നു.

മനോരോഗം

കുട്ടികൾക്ക് കണ്ണേറു തട്ടാതിരിക്കാൻ പുരികത്തിനിടയിൽ പൊട്ടു കുത്താതെ ഇടതുവശത്താണ് കുത്തുന്നത്. പൊട്ട് പുരികത്തിനിടയിലാകുമ്പോൾ നോക്കുന്നവരുടെ ശ്രദ്ധ കുട്ടിയുടെ കണ്ണിലേക്ക് നേരിട്ടായിരിക്കും. അതൊഴിവാക്കാനായാണ് പൊട്ട് വശം മാറി കുത്തുന്നത്. കുട്ടികളുണ്ടാകാൻ സാധ്യതയില്ലാത്ത സ്ത്രീകൾ നവജാതശിശുക്കളെ കണ്ടാൽ കുട്ടിയെ കിട്ടാൻ ആഗ്രഹിക്കും. അപ്പോൾ കുട്ടികൾക്ക് ചീറ് ബാധിക്കും എന്നാണ് വിശ്വാസം. പെൺകുട്ടികൾ മാത്രമുള്ള സ്ത്രീകൾ ആൺകുട്ടികളെ കണ്ടാലും കുട്ടിക്ക് ചീറ് ബാധിക്കും എന്ന് വിശ്വസിക്കുന്നവരുണ്ട്. ചീറുദോഷം മുൻകൂട്ടിക്കണ്ട്, അത് ബാധിക്കാതിരിക്കാനായി

48 ചെമ്പരത്ത്യാദി വെളിച്ചെണ്ണ: ചെമ്പരത്തിപ്പൂവ്, കുവളത്തില, തെറ്റിപ്പൂവ്, കൊടിഞ്ഞിൽ, നീലഅമരിയില ഇവ സമമെടുത്ത് കാച്ചുക. ഇരട്ടിമധുരം, ജീരകം, കരിംജീരകം ഇവ കൽക്കമായെടുക്കണം മണൽ പാകത്തിലരിക്കണം.

കുട്ടികൾക്ക് ഉരമരുന്നിനൊപ്പം പീനാറിയും കൊടുക്കാറുണ്ട്. മന്ത്രവാദി യെക്കൊണ്ട് ചരട് ഊതിച്ച് കുട്ടികളുടെ കയ്യിൽ കെട്ടാറുണ്ട്. ആൺകു ട്ടികൾക്ക് വലത്തേ കയ്യിലും പെൺകുട്ടികൾക്ക് ഇടത്തേ കയ്യിലുമാണ് ചരട് കെട്ടാറ്. പീനാറിയും, അശ്രുതയും സൂതികയുടെ മുറിയിൽ പുകച്ചാൽ പുള്ളുപീഡ (പക്ഷിപീഡ) ഉണ്ടാകില്ല എന്നാണ് വിശ്വാസം. സൂതിക കിടക്കുന്ന പായയുടെ അടിയിൽ പീനാറിയുടെ ചെറിയ കഷ്ണങ്ങൾ അങ്ങിങ്ങായി വെക്കാറുണ്ട്. ഓട്ടമുക്കാല് (നടുക്ക് ദ്വാരമുള്ള പഴയ ഒരു നാണയം) ചരടിൽ കോർത്ത് പുള്ളുവന്മാരെക്കൊണ്ട് ജപിച്ച് പൂണിയുണ്ടാക്കി (മാലപോലെ) സൂതികയുടെ കഴുത്തിൽകെട്ടുന്നു. ഇത് പക്ഷിപീഡ ബാധിക്കാതിരിക്കാനുള്ള മാന്ത്രികചികിത്സയാണ്.

കണ്ണുരോഗം

വൃത്തിബോധത്തിന്റെ ഭാഗമായി കണ്ണു കഴുകുന്നത് പ്രതിരോധ ചികിത്സയാണ്. അമിതമായി ടെലിവിഷൻ കാണുന്നത് കണ്ണിനു നല്ലത ല്ലാത്തതിനാൽ അത് ഒഴിവാക്കുന്നു. അമിത മൈഥുനം കണ്ണിന് ദോഷം ചെയ്യും എന്ന് ജനത വിശ്വസിക്കുന്നുണ്ട്. കണ്ണെഴുതുക സൗന്ദര്യ വർദ്ധ നവിന്റെ ഭാഗമാണ്. ചിലർ സ്വന്തമായി വീട്ടിൽ കൺമഷി ഉണ്ടാക്കി ഉപയോഗിക്കുന്നു. സുറുമ ഉപയോഗിക്കുന്നവരുമുണ്ട്. കണ്ണുരോഗം പിടി പെടാതിരിക്കുവാൻ നന്ത്യാർവട്ടത്തിന്റെ പൂവ്, മുരിങ്ങാത്തളിർ എന്നിവ ചതച്ചെടുത്ത നീര് കണ്ണിലൊഴിക്കുന്നു. ചെങ്കണ്ണ് പിടിപെടാതിരിക്കാൻ രാവിലത്തെ മൂത്രം കണ്ണിലൊഴിക്കുന്നു. ചൂടുകാലത്ത് കണ്ണിന് തണുപ്പ ലഭിക്കുന്നതിനായി കക്കിരിക്ക, വെള്ളരിക്ക, കാരറ്റ് എന്നിവ ചെറിയ കഷ്ണങ്ങളാക്കി കിഴികെട്ടി കണ്ണിന് മുകളിൽ വെക്കാറുണ്ട്. ഇളനീർകുഴമ്പ് കണ്ണിലൊഴിക്കുന്നു. കണ്ണിന് ആരോഗ്യം ലഭിക്കാനായി ഇലക്കറികൾ ധാരാളം കഴിക്കുന്നു. കുറുന്തോട്ടി, തിരുതാളി തുടങ്ങിയവ താളികളായി ഉപയോഗിച്ചാൽ കണ്ണിന് ആരോഗ്യം വർദ്ധിക്കുമെന്ന് ജനങ്ങൾ വിശ്വ സിക്കുന്നു.

ആരോഗ്യമുണ്ടാകാനുള്ള എളുപ്പവഴി അതിനെക്കുറിച്ച് അറിയുക എന്നതുതന്നെയാണ്. രോഗം വരാനുള്ള കാരണം എന്താണ്, രോഗാ വസ്ഥയെ എങ്ങനെ തിരിച്ചറിയാം, എന്തെല്ലാം ചെയ്താൽ രോഗം സുഖപ്പെടും, സുഖപ്പെട്ട രോഗം എങ്ങനെ വീണ്ടും വരാതെ നോക്കാം എന്നിവ മനസ്സിലാക്കേണ്ടത് ആരോഗ്യത്തോടെ ജീവിക്കാൻ ആഗ്ര ഹിക്കുന്ന ഒരാൾ ചെയ്യേണ്ട കാര്യങ്ങളാണ്. പ്രതിവിധിചികിത്സയും പ്രതിരോധചികിത്സയും എന്ന ഈ അധ്യായത്തിലൂടെ നാട്ടുവൈദ്യ ത്തിലെ ആരോഗ്യപദ്ധതിയെ വിശദീകരിക്കുകയാണ് ചെയ്തിട്ടുള്ളത്. താനോ തന്റെ മുൻതലമുറയോ ചെയ്ത പാപത്തിന്റെ ഫലമാണ് രോഗം എന്നാണ് വിശ്വസിച്ചിരുന്നത്. ഇത്തരം വിശ്വാസം രൂപപ്പെടാൻ

കാരണം രോഗഹേതുവിനെ അവർ പരമാവധി അകറ്റിനിർത്താൻ ശ്രമിച്ചിരുന്നു എന്നു മനസ്സിലാക്കാം. എന്നാലിന്ന് രോഗമെന്ന അവസ്ഥ നാം തന്നെ ഉണ്ടാക്കുന്നതാണ് - ചിലപ്പോൾ അറിവില്ലായ്മകൊണ്ടും, ചിലപ്പോൾ അലസത കൊണ്ടും മറ്റു ചിലപ്പോൾ അഹങ്കാരം കൊണ്ടും. രോഗം വരികയല്ല, നാം അതിനെ വിലകൊടുത്തു വാങ്ങുകയാണ്. എന്നിട്ട് നമുക്കുള്ളതെല്ലാം അതിന്റെ ശമനത്തിനുവേണ്ടി ചിലവഴിക്കുകയും ചെയ്യും.[49] ആരോഗ്യബോധമുള്ള ജനതയുണ്ടായാലേ 'എല്ലാവർക്കും ആരോഗ്യം' എന്ന ആശയം ഫലവത്താവുകയുള്ളൂ.

49 രാഘവൻ തിരുമുൽപ്പാട് (എഡി). സാമ്രാട്ട് പബ്ലിഷേഴ്സ്, തൃശ്ശൂർ, 2003.

അധ്യായം നാല്

നാട്ടുവൈദ്യം ഇന്ന്

ശാരീരികവും മാനസികവുമായ സമതുലിത അവസ്ഥയാണ് ആരോഗ്യം. അതിൽനിന്നുള്ള വ്യതിചലനമാണ് രോഗം. പ്രകൃതിദത്തമായതിൽ നിന്നുള്ള വ്യതിയാനം ഒരാളുടെ ശരീരത്തിനോ മനസ്സിനോ സംഭവിപ്പിച്ചേക്കാവുന്ന സമതുലിതാവസ്ഥയുടെ വ്യതിചലനമത്രെ രോഗത്തിന് കാരണം. പ്രകൃതിയുടെ വ്യതിയാനത്തിൽ നിന്നുണ്ടാകുന്ന രോഗമെന്ന അവസ്ഥയ്ക്ക് പരിഹാരവും ആ പ്രകൃതി തന്നെ സൃഷ്ടിച്ചിട്ടുണ്ട്. അതിനെ കണ്ടെത്തി പ്രയോഗിക്കുന്നതിനെയാണ് ചികിത്സ എന്നു പറയുന്നത്. ഒരു കൂട്ടായ്മയിലെ രോഗത്തിന് കാരണമാകുക ആ കൂട്ടായ്മയോട് ചേർന്നു നിൽക്കുന്ന പ്രകൃതി ആണ്. അതിന് പരിഹാരവും ആ ചുറ്റുപാടിൽ തന്നെയുണ്ടാകും. ഒരു കൂട്ടായ്മയിൽ ഏതെങ്കിലും രോഗത്തിന് ചികിത്സയില്ല എന്നതിനർത്ഥം, ആ കൂട്ടായ്മ തങ്ങളുടെ ചുറ്റുപാടുകളിൽ നിന്ന് പ്രസ്തുത രോഗപരിഹാരത്തിന് ആവശ്യമായതിനെ തിരിച്ചറിഞ്ഞിട്ടില്ല എന്നാണ്. ഇത്തരത്തിൽ ഒരു കൂട്ടായ്മ വൈദ്യ അറിവായി തങ്ങളുടെ പരിസരത്തിൽ നിന്നും അനുഭവത്തിൽ നിന്നും തിരിച്ചറിഞ്ഞവയാണ് ആ കൂട്ടായ്മയുടെ നാട്ടുവൈദ്യം.

രോഗത്തിന് കാരണമായതിനെ മറ്റൊന്നുകൊണ്ട് പരിഹരിക്കപ്പെട്ടുന്നെങ്കിൽ, അത് പ്രസ്തുത രോഗത്തിനുള്ള ഔഷധം/ചികിത്സ ആകുന്നു. തിരിച്ചറിഞ്ഞ അറിവ് പ്രചരിച്ച്, പ്രസ്തുത കൂട്ടായ്മയുടെ ചികിത്സാവിധിയായി മാറുന്നു. ഇത് മറ്റു പ്രദേശത്ത് പരക്കാനും സാധ്യതയുണ്ട്.

ഇത്തരത്തിലുള്ള 'അറിവി'ന്റെ 'കൊടുക്കൽവാങ്ങലുകൾ' സാധാരണ മാണ്. വേറൊരു കൂട്ടായ്മയിൽ നിന്നും ഒരു അറിവ് വന്നുചേരുമ്പോൾ, ചിലപ്പോൾ അതേ രീതിയിൽ തന്നെയും അല്ലെങ്കിൽ തങ്ങളുടെതായ മാറ്റം വരുത്തിയും സ്വീകരിക്കും. മേൽപ്പറഞ്ഞ അറിവ് ചികിത്സയെക്കു റിച്ചാണെങ്കിൽ, ഓരോ കൂട്ടായ്മക്കും തങ്ങളുടേതായ വൈദ്യസമ്പ്രദായം രൂപപ്പെടാൻ ഇടയാകുന്നു.

ലോകത്ത് അറിവുകൾ കൈമാറുന്നതിന് ദേശസഞ്ചാരികൾ, മതപ്ര ചാരകർ എന്നിവർ സഹായിച്ചിട്ടുണ്ട്. ചിതറിക്കിടന്നിരുന്ന ആയുർവേ ദത്തെ ശേഖരിച്ച് ക്രോഡീകരിച്ചത് ബുദ്ധമത വിശ്വാസിയായിരുന്ന വാഗ്ഭടനായിരുന്നു. ചരകം, സുശ്രുതം, കൗമാരഭൃത്യം, ഭേളസംഹിത തുടങ്ങിയവയിൽ പരന്നുകിടന്നിരുന്ന ആയുർവേദത്തെ അഷ്ടാംഗങ്ങ ളിൽ ഒതുക്കിയത് വാഗ്ഭടനാണ്. വാഗ്ഭടന്റെ ആയുർവേദ ഗ്രന്ഥമായ അഷ്ടാംഗഹൃദയത്തിൽ സംഹിതകളുടെയെല്ലാം സ്വാധീനം കാണാം. അറേബ്യൻ സഞ്ചാരികളാണ് ഗ്രീസിൽ രൂപപ്പെട്ട യുനാനിചികിത്സയെ ഇന്ത്യയിൽ പ്രചരിപ്പിച്ചതും ഔഷധങ്ങൾക്ക് അറബിപ്പേർ നൽകിയതും.[1]ഓരോ നാട്ടിലും രൂപപ്പെട്ട വൈദ്യത്തിന് കാലക്രമേണ മാറ്റം വരികയും, ഒരു പ്രത്യേക വ്യക്തിയുടെയോ ഒരു കൂട്ടം വ്യക്തികളുടെയോ ശ്രമഫല മായി അവ ശേഖരിച്ച് ക്രോഡീകരിക്കപ്പെടുകയും ചെയ്തപ്പോഴാകണം ആയുർവേദം, യുനാനി, ഹോമിയോപ്പതി തുടങ്ങിയ ചികിത്സാസമ്പ്രദാ യങ്ങൾ രൂപപ്പെട്ടത്. ആയുർവേദം, ഹോമിയോപ്പതി തുടങ്ങിയവയ്ക്ക് ആചാര്യൻ (പിതാവ്, ഫൗണ്ടർ) ഉണ്ടെങ്കിലും ഒരു ആചാര്യനാൽ മാത്രം രൂപപ്പെട്ടതാണ് പ്രസ്തുത വൈദ്യസമ്പ്രദായങ്ങൾ എന്ന് വിചാരിക്കാൻ പ്രയാസമാണ്. 'സമം സമേന ശമ്യതേ' എന്ന സിദ്ധാന്തപ്രകാരം ഉള്ള ചികിത്സ മുമ്പേ നടക്കുന്നുണ്ടെങ്കിലും അതിനെ പ്രത്യേക സിദ്ധാന്തത്തി ന്റെ പിൻബലത്തോടുകൂടി അവതരിപ്പിച്ച വ്യക്തി സാമുവൽ ഹാനിമാൻ ആയിരിക്കണം. അതിനാലാകണം അദ്ദേഹം ഹോമിയോപ്പതിയുടെ പിതാവ് എന്നറിയപ്പെടുന്നത്. ഉത്തരേന്ത്യയിൽ പ്രചരിച്ചിരുന്ന നാട്ടു വൈദ്യസമ്പ്രദായങ്ങളെ ക്രോഡീകരിച്ച് രേഖപ്പെടുത്തിയിരുന്നവരായി രിക്കണം ആത്രേയനും ചരകനും സുശ്രുതനും. വാഗ്ഭടൻ ചരക-സുശ്രു താദിസംഹിതകളിൽ രേഖപ്പെടുത്തിയ വൈദ്യസമ്പ്രദായങ്ങളെ എട്ട് അംഗങ്ങളിലാക്കി 'അഷ്ടാംഗഹൃദയം' രചിച്ചു.

---

1 യുനാനി ചികിത്സയിലെ അറബി ഭാഷയിലുള്ള മരുന്നുകൾ.
ഈന്തപ്പന-തമർ, ഒലീവ്-സൈത്, അത്രുത-സദാപ്, അടയ്ക്കാമണിയൻ- ഫൊഫില, കരിംജീരകം-കമൂൽ, കൊട്ടം-കുഡുബെഹേരി, ഗുഗ്ഗുലു-മുങ്കാൾ, ത്രികോൽപകൊ ന്ന-തുരവുദ, വാൽമുളക്-കബാബ്, മുന്തിരി-ഇനബ്, മാതളം-ന്യമോസ, ഇഞ്ചി- ഇൻസ്ബീൽ.

വാഗ്ഭടനാണ് കേരളത്തിൽ ആയുർവേദം പ്രചരിപ്പിച്ചത്. അഷ്ടാംഗ ഹൃദയത്തിലെ ചികിത്സാവിധിയും മരുന്നുയോഗങ്ങളും അതേപടിയല്ല ഇവിടെ പ്രചരിച്ചത്. കേരളത്തിലന്ന് നിലവിരുന്ന നാട്ടുവൈദ്യസമ്പ്രദായത്തോട് ലയിച്ചുചേരുകയാണ് ആയുർവേദം ചെയ്തത്. കേരളത്തിൽ പ്രചരിക്കുന്ന ആയുർവേദത്തിന് ചില്ലറ വ്യത്യാസങ്ങൾ ഉണ്ട്. കേരളത്തിലെ വൈദ്യന്മാർ ചികിത്സക്ക് അഷ്ടാംഗഹൃദയത്തെ ആശ്രയിക്കാറില്ല. അവർ ഇവിടത്തെ വൈദ്യരീതി വിശദീകരിക്കുന്ന ചികിത്സാമഞ്ജരി, സഹസ്രയോഗം, ബാലചികിത്സ തുടങ്ങിയവയാണ് ഉപയോഗിക്കുന്നത്. കേരളത്തിലെ നാട്ടുവൈദ്യവുമായി കൂടിച്ചേർന്ന് പ്രചരിക്കുന്ന കേരളത്തിന്റെ ആയുർവേദത്തെ കേരളീയ ആയുർവേദം എന്നുവിളിക്കുന്നു. കേരളീയ ആയുർവേദം ജനങ്ങളിൽ കൂടുതൽ സ്വാധീനം ചെലുത്തിയതോടെ ഗൃഹവൈദ്യം, മന്ത്രവാദം, ഒറ്റമൂലികൾ, വാങ്മയങ്ങൾ തുടങ്ങിയ മേഖലകളിലേക്ക് നാട്ടുവൈദ്യം ചുരുങ്ങി. ഭക്ഷണരീതിയിൽ വന്ന മാറ്റം അധ്വാനക്കുറവ്, മാനസികസംഘർഷം തുടങ്ങിയ കാരണങ്ങൾകൊണ്ട് പ്രത്യക്ഷപ്പെടുന്ന പുതിയ രോഗങ്ങളെ തിരിച്ചറിയാനും ചികിത്സിച്ച് ഭേദമാക്കാനും നാട്ടുവൈദ്യത്തിന് കഴിയുന്നില്ല. കേരളത്തിന് സാമ്പത്തികമായും സാംസ്കാരികമായും വന്നുചേർന്ന വിപ്ലവാത്മകമായ മാറ്റം ജനങ്ങളുടെ ജീവിതരീതിയെ മാറ്റിമറിച്ചു. സാങ്കേതികരംഗത്തും വാർത്താവിനിമയരംഗത്തും ഉണ്ടായ കണ്ടുപിടുത്തങ്ങൾ ജനങ്ങളുടെ ചിന്തയിൽ മാറ്റങ്ങൾ ഉണ്ടാക്കി. എന്തിന്റേയും കാരണം കാണുക, ഫലം പെട്ടെന്ന് അറിയുക തുടങ്ങിയ ബോധ്യങ്ങൾ പുതിയ കണ്ടുപിടുത്തങ്ങൾ ഉണ്ടാക്കി. ഇവയെല്ലാം പ്രത്യക്ഷമായും പരോക്ഷമായും പാരമ്പര്യ അറിവുകളെ ബാധിച്ചപോലെ ഇത് വൈദ്യത്തേയും ബാധിക്കുകയുണ്ടായി.

ശാസ്ത്രസാങ്കേതിക പുരോഗതിയും നൂതന കണ്ടുപിടുത്തങ്ങളും മനുഷ്യജീവിതത്തെ സുഖകരമാക്കിത്തീർത്തു. വളരെ സമ്പത്തുള്ളവരും വളരെ ദാരിദ്ര്യമുള്ളവരും കുറഞ്ഞിരിക്കുന്ന ഇന്ന് ഭൂരിഭാഗം വരുന്ന മധ്യവർഗ്ഗം പുതുതായി പ്രത്യക്ഷപ്പെട്ടുകൊണ്ടിരിക്കുന്ന സുഖസൗകര്യങ്ങളുടേയും പണമിരട്ടിപ്പ് മാർഗ്ഗങ്ങളുടെയും പിറകെ ഭ്രാന്തമായി സഞ്ചരിക്കാൻ തുടങ്ങിയപ്പോൾ അത് അവന്റെ ശാരീരിക മാനസിക ആരോഗ്യത്തെയും ബാധിച്ചു. ശാരീരികാധ്വാനം ആവശ്യമില്ലാത്ത ഹൈടെക് ജോലികൾ, അവകൊണ്ട് വരുന്ന മാനസികപിരിമുറുക്കം തുടങ്ങിയവ പുതിയ രോഗങ്ങൾ വിതച്ചു. കാൻസർ, വൃക്കത്തകരാറുകൾ തുടങ്ങിയ മഹാരോഗങ്ങൾ, ജീവിതശൈലീരോഗങ്ങളായ പ്രമേഹം, രക്തസമ്മർദ്ദം എന്നിവയെല്ലാം വർദ്ധിച്ചുകൊണ്ടിരിക്കുന്നു. സംസ്ഥാനത്ത് അപരിചിതമായിരുന്ന ഡങ്കിപ്പനി, ലപ്റ്റോസ് പൈറോസിസ് തുടങ്ങിയ

സാംക്രമിക രോഗങ്ങൾ ഇപ്പോൾ പതിവായി പ്രത്യക്ഷപ്പെടുന്നതും, പേടിപ്പിക്കുന്ന നിലയിലല്ലെങ്കിൽ പോലും എച്ച്.ഐ.വി. വർദ്ധിച്ച് വരുന്നതും ആശങ്കാ ജനകം തന്നെയാണ്.[2] മുകളിൽ പ്രസ്താവിച്ച രോഗങ്ങൾക്ക് ഫലപ്രദമായ ചികിത്സ നാട്ടുവൈദ്യത്തിൽ കുറവാണ്. അതിനു കാരണം നാട്ടുവൈദ്യത്തിന്റെ ഗുണവശങ്ങളെ തിരിച്ചറിയുന്നതിനും വ്യാപിപ്പിക്കുന്നതിനും ഗവേഷണപദ്ധതികൾ ഏറ്റെടുത്ത് നടത്തുന്നതിനും സർക്കാരോ മറ്റ് ഏജൻസികളോ തയ്യാറാകാത്തതുകൊണ്ടാണ്.

ശരീരം ക്ഷീണിപ്പിക്കുന്ന രീതിയിൽ അമിതാധ്വാനം ചെയ്ത് അറുപതു വയസ്സിനിടയിൽത്തന്നെ വടികുത്തി നടക്കുന്നവരും വാതസംബന്ധമായ രോഗങ്ങളാൽ കഷ്ടപ്പെടുന്നവരുമായിരുന്നു വൃദ്ധന്മാർ. ഇവരുടെ പരാധീനതകളെ വ്യക്തമാക്കുന്ന പഴമൊഴിയാണ് 'അറുപതുകഴിഞ്ഞാൽ അത്തും പുത്തും'. പുതിയ ജീവിതസാഹചര്യത്തിൽ പോഷകസമൃദ്ധമായ ഭക്ഷണത്തിന്റെ ലഭ്യതയും അമിതാധ്വാനമില്ലായ്മയും ജനങ്ങളെ ആരോഗ്യവാന്മാരാക്കി. 1961 ൽ കേരള ജനസംഖ്യയുടെ 5.9 % ജനങ്ങളായിരുന്നു 60 വയസ്സും അതിനുമുകളിലുള്ളവരും ഉണ്ടായിരുന്നത്. 2001 ൽ അത് 10.5 ശതമാനമായി വർദ്ധിച്ചിരിക്കുന്നു.[3] ഓരോ വർഷം കഴിയുന്തോറും മറ്റു പ്രായഗണത്തിലുള്ളവരെക്കാളും (Age Group) വർദ്ധനവ് അറുപതിനും അതിനുമുകളിലുള്ളവർക്കമാണ് (പട്ടിക 2). ആയുർദൈർഘ്യം കൂടിയിട്ടുണ്ടെങ്കിലും ജനങ്ങൾ ജീവിതശൈലീ രോഗങ്ങളെയും മറ്റും ക്രമീകരിക്കുന്നതിന് നിരന്തരം ഔഷധം ഉപയോഗിക്കുന്നവരും നടത്തുന്നവരുമാണ്.

പ്രായം	ജനസംഖ്യ-1991		ജനസംഖ്യ-2001		വർദ്ധനനിരക്ക്	
	ഇന്ത്യ (കോടിയിൽ)	കേരളം (ലക്ഷത്തിൽ)	ഇന്ത്യ (കോടിയിൽ)	കേരളം (ലക്ഷത്തിൽ)	ഇന്ത്യ (കോടിയിൽ)	കേരളം (ലക്ഷത്തിൽ)
1- 14	31.96 (37.76%)	86.64 (29.78%)	39 (37.3%)	96 (26.1 %)	22.02	-4.24
15-59	47.03 (55.57%)	178.74 (61.42%)	57 (55.6%)	201.82 (63.4%)	21.19	12.91
60+	5.64 (6.66%)	25.61 (8.8%)	7 (6.71%)	33.35 (10.51%)	24.11	30.22

(അവലംബം : എക്കണോമിക് റിവ്യൂ-2006)

പ്രാദേശികമായി രൂപപ്പെട്ട നാട്ടുവൈദ്യരീതികൾ തെറ്റാണെന്നും

2 അരവിന്ദൻ, കെ.പി. (എഡി). കേരളപഠനം, ശാസ്ത്രസാഹിത്യപരിഷത്, 2007.

3 എക്കണോമിക് റിവ്യൂ, സ്റ്റേറ്റ് പ്ലാനിങ്ബോർഡ്, തിരുവനന്തപുരം, 2006, പുറം 41.

അതിൽ ശാസ്ത്രീയതയില്ലെന്നും, അന്ധവിശ്വാസമാണെന്നും പ്രചരിക്കപ്പെടുന്നുണ്ട്. ഇസ്‌ലാമിലെ പുരോഗമനവാദികൾ മാപ്പിളവൈദ്യം അശാസ്ത്രീയമാണെന്ന് വാദിക്കുന്നു. ജാറം നേർച്ച, നൂലൂതൽ തുടങ്ങിയ മാപ്പിളവൈദ്യരീതികൾ അനിസ്‌ലാമികമാണ്. ക്രിസ്തീയ വൈദ്യത്തിന്റെ സ്ഥിതിയും മറിച്ചല്ല. കൊരട്ടിമുത്തി, ലൂർദ്ദ്പള്ളി (പെരിന്തൽമണ്ണ) തുടങ്ങിയ ആരാധനാലയങ്ങളിൽ സന്ദർശകരുണ്ടെങ്കിലും, സന്ദർശകരുടെ എണ്ണം കുറഞ്ഞിരിക്കുന്നു. പകരം ആൾദൈവങ്ങൾ, കപട ആത്മീയത, ധ്യാനകേന്ദ്രങ്ങൾ തുടങ്ങിയ പുതിയ ആത്മീയ രൂപങ്ങളിലേക്ക് ജനങ്ങളുടെ ശ്രദ്ധ തിരിഞ്ഞിരിക്കുന്നു.

മാപ്പിളവൈദ്യത്തിൽ നിന്നും ക്രിസ്തീയവൈദ്യത്തിൽ നിന്നും വ്യത്യസ്തമാണ് ക്ഷേത്രവൈദ്യത്തിന്റെ കാര്യം. മതയാഥാസ്ഥിതികരിൽ നിന്നും ഇതിന് കാര്യമായ എതിർപ്പില്ല. ഹൈന്ദവമായ ഒരു പൊതു പൈതൃകത്തിലേക്ക് നാട്ടറിവുകളെയും വിശ്വാസങ്ങളെയും ഏകീകരിക്കുവാനാണ് ഒരു കൂട്ടർ ശ്രമിക്കുന്നത്. ഇത്തരക്കാർ പൊതുപൈതൃകത്തിന്റെ ആധാരമായി വൈദികസാഹിത്യത്തെ ഗണിക്കുകയും അവയ്ക്ക് നവവ്യാഖ്യാനങ്ങൾ നൽകി യുക്തിഭദ്രമാക്കാൻ ശ്രമിക്കുകയും ചെയ്യുന്നു. ക്ഷേത്രവൈദ്യം, യാഗം, മന്ത്രവാദം തുടങ്ങിയവ ശാസ്ത്രീയമാക്കാനുള്ള ശ്രമമാണ് ഇവർ നടത്തുന്നത്. ഇതെല്ലാം വേദങ്ങളുടെയും വേദാന്തങ്ങളുടേയും തുടർച്ചയാണ് എന്നിവർ വാദിക്കുന്നു.[4]വാസ്തവം എന്താണെങ്കിലും ഇതിന്റെ സദ്ഫലം ലഭിക്കുന്നത് ആയുർവേദത്തിനും, യോഗയ്ക്കും, വിശ്വാസചികിത്സക്കും മാത്രം. ഇവിടെ പ്രാദേശികമായി രൂപപ്പെട്ട നാട്ടുവൈദ്യത്തിന്റെ ഗുണങ്ങളെപ്പറ്റി പറയാനോ, ഗവേഷണം നടത്താനോ മതയാഥാസ്ഥിതികരോ അവർ നേതൃത്വം നൽകുന്ന ഗവേഷണസ്ഥാപനങ്ങളോ തയ്യാറാവുന്നില്ല.

ശാസ്ത്രം ജനനന്മക്ക് എന്ന ആശയം പുരോഗമിച്ചു. പല കണ്ടുപിടുത്തങ്ങളുമുണ്ടായി. വൈദ്യുതി, ഗതാഗതം, വാർത്താവിനിമയോപാധികൾ, ആധുനിക വീട്ടുപകരണങ്ങൾ എന്നിവയുടെ പ്രചാരം പാരമ്പര്യമായി അനുവർത്തിച്ചുവന്നിരുന്ന ശീലങ്ങളെയും ജീവിതരീതിയേയും അടിക്കടി ബാധിക്കുകയുണ്ടായി, ഇവ നാട്ടുവൈദ്യത്തിനേയും ആരോഗ്യബോധത്തേയും എങ്ങനെയാണ് ബാധിച്ചത് എന്നാണ് ഇനി അന്വേഷിക്കുന്നത്.

ഗതാഗത സൗകര്യങ്ങൾ

എത്ര ദൂരമുള്ള സ്ഥലത്തേക്കും നടന്നുപോവുക എന്നത് ഗതാഗത സംവിധാനം പുരോഗമിക്കുന്നതിനുമുമ്പുള്ള ഇവിടത്തെ രീതിയായിരുന്നു.

4 മീരാനന്ദ, ജ്ഞാനോദയത്തിന്റെ തിരസ്കാരങ്ങൾ, ചിന്ത പബ്ലിക്കേഷൻസ്, തിരുവനന്തപുരം, 2007, പുറം 5.

കാളവണ്ടി, പോത്തുവണ്ടി, സൈക്കിൾ എന്നിവയും വെള്ളത്തിലൂടെ സഞ്ചരിക്കുന്നതിനുവേണ്ടി തോണി, ഉരു തുടങ്ങിയവയും ഉപയോഗിച്ചു. കാൽനടയായുള്ള സഞ്ചാരം ജനതക്ക് ആരോഗ്യം പകർന്നിരുന്നു. ക്ഷീണിച്ച തളരുന്ന കാൽനടയാത്രക്കാർക്ക് ആശ്വാസമേകിയിരുന്നത് തണൽവൃക്ഷങ്ങളായിരുന്നു. പല സ്ഥലങ്ങളും വൃക്ഷങ്ങളുമായി ബന്ധപ്പെട്ട് അറിയപ്പെടാൻ ഇതാണ് കാരണം. ആലിക്കാപറമ്പ്, പുളിയേങ്ങൽ, മൂച്ചിക്കൽ, പറങ്കിമൂച്ചിക്കൽ എന്നിവ ഉദാഹരണം. ഒരു സ്ഥലത്തുനിന്നും മറ്റൊരു സ്ഥലത്തേക്ക് നടന്നുപോയിരുന്ന വഴിയിലൂടെത്തന്നെയാണ് പിന്നീട് ഭൂരിഭാഗം സ്ഥലങ്ങളിലും റോഡുകൾ (ചെത്തുവഴികൾ-ചെത്തേയി എന്ന് നാട്ടുമൊഴി) ഉണ്ടാക്കിയത്. ഒരു പ്രധാന സ്ഥലത്തുനിന്നും മറ്റൊരു സ്ഥലത്തേക്ക് എത്ര ദൂരമുണ്ട് എന്ന് മനസ്സിലാക്കാൻ മൈൽക്കുറ്റികൾ സ്ഥാപിച്ചിരുന്നു. 22-ാം മൈൽസ്, 28, 38 തുടങ്ങിയ അക്കങ്ങളിൽ സ്ഥലങ്ങൾ അറിയപ്പെടാൻ ഇതാണ് കാരണം. തലച്ചുമടായി സാധനങ്ങൾ കൊണ്ടുവന്നാണ് കച്ചവടക്കാരും സാധാരണക്കാരും വസ്തുക്കൾ വിറ്റിരുന്നത്. തലച്ചുമടുകാർ അത്താണികളിൽ ചുമടുകൾവെച്ച് വിശ്രമിക്കുമായിരുന്നു. അത്താണിക്കൽ, രണ്ടത്താണി, പുത്തനത്താണി തുടങ്ങിയ സ്ഥലപ്പേരുകൾ അത്താണികളുടെ അന്നത്തെ പ്രാധാന്യത്തെ ഓർമ്മിപ്പിക്കുന്നു. ചുമടേറ്റിയും അല്ലാതെയുമുള്ള കാൽനടയാത്രകൾ വഴിയുണ്ടാകുന്ന വേദന, കടച്ചിൽ എന്നിവ ശമിക്കാനായി വീട്ടിൽതന്നെ മരുന്നിട്ടുകാച്ചിയ തൈലങ്ങൾ ഉണ്ടാക്കിയിരുന്നു. 'വാണിയനു കൊട്ടുക്കാഞ്ഞാൽ വൈദ്യന് കൊട്ടുക്കണം' എന്ന പഴമൊഴി ജനങ്ങൾ എണ്ണ തേച്ച് കുളിക്കുന്നതിന് തെളിവാണ്.

സാമ്പത്തികമായി ശേഷിയുള്ളവർ ദൂരയാത്ര ചെയ്യുമ്പോൾ പോത്തുവണ്ടി, കാളവണ്ടി എന്നിവ ഉപയോഗിച്ചിരുന്നു. ചന്തയിലേക്കുള്ള ചുമടുകൾ, കരി[5] തുടങ്ങിയവ കൊണ്ടുപോകുന്നതിനും ഇവയെ ഉപയോഗിച്ചിരുന്നു. വളർത്തുജന്തുക്കൾക്കുണ്ടാകുന്ന വിവിധതരം രോഗങ്ങൾ, ആരോഗ്യം വർദ്ധിക്കുന്നതിനുവേണ്ടി ചെയ്യുന്ന മാർഗങ്ങൾ, പ്രതിരോധചികിത്സ തുടങ്ങിയവക്ക് നാട്ടുവൈദ്യസമ്പ്രദായങ്ങളാണ് തുടർന്നിരുന്നത്.[6] മത്സ്യബന്ധനത്തിലും ജലഗതാഗതം സുഗമമാക്കുന്നതിനും തോണി ഉപയോഗിച്ചിരുന്നു. മത്സ്യം ജനങ്ങളുടെ പ്രധാന ഭക്ഷണവിഭവമാകുകയും ഔഷധമാവുകയും ചെയ്തു.

5 കരി - വാളൻപുളിയുടെ മരം ഉണങ്ങുന്നതിനുമുമ്പ് കത്തിച്ചാണ് കരിയുണ്ടാക്കുന്നത്. ഇത് ഹോട്ടലുകളിൽ ചായയുണ്ടാക്കുന്ന സമോവറുകളിൽ ചൂട് നിലനിൽക്കാനായി ഉപയോഗിച്ചിരുന്നു.

6 വളർത്തുമൃഗങ്ങൾക്ക് ചെയ്തിരുന്ന ചികിത്സകൾ 'ജന്തുചികിത്സ' എന്ന ശീർഷകത്തിൽ വിശദമായി പറയുന്നുണ്ട്.

ആധുനികഗതാഗത സൗകര്യങ്ങൾ നഗരവും ഗ്രാമവും തമ്മിലുള്ള ദൂരം കുറച്ചു. ആദ്യം ആധുനികവൈദ്യസമ്പ്രദായം കൂടുതൽ പ്രചരിച്ചിരുന്നത് നഗരത്തിൽ ആയിരുന്നു. ഗതാഗതസൗകര്യക്കുറവുകൊണ്ടും പാരമ്പര്യസമ്പ്രദായങ്ങളോടുള്ള താല്പര്യംകൊണ്ടും നൂതനസമൂഹം നാട്ടുവൈദ്യത്തെയാണ് ആശ്രയിച്ചിരുന്നത്. നഗരവും ഗ്രാമവും തമ്മിലുള്ള അകലം കുറഞ്ഞതോടെ നഗരത്തിന്റെ രീതികൾ സാവധാനം സ്വാംശീകരിച്ചുതുടങ്ങി. ആധുനികവൈദ്യമാണ് ശരി എന്ന ബോധം കാലക്രമേണ രൂപപ്പെട്ടു. ഇത് നാട്ടുവൈദ്യത്തിന്റെ പ്രചാരം കുറയാൻ ഇടയാക്കി.

വീട്ടുപകരണങ്ങൾ

ഉരലിലിട്ട് നെല്ല് കുത്തുക, പൊടിക്കുക, അമ്മിയിൽ അരയ്ക്കുക, കിണറ്റിൽ നിന്നും വെള്ളം കോരുക, അടുപ്പ് ഊതി കത്തിക്കുക, കല്ലിൽ അലക്കുക തുടങ്ങി പരമ്പരാഗതമായി തുടർന്നിരുന്ന ശീലങ്ങൾ കുറയ്ക്കുന്നതിന് ആധുനിക വീട്ടുപകരണങ്ങൾ ഇടയാക്കി. വൈദ്യുതിയുടെ സഹായത്തോടെ പ്രവർത്തിക്കുന്ന വീട്ടുപകരണങ്ങൾ സ്ത്രീകളുടെ വീട്ടുജോലിയെ സുഗമമാക്കി. മുമ്പത്തെ അടുക്കളജോലികൾക്ക് കായികാധ്വാനത്തിന്റെ പിൻബലമുള്ളതും അത് ആരോഗ്യം പ്രദാനം ചെയ്യുന്നതുമായിരുന്നു. അണുകുടുംബത്തിന്റെ വ്യാപനവും വീട്ടമ്മയുടെ സർക്കാർ/സർക്കാരിതര ജോലികളും ആധുനിക ഉപകരണങ്ങളോടുള്ള ഭ്രമവും ആധുനിക വീട്ടുപകരണങ്ങളോടടുപ്പിച്ചു. കായികാധ്വാനത്തിന്റെ കുറവും ഭക്ഷണരീതിയിലുണ്ടായ മാറ്റവും വീട്ടമ്മമാരിൽ മേദസ്സ് വർദ്ധിക്കാനും ജീവിത ശൈലീരോഗങ്ങളായ പ്രമേഹം, പ്രഷർ എന്നിവ പിടിപെടാനും ഇടയാക്കി.

മുറിവുണ്ടായാൽ ഇല്ലറകരി (അട്ടകരി), അമ്മിപ്പാൽ (അമ്മിക്കായം)[7] എന്നിവ പുരട്ടുന്നത് പുതിയ ജീവിതരീതി ഇല്ലാതാക്കി. കുടുംബാംഗങ്ങൾക്കുണ്ടാകുന്ന ഏതുതരം രോഗങ്ങൾക്കും ഗൃഹചികിത്സ പ്രാഥമികചികിത്സ എന്ന രീതിയിൽ നൽകിയിരുന്നു. ഇത് നാട്ടുവൈദ്യത്തിന്റെ പ്രചാരത്തിന് ഇടയാക്കി. വീടിന്റെ സ്വീകരണമുറിയിൽ കഫ്സിറപ്പുകൾ, വിവിധതരം അലോപ്പതി ഗുളികകൾ തുടങ്ങിയവ സൂക്ഷിക്കുക ഇപ്പോൾ പതിവാണ്.

ചിന്തയേയും ജീവിതരീതിയേയും മാറ്റിമറിച്ചതിൽ വൈദ്യുതിയുടെ പ്രചാരം വഹിച്ച പങ്ക് വലുതാണ്. ഗ്രാമങ്ങളിൽപോലും വൈദ്യുതി വന്നതോടെ ഇരുട്ടുമായി ബന്ധപ്പെട്ട ഭയവും ആശങ്കയും കുറഞ്ഞു.

7 അമ്മിപ്പാൽ - അമ്മിയിൽ കുട്ടി വെച്ച് വെറുതെ ഉരസിയാൽ ഉണ്ടാകുന്ന പശിമയുള്ള പദാർത്ഥം. മുറിവ് ഉണക്കുന്നതിന് ഇത് സഹായിക്കുന്നു. മുളക്, മഞ്ഞൾ, കുരുമുളക് തുടങ്ങിയവയുടെ ശേഷിഭാഗമാണ് അമ്മിപ്പാൽ.

പ്രേതാരാധനകൾ, ജിന്നുബാധകൾ എന്നിവയിൽ ഭൂരിഭാഗവും ഇരുട്ടുമായി ബന്ധപ്പെട്ടതാണ്. ഇത് മാന്ത്രികചികിത്സയുടെ പ്രചാരം കുറച്ചു. വ്യവസായം, വീടുകൾ, ആശുപത്രികൾ, വ്യാപാരസ്ഥാപനങ്ങൾ തുടങ്ങിയവക്ക് വൈദ്യുതിയില്ലാതെ വയ്യ. വൈദ്യുതിയുടെ സഹായത്തോടെയാണ് എക്സ്റേ, സ്കാനിങ്, ലാബ് ടെസ്റ്റുകൾ എന്നിവ നടക്കുന്നത്. എന്തിനേയും കണ്ടു മനസ്സിലാക്കിയശേഷം ചികിത്സിക്കുക എന്നത് ആധുനിക വൈദ്യസമ്പ്രദായങ്ങളുടെ രീതിയാണ്. ഇതിനാണ് രോഗനിർണ്ണയ പരിശോധനകൾ നടത്തുന്നത്. വ്യാവസായികാടിസ്ഥാനത്തിൽ ഭംഗിയുള്ള ബോട്ടിലുകളിലും സ്ട്രാപ്പുകളിലും വരുന്ന മരുന്നുകൾ ജനങ്ങളെ ആധുനികവൈദ്യത്തോടടുപ്പിച്ചു. ആധുനികവൈദ്യ സമ്പ്രദായത്തിന് കൈവന്ന അമിത പ്രചാരം നാട്ടുവൈദ്യത്തെ ബാധിച്ചു.

ദൃശ്യ-ശ്രാവ്യ മാധ്യമങ്ങളും പത്രങ്ങളും ആനുകാലികങ്ങളും ആധുനിക ജീവിത സമ്പ്രദായങ്ങളെ എങ്ങനെ രൂപപ്പെടുത്താം എന്ന പ്രചാരം ജനങ്ങളിലുളവാക്കി. പണത്തിന്റെയും ആഢംബരത്തിന്റെയും സ്വാധീനമുള്ള ആധുനികവൈദ്യത്തെ പ്രചരിപ്പിക്കാനാണ് വാർത്താവിനിമയോപാധികൾ കൂടുതൽ ശ്രദ്ധിച്ചത്. ആധുനിക വൈദ്യത്തിന്റെ നേട്ടങ്ങളെ ഇവർ കാലാനുസൃതമായി പ്രചരിപ്പിച്ചു. ആധുനികരീതിയെ പുകഴ്ത്തുന്നതോടൊപ്പം നാട്ടുവൈദ്യസമ്പ്രദായം തെറ്റാണെന്ന തോന്നൽ ജനങ്ങളുടെ മനസ്സിൽ ഉണ്ടാക്കുന്ന തരത്തിൽ നേരിട്ടും അല്ലാതെയും പ്രചാരം നൽകി. ആശുപത്രികളുടെയും മരുന്നുകളുടെയും ഡോക്ടർമാരുടെയും പരസ്യങ്ങൾ വാർത്താവിനിമയോപാധികളിൽ ധാരാളം വന്നുകൊണ്ടിരുന്നു. നാട്ടുവൈദ്യസമ്പ്രദായം അന്ധവിശ്വാസവും പഴഞ്ചനുമാണെന്ന തോന്നൽ ഉണ്ടാക്കുന്നതരം ലേഖനങ്ങൾ, ജനങ്ങളെ നാട്ടുവൈദ്യത്തിൽ നിന്നും അകറ്റി. നാട്ടുവൈദ്യം പ്രചരിപ്പിക്കുന്ന പരിപാടികൾ (ലേഖനങ്ങൾ) പത്രമാധ്യമങ്ങളിൽ വന്നിരുന്നെങ്കിൽ തന്നെ അതിനെ ഒരു ചികിത്സാപദ്ധതി എന്ന നിലയിൽ സമഗ്രമായി കണ്ടുകൊണ്ടായിരുന്നില്ല. കേവലം ഒറ്റമൂലി ചികിത്സയായും ഗൃഹചികിത്സയായും ചില പ്രത്യേക രോഗങ്ങൾക്കുള്ള ചികിത്സയായും മാത്രമാണ് നാട്ടുവൈദ്യത്തിന് പ്രചാരം നൽകിയത്. ചില പ്രത്യേക വ്യക്തികളെ/കുടുംബങ്ങളെ പുകഴ്ത്തിക്കൊണ്ടുള്ള ഡോക്യുമെന്ററികൾ, ഫീച്ചറുകൾ എന്നിവ ഉണ്ടാകാറുണ്ട്. ഇത് നാട്ടുവൈദ്യത്തിന് ഗുണകരമാണ്. ഒറ്റമൂലികൾ, ഗൃഹവൈദ്യം എന്നിവയുടെ പ്രാധാന്യത്തെക്കുറിച്ച് വരുന്ന പരിപാടികൾ/ലേഖനങ്ങൾ എന്നിവ അടുക്കളത്തോട്ടങ്ങൾ ഉണ്ടാക്കാൻ പ്രേരണയായി. ആരോഗ്യമാസികകൾ നാട്ടുവൈദ്യത്തിന് കൊടുക്കുന്ന പ്രാധാന്യം നല്ലതാണ്. തൊണ്ണൂറുകൾക്കുശേഷമാണ് നാട്ടുവൈദ്യത്തിന് കുറച്ചെങ്കിലും പ്രാധാന്യം കൊടുത്തു തുടങ്ങിയത്. അപ്പോഴേക്കും

നാട്ടുവൈദ്യം ക്ഷയിക്കാൻ തുടങ്ങിയിരുന്നു. വീട്ടുകളിൽ ഉണ്ടാക്കിയിരുന്ന പൽപ്പൊടി, ദാഹശമനി തുടങ്ങിയവയുടെ വിപണനസാധ്യതയെ മനസ്സിലാക്കി വ്യാവസായികാടിസ്ഥാനത്തിൽ ഉത്പ്പാദിപ്പിക്കുന്നവർ ഇവിടെയുണ്ട്. നാട്ടുവൈദ്യത്തിന്റെ പാരമ്പര്യം, മൂല്യം എന്നിവയെ മനസ്സിലാക്കി ഉപയോഗിക്കുന്നതിനുപകരം, വൈദ്യഅറിവുകളെ വിപണിവൽക്കരിക്കുന്നതിലാണ് പലർക്കും താൽപര്യം.

രാഷ്ട്രീയ സാഹചര്യം

ജനങ്ങൾ കൂട്ടായ്മയോടെ താമസിക്കുന്ന ഇടമാണ് ഫോക്‌ലോറിന് വളക്കൂറുള്ള മണ്ണ്. വലുപ്പം എത്ര കുറയുന്നുവോ, അത്രത്തോളം ഓരോ വ്യക്തിയുടെയും സംഭാവന കൂടുതലായിരിക്കും. സമൂഹത്തിന്റെ പൊതുധാരയിൽ നിന്നും മാറിനിൽക്കുന്ന ആദിവാസി ഗോത്രങ്ങളിൽ പ്രത്യേക ഭാഷയും ജീവിതരീതിയും ഇന്നും നിലനിൽക്കുന്നു. മറ്റുള്ള കൂട്ടങ്ങളുമായുള്ള ബന്ധമില്ലാത്ത അവസ്ഥ സംജാതമാകുമ്പോഴാണ്, ഓരോരുത്തർക്കും തന്നെക്കുറിച്ചും തനിക്ക് ചുറ്റുപാടുമുള്ളതിനെക്കുറിച്ചും ചിന്ത (സംശയം) ഉണ്ടാകുന്നത്. സംശയത്തിനുള്ള മറുപടി സ്വയം ഇവർ വ്യാഖ്യാനിക്കേണ്ടതായും വരുന്നു. അതിൽ നിന്നുമാണ് വിവിധ ഫോക്‌ലോറുകൾ രൂപം കൊള്ളുന്നത്.

പഠനമേഖലയിലെ ഭൂരിഭാഗം പ്രദേശങ്ങളും സാമൂതിരിയും വള്ളുവക്കോനാതിരിയും ആണ് മുമ്പ് ഭരിച്ചിരുന്നത്. തങ്ങളുടെ കൽപ്പനകളെ അടിത്തട്ടിലെത്തിക്കാൻ രാജ്യത്തിനെ നാടുകളായും മറ്റും വിഭജിച്ചിരുന്നു. ഇതൊന്നും ഫലപ്രദമായ രീതിയിൽ പ്രചരിച്ചിരുന്നില്ല, രാജാക്കന്മാർ കീഴ്ജാതിയിൽപ്പെട്ടവർക്ക് ഗുണകരമായ തീരുമാനങ്ങൾ എടുത്തിരുന്നില്ല. അവരുടെ വിദ്യാഭ്യാസവും ജീവിത നിലവാരവും താഴ്ന്ന നിലയിലായിരുന്നു. വള്ളുവക്കോനാതിരിയെ കീഴടക്കി സാമൂതിരി മാമാങ്കത്തിന്റെ അധ്യക്ഷനായി മാറിയെങ്കിലും, പതിനെട്ടാം നൂറ്റാണ്ടിന്റെ അവസാനത്തോടെ സാമൂതിരിയെ ബ്രിട്ടീഷുകാർ തോൽപ്പിച്ചു. മദ്രാസ് പ്രസിഡൻസി നിരവധി ഭരണപരിഷ്ക്കാരങ്ങൾ ഇവിടെ വരുത്തിയിട്ടുണ്ട്. അതൊന്നും ജീവിതരീതിയെ മെച്ചപ്പെടുത്തിയില്ല. വിദ്യാഭ്യാസം കീഴ്ജാതിക്കാർക്ക് അന്നും അന്യം തന്നെയായിരുന്നു. വിവിധ ഫോക്‌ലോർ രൂപങ്ങളും നാട്ടുവൈദ്യവും കാര്യമായ മാറ്റം കൂടാതെ നിലകൊണ്ടു. സ്വാതന്ത്ര്യാനന്തരം, പ്രത്യേകിച്ച് കേരളസംസ്ഥാന രൂപീകരണത്തിനുശേഷം (1956 ൽ) ഒതുങ്ങിക്കൂടിയിരുന്ന ജനതയുടെ സ്വത്വത്തിന് ഇളക്കം സംഭവിച്ചു.

സർക്കാർ നടപ്പിലാക്കിയ ഭൂപരിഷ്കരണം വഴി കർഷകർക്ക് കൃഷിഭൂമി ലഭിച്ചു. ജന്മിയുടെ നേതൃത്വത്തിൽ കർഷകർ അണിനിരക്കുക എന്ന രീതിക്ക് മാറ്റം ഉണ്ടായി. പുതിയ കൂട്ടായ്മകൾ രൂപം കൊണ്ടു.

ശാസ്ത്രസാങ്കേതികവിദ്യയിലുണ്ടായ പുരോഗമനം കൃഷിയിൽ നവീന വിത്തിനങ്ങളും കീടനാശിനികളും ഉപയോഗിക്കാൻ തുടങ്ങി. ഉപയോഗിച്ചുപോന്ന പല പാരമ്പര്യ കീടനാശിനികളും ഇല്ലാതായി. കൃഷിയെ സംരക്ഷിക്കുന്നതിനുവേണ്ടി നിരവധി നാട്ടുവൈദ്യരീതികൾ തുടർന്നിരുന്നു. ഇവക്കെല്ലാം മാറ്റമുണ്ടായി.

എല്ലാവർക്കും അടിസ്ഥാനവിദ്യാഭ്യാസം ലഭ്യമാക്കുന്ന നടപടികൾ സർക്കാർ ആരംഭിച്ചു. മാനസികമായി ചെറിയ ലോകത്ത് ജീവിച്ചിരുന്നവർ വിദ്യാഭ്യാസം ലഭിച്ചതോടെ പുറംലോകത്ത് എന്താണ് നടക്കുന്നത് എന്നറിയാനും അക്കാര്യങ്ങളിൽ ഇടപെടാനും തുടങ്ങി. ജാതിക്കൂട്ടായ്മയും മതക്കൂട്ടായ്മയും ഒരു പരിധിവരെ തകർന്ന് സ്കൂൾക്കൂട്ടായ്മ, പുതിയ ജോലികളുടെ കൂട്ടായ്മകൾ എന്നിവ രൂപം കൊണ്ടു.വിദ്യാഭ്യാസം പുതുലോകം പകർന്നു നൽകിയതിനൊപ്പം ഇപ്പോൾ ഇടപെട്ടുകൊണ്ടിരിക്കുന്നതെല്ലാം പഴഞ്ചനാണെന്ന തോന്നൽ ജനങ്ങൾക്കിടയിലുണ്ടായി. വസ്ത്രം, ഭക്ഷണം, വീട്, വൈദ്യം, ആചാരാനുഷ്ഠാനങ്ങൾ എന്നിവക്ക് മാറ്റം വേണമെന്ന ചിന്ത ശക്തമായി.

ഇവിടത്തെ കാലാവസ്ഥക്കനുസരിച്ച് രൂപപ്പെട്ടതാണ് പരമ്പരാഗത വേഷം. ഉഷ്ണമേഖലാ പ്രദേശമായതിനാൽ മുണ്ടും ഷർട്ടും ആണുങ്ങൾക്കും മുണ്ടും ബ്ലൗസും സ്ത്രീകൾക്കും ശരീരത്തിന് വേണ്ടവിധം കാറ്റു തട്ടുന്ന രീതിയിലായിരുന്നു. പാശ്ചാത്യസ്വാധീനം മൂലം പാന്റും ഷർട്ടും ആണുങ്ങളും ഉത്തരേന്ത്യൻ സ്വാധീനം മൂലം ചുരിദാറും സാരിയും സ്ത്രീകളും ഉപയോഗിച്ചുതുടങ്ങി. 'ഭക്ഷണം തന്നെ ഔഷധം' എന്ന രീതിയിൽ രൂപപ്പെട്ടതാണ് ഇവിടത്തെ ഭക്ഷണരീതി. ജൈവവളമിട്ട് ഉണ്ടാക്കുന്ന ഭക്ഷണം ജനങ്ങൾക്ക് ആരോഗ്യം നൽകിയിരുന്നു. കായികാധ്വാനം കുറഞ്ഞ ജോലികൾ ശീലിച്ചതോടെ ജനങ്ങളിൽ ജീവിതശൈലീരോഗങ്ങളായ പ്രമേഹം, പ്രഷർ തുടങ്ങിയവ പിടിപെടാൻ കാരണമായി. പ്രാകൃതിക പ്രത്യേകതകൾക്കനുസരിച്ച് രൂപപ്പെടുത്തിയതായിരുന്നു പാരമ്പര്യ വാസ്തുവിദ്യ പ്രകാരമുള്ള വീടുകൾ. കാറ്റും വെളിച്ചവും ധാരാളം കിട്ടുന്ന രീതിയിൽ കിഴക്കോട്ട് അഭിമുഖമായി നിൽക്കുന്നതായിരുന്നു വീടുകൾ. ഓടിട്ട വീടുകൾ കുറയുകയും ടെറസ് വീടുകളായി മാറുകയും ചെയ്തു. വീട്ടിൽ ഔഷധസസ്യങ്ങൾ വളർത്തിയിരുന്നു. കൂട്ടുകുടുംബത്തിൽ അമ്മൂമ്മവൈദ്യ(ഗൃഹവൈദ്യം)ത്തിന് വൈദഗ്ധ്യമുള്ളവർ ഉണ്ടായിരുന്നു. അണുകുടുംബങ്ങളുടെ വ്യാപനത്തോടെ വലിയ പറമ്പിലുള്ള വീട് എന്നതിന് മാറ്റമുണ്ടായി. വലിയ പറമ്പുകളിലും കുറ്റിക്കാടുകളിലും ധാരാളം ഔഷധസസ്യങ്ങൾ വളർന്നിരുന്നു. മറ്റു ചെടികൾ നശിപ്പിച്ചുകൊണ്ട് തോട്ടങ്ങൾ വളർത്തുന്ന രീതി വന്നതോടെ ഔഷധസസ്യങ്ങൾ നശിക്കാൻ കാരണമായി. ജനസംഖ്യാവർദ്ധനവും അണുകുടുംബവ്യാപനവും

പറമ്പുകൾ നിരപ്പാക്കിയും വയലുകൾ മണ്ണിട്ടുതൂർത്തും മതിൽകെട്ടി വീടുകൾ ഉണ്ടാക്കാൻ തുടങ്ങി. കാവുകൾ സംരക്ഷിക്കുന്നതിൽ പലരും വീഴ്ചകൾ വരുത്തി. ഔഷധസസ്യത്തേയും ഗൃഹചികിത്സയേയും ഇവ സാരമായി ബാധിച്ചു. ആചാരനുഷ്ഠാനങ്ങൾ വഴി ഔഷധചികിത്സയും മാന്ത്രികചികിത്സയും വീട്ടിലെ മുതിർന്ന അംഗത്തിന്റെ നേതൃത്വത്തിൽ ശീലിച്ചിരുന്നു. അണുകുടുംബങ്ങളുടെ വ്യാപനം അവക്ക് വിഘാതമായി. വളർത്തുമൃഗങ്ങളെ (പക്ഷികളെ) സംരക്ഷിക്കാനായി ജന്തുവൈദ്യം തുടർന്നിരുന്നു. അണുകുടുംബങ്ങൾ മൃഗങ്ങളെ വളർത്തുക കുറവാണ്.

പത്തൊമ്പതാം നൂറ്റാണ്ടിന്റെ ഉത്തരാർദ്ധത്തിലും ഇരുപതാം നൂറ്റാണ്ടിന്റെ തുടക്കത്തിലും നടന്ന സാമൂഹിക പരിഷ്ക്കരണ സമരങ്ങളും ജാതിസംഘടനകളുടെ ശ്രമങ്ങളും ഉച്ചനീചത്വത്തിനെതിരെയും ജാതീയമായ വേർതിരിവിനെതിരെയും ശക്തമായി വാദിച്ചു. 'ഒരു ജാതി ഒരു മതം ഒരു ദൈവം മനുഷ്യന്' എന്ന ശ്രീനാരായണഗുരുവിന്റെ വാക്കുകൾ ഓരോ മലയാളിയുടെയും നാക്കിലും മനസ്സിലും വേരോടി. ഇത് ജാതീയമായ ഉച്ചനീചത്വങ്ങളുടെ അളവ് ചുരുക്കി. ഓരോ ജാതിക്കും പ്രത്യേകം തൊഴിൽ, ജീവിതരീതി തുടങ്ങിയ അസ്തിത്വത്തിന് പ്രാധാന്യമില്ലാതായി. പഴയ കൂട്ടായ്മകൾക്ക് ഇടിച്ചിൽ വരികയും പുതിയ തൊഴിൽ കൂട്ടായ്മയും വിദ്യാർത്ഥികളുടെ കൂട്ടായ്മയും രാഷ്ട്രീയ സംഘടനകളുടെ കൂട്ടായ്മയും നിലവിൽ വന്നു. സർക്കാരുദ്യോഗത്തിലും വിദേശത്തും സ്വദേശത്തുമുള്ള ഡ്രൈവർ, കമ്പനി എക്സിക്യൂട്ടീവ്, അധ്യാപകൻ തുടങ്ങിയ തൊഴിലുകളിലും നാനാജാതി മതസ്ഥരും ഏർപ്പെട്ടു. പുതിയ കൂട്ടായ്മയിൽ എത്തിയവർ പരമ്പരാഗതമായി തുടർന്നിരുന്ന വൈദ്യസമ്പ്രദായത്തെ തുടരുന്നതിൽ വീഴ്ച്ച വരുത്തി. രോഗം വന്നാൽ ആധുനിക വൈദ്യസമ്പ്രദായങ്ങളെ അഭയം പ്രാപിച്ചു. പാരമ്പര്യ വൈദ്യ കുടുംബത്തിൽ പെട്ടവരിൽ ഭൂരിഭാഗം പേരും സേവനമേഖലകളിലുള്ള മറ്റു തൊഴിലുകളിൽ ഏർപ്പെട്ടു. അപൂർവം ചിലർ വൈദ്യ ജോലികൾ തന്നെ തുടർന്നു. വിദഗ്ധ ചികിത്സകൾ കൊണ്ട് പ്രശസ്തരായ നിരവധി വൈദ്യന്മാർ ഇവിടെയുണ്ട്

ഇവിടത്തെ പ്രശസ്ത വൈദ്യന്മാരാണ് റവ. അന്റോണിനസ് (വിഷക്കല്ല് ഉപയോഗിച്ചുള്ള വിഷചികിത്സ), പറങ്ങോടൻകുട്ടി വൈദ്യർ (മർമ്മചികിത്സ), ഗോവിന്ദൻനായർ (പത്തപ്പിരിയം കണ്ണുചികിത്സ). പെരിന്തൽമണ്ണയിലെ രാഘവൻവൈദ്യർ (വിഷചികിത്സ), മഞ്ചേരിയിലെ ബാപ്പുവൈദ്യർ (വാതചികിത്സ), വളാഞ്ചേരിയിലെ പരമേശ്വരൻ വൈദ്യർ (പൊള്ളൽചികിത്സ), പരപ്പനങ്ങാടിയിലെ സലാംവൈദ്യർ (പിത്തചികിത്സ), എടപ്പാളിലെ ബാലകൃഷ്ണൻവൈദ്യർ (ബാലചികിത്സ) തുടങ്ങിയവർ. ഇവരിൽ ചിലർ ഇപ്പോഴും ജീവിച്ചിരിക്കുന്നവരാണ്.

പ്രസിദ്ധ വൈദ്യൻമാർ

» റവ. അന്റോണിനസ്
(വിഷക്കല്ലുനിർമ്മാണം, ചികിത്സ)

» പറങ്ങോടൻകുട്ടി വൈദ്യർ
(മർമ്മചികിത്സ)

» പരമേശ്വരൻ വൈദ്യർ
(പൊള്ളൽചികിത്സ)

» ഗോവിന്ദൻ നായർ
(പത്തപ്പിരിയം കണ്ണുചികിത്സ)

» രാഘവൻ വൈദ്യർ
(വിഷചികിത്സ)

» ബാപ്പ വൈദ്യർ
(വാതചികിത്സ)

» സലാം വൈദ്യർ
(പിത്തചികിത്സ)

» ബാലകൃഷ്ണൻ വൈദ്യർ
(ബാലചികിത്സ)

ജാതിക്കൂട്ടായ്മക്ക് സംഭവിച്ച ഘടനാപരമായ മാറ്റം സവർണനായ വൈദ്യന് അവർണനേയും, അവർണനായ വൈദ്യന് സവർണനേയും കൂടി ചികിത്സിക്കാൻ സാധിച്ചു. അങ്ങനെ ജാതിക്കൂട്ടായ്മയുടെ തകർച്ച നാട്ടുവൈദ്യത്തിന്റെ പ്രചാരത്തിന് ഒരു തരത്തിൽ വിഘാതമായെങ്കിലും, മറ്റൊരു തരത്തിൽ അവസരം പ്രദാനം ചെയ്തു. സമൂഹം ഇന്നും മാന്യമായി കരുതുന്ന ഒരു തൊഴിലാണ് നാട്ടുവൈദ്യം. നാട്ടുവൈദ്യൻ ചെയ്ത ചികിത്സയുടെ അത്ഭുതകരമായ ഫലം എന്നും ജനങ്ങൾ ഓർക്കാറുണ്ട്. ഔഷധചികിത്സ ചെയ്യുന്നവരെക്കാൾ മാന്ത്രികചികിത്സ ചെയ്യുന്നവരുടെ അടുത്ത് ചികിത്സക്കു പോകുന്നവരുടെ എണ്ണം വർദ്ധിച്ചുകൊണ്ടിരിക്കുന്നു. ആളുകളുടെ ഇടയിലിരുന്ന് മാന്ത്രികചികിത്സകരെ എതിർത്തുപറയുന്നവരിൽ പലരും തനിക്കോ കുടുംബത്തിനോ മാനസികമോ ധനപരമോ ആയ പ്രയാസം നേരിട്ടാൽ മാന്ത്രികചികിത്സകരെ സമീപിക്കാറുണ്ട്.

പാരമ്പര്യത്തിനെയും നാട്ടറിവുകളെയും തകർത്തുകൊണ്ടാണ് 'വികസനങ്ങൾ' നാട്ടിൽ സംഭവിക്കാറുള്ളത്. നമുക്കുണ്ടായിരുന്നതെല്ലാം പഴഞ്ചനാണെന്നും, പാശ്ചാത്യ അറിവുമാത്രമാണ് 'മോഡേൺ' എന്നും ധരിക്കുന്നവരാണ് ഭൂരിഭാഗവും. നാട്ടറിവുകളെ അതിശയോക്തി കലർത്തി മഹത്ത്വവൽക്കരിക്കുകയോ, പഴമയിലേക്ക് തിരിച്ചുപോവുകയോ അല്ല അതിനു പരിഹാരം. നാട്ടറിവുകളിലെ പതിരിനെ ചേറ്റിക്കളയുകയും, നെന്മണികളെ സംരക്ഷിക്കുകയും ജീവിതത്തിൽ തുടരുകയും വേണം. വിദ്യാഭ്യാസ കരിക്കുലത്തിലും മറ്റും ആധുനികവൈദ്യത്തെ പരാമർശിക്കുന്നതുപോലെ, ഇവിടെ നിലനിന്നിരുന്ന നാട്ടുവൈദ്യസമ്പ്രദായങ്ങളെ പുതിയ തലമുറക്ക് പരിചയപ്പെടുത്തിക്കൊടുക്കുന്നു. സ്വയംചികിത്സ, അമ്മൂമ്മവൈദ്യം, ഒറ്റമൂലിചികിത്സ എന്നിവയെപ്പറ്റി കൂടുതൽ ഗവേഷണങ്ങൾ നടത്തി, ഗുണഫലം തിരിച്ചറിഞ്ഞ് അവയെ പ്രചരിപ്പിക്കാൻ അധികാരികൾ തയ്യാറാവണം.

ഉപസംഹാരം

മണ്ഡലവൃത്തിയിലൂടെയും നിരീക്ഷണങ്ങളിലൂടെയും ശേഖരിച്ച വിവരങ്ങൾ ഫോക്‌ലോർ സിദ്ധാന്തങ്ങളുടെ പിൻബലത്തിൽ വ്യാഖ്യാനിച്ച് വിശകലനം ചെയ്യുകയാണ് മുൻ അദ്ധ്യായങ്ങളിൽ ചെയ്തത്. വിവരിച്ച രേഖകളിൽ നിന്നും ലഭിച്ച നിഗമനങ്ങളാണ് ചുവടെ കൊടുക്കുന്നത്.

1. കൂട്ടായ്മ പരമ്പരാഗതമായി കൈമാറി വന്നിട്ടുള്ളതും, വിശ്വാസത്തിൽ അധിഷ്ഠിതവും, നാട്ടുവാങ്മയങ്ങൾ, ആചാരാനുഷ്ഠാനങ്ങൾ എന്നിവയിൽ ഉൾച്ചേർന്നതുമായ ചികിത്സാസമ്പ്രദായങ്ങളെ നാട്ടുവൈദ്യം എന്നു വിളിക്കാം. അലോപ്പതി, ആയുർവേദം, ഹോമിയോപ്പതി, യുനാനി, സിദ്ധവൈദ്യം തുടങ്ങിയ ചികിത്സാരീതികളിൽ നിന്നും വിഭിന്നമാണ് നാട്ടുവൈദ്യം. ഔദ്യോഗികരേകഖകളിൽ പോലും പലപ്പോഴും ആയുർവേദത്തെ നാട്ടുവൈദ്യമായി സൂക്ഷ്മതയില്ലാതെ ഗണിക്കാറുണ്ട്.
2. ഫോക്‌ലോറിന്റെ പ്രധാന സവിശേഷതകളായ പ്രാക്തനത, അജ്ഞാതകർത്തൃകത, പാരമ്പര്യം, പാഠഭേദം, സാമൂഹികപുന:സൃഷ്ടി തുടങ്ങിയവ നാട്ടുവൈദ്യത്തിൽ കാണാം.
3. ആരാണ് ചികിത്സിക്കുന്നത് എന്നു നോക്കി സ്വയംചികിത്സ, വൈദ്യചികിത്സ, അമ്മൂമ്മവൈദ്യം (വീട്ടുചികിത്സ) എന്നും, എന്തുപയോഗിച്ചാണ് ചികിത്സിക്കുന്നത് എന്നുനോക്കി ഭൗതികചികിത്സ (ഔഷധചികിത്സ), ഭൗതികേതരചികിത്സ (വിശ്വാസചികിത്സ) എന്നിങ്ങനെ നാട്ടുവൈദ്യത്തെ തിരിക്കാം. പ്രതിരോധചികിത്സയും

പ്രതിവിധിചികിത്സയും (രോഗചികിത്സ) നാട്ടുവൈദ്യത്തിൽ ലഭ്യമാകുന്നുണ്ട്.

4. നാട്ടുവൈദ്യത്തിൽ പ്രത്യേക വൈദഗ്ധ്യമുള്ള മേഖലകളാണ് വിഷം, മർമ്മം, മഞ്ഞപ്പിത്തം, കണ്ണുരോഗം തുടങ്ങിയവ. ഗർഭരക്ഷ, പേറെടുപ്പ്, പ്രസവാനന്തരശുശ്രൂഷ, നവജാതശിശുക്കളുടെ പരിചരണം എന്നിവയിൽ പ്രായോഗികപരിജ്ഞാനമുള്ള സ്ത്രീകൾ ചില വൈദ്യകുടുംബങ്ങളിലുണ്ട്.

5. നാട്ടുവൈദ്യത്തിലെ ഔഷധചികിത്സയെക്കാൾ വിശ്വാസചികിത്സയോടാണ് ജനങ്ങൾക്ക് കൂടുതൽ താൽപ്പര്യം. വിശ്വാസചികിത്സ ചെയ്യുന്നവരിൽ സമീപകാലത്ത് ദേവി (ജിന്ന്) ആവേശിച്ചുവെന്ന് അവകാശപ്പെടുന്നവരോടാണ് താൽപ്പര്യം കൂടുതൽ.

6. നാട്ടുവൈദ്യം തൊഴിലാക്കിയവരുടെയും, ചികിത്സാസമ്പ്രദായമായി സ്വീകരിക്കുന്നവരുടെയും എണ്ണം കുറഞ്ഞിരിക്കുന്നു. ചില വൈദ്യകുടുംബങ്ങൾ ചികിത്സിക്കുന്നത് നിർത്തിയിരിക്കുന്നു. ചിലർ മറ്റു തൊഴിലുകൾക്കിടയിൽ ചികിത്സ ഉപതൊഴിലായി ചെയ്യുന്നവരാണ്.

7. കൃത്യമായ രോഗനിർണ്ണയനം, പെട്ടെന്നുള്ള ഫലപ്രാപ്തി, കുറഞ്ഞ ചെലവ് എന്നീ കാരണങ്ങളാൽ മർമ്മചികിത്സയുടെ പ്രചാരത്തിന് കുറവ് വന്നിട്ടില്ല. വൃദ്ധരുടെയും നവജാതശിശുക്കളുടെയും പരിചരണം, പ്രസവാനന്തരശുശ്രൂഷ, കർക്കടകമാസചികിത്സ തുടങ്ങിയവക്ക് പ്രചാരം കുറഞ്ഞിട്ടുണ്ട്. എങ്കിലും ഭൂരിഭാഗം പേരും ആശ്രയിക്കുന്നത് നാട്ടുവൈദ്യത്തെയാണ്.

8. നാട്ടുവൈദ്യത്തിൽ ഏറ്റവും പ്രചാരം കുറഞ്ഞ മേഖല പേറെടുപ്പ് ആണ്. പ്രസവവുമായി ബന്ധപ്പെട്ട് പ്രചരിച്ച ആശങ്ക, ആധുനിക വൈദ്യത്തിലെ ശസ്ത്രക്രിയ ചെയ്യാനുള്ള സൗകര്യം, എക്സ്-റേ, സ്കാനിങ് എന്നീ സാങ്കേതികവിദ്യകളുടെ ലഭ്യത തുടങ്ങിയവ ജനങ്ങളെ ആധുനികവൈദ്യത്തോടടുപ്പിച്ചു.

9. മഹാരോഗങ്ങളായ കാൻസർ, എയ്ഡ്സ്, വൃക്കത്തകരാറ്, ജീവിതശൈലീരോഗങ്ങളായ അമിത രക്തസമ്മർദ്ദം, പ്രമേഹം, പുതിയ രോഗങ്ങളായ ഡെങ്കിപ്പനി, ചിക്കൻഗുനിയ, വർദ്ധിച്ചുവരുന്ന വാഹനാപകടങ്ങൾ തുടങ്ങിയവക്ക് പെട്ടെന്നുള്ള ചികിത്സ താൽക്കാലികമായെങ്കിലും നൽകേണ്ടത് ആവശ്യമാണ്. ഇത് പ്രദാനം ചെയ്യുന്ന തരത്തിൽ നാട്ടുവൈദ്യത്തിന് വളർച്ചയുണ്ടായില്ല.

10. പ്രകൃതിനാശം മരുന്നുകളുടെ ലഭ്യതക്കുറവിന് കാരണമായി. നാട്ടുമരുന്നുകളുടെ ഗുണവശങ്ങൾ വിദ്യാലയങ്ങളിലൂടെയും മറ്റും പ്രചരിപ്പിക്കുന്നതിനോ, നാട്ടുവൈദ്യസമ്പ്രദായത്തെ അംഗീകരിച്ച് പ്രോത്സാഹിപ്പിക്കുന്നതിനോ സർക്കാറുകളോ മറ്റ് ഏജൻസികളോ തയ്യാറായില്ല. ഒരു കൂട്ടായ്മയുടെ സ്വത്വം വെളിപ്പെടുത്തുന്ന നാട്ടുവൈദ്യത്തിന്റെ ഗുണം തിരിച്ചറിഞ്ഞ്, കാലികമായ ഗവേഷണത്തിലൂടെ വിപുലീകരിച്ച് നിലനിർത്തേണ്ടത് ഓരോ നാടിന്റെയും ജൈവാവസ്ഥയുടെ നിലനിൽപ്പിന്റെ കൂടി ആവശ്യമാണ്.

ഗ്രന്ഥസൂചി

1. അച്യുതനുണ്ണി, ചാത്തനാത്ത്. സാഹിത്യഗവേഷണം - പ്രബന്ധരചനയുടെ തത്ത്വങ്ങൾ. വള്ളത്തോൾ വിദ്യാപീഠം, ശുകപുരം, 1981.
2. അപ്പൻ, കെ. ആർ. തെക്കേറ്റം.അലോപ്പതി ഡോക്ടർ, സെന്റ്ജോസഫ് പ്രസ്സ്, തിരുവനന്തപുരം, 1969.
3. അലിമുസ്ലിയാർ, കൊടക്കല്ല്. ത്വിബ്ബുന്നബി, നൂറുൽ ഇസ്ലാം പ്രസ്സ് & ബുക്ക് സ്റ്റാൾ, തിരൂരങ്ങാടി, 2000.
4. ഉണ്ണികൃഷ്ണൻ, ഇ. (എഡി). കാട്ടറിവുകൾ, ഡി.സി. ബുക്സ്, കോട്ടയം, 2004.
5. ഒരു സംഘം ലേഖകർ, ശാസ്ത്രവും കപടശാസ്ത്രവും, കേരള ശാസ്ത്രസാഹിത്യ പരിഷത്ത്, തൃശ്ശൂർ, 2005.
6. കരീം, സി.കെ. (എഡി). കേരള ഡിസ്ട്രക്റ്റ് ഗസറ്റിയേഴ്സ്, മലപ്പുറം, കേരള സർക്കാർ പ്രസിദ്ധീകരണം, തിരുവനന്തപുരം, 1986.
7. കർത്ത, പി.സി. കേരളത്തിലെ അന്ധവിശ്വാസങ്ങൾ, കോട്ടയം, നാഷണൽ ബുക്ക് സ്റ്റാൾ, 1985.
8. കുഞ്ഞഹമ്മദ്, ഇ.പി. ഉമർഖാസിയുടെ ജീവചരിത്രം, മഹല്ല് ജമാ - അത്ത് കമ്മിറ്റി, വെളിയങ്കോട്, 1999.
9. കുഞ്ഞിക്കുട്ടൻ, ഇളയത്. രോഗശാന്തിക്ക് പേരുകേട്ട ക്ഷേത്രങ്ങൾ, ഷാരോൺ ബുക്സ്, ചേർത്തല, 2008.
10. കുട്ടി, വി.എം. മാപ്പിളപ്പാട്ടിന്റെ ചരിത്ര സഞ്ചാരങ്ങൾ, ലിപി പബ്ലിക്കേഷൻസ്, കോഴിക്കോട്, 2007.

11. കൃഷ്ണൻകുട്ടി, വാരിയർ, എൻ.വി. ആയുർവേദചരിത്രം, ആര്യവൈദ്യശാല, കോട്ടക്കൽ, 1993.
12. കേരളവർമ്മ, സി.ആർ. മന്ത്രവാദവും മതവും, സാഹിത്യ അക്കാദമി, തൃശ്ശൂർ, 1996.
13. ജമാൽ, കൊച്ചങ്ങാടി. (എഡി). കേരള സംസ്കാരത്തിലെ ആദാനപ്രദാനങ്ങൾ, വചനം ബുക്സ്, കോഴിക്കോട്, 2006.
14. കൊച്ചുശങ്കരൻ, വൈദ്യർ, ജി, താമരക്കുളം. (വ്യാഖ്യാ). സഹസ്രയോഗം, എസ്.റ്റി റെഡ്ഡ്യാർ സൺസ്, വി.പി.പ്രസ്സ്, കൊല്ലം, 1980.
15. ഗണേശ്, കെ.എൻ. കേരളത്തിന്റെ ഇന്നലെകൾ, കേരളസർക്കാർ സാംസ്കാരിക പ്രസിദ്ധീകരണ വകുപ്പ്, തിരുവനന്തപുരം, 1997.
16. ഗോപാലകൃഷ്ണൻ, പി.കെ. കേരളത്തിന്റെ സാംസ്കാരിക ചരിത്രം, ഭാഷാഇൻസ്റ്റിറ്റ്യൂട്ട്, തിരുവനന്തപുരം, 1994.
17. ഗോവിന്ദൻ, എസ്.വി, ഐസക്, സി.ഐ. ഉഴിച്ചിലിന്റെ തത്വം, ആര്യവൈദ്യശാല, കോട്ടക്കൽ, 1985.
18. തോമസ്, പി.ഇ. വിഷവൈദ്യം, ഡി.സി. ബുക്സ്, കോട്ടയം, 1957.
19. ദിലീപ്കുമാർ, കെ.പി. (എഡി). നാടോടികൈവേല, ഡി.സി. ബുക്സ്, കോട്ടയം, 2004.
20. നളിനി, എൻ. നാട്ടറിവിലെ നക്ഷത്രലോകം, അക്ഷരസംസ്കൃതി, കണ്ണൂർ, 2001.
21. നാരായണൻ, ഇളയത്, പെട്ടരഴിയം. ഒറ്റമൂലികപ്രയോഗം, ശാന്ത-ബുക്ക് സ്റ്റാൾ, ഗുരുവായൂർ, 2000.
22. നാരായണൻ, കാട്ടുമാടം. മന്ത്രവാദം കേരളത്തിൽ, മാതൃഭൂമി ബുക്സ്, കോഴിക്കോട്, 2006.
23. നീലകണ്ഠനാശാരി, കെ, ജ്യോത്സ്യൻ. (വ്യാഖ്യാ). മഹാമനുഷ്യാലയ ചന്ദ്രിക, ദേവി ബുക്ക് സ്റ്റാൾ, കൊടുങ്ങല്ലൂർ, 1979.
24. നജ്മ, എ. (എഡി). നീരറിവുകൾ, ഡി.സി.ബുക്സ്, കോട്ടയം, 2000.
25. പൗലോസ്. കെ.ജി. (എഡി). ജീവിതചര്യ, ആര്യവൈദ്യശാല, കോട്ടക്കൽ, 2005.
26. പൗലോസ്, കെ.ജി. (എ.ഡി). കേരളീയ ചികിത്സകളും പഞ്ചകർമ്മയും, ആര്യവൈദ്യശാല, കോട്ടക്കൽ, 2004.
27. പ്രാചീന വൈദ്യഗ്രന്ഥം. ബാലചികിത്സ, വിദ്യാരംഭം പബ്ലിഷേഴ്സ്, ആലപ്പുഴ, 1982.

28. ഫൈസൽ, കോട്ടക്കൽ. (എഡി). മലപ്പുറത്തിന്റെ സ്വന്തം, റിനൈസ്സൻസ് യൂത്ത് മൂവ്മെന്റ്, കോട്ടക്കൽ, 2007.
29. ഭരതൻ, കെ.എം. ഫോക്‌ലോർ സിദ്ധാന്തവും പ്രയോഗവും, എഫ്.എഫ്.എം. പബ്ലിക്കേഷൻസ്, പയ്യന്നൂർ, 2003.
30. മഞ്ജു, വാസുശർമ്മ. (എഡി). ജന്തുക്കളും നാട്ടറിവും, ഡി. സി. ബുക്സ്, കോട്ടയം, 2004.
31. മാണി, വെട്ടം. പുരാണിക് എൻസൈക്ലോപീഡിയ, ഡി.സി ബുക്സ്, കോട്ടയം, 2001.
32. മാധവിക്കുട്ടി, പി, ആര്യവൈദ്യൻ. ബാലഗ്രഹബാധകൾ-ഒരു പുനരവലോകനം, ആര്യവൈദ്യശാല, കോട്ടക്കൽ, 1991.
33. മുത്തുക്കോയത്തങ്ങൾ, ഒറ്റമാളിയേക്കൽ. മമ്പുറം തങ്ങൾ ചരിത്രം, അശ്റഫി ബുക്ക് സെന്റർ, തിരൂരങ്ങാടി, 2001.
34. മുഹമ്മദ് അഷ്റഫ്, പി. ഇസ്‌ലാമിക ജ്യോതിഷം മന്ത്രവാദം, പുതുവിൽപറമ്പ് പ്രസ്സ്, ആലുവ, 1998.
35. മുഹമ്മദ് ബഷീർ, ചിശ്ത്തി. ഖുറാനിലെ ചികിത്സാരഹസ്യങ്ങൾ , ലുഖ്മാനിയ, പാവറട്ടി, 2007.
36. മോഹനൻ, നെടുങ്കൊമ്പിൽ. തിരുന്നാവാ മുകുന്ദാ മാഹാത്മ്യം, നാവാമുകുന്ദ പബ്ലിക്കേഷൻ, തിരുനാവായ, 2004.
37. രമേശ്, പി.ആർ. (എഡി). നാട്ടുസംഗീതം, ഡി.സി. ബുക്സ്, കോട്ടയം, 2004.
38. രാഘവൻ, തിരുമുൽപ്പാട്. വിചാരധാര, പ്രകാശിക, ചാലക്കുടി, 2005.
39. രാഘവൻ, പയ്യനാട്. ഫോക്‌ലോർ - സങ്കേതങ്ങളും സങ്കൽപ്പങ്ങളും, എഫ്.എഫ്.എം. പബ്ലിക്കേഷൻസ്, പയ്യന്നൂർ, 1999.
40. രാഘവൻ പയ്യനാട് (എഡി). കേരളഫോക്‌ലോർ, എഫ്.എഫ്.എം പബ്ലിക്കേഷൻസ്, പയ്യന്നൂർ, 1997.
41. രാഘവൻ, പയ്യനാട്. ഫോക്‌ലോർ, കേരള ഭാഷാ ഇൻസ്റ്റിറ്റ്യൂട്ട്, തിരുവനന്തപുരം, 1992.
42. രാജഗോപാലൻ, സി.ആർ. (എഡി). വയൽക്കാട്, ഡി.സി.ബുക്സ്, കോട്ടയം, 2008.
43. രാജഗോപാലൻ, സി.ആർ. (എഡി). നാട്ടറിവുകൾ, ഡി.സി. ബുക്സ്, കോട്ടയം, 2008.
44. രാജഗോപാലൻ, സി.ആർ. (എഡി). നാടോടി വർണ്ണലോകം, ഡി.സി. ബുക്സ്, കോട്ടയം, 2008.

45. രാജഗോപാലൻ, സി.ആർ. (എഡി). സൗന്ദര്യത്തിന്റെ നാട്ടറിവുകൾ, ഡി.സി. ബുക്സ്, കോട്ടയം, 2008.

46. രാജഗോപാലൻ, സി.ആർ. (എഡി). നാട്ടുചന്തകൾ, ഡി.സി. ബുക്സ്, കോട്ടയം, 2008.

47. രാജഗോപാലൻ, സി.ആർ. തണ്ണീർപ്പന്തൽ പ്രതീകവും പ്രതിരോധവും, പ്ലാച്ചിമട പഠന സമിതി കന്നിമാരി.പാലക്കാട്, 2008.

48. രാജഗോപാലൻ, സി.ആർ. (എഡി). നാട്ടുപാനീയങ്ങൾ, ഡി.സി. ബുക്സ്, കോട്ടയം, 2008.

49. രാജഗോപാലൻ, കമ്മത്ത്. സസ്യലോകത്തെ വിശേഷങ്ങൾ, ഡി.സി. ബുക്സ്, കോട്ടയം, 2006.

50. രാധാകൃഷ്ണൻ, പി.എ. പ്രകൃതിചികിത്സ എന്ത്? എന്തിന്? എങ്ങനെ?, ഗാന്ധിയൻ പ്രകൃതി ചകിത്സാലയം, തിരൂർ, 2003.

51. രാമചന്ദ്രൻ, പി. ക്ഷേത്ര സങ്കൽപ്പം, കുരുക്ഷേത്ര പ്രകാശൻ, എറണാകുളം, 2002.

52. വാണിദാസ്, എളയാവൂർ. വടക്കൻ ഐതിഹ്യമാല, കറന്റ് ബുക്സ്, കോട്ടയം, 2008.

53. വാര്യർ, പി.എസ്. ചികിത്സാസംഗ്രഹം, ആര്യവൈദ്യശാല, കോട്ടക്കൽ, 1999.

54. വിഷ്ണുനമ്പൂതിരി, എം.വി. മാന്ത്രിക വിദ്യയും മന്ത്രവാദപ്പാട്ടുകളും, നാഷണൽ ബുക്സ്റ്റാൾ, കോട്ടയം, 1979.

55 വിഷ്ണുനമ്പൂതിരി, എം.വി. ഫോക്‌ലോർ നിഘണ്ടു, കേരളഭാഷാ ഇൻസ്റ്റിറ്റ്യൂട്ട്, തിരുവനന്തപുരം, 2000.

56. വേലപ്പൻ, കെ. ആദിവാസികളും ആദിവാസി ഭാഷകളും, കേരള ഭാഷാ ഇൻസ്റ്റിറ്റ്യൂട്ട്, തിരുവനന്തപുരം, 1994.

57. ശങ്കരൻ, നമ്പൂതിരിപ്പാട്, കാണിപ്പയ്യൂർ. എന്റെ സ്മരണകൾ -മൂന്ന്, പഞ്ചാംഗം പുസ്തകശാല, കുന്ദംകുളം, 1991.

58. ശങ്കുണ്ണി, കൊട്ടാരത്തിൽ. ഐതിഹ്യമാല, കറന്റ് ബുക്സ്, കോട്ടയം, 1996.

59. ശശിധരൻ, ക്ലാരി. വെട്ടത്തുനാട്ടിലെ തോറ്റംപാട്ടുകൾ, ഒലീവ് പബ്ലിക്കേഷൻസ്, കോഴിക്കോട്, 2007.

60. ശിവശങ്കരൻ, എം. (സമ്പാ). വള്ളുവനാട്ടിലെ നാടൻപാട്ടുകൾ, കറന്റ് ബുക്സ്, കോട്ടയം, 2008.

61. ശ്രീകുമാർ, ടി.ടി. (എഡി). കടലറിവുകൾ, ഡി.സി.ബുക്സ്, കോട്ടയം, 2004.

62 ശ്രീധരൻ, വി.കെ. (എഡി). കൃഷിയുടെ നാട്ടറിവുകൾ, ഡി.സി. ബുക്സ്, കോട്ടയം, 2004.

63. ശ്രീധരമേനോൻ, എ. (എഡി). കേരള ഡിസ്ട്രിക്റ്റ് ഗസറ്റിയേഴ്സ് - കോഴിക്കോട്, കേരള സർക്കാർ, തിരുവനന്തപുരം, 1962.

65. ശ്രീധരമേനോൻ, എ. കേരള ചരിത്രം, അനന്ത ബുക്ക് ഡിപ്പോ, ചെന്നൈ, 2006.

66. സോമൻ, പി. അമ്മദൈവം സംരക്ഷണവും സംസ്കാരവും, പ്രഭാത് ബുക്ക് ഹൗസ്, തിരുവന്തപുരം, 2003.

67. സുരേഷ്, മണ്ണാറശ്ശാല. സർപ്പാരാധനയും പ്രകൃതി സംരക്ഷണവും, കറന്റ് ബുക്സ്, തൃശ്ശൂർ, 2000.

68. ഹനീഫ, കെ.പി, കാർത്തികേയൻ, കെ.ജി.(എഡി). പ്രകൃതിചികിത്സാ ഡയറക്ടറി, സുജീവനം പബ്ലിക്കേഷൻസ്, തേഞ്ഞിപ്പാലം, 2007.

69 ഹഫീൽ, എ. (എഡി). നാട്ടുവൈദ്യം, ഡി.സി.ബുക്സ്, കോട്ടയം, 2004.

70. റഹീന, ഖാദർ. ഫിസിയോളജി, കേരളഭാഷാ ഇൻസ്റ്റിറ്റ്യൂട്ട്, തിരുവനന്തപുരം, 1991.

ആനുകാലികങ്ങൾ

1. ശശിധരൻ, ക്ലാരി. 'വെട്ടത്തുനാടിന്റെ നാട്ടുവഴികൾ', പ്രതിസംസ്കൃതി (ത്രൈമാസികം) ബിഷപ്പ് ഡോ. പൗലോസ്മാർ പൗലോസ് ഫൗണ്ടേഷൻ, തൃശ്ശൂർ, ലക്കം-7, 2007.

2. അജ്ജനാരായണൻ 'പ്രാദേശിക സ്ഥനാമങ്ങളും മഹാഭാരതവും' വിജ്ഞാനകൈരളി, കേരളഭാഷാഇൻസ്റ്റിറ്റ്യൂട്ട്, തിരുവനന്തപുരം, ഫെബ്രുവരി ലക്കം-2, 2009.

3. പ്രമോദ്, ഇരുമ്പുഴി. 'രസകരം, മലപ്പുറത്തെ സ്ഥലനാമവിശേഷങ്ങൾ', ജനപഥം, ഇൻഫർമേഷൻ & പബ്ളിക് റിലേഷൻവകുപ്പ്, കേരള സർക്കാർ, തിരുവനന്തപുരം, ആഗസ്റ്റ്, 2008.

4. ചോതിവള്ളിക്കുട്ടി, ജോബി, എ.പി. 'അമ്മൂമ്മവൈദ്യം' കേരളീയതയുടെ നാട്ടറിവ്-12 , നാട്ടറിവ് പഠനകേന്ദ്രം, തൃശ്ശൂർ, 2001.

5. സന്തോഷ്, കെ.കെ.'നാഗക്കളമെഴുത്ത് പുള്ളുവപ്പെരുമ', കേരളീയതയുടെ നാട്ടറിവ്-10, നാട്ടറിവ് പഠനകേന്ദ്രം, തൃശ്ശൂർ, ആഗസ്റ്റ്-ഒക്ടോബർ, 2000.

6. ശൈലജ, കെ.കെ. 'പൂതക്കളം', 'കേരളീയതയുടെ നാട്ടറിവ്-10 ', തൃശ്ശൂർ, നാട്ടറിവ് പഠനകേന്ദ്രം, ആഗസ്റ്റ്-ഒക്ടോബർ, 2000.

7. രാമൻനമ്പൂതിരി, കെ.ആർ.'ഗൃഹാങ്കണത്തിൽ ഒരു ഔഷധോദ്യാനം', ആയുർവേദചന്ദ്രിക, ആഗസ്റ്റ്, ലക്കം-11, 1992.

8. രാജ, പി.സി. 'ആരോഗ്യം അടുക്കളയിൽ', ആയുർവേദചന്ദ്രിക, ആഗസ്റ്റ്, ലക്കം-11, 1988.

9. അപ്പുക്കുട്ടൻവൈദ്യർ, എം.കെ. 'മർമ്മ ശാസ്ത്രം', ആയുർവേദചന്ദ്രിക, ഫെബ്രുവരി, ലക്കം-5, 1989.

10. മാത്യു, മട്ടക്കക്കുഴി. 'കേരളത്തിലെ ആദിവാസികളുടെ ഒറ്റമൂലി പ്രയോഗങ്ങൾ' ആയുർവേദചന്ദ്രിക, ആഗസ്റ്റ, ലക്കം-11, 1993.

ENGLISH BOOKS

1. Alan, Dandes, Essays in Folkloristics, Folklore Institute, Meerut, 1978.

2. Bhatt, S.S.The Encyclopaedic District Gazaters of India, South zone, Volume 2, Gyan Publication House, New Delhi.1997

3. Bhakhru, Herbs that Heal, Orient Paperbacks, 5A/8 Ansari road, New Delhi, 2008.

4. Dorson, Richard, M. (Edi). Folklore and folklife-an introduction, University Press, Chicago, 1972.

5. Edward. G. Browne. Islamic medicines, Goodword books Pvt.Ltd 1, Nizamuddin West Market, New Delhi, 2003.

6. Kareem, C.K. (Dr). (Edi). Kerala District Gazetteers Malappuram, Government of Kerala, Trivandrum, 1986.

7. Venu, V. (Dr). (Edi). District Handbook of Kerala, Malappuram, Dept. of Information and public relations Kerala, 2003.

അനുബന്ധം

ഒന്ന്

ഔഷധസസ്യങ്ങളുടെ ശാസ്ത്രീയനാമങ്ങൾ

1.	അകത്തിച്ചീര	Sesbania grandiflora
2.	അകിൽ	Dysoxylum ficiforme
3.	അങ്കോലം	Alangium salvifolium
4.	അടപതിയൻ	Holostemma ada-kodien
5.	അടയ്ക്ക	Areca catechu
6.	അടയ്ക്കാമണിയൻ	Sphaeranthus indicus
7.	അണലിവേഗം	Alstonia venenata
8.	അതിരാണി	Malastoma malabathricum
9.	അതിവിടയം	Aconitum horofillam
10.	അത്തി	Ficus racemosa
11.	അപ്പ	Ageratum conizoids
12.	അമൽപൊരി	Rauvolfia serpentina
13.	അമുക്കുരം	Withania somnifera
14.	അമൃത്	Tinospora cordifolia
15.	അമ്പഴം	Spondias pinnata
16.	അയമോദകം	Trachyspermum ammii

17.	അയ്യപ്പാന	Eupatorium ayyappana
18.	അരത്ത	Ruta graveolens
19.	അരളി	Thevatia peruviana
20.	അരയാൽ	Ficus religiosa
21.	അരശ്	Thespesia populnea
22.	അരൂത	Ruta graveoleans
23.	അശോകം	Saraca asoka
24.	അൽപം	Thottea siliquosa
25.	ആമത്താളി	Trema orientalis
26.	ആടലോടകം	Adhatoda vasica
27.	ആട്ടുതീനിപ്പാല	Aristolochia bracteata
28.	ആദംഹവ്വ	Vinca rosea
29.	ആനച്ചുവടി	Elephantopus scaber
30.	ആനച്ചുരു	Solanum torvum
31.	ആനച്ചൊറിയണം	Girardinia diversifolia
32.	ആനയടിയൻ	Elephantopus scaber
33.	ആര്യവേപ്പ്	Azadiracta indica
34.	ആലിലക്കല്ലുർവഞ്ചി	Decalepis
35.	ആവണക്ക്	Ricinus communis
36.	ആവൽ	Holopteleia intgegrifolia
37.	ആവാര	Cassia ariculata
38.	ആറ്റുവഞ്ചി	Homonoia ripava
39.	ആറ്റുനൊച്ചി	Vitex leucoxylom
40.	ആൽ	Ficus religiosa
41.	ഇഞ്ചിപ്പുല്ല്	Cymbopogon flexmosus
42.	ഇഞ്ചി	Zingiber officinale
43.	ഇടംപിരിവലംപിരി	Helicteres isora
44.	ഇത്തി	Ficus microcarpa
45.	ഇത്തിൾക്കണ്ണി	Helicanthus elastica
46.	ഇരട്ടിമധുരം	Glycerrhiza glabra
47.	ഇരുവേലി	Plectranthus zeylanicus
48.	ഇലക്കള്ളി	Euphorbia niveia

49.	ഇലപ്പ	Madhudia longifolia
50.	ഇലവ്	Bombax malabaricum
51.	ഇലവർങ്ഗം	Cinnamomum verum
52.	ഇല്ലിമുള	Bambusa bambos
53.	ഈന്ത്	Cycas circinalis
54.	ഈന്തപ്പന	Phoenix dactylifera
55.	ഉങ്ങ്	Pongamia pinnata
56.	ഉമ്മം	Datura satramonium
57.	ഉപ്പട്ടി	Avicennia officinalis
58.	ഉരുളക്കിഴങ്ങ്	Solanum tuberosum
59.	ഉലുവ	Trigonella graceum
60.	ഉള്ളി	Allium cepa
61.	ഊരകം	Urena lobata
62.	ഊളൻതകര	Cassia tora
63.	എടന	Olea dioica
64.	എരുമക്കള്ളി	Argemone mexicana
65.	എരുമപ്പെട്ടി	Kolanchoe pinnata
66.	എരുക്ക്	Calotropis gigantea
67.	എർജ്ജാൻ	Hyptis suaveolens
68.	എള്ള്	Sesamum orientala
69.	ഏകനായകം	Salacia reticulata
70.	ഏലക്കായ	Elettaria cardamomum
71.	ഏഴിലംപാല	Alstonia scohlaris
72.	ഒടിമടക്കി	Rhinacanthus nasuta
73.	ഒട്ടപുല്ല്	Triumfetta rhomboidea
74.	ഓമം	Datura metel
75.	ഓടത്തെണ്ണ	Balanites roxburgii
76.	ഓരില	Desamodium ganjeticum
77.	ഓരിലത്താമര	Nervillia aragoana
78.	കമ്മ്യൂണിസ്റ്റപ്പ	Eupatorium odoratum
79.	കച്ചോലം	Kaempteria galanga
80.	കഞ്ചങ്കോര	cannabis sativa

81.	കഞ്ചാവ്	Canabis sativa
82.	കടലാടി	Achyranthus aspera
83.	കടുക്ക	Terminalia chebula
84.	കട്ടക്കൊടി	Cocculus hirsutus
85.	കണിക്കൊന്ന	Cassia fistula
86.	കണ്ടകാരിച്ചുണ്ട	Solanum virginianum
87.	കണ്ണാന്തളി	Execoecarea agaleocha
88.	കണ്ണാമ്പൊട്ടി	Excoecaria agaleocha
89.	കയ്പ	Momordica charantia
90.	കയ്പവനരഞ്ചി	Cippadessa baccifera
91.	കരളയം	Aristalochia indica
92.	കരിങ്ങോട്ടെണ്ണ	Samadera indica
93.	കരിങ്കുറിഞ്ഞി	Niligirianthus ciliatus
94.	കരിങ്കുവളം	Monochoria vaginalis
95.	കരിങ്ങാലി	Acacia catechu
96.	കരിഞ്ചീരകം	Vernonia anthelmintica
97.	കരിനൊച്ചി	Vitex negundo
98.	കരിന്തുളസി	Ocimum sanctum
99.	കരിമരുത്	Terminalia tomentosa
100.	കരിമുരുക്ക്	Zanthoxylum rhetsa
101.	കരിമ്പന	Borassus flebellifer
102.	കരിമ്പ്	Saccharum officinarum
103.	കലശ്	Lannea coromandelica
104.	കല്ലുരുക്കി	Scoparia dulis
105.	കല്ലുവാഴ	Ensete superbum
106.	കല്ലുർവഞ്ചി	Rotula aquatica
107.	കമുക്	Areca catechu
108.	കശുമാവ്	Anacardium occidentale
109.	കസ്തൂരിമഞ്ഞൾ	Curcuma aromatica
110.	കസ്തൂരിവെണ്ട	Abelmoschus esalentus
111.	കറുക	Cynodon dactylon
112.	കറുപ്പക്കൊടി	Naravelia zeylanica

113.	കറുവാപ്പട്ട	Cinnamomum verum
114.	കറിവേപ്പില	Murraya Koenigii
115.	കറ്റാർവാഴ	Aloe vera
116.	കർപ്പൂരമരം	Cinnamomum camphora
117.	കൽത്താമര	Hybanthus ennaeaspermus
118.	കാക്കപ്പട്ട	Pittosporum napaulense
119.	കാക്കാന്തൊടി	Trichosanthes tricuspidata
120.	കാക്കപ്പൂവ്	Torenia asiatica
121.	കാച്ചിൽ	Dioseorea oppositifolia
122.	കാഞ്ഞിരം	Strychnos nux-vomica
123.	കാട്ടമര	Dolichos trilobus
124.	കാട്ടീന്ത്	Pheonix pusilla
125.	കാട്ടകമുക്	Pinanga dicksonii
126.	കാട്ടക്കൂവ	Curcuma neilgherrensis
127.	കാട്ടകൊടി	Piper trioicum
128.	കാട്ടചേന	Arisaema leschanaultii
129.	കാട്ടജാതി	Myristica malabarica
130.	കാട്ടജീരകം	Centratherum anthelminticum
131.	കാട്ടതിപ്പല്ലി	Piper longum
132.	കാട്ടതെച്ചി	Ixora coccinea
133.	കാട്ടപടവലം	Trichosanthes cucumerina
134.	കാട്ടപൂവരശ്	Thespesia lampas
135.	കാട്ടമാവ്	Mangifera indica
136.	കാട്ടവാഴ	Musa superba
137.	കാന്താരിമുളക്	Capsicum frutescems
138.	കാമല്ല	Flemingia strobilifera
139.	കാമാക്ഷിപ്പല്ല്	Cymbopogon nardus
140.	കായം	Ferula asa-foetida
141.	കാര	Canthium coromandelicum
142.	കാരിലവ്	Lannea coromandelica
143.	കിർണ്ണിമരം	Manilkara hexandra
144.	കീരിക്കിഴങ്ങ്	Anaphyllum wightii

145.	കീഴാർനെല്ലി	Phyllumanthus amarus
146.	കുടകൻ	Centella asiatica
147.	കുടകപ്പാല	Holarrhena pubescense
148.	കുടംപുളി	Garcinia gummigutta
149.	കുടമഞ്ഞൾ	Curcuma aromatica
150.	കുട്ടിപ്പാല	Streblus asper
151.	കുന്നി	Abrus precatorius
152.	കുമിൾ	Gmelina arborea
153.	കുരങ്ങുമഞ്ഞൾ	Mallotus philippensis
154.	കുരുമുളക്	Piper nigrum
155.	കുരിയൽ	Connarus monocarpus
156.	കുളിർമാവ്	Persea Macrantha
157.	കുറുക്കകിഴങ്ങ്	Maranta arundinacea
158.	കുറുന്തോട്ടി	Sida alinfolia
159.	കുമ്പളം	Beninasa Benincasa
160.	കുറ്റിപ്പാണൽ	Glycosmis pentaphylla
161.	കൂവ്വ	Curcuma Caesia
162.	കൂവളം	Aegle marmelos
163.	കൃഷ്ണകാന്തി	Evolvulus alsinoides
164.	കൃഷ്ണതുളസി	Ocimum tenuiflorum
165.	കൈതച്ചക്ക	Ananas comosus
166.	കൊങ്ങിണി	Lantana camera
167.	കൊടങ്ങൽ	Centella asiatica
168.	കൊടിത്തൂവ്വ	Tragiya involuecrata
169.	കൊടിയാവണക്ക്	Sebastiana chamaelea
170.	കൊട്ടുവേലി	Plumbago rosea
171.	കൊട്ടകം	Securinega virosa
172.	കൊട്ടം	Bredelia scandens
173.	കൊത്തമ്പാലയരി	Coriandrum sativum
174.	കൊഴിഞ്ഞിൽ	Tephrosia purpurea
175.	കൊഴപ്പ	Alternanthera sessilis
176.	കോവൽ	Cephalandra indica

177.	ഗരഫല	Anamirta cocclus
178.	ഗരുഡക്കൊടി	Aristolochia indica
179.	ഗരുഡപ്പച്ച	Selaginella involvens
180.	ഗുഗ്ഗുലു	Commiphora Wightii
181.	ഗ്രാംമ്പു	Syslygium aromaticum
182.	ചക്കരക്കൊല്ലി	Gymnema sylvestre
183.	ചക്രത്തകര	Cassia tora
184.	ചങ്ങലംപട്ട	Cissus quadrangularis
185.	ചങ്ങലംപരണ്ട	Vitis quadrangularis
186.	ചണ്ണക്കൂവ്വ	Costus speciosus
187.	ചന്ദനം	Santlum album
188.	ചതുരക്കള്ളി	Euphorbia antiquorum
189.	ചപ്പങ്ങം	Caesalpinia sappan
190.	ചിലന്തിക്കിഴങ്ങ്	Eulophia nuda
191.	ചിറ്റരത്ത	Alpenia Calearata
192.	ചിറ്റമൃത്	Tinospora cordifolia
193.	ചിറ്റീന്ത്	Angiopteris evecta
194.	ചിറ്റേലം	Heracleum candolleanum
195.	ചീര	Amaranthus tricolor
196.	ചെത്തി	Ixora coccinea
197.	ചെത്തിക്കൊട്ടുവേലി	Plumbago rosea
198.	ചെങ്ങഴിനീർക്കൂവ	Kaempferia Rotunda
199.	ചെമ്പരത്തി	Hibiscus rosa-sinensis
200.	ചെമ്പരവള്ളി	Ampelocissus arnottiana
201.	ചെറുകടലാടി	Cyathula prostrata
202.	ചെറുതേക്ക്	Clerodendrum serratum
203.	ചെറുനാരങ്ങ	Citrue limonum
204.	ചെറുപയർ	Vigna radiata
205.	ചെറുപുള്ളടി	Indigofera enneaphylla
206.	ചെറുമുള്ളിച്ചെടി	Carissa spinarum
207.	ചെറുവഴുതിന	Solanum indicum
208.	ചെറുവിരി	Cordia dichotoma

209.	ചെറൂള	Aerva lanata
210.	ചേമ്പ്	Colocasia esculenta
211.	ചേര്	Semicarpus anacardium
212.	ചുടലത്തെറ്റി	Catharanthus roseus
213.	ചുവന്നുള്ളി	Allicum cepa
214.	ചുട്ടിത്തിരുതാളി	Ipomoea sepiaria
215.	ചൂരൽ	Calamus rotany
216.	ജാതിക്ക	Myristica fragrans
217.	ജീരകം	Cuminum cyminum
218.	ജീവകം	Seidenfia rheedei
219.	ജീവൻദാനി	Dracaena terniflora
220.	ജീവന്തി	Holostemma ada-kodien
221.	ഞാവൽ	Syzygium cumini
222.	ഞെരിഞ്ഞിൽ	Tribulus terrestris
223.	തകര	Cassia tora
224.	തലസിതാരി	Clematis gouriana
225.	തഴുതാമ	Boerhavia diffusa
226.	താതിരി	Woodfordia fruticosa
227.	താന്നി	Terminalia bellirica
228.	തിപ്പലി	Piper longum
229.	തിരുക്കള്ളി	Euphorbia indica
230.	തിരുതാളി	Ipomiea sepiaria
231.	തുളസി	Ocimum sanctum
232.	തുമ്പ	Leucas aspera
233.	തെച്ചി	Ixora coccinea
234.	തേറ്റാമ്പരൽ	Strychnos potatorum
235.	തേങ്ങ	Cocos nucifera
236.	തേയില	Camelia sinensis
237.	തേൾക്കട	Heliotropium keralense
238.	തൈവേള	Gynandropsis gynadra
239.	തൊട്ടാവാടി	Mimosa pudica
240.	ത്രികോൽപക്കൊന്ന	Operculina turpethum

241.	ദന്തപ്പാല	Wrightia tinctoria
242.	നന്ത്യാർവട്ടം	Tabernaemontana coronarium
243.	നവരനെല്ല്	Oryza sativa
244.	നറുനീണ്ടി	Hemidesmus indicus
245.	നാഗദന്തി	Baliospermum montanum
246.	നാഗമുല്ല	Opuntia dillenii
247.	നാഗവള്ളി	Bauhinia scandens
248.	നാട്ടുകൈത	Agave americana
249.	നായ്ക്കുരണ	Mucuna prurita
250.	നിലനെല്ലി	Phyllanthus amarus
251.	നിലപ്പന	Curiculigo orchioides
252.	നിലമഞ്ഞൾ	Curcuma longa
253.	നിലംപരണ്ട	Desmodium triflorum
254.	നിലംപാല	Euphorbia hirta
255.	നീലഅമരി	Indigofera tinctoria
256.	നീലംചെടി	Spilanthes ciliata
257.	നീർമരുത്	Terminalia arjuna
258.	നീർമാതളം	Crataeva Magna
259.	നീർവാളം	Croton tiglium
260.	നീർവേഴ്	Barringtonia acutangula
261.	നെന്മേനിവാക	Albizia lebbeck
262.	നെല്ലി	Phyllanthus emblica'
263.	നെല്ല്	Oriza sativa
264.	പച്ചക്കർപ്പൂരം	Artemisia nilagirica
265.	പച്ചിലപ്പെരുമാൾ	Seidenfia Sheedei
266.	പടംമടക്കി	Muehlenbeckia platyclados
267.	പതിമുകം	Caesalpinia sappan
268.	പനിക്കൂർക്ക	Coleus aromaticus
269.	പന്നിക്കാര	Canthium coromandelicum
270.	പപ്പായ	Carica papaya
271.	പരുത്തി	Gossypium arborium
272.	പരണ്ട	Entada scandens

273.	പലകപ്പയ്യാന	Oroxylum indicum
274.	പറങ്കിമാവ്	Anacardium occidentale
275.	പർപ്പടകപ്പല്ല്	Ordenlendia korimposa
276.	പാച്ചോറ്റി	Simplocos laurina
277.	പാടക്കിഴങ്ങ്	Cyclea peltata
278.	പാടത്താളി	Cyclea peltata
279.	പാണൽ	Glycosmis pentaphylla
280.	പാതിരി	Stereospermum colais
281.	പാവയ്ക്ക	Momordica charatia
282.	പാവട്ട	Morinda pubeseens
283.	പാൽമുതുക്ക്	Ipomola Mauritiana
284.	പാൽവള്ളി	Ichnocarpus frutescens
285.	പിച്ചകം	Jasminum grandiflorum
286.	പുകയില	Nicotiana tabacum
287.	പുതീന	Mentha rotundifolia
288.	പുത്തരിച്ചുണ്ട	Solanum anguivi
289.	പുന്ന	Calophyllam inophyllam
290.	പുലിച്ചുവടി	Ipomoea pes-tigridis
291.	പുല്ലാനി	Calycopteris floribunda
292.	പുഷ്ക്കരമൂലം	Psilanthus travancorensis
293.	പുളിയാറില	Oxalis corniculata
294.	പുളി	Tamarindus indicus
295.	പുറനാറി	Hyptis suaveolens
296.	പൂക്കൈത	Pandanus odoratissimus
297.	പൂവം	Schlrichera oleosa
298.	പെരയില	Clerodendrum viscosum
299.	പെരുക്	Clerodendrum infortunatum
300.	പെരുകുരുമ്പ്	Chonemorpha fragrams
301.	പെരുങ്കായം	Ferula asa-foetida
302.	പേരയ്ക്ക	Psidium guajava
303.	പേരാൽ	Ficus benghalensis
304.	പൊന്നാങ്കണ്ണി	Alternanthera paronychioides

305.	പ്ലാമഞ്ഞൾ	Dendrophthoe falcata
306.	പ്ലാശ്	Butea monosperma
307.	ബ്രഹ്മി	Bacopa monnieri
308.	ബാർലി	Avena sativa
309.	മഞ്ഞകടമ്പ്	Adina cordifollia
310.	മഞ്ഞൾ	Curcuma longa
311.	മഞ്ചട്ടി	Rubia cordifolia
312.	മണിത്തക്കാളി	Solanum nigrum
313.	മന്ദാരം	Bauhinia acuminata
314.	മരക്കൂൺ	Poliporus sp.
315.	മരമഞ്ഞൾ	Coscinium fenestratum
316.	മരുത്	Terminalia paniculata
317.	മരോട്ടി	Hydnocarpus kurzii
318.	മല്ലി	Coriandrum sativum
319.	മാതളം (ഉറുമാമ്പഴം)	Punica granatum
320.	മാവ്	Mangifera indica
321.	മാശിക്ക	Citrus medica (മാതള നാരകം ഗണപതിനാരകം)
322.	മുക്കള്ളി	Euphorbia antiquorum
323.	മുക്കുറ്റി	Biophytum reinwardtii
324.	മുഞ്ഞ	Premna Serratifolia
325.	മുതിര	Dolichos biflorus
326.	മുത്തങ്ങ	Cyperus rotundus
327.	മുരിങ്ങ	Moringa oleifera
328.	മുയൽചെവിയൻ	Emilia sonchifolia
329.	മുളച്ചിമുള്ള്	Xanthoxylum rhetsa
330.	മുള്ളൻവെള്ളരി	Cucumis sativus
331.	മുള	Bambusa bambos
332.	മുള്ളങ്കി	Raphams sativms
333.	മൂവില	Pseudarthira viscida
334.	മൈലാഞ്ചി	Lawsonia inermis
335.	രാമച്ചം	Vetiveria zizanoides
336.	വടിവേമ്പ്	Toona ciliata

337.	വട്ട	Macaranga peltata
338.	വട്ടപ്പെരു	Clerodendrum viscosum
339.	വത്സനാഭി	Aconitum ferox
340.	വൻപയർ	Vigna ungriculata
341.	വയമ്പ്	Acorus calamus
342.	വയൽച്ചുള്ളി	Hygrophila Schulli
343.	വള്ളിക്കാഞ്ഞിരം	Stricknose Vanprukii
344.	വള്ളിപ്പാല	Tylophora Indica
345.	വാതക്കൊടി	Nervelia zeylanica
346.	വാതംകൊല്ലി	Justicia gendarusa
347.	വാതംവരട്ടി	Artanema sesamoides
348.	വാളംപുളി	Temarindus indicus
349.	വിഷ്ണുക്രാന്തി	Evolvulus alsinoides
350.	വിളാർ	Feronia elephantum
351.	വിഴാലരി	Embelia ribes
352.	വെങ്കായം	Allium sativum
353.	വെട്ടിയില	Aporosa lindleyana
354.	വെട്ടുപാല	Wrightia tinctoria
355.	വെറ്റില	Piper betle
356.	വെൺകൊട്ടം	Zizyphus oenoplia
357.	വെൺകുറുന്തോട്ടി	Abutilon indicum
358.	വെള്ളമരുത്	Terminalia paniculata
359.	വെള്ളക്കുന്നി	Abrus precatorius
360.	വെള്ളുള്ളി	Alivam sativum
361.	വെമ്പാടൻ	Ventilago maderaspatana
362.	വെണ്ട	Abelmoschus esculentus
363.	വെള്ളരിക്ക	cucumis Satirus
364.	വെള്ളിലം	Mussaenda frondosa
365.	വേങ്ങ	Pterocarpus marsupium
366.	വേനപ്പച്ച	Blumea lacera
367.	വേലിപ്പരുത്തി	Pergularia daemia
368.	ശങ്കരച്ചീര	Amaranthus spinosus

369.	ശതാവരി	Asparagus racemosus
370.	ശംഖുപുഷ്പം	Clitoria ternatea
371.	ശവംനാറി	Vinca rosea
372.	സർപ്പഗന്ധി	Rauvolfia serpentina
373.	സർവ്വസുഗന്ധി	Pimenta dioica
374.	സാമ്പ്രാണി	Canarium stictum
375.	സുന്നാമക്കി	Cassia s enna
376.	സോമലത	Sarcostemma acidum

രണ്ട്

സാമാന്യചികിത്സാവിധികൾ

	ഔഷധ സസ്യം		ഔഷധമൂല്യം
1	അകിൽ	തടി	പുകയ്ക്കാനുപയോഗിക്കുന്നു, വേദനസംഹാരിയും രോഗാണുനാശകവുമാണ്
		അകിലെണ്ണ	വേദന, നീര് എന്നിവ കുറയ്ക്കുന്നു.
2	അകത്തിച്ചീര	ഇല	ജീവകം എ യുടെ അഭാവം കൊണ്ടുള്ള രോഗങ്ങൾക്ക് ഇല കറിവെച്ച് കഴിക്കുക. ചൊറി, ചിരങ്ങ് എന്നിവക്ക് ഇലയരച്ച് തേക്കുക.
		പൂവ്	ഇടിച്ച് പിഴിഞ്ഞ് നീര് പാലിൽ ചേർത്ത് കഴിക്കുക.
		കായ	പാലിൽ അരച്ച് കുരുക്കളിൽ പുരട്ടുക.
3	അടപതിയൻ	കിഴങ്ങ്	മുലപ്പാൽ വർദ്ധിക്കാൻ പാൽ ക്കഷായമായി ഉപയോഗിക്കാം. ചെങ്കണ്ണിന് മുലപ്പാലും കിഴങ്ങിന്റെ നീരും കണ്ണിൽ ഒഴിക്കുക.

	ഔഷധ സസ്യം		ഔഷധമൂല്യം
4	അടയ്ക്കാമണിയൻ	കായ	ഉദരരോഗങ്ങൾക്ക് ജീരകം ചേർത്ത കഷായം. വെള്ളപോക്കിന് പൊടിച്ച് കഴിക്കുക.
		വേര്	പൊടിച്ച് തേനിൽ ചാലിച്ച് കഴിച്ചാൽ ചുമ വയറുവേദന എന്നിവ ശമിക്കും. മോരിൽ ചേർത്ത് കഴിക്കുന്നത് അർശ്ശസിനും ത്വക് രോഗങ്ങൾക്കും രക്തദൂഷ്യത്തിനും നല്ലതാണ്.
5	അതിവിടയം	കിഴങ്ങ്	അതിസാരം, അമിതവണ്ണം, ദുർമേദസ്സ് എന്നിവയെ ഇല്ലാതാക്കുന്നു.
6	അത്തി	പഴം	ഊർജ്ജദായനി, കുട്ടികളുടെ അമിതവണ്ണം കുറക്കുന്നു.
		അത്തി	സൂതികകൾക്ക് മരത്തൊലി കുളിക്കാനുപയോഗിക്കുന്നു. ചർമ്മരോഗം ശമിപ്പിക്കുന്നു.
7	അമുക്കിരം	വേര്	ക്ഷീണം ഇല്ലാതാക്കുന്നു. ലൈംഗികോത്തേജകമാണ്.
8	അമൃത്	തണ്ട്	നീരെടുത്ത് തേൻചേർത്ത് കഴിച്ചാൽ പനി ശമിക്കും.
		ഇല	രക്തപിത്തം, വാതരക്തം എന്നിവക്ക് അരച്ച് കഴിക്കുന്നു.
9	അലക്കുചേര്	കുരു	ചാണകനീരിലിട്ട് ശുദ്ധിചെയ്ത് ഉപയോഗിക്കുന്നു. അർശ്ശസ്, ആമവാതം, കൃമി എന്നിവയ്ക്ക് കുരു പൊടിച്ച് തേക്കുന്നു.
10	അയ്യപ്പാന	ഇല	തേൾ, പഴുതാര, കടന്നൽ എന്നിവ കുത്തിയാൽ ഇല രമച്ചിടുക.
		തണ്ട്	ചൊറി, ചിരങ്ങ്, പുഴുക്കടി എന്നിവയ്ക്ക് എണ്ണകാച്ചിതേക്കുക
11	അരളി	വേര്	ഭഗന്ദരം, സന്ധിവേദന, തലമുടി വട്ടത്തിൽ കൊഴിയുക (ഇന്ദ്രലുപ്തം) എന്നിവക്ക് അരച്ച് തേക്കുന്നു.
		കറ	ചിരങ്ങ്, ചൊറി, വ്രണം എന്നിവക്ക് കറ പുരട്ടുന്നു.

	ഔഷധ സസ്യം		ഔഷധമൂല്യം
12	അത്രുത	ഇല	കുട്ടികളുടെ അപസ്മാരം, ശ്വാസംമുട്ട്, പനി, നാസരോഗങ്ങൾ എന്നിവക്ക് നീര് പുരട്ടുക.
13	അശോകം	തൊലി	ആർത്തവവേദന, അമിതാർത്തവം എന്നിവക്ക് കഷായം വെച്ച് കുടിക്കുക.
		പൂവ്	ചൊറി, കരപ്പൻ എന്നിവക്ക് എണ്ണകാച്ചി തേക്കുക.
14	അടലോടകം	ഇല	അമിതാർത്തവം, ചുമ, പനി രക്തം ഛർദ്ദിക്കുക എന്നിവക്ക് തളിരില വെള്ളത്തിലിട്ട് ചൂടാക്കി കുടിക്കുന്നു.
		വേര്	കഷായം വെച്ച് കുടിച്ചാൽ കഫം, മൂത്രക്കല്ല് എന്നിവ ശമിക്കും.
15	ആനച്ചുവടി	സമൂലം	അരച്ച് തേച്ചാൽ വിഷം ശമിക്കും. മല്ലി ചേർത്ത് കഴിച്ചാൽ മൂത്രച്ചൂട്, വയറുവേദന എന്നിവ ശമിയ്ക്കും.
		വേര്	രക്താർശ്ശസിന് നല്ലത്.
16	ആര്യവേപ്പ്	ഇല	ചൊറി, മഞ്ഞപ്പിത്തം എന്നിവയ്ക്ക് മഞ്ഞൾ ചേർത്ത് പുരട്ടുന്നു. വയറിലെ കൃമി മാറാൻ വേപ്പില നീരിൽ തേൻ ചേർത്ത് കഴിക്കുന്നു.
		തൊലി	കഷായം വെച്ച് കഴിച്ചാൽ ത്വക്‌രോഗങ്ങൾ ശമിക്കും.
		എണ്ണ	നാൽക്കാലികളെ കൊതുക് കടിക്കാതിരിക്കാൻ എണ്ണ തേക്കുന്നു.
17	ആവണക്ക്	എണ്ണ	കുരുവിൽ നിന്ന് എടുക്കുന്ന എണ്ണ വിരേചനൗഷധമാണ്
		ഇല	നീര്, വേദന എന്നിവ കുറക്കാൻ ഇല ചൂടാക്കിക്കെട്ടുന്നു
		വേര്	വയറുവേദനക്ക് വേരുചേർത്ത പാൽക്കഷായം നല്ലത്.
18	ആൽ	തൊലി	വ്രണം ശുദ്ധിയാക്കുന്നതിന് ഉപയോഗിക്കാം.
19	ആവൽ	തൊലി	സന്ധിവേദന, ത്വക്‌രോഗങ്ങൾ എന്നിവക്ക് അരച്ച് പുരട്ടുക.

	ഔഷധ സസ്യം		ഔഷധമൂല്യം
20	ഇഞ്ചി	കിഴങ്ങ്	അരുചി, വായുക്ഷോഭം, വിശപ്പില്ലായ്മ എന്നിവക്ക് ഇഞ്ചിനീർ കുടിക്കുക. തലവേദനക്ക് അരച്ച് നെറ്റിയിൽ പുരട്ടുക.
21	ഇഞ്ചപ്പുല്ല്	തൈലം	വാതവേദന, ജലദോഷം, അതിസാരം, ഛർദ്ദി എന്നിവക്ക് ഉപയോഗിക്കാം.
22	ഇരട്ടിമധുരം	തണ്ട്	പ്രമേഹരോഗികൾക്ക് കഷായം വെച്ച് കുടിക്കാം.
23	ഇലഞ്ഞി	തൊലി	വായിലിട്ട് ചവച്ചാൽ ഇളകിയ പല്ല് ഉറയ്ക്കും. കരപ്പന് തേങ്ങാപ്പാലിൽ അരച്ച് പുരട്ടുക.
		പൂവ്	വിഷഹാരിയാണ്. തലവേദനക്ക് പൂവ് ചതച്ച് നെറ്റിയിൽ തേക്കുന്നു.
24	ഇലവ്	കറ	പാലിൽ ചേർത്ത് കുടിച്ചാൽ രക്തപിത്തം മലത്തിൽ കൂടി രക്തം പോവുക എന്നിവ ഇല്ലാതാകും.
25	ഇലവർങ്ങം	തൊലി	വയറിളക്കം, അജീർണ്ണം, അരുചി എന്നിവക്ക് അരച്ച് കുടിക്കുന്നു.
26	ഈന്ത്	പൂവ്	ആൺ ഈന്ത് മരത്തിന്റെ പൂവ് കോഴിക്കൂടിൽ വെച്ചാൽ കോഴിപ്പേൻ നശിക്കുന്നു.
27	ഉങ്ങ്	വേര്	നീരിൽ വേപ്പിലയും കരിനെച്ചിയിലയും ചേർത്തരച്ച് തേച്ചാൽ മുറിവുണങ്ങും.
		തൊലി	ഒടിവ്, ചതവ്, നീര് എന്നിവക്ക് തൊലിയിട്ട് വെളിച്ചെണ്ണ കാച്ചി തേക്കുക.
28	ഉമ്മം	കായ്	തഴുതാമയും കായും സമം ചേർത്ത് കഷായം വെച്ച് കുടിച്ചാൽ പേപ്പട്ടിവിഷം ശമിക്കും.
		ഇല	ഉണക്കിപ്പൊടിച്ച് ബീഡിതെറച്ച് വലിക്കുന്നത് ആസ്ത്മക്ക് നല്ലതാണ്.

	ഔഷധ സസ്യം		ഔഷധമൂല്യം
29	ഉലുവ	വിത്ത്	പ്രമേഹശമനിയും ശരീരം വണ്ണം വെക്കാനും വീക്കം കുറക്കാനും ഉലുവാകഷായം നല്ലതാണ്.
30	ഉഴിഞ്ഞ	സമൂലം	കഷായം വെച്ച് കഴിച്ചാൽ വാതം, വയറുവേദന,
		ഇല	മലബന്ധം എന്നിവ ശമിക്കും അരച്ച് വൃഷണത്തിൽ പുരട്ടിയാൽ വീക്കം ശമിക്കും.
31	ഉഴുന്ന്	വിത്ത്	കഷായം വെച്ച് കഴിച്ചാൽ അഗ്നിമാന്ദ്യം, വാതരോഗങ്ങൾ എന്നിവക്ക് നല്ലതാണ്.
32	എള്ള്	വിത്ത്	ആർത്തവക്കുറവ്, രക്താർശ്ശസ് എന്നിവക്ക് നല്ലതാണ്.
33	എരുക്ക്	ഇല	പാമ്പുകടിച്ച ഭാഗത്ത് എരുക്കില ചതച്ചരച്ച് വെക്കുക.
		പാൽ	കാലിൽ ഉണ്ടാകുന്ന പുഴക്കടിക്ക് പാൽ ലേപനമാക്കാം.
34	ഏലക്കായ	തരി	ഛർദ്ദിക്കും ശ്വാസരോഗങ്ങൾക്കും നല്ലതാണ്.
35	ഏഴിലംപാല	തൊലി	കഷായംവെച്ച് കുടിച്ചാൽ പനി, ത്വക്‌രോഗങ്ങൾ, രക്തദൂഷ്യം എന്നിവ ശമിക്കും.
		കറ	ചൂടുവെള്ളത്തിൽ കലക്കികുടിച്ചാൽ വിരേചനം ഉണ്ടാകും.
36	ഏകനായകം	വേര്	പ്രമേഹത്തിന് കഷായം വെക്കുന്നു.
37	ഓരില	വേര്	വേർ ചേർത്ത കഷായം ശരീരവേദന, ഹൃദ്രോഗം എന്നിവ കുറയ്ക്കും.
38	ഓരിലത്താമര	സമൂലം	നേത്രരോഗങ്ങൾക്കും, താരൻപോകാനും നല്ലത്.
39	കച്ചോലം	കിഴങ്ങ്	ശ്വാസതടസ്സം, വായ്നാറ്റം, ചുമ എന്നിവ ഇല്ലാതാക്കാൻ വെറ്റില കൂട്ടി മുറുക്കുന്നു. പല്ലുവേദനക്ക് കച്ചോലം ചതച്ച് മോണയിൽ വെക്കുന്നു.

	ഔഷധ സസ്യം		ഔഷധമൂല്യം
40	കഞ്ചാവ്	ഇല	അതിസാരം, വ്രണം എന്നിവ ശമിക്കാൻ ലഘുവായ അളവിൽ കഞ്ചാവില ഉപയോഗിക്കാം.
41	കടലാടി	ഇല	പൊടിച്ച് തേൻ ചേർത്ത് സേവിച്ചാൽ അതിസാരം നിൽക്കും
		സമൂലം	കഷായമുണ്ടാക്കി കഴിച്ചാൽ നീർവീക്കം ശമിക്കും.
42	കടുക്	വിത്ത്	മുരിങ്ങാത്തൊലിയോടൊത്ത് ഗോമൂത്രത്തിൽ അരച്ച് തേച്ചാൽ വാതവേദന ശമിക്കും.
43	കടുക്ക	തോട്	കഷായംവെച്ച് കുടിച്ചാൽ പനി, ശിരോരോഗങ്ങൾ, കാമില, ഗ്രഹണി, ക്ഷണം എന്നിവ ശമിക്കും. വിരേചന ഔഷധമാണ്.
44	കണിക്കൊന്ന	തൊലി	ചർമ്മരോഗങ്ങൾ കൃമി, മലബന്ധം എന്നിവക്ക് കഷായം വെച്ച് കുടിക്കാം. കൊന്ന ഇല ഇടിച്ച് പിഴിഞ്ഞ നീര് ചൊറിക്കും ചിരങ്ങിനും നല്ലതാണ്.
45	കണ്ടകാരി ച്ചുണ്ട	കായ്	കത്തിച്ച് പുക ഏൽപ്പിക്കുന്നത് പല്ല് വേദനക്ക് നല്ലത്.
		വേര്	ചാറെടുത്ത് മദ്യത്തിൽ ചേർത്ത് കഴിച്ചാൽ ഛർദ്ദി ശമിക്കും.
46	കയ്യോന്നി	സമൂലം	ഇടിച്ച് പിഴിഞ്ഞ നീരിൽ എണ്ണ കാച്ചി തേച്ചാൽ മുടികൊഴിച്ചിൽ, കാഴ്ച്ചക്കുറവ് എന്നിവ ശമിക്കും.
47	കരിങ്കുറിഞ്ഞി	സമൂലം	രക്തശുദ്ധിക്കും ലൈംഗീകശേഷി വർദ്ധിപ്പിക്കാനും ഉപയോഗിക്കുന്നു.
48	കരിങ്ങാലി	തടി	തിളപ്പിച്ച വെള്ളം ദാഹശമനിയായി ഉപയോഗിക്കുന്നു. പ്രമേഹം കുറക്കുന്നു.

	ഔഷധ സസ്യം		ഔഷധമൂല്യം
49	കരിനെച്ചി	ഇല	നീർ അപസ്മാരം, കഴുത്തിലുണ്ടാകുന്ന നീർക്കെട്ട് എന്നിവ ശമിപ്പിക്കുന്നു.
		വേര്	അരച്ച് മോരിൽ ചേർത്ത് സേവിച്ചാൽ മൂത്രതടസ്സം, മൂത്രക്കല്ല് എന്നിവ ശമിക്കും.
50	കല്ലുരുക്കി	സമൂലം	അരച്ച് സേവിച്ചാൽ മൂത്രക്കല്ല് മൂത്രാശയരോഗങ്ങൾ എന്നിവ ഇല്ലാതാകും.
51	കല്ലൂർവഞ്ചി	വേര്	കഷായംവെച്ച് കുടിച്ചാൽ മൂത്രക്കല്ല് സുഖപ്പെടും.
52	കസ്തൂരി മഞ്ഞൾ	കിഴങ്ങ്	തേൾവിഷം, മുഖക്കുരു എന്നിവക്ക് കിഴങ്ങ് അരച്ചിടുക.
53	കറിവേപ്പ്	ഇല	അതിസാരം, വിഷം, അലർജി, വയറുകടി എന്നിവക്ക് ഇല അരച്ച് കഴിക്കുന്നു.
54	കറുക	സമൂലം	മൂക്കിൽക്കൂടി രക്തം വരിക, ചൊറി, മലബന്ധം എന്നിവയെ ഇല്ലാതാക്കും. മുലപ്പാൽ വർദ്ധിക്കും.
55	കറ്റാർവാഴ	സമൂലം	പിഴിഞ്ഞ് നീരെടുത്ത് എണ്ണകാച്ചി തേച്ചാൽ മുടികൊഴിച്ചിൽ ഇല്ലാതാകും. ആർത്തവ സംബന്ധമായ ക്രമക്കേടുകൾക്ക് കഷായം വെച്ച് കുടിക്കുക.
56	കർപ്പൂരം	കറ	കറുപ്പും കർപ്പൂരവും ചേർത്ത് ഗുളികയുണ്ടാക്കി കഴിച്ചാൽ സ്വപ്നസ്ഖലനം ശമിക്കും. ആവണക്കെണ്ണയിൽ ചാലിച്ച് തേച്ചാൽ വാതവേദനശമിക്കും.
57	കർക്കടക ശൃംഗി	കായ	ഉണക്കിപ്പൊടിച്ച് തേൻ ചേർത്ത് കഴിച്ചാൽ വയറുകടി, അതിസാരം, രക്തംപോക്ക് എന്നിവ ശമിക്കും. കായ കത്തിച്ചുള്ളചാരം തേനിൽ ചാലിച്ചുകൊടുത്താൽ കുട്ടികളുടെ ചുമ ശമിക്കും.

	ഔഷധ സസ്യം		ഔഷധമൂല്യം
58	കാഞ്ഞിരം	ഇല	വാതവേദന, ആമവാതം, സന്ധിവേദന എന്നിവക്ക് കാഞ്ഞിരയിലയിട്ട് തിളപ്പിച്ച വെള്ളം കുടിക്കുക.
		തൊലി	ഉണക്കിപ്പൊടിച്ച് വെളിച്ചെണ്ണയിൽ ചൂടാക്കി തേച്ചാൽ ചൊറി, വ്രണം എന്നിവ ഇല്ലാതാകും.
59	കാട്ടുചേന	കിഴങ്ങ്	അർശ്ശസിന് നല്ലതാണ്.
600	കാട്ടുതെച്ചി	പൂവ്	കഷായംവെച്ച് കുടിച്ചാൽ കുട്ടികളുടെ ചൊറി, ചിരങ്ങ് എന്നിവ ശമിക്കും.
61	കാന്താരി മുളക്	കായ്	അമിത രക്തസമ്മർദ്ധം കുറക്കുന്നു.
62	കാട്ടുപടവലം	ഇല	വ്രണം ശമിപ്പിക്കുന്നു. കഷായം വെച്ച് കഴിച്ചാൽ രക്തദൂഷ്യം ഇല്ലാതാകുന്നു.
63	കായം	കറ	അഷ്ടചൂർണ്ണത്തിലെ പ്രധാന ചേരുവ. ദഹനക്കേട്, അതിസാരം എന്നിവ സുഖപ്പെടുത്തുന്നു.
64	കീഴാർ നെല്ലി	സമൂലം	പാലിൽ ചേർത്ത് കഴിച്ചാൽ മഞ്ഞപ്പിത്തം ശമിക്കും.
65	കാർകോകിൽ	വിത്ത്	കഷായംവെച്ച് കുടിച്ചാൽ കുഷ്ഠം കുറയും. വെള്ളപ്പാണ്ഡ് മാറാൽ മുത്തിളിന്റെ നീരിൽ കാർകോലരി അരച്ച് പുരട്ടുക.
66	കുടകപ്പാല	വിത്ത്	ദഹനസംബന്ധമായ രോഗങ്ങൾക്ക് അരച്ച് കുടിക്കുന്നത് നല്ലതാണ്.
67	കുന്നി	ഇല	നീരിന് ഇലയിൽ എണ്ണപുരട്ടി ശരീരത്തിൽ പറ്റിച്ച് വെക്കുക. ശർക്കരചേർത്ത് കഴിച്ചാൽ ചുമ സുഖപ്പെടും.
68	കുമ്പളം	വിത്ത്	കൃമിക്ക് വിത്ത് പൊടിച്ച് ചുടുവെള്ളത്തിൽ ചേർത്ത് കുടിക്കുക.
		കായ്	വസ്തി ശുദ്ധിയാക്കും. നാഭിയിൽ നീര് തേക്കാം.

	ഔഷധ സസ്യം		ഔഷധമൂല്യം
69	കുമിഴ്	വേര്	വാതരക്തം ഇല്ലാതാക്കുന്നതും കഫനാശിനിയുമാണ്.
70	കുരുമുളക്	കുരു	പനി, ചുമ, കഫം, വിഷമജ്വരം എന്നിവക്ക് കഷായം വെച്ച് കുടിക്കുക.
71	കുറുന്തോട്ടി	സമൂലം	വാതഹരിണിയും വേദന ശമിപ്പിക്കുകയും ചെയ്യുന്നു. മൂത്രാതിസാരം, അസ്ഥിസ്രാവം എന്നിവക്ക് കുറുന്തോട്ടിവേരും പാലും ചേർത്ത് കുടിക്കുക. ഗർഭിണികൾക്ക് കുറുന്തോട്ടിചേർത്ത പാൽകഷായം നല്ലതാണ്.
72	കുവളം	ഇല	അരച്ച് തലയിൽ തേച്ചാൽ ചൊറി, ചിരങ്ങ് എന്നിവ ശമിക്കുന്നു. അരച്ച് കഴിച്ചാൽ വയറ്റിലെ വിഷം ശമിക്കുന്നു.
		വേര്	അതിസാരത്തിന് കഷായംവെച്ച് കുടിക്കാം.
73	കൃഷ്ണതുളസി	ഇല, സമൂലം	കഫസംബന്ധമായ രോഗങ്ങൾക്ക് അരച്ച് കുടിക്കുന്നത് നല്ലതാണ്.
74	കൈതച്ചക്ക	ഓല	ഇടിച്ച്പിഴിഞ്ഞ് തേൻചേർത്ത് കഴിച്ചാൽ നിലങ്കാലിച്ചുമ ശമിക്കും.
		ചക്ക	നീർ ലേപനം ചെയ്താൽ കരപ്പൻ, ചൊറി എന്നിവ ശമിക്കുന്നു. പഴുത്ത കൈതച്ചക്കനീര് ഗർഭിണികളുടെ ഛർദ്ദി കുറക്കും.
75	കൊടിത്തുവ	സമൂലം, വേര്	ശ്വാസരോഗങ്ങൾക്ക് കഷായം വെച്ച് കുടിക്കാം.
76	കൊട്ടുവേലി	വേര്	എലിശല്യം ഇല്ലാതാക്കാൻ പറമ്പിന്റെ അതിരിൽ കുഴിച്ചിടുന്നു.
77	കൊഴിഞ്ഞിൽ	വിത്ത്	കൃമിനാശിനി. ചൊറിക്ക് അരച്ച് പുരട്ടുക.
78	കോവൽ	ഇല	ദഹനക്കുറവിനെ പരിഹരിക്കുന്നു.
		കായ്	പ്രമേഹം കുറക്കുന്നു.

	ഔഷധ സസ്യം		ഔഷധമൂല്യം
79	ഗരുഡക്കൊടി	സമൂലം	പാമ്പിൻ വിഷചികിത്സക്ക് അരച്ച് പുരട്ടുന്നു. പാലിൽ ചേർത്ത് കഴിക്കുന്നതും നല്ലതാണ്
80	ഗുഗ്ഗുലു	കറ	കത്തിച്ച് പുകയേൽപ്പിച്ചാൽ ത്വക് രോഗങ്ങൾ ശമിക്കും. കഷായം വെച്ച് കുടിച്ചാൽ ലൈംഗികരോഗങ്ങൾ, വിസർപ്പം എന്നിവ ശമിക്കും.
81	ഗ്രാമ്പൂ	പൂമൊട്ട്	തേനിൽ ഗ്രാമ്പൂ പൊടിച്ച് കഴിച്ചാൽ ചുമ, പനി, ജലദോഷം എന്നിവ കുറയും. ഗ്രാമ്പൂ തൈലം തേച്ചാൽ പല്ലുവേദന സുഖപ്പെടും.
82	ഗോതമ്പ്	വിത്ത്	കഞ്ഞിവെച്ച് കുടിച്ചാൽ വെള്ളപോക്ക്, അമിതാർത്തവം എന്നിവ ശമിക്കും.
83	ചക്കരക്കൊല്ലി	ഇല	അരച്ച് കഴിച്ചാൽ പ്രമേഹം കുറയും.
84	ചക്രത്തകര	വിത്ത്, ഇല	ചൊറിക്കും ചിരങ്ങിനും അരച്ച് പുരട്ടുന്നു.
85	ചങ്ങലംപരണ്ട	സമൂലം	അരച്ച് കെട്ടിയാൽ ഒടിവ്, ചതവ് എന്നിവ ശമിക്കും. ചെവിവേദനക്ക് തണ്ടിന്റെ നീര് ഒഴിക്കുക.
86	ചന്ദനം	തടി	മൂത്രാശയരോഗങ്ങൾക്ക് അരച്ച് കഴിക്കുന്നു. മോരിൽ ചന്ദനമരച്ച ചേർത്ത് കഴിച്ചാൽ രക്താർശ്ശസ്സ് ശമിക്കും.
87	ചപ്പങ്ങം	തടി, വേര്	ദാഹശമനിയാണ്. പ്രമേഹത്തെ ശമിപ്പിക്കുന്നു.
88	ചിറ്റരത്ത	കിഴങ്ങ്	ചുമ, തലവേദന എന്നിവക്ക് തലയിൽ തിരുമ്മാനും കഴിക്കാനും ഉപയോഗിക്കുന്നു.
89	ചുവന്നുള്ളി	പൂവ്	നീര് മൂക്കിലൊഴിച്ചാൽ അപസ്മാരം കൊണ്ടുള്ള ബോധക്ഷയം ശമിക്കും. ജലദോഷം, തൊണ്ടവേദന, പനി, ചുമ തുടങ്ങിയവക്ക് നീര് സേവിക്കുക.

	ഔഷധ സസ്യം		ഔഷധമൂല്യം
90	ചുരക്ക	കായ്	നീര് സേവിച്ചാൽ തലവേദന ശമിക്കും.
91	ചൂരൽ	തണ്ട്	കഷായംവെച്ചാൽ വാതം, വേദന എന്നിവ ശമിക്കും.
92	ചെറുതേക്ക്	തടി	സ്തന്യദൂഷ്യം മാറാൻ ചെറുതേക്ക്, ദേവതാരം, വയമ്പ്, അതിവിടയം എന്നിവ സമമെടുത്ത് സേവിക്കുക.
93	ചെമ്പരത്തി	പൂവ്	കുട്ടികളുടെ ചൊറി, ചിരങ്ങ് എന്നിവ ശമിപ്പിക്കുന്നു. തലമുടി വട്ടത്തിൽ കൊഴിയുന്നതിന് പൂവ് ഗോമൂത്രത്തിൽ അരച്ച് പുരട്ടുക.
		ഇല	താളിയായി തലയിൽ തേക്കാം.
94	ചെറുനാരകം	കായ്, ഇല	പുളിച്ചുതികട്ടൽ, ദുർമേദസ്സ്, വായുക്ഷോഭം എന്നിവക്ക് അരച്ച് കുടിക്കുക.
95	ചെറുപയർ	വിത്ത്	താളിയാക്കി തലയിലോ ശരീരത്തിലോ തേച്ചുകുളിക്കുന്നത് താരൻ പോകാനും, വൃത്തിയാകാനും നല്ലതാണ്.
96	ചെറുമുല്ല	ഇല	അരച്ച് ഉരുളയാക്കി പശുവിൻ പാൽ ചേർത്ത് കൊടുത്താൽ പേപ്പട്ടിവിഷം ശമിക്കും.
97	ചെറൂള	സമൂലം	ഇടിച്ച് പിഴിഞ്ഞ് കഴിച്ചാൽ മൂത്രാശയരോഗങ്ങൾ ശമിക്കും
98	ജാതിക്ക	കായ്	അരച്ച് കുടിച്ചാൽ അതിസാരം, വായുകോപം, വയറുവേദന, തലവേദന എന്നിവ ശമിക്കും.
99	ജീരകം	വിത്ത്	അരുചി, ദഹനസംബന്ധമായ രോഗങ്ങൾ, ഛർദ്ദി എന്നിവക്ക് ജീരകം ചവച്ചരച്ച് കഴിക്കുന്നത് നല്ലതാണ്.

	ഔഷധ സസ്യം		ഔഷധമൂല്യം
100	ഞാവൽ	തൊലി	കഷായംവെച്ച് കഴിച്ചാൽ അതിസാരം, രക്താതിസാരം എന്നിവ ശമിക്കും.
		കായ്	രക്തക്കുറവ്, പ്രമേഹം, അസ്ഥിസ്രാവം, അർശസ്സ് എന്നിവയെ ശമിപ്പിക്കും.
101	ഞെരിഞ്ഞിൽ	മുള്ള്	കഷായം വെച്ച്കുടിച്ചാൽ മൂത്രക്കല്ല്, നീര് എന്നിവ ശമിക്കും.
102	തഴുതാമ	സമൂലം	ത്വക്‌രോഗങ്ങൾക്ക് അരച്ച് പുരട്ടുന്നു. വൃക്കരോഗങ്ങൾ, കരൾ രോഗങ്ങൾ, വാതരോഗങ്ങൾ, പനി എന്നിവക്ക് കഷായംവെച്ച് കുടിക്കാം. നേത്രരോഗങ്ങൾക്ക് കണ്ണിൽ അരച്ചിടാം
103	താതിരി	പൂവ്	ആസവാരിഷ്ടങ്ങൾ കേട്ടുവരാതിരിക്കാൻ പൂവ് ഉപയോഗിക്കുന്നു. പൊള്ളലിന് എണ്ണയിൽ ചേർത്ത് പുരട്ടുന്നു.
104	താന്നി	കായ്	ചുമ, ശുക്ലസ്രാവം എന്നിവക്ക് താന്നിക്കത്തൊണ്ട് പൊടിച്ച് ചൂടുവെള്ളത്തിൽ സേവിക്കുക.
105	താമര	കിഴങ്ങ്	മൂത്രച്ചൂട്, അസ്ഥിസ്രാവം എന്നിവക്ക് അരച്ച് കുടിക്കുക.
		കേസരം	അരച്ച് കുടിക്കുന്നത് അതിസാരം, പനി, കോളറ എന്നിവക്ക് നല്ലതാണ്.
106	തിപ്പലി	കായ്	അതിസാരം, മൂത്രക്കല്ല്, ചുമ, ഛർദ്ദി എന്നിവക്ക് പൊടിച്ച് കഴിക്കാം.
107	തിരുതാളി	സമൂലം	കഷായംവെച്ച് കുടിച്ചാൽ വന്ധ്യതാദോഷം തീരും. താളിയായി തലയിൽ തേച്ചാൽ താരൻ ശമിക്കും.
108	തുമ്പ	സമൂലം	അരച്ച് കുടിച്ചാൽ ത്വക് രോഗങ്ങൾ, കഫക്കെട്ട്, വിരശല്യം എന്നിവ ശമിക്കും.

	ഔഷധ സസ്യം		ഔഷധമൂല്യം
109	തുളസി	സമൂലം	കഷായംവെച്ചോ, അരച്ചചേർത്തോ കഴിച്ചാൽ കരപ്പൻ, ചൊറി, ചിരങ്ങ് എന്നിവ സുഖപ്പെടും. മുഖക്കുരുവിന്റെ പാടുമാറാൻ തെച്ചിവേര് പാലിൽ അരച്ച് പുരട്ടുക.
110	തെങ്ങ്	കായ്	നിർജ്ജലീകരണത്തിന് ഇളനീർ കൊടുക്കുന്നു. മഞ്ഞപ്പിത്തത്തിന് മാവിന്റെ തളിരില ഇളനീരിൽ കൊടുക്കുന്നു.
111	തേറ്റാമ്പരൽ	കായ	മൂത്രതടസ്സത്തിനും മൂത്രക്കല്ലിനും തേറ്റാമ്പരലും ഏലവും ഇളനീർ വെള്ളത്തിൽ ചേർത്ത് കഴിക്കുന്നു. കഞ്ചാവിന്റെ ലഹരി മാറാൻ മോരിലരച്ച് സേവിക്കുക.
112	തൊട്ടാവാടി	സമൂലം	ആസ്ത്മ, രക്തശുദ്ധി, നീര്, വ്രണം എന്നിവക്ക് അരച്ച് കുടിക്കുന്നു.
		ഇല	ചതച്ച് മുറിവിൽ പുരട്ടുന്നു.
113	ത്രികോൽപ്പക്കൊന്ന	വേര്	വിരേചന ഔഷധമാണ്. അർശ്ശസ്, പനി, മഹോദരം എന്നിവക്ക് ഉണങ്ങിയ പൊടി ഉപയോഗിക്കാം.
114	നവര	അരി	നവജാതശിശുക്കൾക്കും മർമ്മരോഗികൾക്കും കഞ്ഞിവെച്ച് കൊടുക്കുന്നു.
115	നറുനീണ്ടി	വേര്	ഉണക്കിപ്പൊടിച്ച് കഴിച്ചാൽ ത്വക്‌രോഗങ്ങൾ, രക്തദൂഷ്യം, മൂത്രാശയരോഗങ്ങൾ എന്നിവ ശമിക്കും.
116	നാഗവള്ളി	വള്ളി	വിഷചികിത്സയിൽ അരച്ച് പുരട്ടാനുപയോഗിക്കുന്നു.
117	നായ്ക്കുരണ	പരിപ്പ്	ശുക്ലസ്രാവം, അസ്ഥിസ്രാവം എന്നിവക്ക് പരിപ്പ് പൊടിച്ച് കഴിക്കാം. ബീജവർദ്ധിനിയാണ്.
		പൂവ്	മുലപ്പാൽ വർദ്ധിക്കാൻ പാലിൽ അരച്ച് കുടിക്കുക.

	ഔഷധ സസ്യം		ഔഷധമൂല്യം
118	നിലപ്പന	കിഴങ്ങ്	ഉണക്കിപ്പൊടിച്ച് തേനിൽ ചേർത്ത് കഴിച്ചാൽ ലൈംഗിക ദൗർബല്യം, മൂത്രച്ചൂട്, അസ്ഥിസ്രാവം എന്നിവശമിക്കും.
119	നിലംപാല	ഇല	ലൈംഗീകരോഗങ്ങൾക്ക് അരച്ച് കുടിക്കുക.
		പൂവ്	മുലപ്പാൽ വർദ്ധിക്കാൻ പാലിൽ അരച്ച് കുടിക്കുക.
120	നിലവേപ്പ്	സമൂലം	കരൾവീക്കം, പനി, ഛർദ്ദി എന്നിവക്ക് നിലവേപ്പ് ഇടിച്ച് പിഴിഞ്ഞ നീര് കുടിക്കുക.
121	നീലയമരി	ഇല	മുടി വളരാനും താരൻ പോകാനും എണ്ണയിലിട്ട് കാച്ചി തേക്കുന്നു.
		സമൂലം	ഏതുതരം വിഷത്തിനും സമൂലം ചതച്ച് പുരട്ടാം.
122	നീർമരുത്	തൊലി	ഹൃദ്രോഗം, അസ്ഥിഭംഗം, ചുമ എന്നിവക്ക് തൊലി പൊടിച്ച് കഴിക്കുന്നു.
123	നീർമാതളം	ഇല	നീരിൽ നാളികേരപ്പാലും പശുവിൻപാലും ചേർത്തുകഴിക്കുന്നത് വാതരോഗത്തിന് നല്ലതാണ്.
		വേര്	മൂത്രക്കല്ലിന് കഷായംവെച്ച് കുടിക്കുന്നു.
124	നീർവാളം	കായ്	വിരേചനൗഷധമാണ്. ഇന്ദ്രലുപ്തത്തിന് പുരട്ടുന്നു.
125	നെന്മേനി വാക	തൊലി	തേച്ച് കുളിക്കുന്നത് ചർമ്മരോഗങ്ങളെ സുഖപ്പെടുത്തുന്നു.
126	നെല്ലിക്ക	കായ്	പുണ്ണ്, അരുചി, ഛർദ്ദി എന്നിവക്ക് ചവച്ച് കഴിക്കുന്നത് നല്ലതാണ്.
127	പനിക്കൂർക്ക	ഇല	പുണ്ണിനും പനിക്കും നീർ കഴിക്കുന്നത് നല്ലതാണ്.
128	പപ്പായ	കായ്, വിത്ത്	കൃമിശല്യം, മലബന്ധം, അർശസ്സ് എന്നിവയെ ചെറുക്കും
		കറ	ആണിരോഗം, അരിമ്പാറ എന്നിവയിൽ പുരട്ടാം.

	ഔഷധ സസ്യം		ഔഷധമൂല്യം
129	പരുത്തി	കുരു	പൊടിച്ച് കഴിച്ചാൽ ലൈംഗികശേഷി വർദ്ധിക്കുന്നു.
130	പറങ്കിമാവ്	കായ്	ഛർദ്ദി, അതിസാരം, വായുക്ഷോഭം, എന്നിവക്ക് നല്ലത്.
131	പർപ്പടകം	സമൂലം	കഷായം വെച്ച് സേവിക്കുന്നത് പനിക്ക് നല്ലതാണ്.
132	പാച്ചോറ്റി	തൊലി	കഷായം വെച്ച് കുടിച്ചാൽ ആർത്തവരോഗങ്ങൾക്കും ഗർഭാശയരോഗങ്ങൾക്കും നല്ലതാണ്.
133	പാടക്കിഴങ്ങ്	കിഴങ്ങ്	കഷായം വെച്ച് കുടിച്ചാൽ മൂത്രക്കല്ല്, വ്രണം, ത്വക് രോഗങ്ങൾ എന്നിവ ശമിക്കും.
134	പാവൽ	ഇല	നീർ മഞ്ഞൾപൊടിയും ചേർത്ത് സേവിക്കുന്നത് ചിക്കൻപോക്സ് ശമിക്കുന്നതിനും, മുലപ്പാൽ വർദ്ധിക്കുന്നതിനും നല്ലതാണ്.
135	പാതിരി	തോൽ, വേര്	ഇവ കത്തിച്ച് ചാമ്പലാക്കി വെള്ളത്തിൽ കലക്കി ഊറിവരുന്ന തെളിസേവിച്ചാൽ നീരുദോഷത്തിനും മൂത്രാശയരോഗങ്ങൾക്കും നല്ലതാണ്.
136	പാൽ മുതുക്ക്	കിഴങ്ങ്	ഉണക്കിപ്പൊടിച്ച് കഴിച്ചാൽ ലൈംഗികശേഷി വർദ്ധിപ്പിക്കാനും വന്ധ്യത ഇല്ലാതാക്കാനും നല്ലതാണ്.
137	പിച്ചകം	പൂവ്	എണ്ണകാച്ചി തേച്ചാൽ ചൊറി, ചിരങ്ങ്, കരപ്പൻ എന്നിവ ശമിക്കും.
138	പുകയില	ഇല	ആവണക്കെണ്ണയിൽ മുക്കി ലേപനം ചെയ്താൽ കുരു, വീക്കം, വ്രണം, ചൊറി എന്നിവ ശമിക്കും.
139	പുതീന	ഇല	ചതച്ച് തലവേദനക്ക് പുരട്ടുന്നു. ഉണക്കിപ്പൊടിച്ച് പൽപ്പൊടിയായി ഉപയോഗിക്കാം.
140	പുളിയാറൽ	ഇല	കഷായം വെച്ച്കഴിച്ചാൽ പനി, അതിസാരം എന്നിവ ശമിക്കും.

	ഔഷധ സസ്യം		ഔഷധമൂല്യം
141	പുന്ന	തൊലി	കഷായംവെച്ച് സേവിച്ചാൽ വയറിളക്കം, അതിസാരം എന്നിവ ശമിക്കും.
		കറ	വ്രണം ശമിപ്പിക്കാൻ കറ പുരട്ടുക.
142	പുഷ്കരമൂലം	വേര്	ഉണക്കിപ്പൊടിച്ച് ഇന്തുപ്പും കായവും ചേർത്ത് കഴിച്ചാൽ മൂത്രാശയരോഗങ്ങൾക്ക് നല്ലതാണ്.
143	പുളി	ഇല	അരച്ച് കഴിച്ചാൽ ചിക്കൻപോക്സ്, വയറുകടി എന്നിവ ശമിക്കും. തൈലം കാച്ചി തേച്ചാൽ വാതം, ചതവ് എന്നിവ ശമിക്കും.
143	പൂവരശ്	തൊലി	കഷായം വെച്ച് കഴിച്ചാൽ ത്വക്‌രോഗങ്ങൾ ശമിക്കും.
144	പെരുംകുരുമ്പ	വേര്	രക്തം ശുദ്ധിയാക്കാൻ സഹായിക്കുന്നു.
		ഇല	കണ്ണുരോഗങ്ങൾക്ക് ഫലപ്രദമാണ്.
145	പേര	ഇല	നീര് പിഴിഞ്ഞെടുത്ത് കഴിച്ചാൽ വിളർച്ച, നിശാന്ധത എന്നിവ ശമിക്കും. നൽക്കാലികളുടെ ദഹനക്കേട്, മലബന്ധം എന്നിവക്ക് നല്ലതാണ്.
146	പ്ലാശ്	ഇല, പൂവ്	വയറുവേദന, പ്രമേഹം, മലബന്ധം എന്നിവ ശമിക്കും.
147	പ്ലാവ്	പഴം	ശരീരം വണ്ണം കൂടാൻ ചുള കഷായമുണ്ടാക്കി നെയ്യിൽ കാച്ചി സേവിക്കുക.
		ഇല, ഞെട്ടി	ജീരകം ചേർത്ത് കഷായമുണ്ടാക്കി കുടിച്ചാൽ മഞ്ഞപ്പിത്തം ശമിക്കും.
148	ബാർലി	വിത്ത്	പൊടിച്ച് കഞ്ഞിവെച്ച് കുടിച്ചാൽ മൂത്രാശയരോഗങ്ങൾ ശമിക്കും.
149	ബ്രഹ്മി	സമൂലം	പാലിൽ അരച്ച് കുടിച്ചാൽ ഓർമ്മശക്തി വർദ്ധിക്കുകയും കഫസംബന്ധമായ രോഗങ്ങൾ ശമിക്കുകയും ചെയ്യും.

	ഔഷധ സസ്യം		ഔഷധമൂല്യം
150	മഞ്ഞൾ	കിഴങ്ങ്	നീരും നെല്ലിക്കാനീരും ചേർത്ത് കഴിച്ചാൽ പ്രമേഹത്തിന് നല്ലതാണ്. അരച്ച് പുരട്ടിയാൽ വിഷം ശമിക്കും.
151	മഞ്ചട്ടി	വേര്	ചർമ്മത്തിലുണ്ടാകുന്ന വർണ്ണ വെതിയാനത്തിന് അരച്ച് തേനിൽ ചാലിച്ച് പുരട്ടുക.
152	മരമഞ്ഞൾ	തൊലി	കാടിയിൽചേർത്ത് സേവിച്ചാൽ മൂത്രക്കല്ല് ശമിക്കും. കണ്ണുചികിത്സ ക്ക് നല്ലതാണ്.
153	മല്ലി	വിത്ത്	പൊടിച്ച് ഇളനീർ വെള്ളത്തിൽ സേവിച്ചാൽ മൂത്രതടസ്സം മാറും.
		ഇല	വായിലിട്ട് ചവച്ചാൽ മോണരോഗങ്ങൾ, ദഹനക്കുറവ് എന്നിവ ശമിക്കും.
154	മണിത്തക്കാളി	ഇല	അരച്ച് പുരട്ടിയാൽ വാതവേദന, ചർമ്മരോഗങ്ങൾ എന്നിവ ശമിക്കും.
		സമൂലം	കഷായമുണ്ടാക്കി കഴിച്ചാൽ കരൾവീക്കം, മഞ്ഞപ്പിത്തം എന്നിവ ശമിക്കും.
155	മാതളം	പഴം	ഇഞ്ചിനീര് ചേർത്ത് കുടിച്ചാൽ കരൾവീക്കം ശമിക്കും. ഉണക്കിപ്പൊടിച്ച് തേൻ ചേർത്ത് സേവിച്ചാൽ ദഹനസംബന്ധമായ രോഗങ്ങൾ, മദ്യപാനം മൂലമുണ്ടാകുന്ന രോഗങ്ങൾ എന്നിവ ശമിക്കും.
156	മാവ്	ഇല	പല്ലുതേക്കാൻ ഉപയോഗിക്കുന്നു.
		പഴം	ദഹനസംബന്ധമായ രോഗങ്ങൾ സുഖപ്പെട്ടും.
157	മുതിര	വിത്ത്	കഷായം വെച്ച് കുടിച്ചാൽ പ്രമേഹം, അസ്ഥിസ്രാവം, ആർത്തവതടസ്സം എന്നിവ ശമിക്കും.

	ഔഷധ സസ്യം		ഔഷധമൂല്യം
158	മുക്കുറ്റി	സമൂലം	മോരിൽ അരച്ച് കഴിച്ചാൽ വയറിളക്കം ശമിക്കും. നെറ്റിയിൽ പുരട്ടിയാൽ ചെന്നിക്കുത്ത് ശമിക്കും.
159	മുത്തങ്ങ	കിഴങ്ങ്	അരച്ച് മുലപ്പാലിൽ ചേർത്ത് കുടിച്ചാൽ രക്താതിസാരം ശമിക്കും. മുലപ്പാൽ ശുദ്ധീകരിക്കുന്നതിനും പനിക്കും മുത്തങ്ങാകഷായം സേവിക്കാം.
160	മുന്തിരി	പഴം	രക്തശുദ്ധിക്കും, നാക്കിലെ പുപ്പലിനും നല്ലതാണ്.
161	മുത്തിൾ	സമൂലം	നീര് ബുദ്ധിശക്തി വർദ്ധിക്കാനും ത്വക്‌രോഗങ്ങൾ ശമിക്കാനും നല്ലതാണ്.
162	മുരിങ്ങ	ഇല	രക്തസമ്മർദ്ധം കുറക്കാൻ മുരിങ്ങയില നല്ലതാണ്.
		കായ	അരച്ച് കഴിച്ചാൽ ശീഘ്രസ്ഖലനം ശമിക്കും.
163	മേന്തോന്നി	കിഴങ്ങ്	അരച്ച് തേച്ചാൽ സുഖപ്രസവം നടക്കും. വിഷഹാരിയാണ്
164	മൈലാഞ്ചി	ഇല	അരച്ച് കെട്ടിയാൽ കുഴിനഖം, നഖം പഴുപ്പ് എന്നിവ സുഖപ്പെടും. തലയിൽ തേച്ചാൽ താരൻ ശമിക്കും.
165	യൂക്കാലി പ്റ്റസ്	തൈലം	തൊണ്ടവേദന, മൂക്കടപ്പ് തുടങ്ങിയവക്ക് തൈലം വെള്ളത്തിലൊഴിച്ച് ആവികൊള്ളുക.
166	വട്ടപ്പെരു	ഇല	മർമ്മസംബന്ധമായ രോഗങ്ങൾക്ക് എണ്ണ കാച്ചുന്നു.
167	വയമ്പ്	തണ്ട്	കുട്ടികൾക്കുള്ള ഉരമരുന്നായി ഉപയോഗിക്കുന്നു. ദഹനക്കേടിനും അപസ്മാരത്തിനും നല്ലതാണ്.
168	വയൽ ചുള്ളി	വിത്ത്	പൊടിച്ച് പാലിൽ കലക്കി കുടിച്ചാൽ ലൈംഗികബലഹീനത, മൂത്രാശയരോഗങ്ങൾ, അതിസാരം എന്നിവ ശമിക്കും.

	ഔഷധ സസ്യം		ഔഷധമൂല്യം
169	വള്ളിപ്പാല	ഇല	ആസ്ത്മയ്ക്ക് രാവിലെ കുടിക്കുന്നു.
170	വാതംകൊല്ലി	ഇല	മർമ്മസംബന്ധമായ രോഗങ്ങൾ, വാതവേദന എന്നിവക്ക് ഇലയിട്ട് കാച്ചിയ തൈലം നല്ലതാണ്.
171	വാൽമുളക്	വിത്ത്	അരച്ച് കുടിച്ചാൽ ചുമ, വായുക്ഷോഭം, അരുചി എന്നിവ ശമിക്കും. അരച്ച് തേച്ചാൽ തലവേദന കുറയും.
172	വാളംപുളി	ഇല	വാതസംബന്ധമായ രോഗങ്ങൾക്ക് ഇലയിട്ട് തൈലം കാച്ചുന്നു.
		തടി	മരുന്നുകൾ കൊത്തി നുറുക്കുന്നതിനും പുളിമരമുട്ടി ഉപയോഗിക്കുന്നു. മരുന്ന് പാകം ചെയ്യുമ്പോൾ കത്തിക്കുന്നത് പുളിമരമാണ്.
173	വാഴ	കായ്	മലബന്ധം, രക്തക്കുറവ്, ശുക്ല ക്ഷയം തുടങ്ങിയവ സുഖപ്പെടുന്നു.
		വാഴപ്പിണ്ടി	പ്രമേഹം, വൃക്കരോഗങ്ങൾ, മൂത്രാശയരോഗങ്ങൾ എന്നിവക്ക് നീര് കുടിക്കുന്നു.
		കല്ല	മൂത്രച്ചൂട്, അസ്ഥിസ്രാവം എന്നിവക്ക് ഇതിന്റെ നീര് കുടിക്കുന്നത് നല്ലതാണ്.
174	വിഴാലരി	വിത്ത്	കൃമിശല്യം, ദഹനസംബന്ധമായ രോഗങ്ങൾ എന്നിവക്ക് നല്ലതാണ്.
175	വെട്ടുപാല	ഇല	സോറിയാസിസ്, എക്സിമ, വട്ടച്ചൊറി എന്നിവക്ക് ഇലയിട്ട് കാച്ചിയ തൈലം നല്ലതാണ്.
176	വെണ്ട	കായ്	അതിസാരം, വാതം, നടുവേദന, മൂത്രാശയ രോഗങ്ങൾ എന്നിവയ്ക്ക് കഷായം വെച്ച് കുടിക്കുക.
177	വെറ്റില	ഇല	ശ്വാസ-ദഹന സംബന്ധമായ രോഗങ്ങൾക്ക് നല്ലതാണ്. വാതത്തിന് ഇലയിട്ട് എണ്ണകാച്ചി തേക്കുന്നു.
178	വെള്ളുള്ളി	പൂവ്	വായുക്ഷോഭത്തിന് നല്ലതാണ്.

	ഔഷധ സസ്യം		ഔഷധമൂല്യം
179	വെള്ളരി	കായ്	നീര് കഴിച്ചാൽ അൾസർ, മൂത്രത ടസ്സം, മൂത്രച്ചൂട് എന്നിവ ശമിക്കും. മുഖസൗന്ദര്യത്തിന് വെള്ളരിക്ക ചെത്തി മുഖത്തു വെക്കുന്നു.
180	വേങ്ങ	വേര്	പ്രമേഹം, മൂത്രാശയരോഗങ്ങൾ എന്നിവക്ക് വേര് കഷായം വെച്ച് കുടിക്കുക.
181	ശതാവരി	കിഴങ്ങ്	നീര് മുലപ്പാൽ വർദ്ധിപ്പിക്കുന്ന തിനും, മലബന്ധം, മൂത്രക്കല്ല്, അസ്ഥിസ്രാവം എന്നിവയെ ശമിപ്പിക്കുന്നതുമാണ്.
182	ശവംനാറി	സമൂലം	കാൻസർ, അമിത രക്തസമ്മർദ്ധം എന്നിവ തടയുന്നു.
183	ശംഖുപുഷ്പം	വേര്	വിഷചികിത്സക്കും ബുദ്ധിവളർച്ച, ക്കും നല്ലതാണ്.
184	സർപ്പഗന്ധി	വേര്	മനോരോഗചികിത്സക്കും, വിഷചികിത്സക്കും, അമിത രക്തസമ്മർദ്ധത്തിനും നല്ലതാണ്.
185	സാമ്പ്രാണി	കറ	പൂജക്ക് പുകക്കാനും, കൊതുകിനെ അകറ്റാനും ഉപയോഗിക്കുന്നു.
186	സുന്നാമക്കി	ഇല	വിരേചന ഔഷധമായി ഉപയോ ഗിക്കുന്നു. ത്വക് രോഗങ്ങൾക്കും നല്ലതാണ്.

മൂന്ന്

ഔഷധവർഗങ്ങൾ

ത്രിഫല	താന്നിക്ക, നെല്ലിക്ക, കടുക്ക.
ത്രിസുഗന്ധം	എലവർങ്ങം, ഏലത്തരി, പച്ചില.
ത്രികടു	ചുക്ക്, കുരുമുളക്, തിപ്പലി.
നാൽപ്പാമരം	അത്തി, ഇത്തി, പേരാൽ, അരയാൽ.
ജീവനീയഗണം	അടപതിയൻകിഴങ്ങ്, ഇരട്ടിമധുരം, കാട്ടുപയർ, കാട്ടുഴുന്ന്.
ചതുർജാതം	ഏലം, എലവർങ്ങം, പച്ചില, നാഗപ്പൂവ്.
ചതുരുഷ്ണം	ചുക്ക്, കുരുമുളക്, തിപ്പലി, കാട്ടുതിപ്പലി.
ചതുർബീജം	ഉലുവ, അശാളി, കരിംജീരകം, കുറശ്ശാണി.
പഞ്ചജീരകം	ചെറിയജീരകം, പെരുംജീരകം, കരിംജീരകം, സജീരകം, കാട്ടുജീരകം
ഉന്മത്തപഞ്ചകാർക്കം	ഉമ്മത്ത്, സോമവല്ലി, കഞ്ചാവ്, ജാതിപത്രി, കശകശ.
ചെറുപഞ്ചമൂലം	ഓരില, മൂവില, ചെറുവഴുതന, വെൺവഴുതിന, ഞെരിഞ്ഞിൽ.
ബൃഹത്പഞ്ചമൂലം	കുമിഴ്, കൂവളം, മുഞ്ഞ, പൂപ്പാതിരി, പലകപ്പയ്യാന.
പഞ്ചവർണ്ണപ്പൊടി	പച്ച, കരി, ചുവപ്പ്, മഞ്ഞ, വെള്ള.

പഞ്ചഗവ്യം	പശുവിന്റെ ചാണകം, പാൽ, മോര്, മൂത്രം, വെണ്ണ.
കൊമ്പഞ്ച്	മാൻ, കാട്ടി, ആന, പശു, പോത്ത് ഇവയുടെ കൊമ്പുകൾ.
കൊളമ്പഞ്ച്	മാൻ, കാട്ടി, ആന, പശു, പോത്ത് ഇവയുടെ കാലിലെ കുളമ്പ്.
പുഷ്പാർക്കം	ചേമന്തി, താമര, മുല്ല, ഇലഞ്ഞി, കടമ്പ്.
അരിയാറ്	കൊത്തമ്പാലരി, കാർകോലരി, വിഴാലരി, കൊടകപ്പാലയരി, ഏലത്തരി, ചെറുപുന്നരി
അഷ്ടചൂർണ്ണം	ചുക്ക്, കുരുമുളക്, തിപ്പലി, അയമോദകം, ഇന്തുപ്പ്, കായം, ചെറിയജീരകം, കരിംജീരകം.
അഷ്ടവർഗ്ഗം	ജീവകം, ഇടവകം, മേദ, മഹാമേദ, കാകോളി, ക്ഷീരകാകോളി, ഋദ്ധിവൃദ്ധി.
അഷ്ടവർഗ്ഗം	കുറുന്തോട്ടി, കരിങ്കുറിഞ്ഞി, ആവണക്ക്, ചുക്ക്, അരത്ത, (മറ്റൊന്ന്) ദേവതാരം, വെള്ളുള്ളി, കരിന്നെച്ചി.
അഷ്ടഗന്ധം	അകിൽ, ചന്ദനം, ഗുല്ഗുലു, മാഞ്ചി, കുങ്കുമം, കൊട്ടം, രാമച്ചം, ഇരുവേലി.
വിഷാർക്കം	വത്സനാഭി, ഹാരിദ്രം, സൗതികം, പ്രദീപനം, സൗരാഷ്ട്രികം, കാളകൂടം, ഹാലാഹലം, ബ്രഹ്മസൂത്രം.
നവധാന്യം	യവം, ഗോതമ്പ്, കടല, എള്ള്, തുവര, പയർ, ചേമ്പ്, താള്, ചീര, തകര, ആനത്തുവ, തഴുതാമ.
ദശപുഷ്പം	പൂവാകുറുന്തില, മുയൽച്ചെവിയൻ, കറുക, നിലപ്പന, കഞ്ഞുണ്ണി, വിഷ്ണുക്രാന്തി, ചെറൂള, തിരുതാളി, ഉഴിഞ്ഞ, മുക്കുറ്റി.
പത്തില	മത്തൻ, കുമ്പളം, ചേന, പയർ, ചേമ്പ്, താള്, ചീര, തകര, ആനത്തുവ, തഴുതാമ.

നാല്

പഴയകാല അളവുകളും തൂക്കങ്ങളും

അളവുകൾ

ഒരു ഉഴക്ക്	-	കാൽപടി (2 ആഴാക്ക്)
ഒരു കരണ്ടി	-	ഒരു പൊട്ടുകരണ്ടി
ഒരു തൂക്ക്	-	144 ഉറുപ്പിക തൂക്കം
360 നെൽ	-	ഒരു പോട് 1000
5 പോട്	-	ഒരു ആഴാക്ക് (സുമാർ 6 ഔൺസ്)
2 അഴാക്ക്	-	ഒരു ഉഴക്ക് (336 മി.ലിറ്റർ)
2 ഉഴക്ക്	-	ഒരു ഉരി (അരനാഴി) 672 മി.ലിറ്റർ
2 ഉരി	-	ഒരു നാഴി
ഒരു ഇടങ്ങഴി	-	32 ഔൺസ്
എട്ട് നാഴി	-	ഒരു പടി (ഒരു മരക്കാൽ-കുറുണി) 1-3 ലിറ്റർ
മൂന്ന് മരക്കാൽ	-	ഒരു പതങ്ക (10-7 ലിറ്റർ)
മൂന്ന് മരക്കാൽ	-	ഒരു മുക്കരുണി (5-3 ലിറ്റർ)
നാല് മരക്കാൽ	-	ഒരു തുണി (2 പതങ്ക) 21.5 ലിറ്റർ
12 മരക്കാൽ	-	ഒരു കലം(3 തുണി)
400 മരക്കാൽ	-	ഒരു കരിശൈ (80 പറ)
ഒരു ആഴാക്ക്	-	6 ഔൺസ്
രണ്ടര ആഴാക്ക്	-	ഒരു പായിന്റ്
മൂന്നര ആഴാക്ക്	-	ഒരു പുട്ടി
20 ആഴാക്ക്	-	ഒരു കാലൻ

6 കാലൻ	-	ഒരു ടിൻ
ഒരു കുപ്പി	-	24 ഔൺസ്
8 വരാഹൻ	-	ഒരു ഔൺസ്
ഒരു ഔൺസ്	-	30 മി.ലിറ്റർ

തൂക്കങ്ങൾ

ഒരു അണു	-	ഒരു തിലം (0.003 ഗ്രാം)
രണ്ട് തിലം	-	ഒരു കാശിനി (0.006 ഗ്രാം)
നാല് കാശിനി	-	ഒരു നെൽ (വിരികി) 0.24 ഗ്രാം
രണ്ട് വിരികി	-	ഒരു വിതളം(അരകുന്നി) 0.048 ഗ്രാം
നാല് വിരികി	-	ഒരു കുഞ്ചം (1- കുന്നി) 0.096 ഗ്രാം.
ഒരു കുന്നി	-	0.096 ഗ്രാം
രണ്ട് കുന്നി	-	അര പണമിട - 0.192 ഗ്രാം
രണ്ട് കുന്നി	-	ഒരു മാഷം (ഉഴുന്ന്) 0.192 ഗ്രാം
നാല് കുഞ്ചം	-	ഒരു പണമിട - 0.384 ഗ്രാം
അഞ്ച് മാഷം	-	ഒരു തനകം - 0.960 ഗ്രാം
പന്ത്രണ്ട് മാഷം	-	ഒരു തോല - 02.304 കി.ഗ്രാം.
മൂന്ന് തനകം	-	ഒരു ചാണം - 2.880 കി.ഗ്രാം.
മൂന്ന് തോല	-	ഒരു പലം (10 വരാഹൻ) - 6.912 കി.ഗ്രാം.
ഒരു കഴഞ്ച്	-	അഞ്ച് ഗ്രാം
ഒരു പലം	-	25 കഴഞ്ച്-125 ഗ്രാം
ഒരു സേർ	-	8 പലം (ഒരു കി.ഗ്രാം)
32 പലം	-	ഒരു ശുഭം - 4 കി.ഗ്രാം.
ഒരു വരാഹൻ	-	32 കുന്നി (3.072 കി.ഗ്രാം)
രണ്ട് ശുഭം	-	ഒരു ഭാരം (ഒരു കലം) - 8 കി.ഗ്രാം

അഞ്ച്

രോഗങ്ങളുടെ പ്രാദേശിക നാമങ്ങൾ

എക്കിട്ടം	-	ഇക്കിൾ
പല്ല്	-	അണ്ണാക്കിൽ (വായുടെ ഉള്ളിൽ) ചെറിയ കുരുക്കൾ പ്രത്യക്ഷപ്പെടുന്നു. 'പല്ല്' വന്നാൽ വയറിളകും
ചീറ്	-	പ്രാക്ക് - ചീറ് പായുന്നത് കുട്ടികളില്ലാത്ത സ്ത്രീകൾ കുട്ടികളെ കാണുമ്പോൾ ചീറ് പറ്റുന്നു. ആൺകുട്ടികളില്ലാത്ത സ്ത്രീകൾ ആൺകുട്ടികളെ കാണുമ്പോഴും ചീറ് പറ്റുന്നു.
വരവുപോക്ക്	-	കന്നുകാലി (വരത്തുപോക്ക്)
ചന്നി	-	സന്നിപാതം
ചീരാപ്പ്	-	ജലദോഷം
മുണ്ടീം മക്കളും	-	മുണ്ടിനീർ - ഉമിനീർ ഗ്രന്ഥി വീക്കം
കൊട്ടത്തയക്കുക	-	ദുർമന്ത്രവാദം
തേട്ടുക	-	ഏമ്പക്കം
പൊട്ടി	-	വസൂരി

പീയാംകുത്ത്	-	പുഴുക്കടി
നീറ്റിരുപ്പ്	-	ജലദോഷം (തോറ്റം പാട്ടിൽ പറയുന്നത്)
ഉദരം പാച്ചിൽ	-	വയറിളക്കം
ചെവിട്ടും കുത്ത്	-	ചെവിവേദന
തലേക്കുത്ത്	-	തലവേദന
കുരുപ്പ്	-	കോഴിവസന്ത, വസൂരി
ഇസ്മിന്റെ പണി	-	മനോരോഗങ്ങൾക്ക് മാപ്പിളവൈദ്യത്തിൽ പറയുന്നത്
കൊടലാറ്റം	-	കുട്ടികളും മറ്റും തലകുത്തി നിന്നാൽ കുടൽ പിരിഞ്ഞ് വയറുവേദന ഉണ്ടാകും എന്ന വിശ്വാസം.
ചിലന്തി	-	കുട്ടികൾക്ക് ഉണ്ടാകുന്ന ചൊറി
കൊക്കറം കുര	-	വില്ലൻ ചുമ
കൊര	-	ചുമ
കുറുക്കിളക്കം	-	അപസ്മാര ബാധയാൽ വായിൽ നിന്ന് നുരയും പതയും വരിക.
കെണപ്പന്ന് തെറ്റുക	-	അസ്ഥികൾക്ക് സ്ഥാനഭ്രംശം വരുക.
കാല് പടം മറയുക	-	കാൽപ്പാദത്തിന്റെ എല്ലിന് സ്ഥാന ഭ്രംശം വരിക
കൊളമ്പീരി	-	നാൽക്കാലികൾക്കുണ്ടാകുന്ന കുളമ്പ ചീയൽ
കക്കുക	-	ഭക്ഷണം കഴിച്ച് അധികനേരം കഴിയുന്നതിനു മുമ്പ് ഛർദ്ദിച്ചുപോരുക നായയുടെ ഛർദ്ദിയെ നായകപ്പി എന്നു പറയാറുണ്ട്.
തലേമ്മത്തട്ട്	-	കോളറ
ക്കുറ്റടക്കുക	-	തൊണ്ടയടക്കുക

ആറ്

നാടോടിക്കഥകൾ

1. ദരിദ്രനായ മുഹമ്മദ് ഹാജിക്ക് വിവാഹപ്രായമെത്തിയ നാല് പെൺമക്കളുണ്ടായിരുന്നു. തന്റെ ദാരിദ്ര്യത്തിന് മമ്പുറം തങ്ങൾ എന്തെങ്കിലും പരിഹാരം നിർദ്ദേശിക്കും എന്ന് വിചാരിച്ച് ഹാജി തങ്ങളുടെ വീട്ടിലെത്തി. പ്രശ്നം തങ്ങളോട് അവതരിപ്പിച്ചു. മമ്പുറം തങ്ങൾ പറഞ്ഞു 'നിങ്ങൾ കൽക്കത്തയിൽ ചെന്ന് ജാർമുഹമ്മദിനെ കാണണം. അതോടെ നിങ്ങളുടെ പ്രശ്നം പരിഹരിക്കപ്പെടും'. യാത്ര പുറപ്പെടും മുമ്പ് മുഹമ്മദ് ഹാജിക്ക് മമ്പുറം തങ്ങൾ ഒരു ടിൻ പഞ്ചസാര കൊടുത്തിട്ട് പറഞ്ഞു. 'ഇത് സിദ്ധൗഷധമാണ്. നിങ്ങളുടെ യാത്രയിൽ ഗുണം ചെയ്യും'.

   മുഹമ്മദ് ഹാജി ബോംബെയിൽ നിന്നും കപ്പലിൽ കൊൽക്കത്തയിലേക്ക് പുറപ്പെട്ടു. യാത്രികരിൽ ഭൂരിഭാഗവും മദ്യപന്മാരും പച്ചപ്പരിഷ്ക്കാരികളുമായിരുന്നു. അവർ മലബാറി വേഷത്തിലിരിക്കുന്ന ഹാജിയാരെ പരിഹസിച്ചു. ഹാജിയാർ പ്രതികരിച്ചതേയില്ല. ഇതിനിടയിൽ യാത്രികരിൽ ഒരാൾക്ക് അസ്സഹനീയമായ വയറുവേദന അനുഭവപ്പെട്ടു. അലോപ്പതി ഔഷധങ്ങൾ കൊണ്ടൊന്നും വയറുവേദന ശമിച്ചില്ല. മമ്പുറം തങ്ങളുടെ വചനം ഓർത്തുകൊണ്ട് മുഹമ്മദ് ഹാജി, കയ്യിലുണ്ടായിരുന്ന പഞ്ചസാര അൽപമെടുത്ത് രോഗിക്ക് നൽകി. അതോടെ അയാളുടെ വയറുവേദന മാറി. അതുവരെ പരിഹാസത്തോടെ ഹാജിയാരെ നോക്കിയിരുന്നവർ വിനയപൂർവ്വം മാപ്പപേക്ഷിച്ചു.

മുഹമ്മദ് ഹാജി കൽക്കത്തയിൽ കപ്പലിറങ്ങി. ജാർമുഹമ്മദ് വ്യവസായ പ്രമുഖനായിരുന്നതിനാൽ അദ്ദേഹത്തെ കണ്ടെത്താൻ പ്രയാസമുണ്ടായില്ല. പണക്കാരനാണെങ്കിലും മാനസിക അസ്വസ്ഥ തയാൽ ഭ്രാന്തനായിരിക്കുന്ന ജാർ മുഹമ്മദ് എന്ന ഹാജി മനസ്സി ലാക്കി. മുഹമ്മദ് ഹാജി ജാർമുഹമ്മദിന് മമ്പുറം തങ്ങൾ തന്നയച്ച പഞ്ചസാര സ്വൽപംകൊടുത്തു. പഞ്ചസാര കഴിച്ചതോടെ ജാർമുഹ മ്മദിന്റെ ഭ്രാന്ത് നിശ്ശേഷം മാറി. സന്തോഷവാനായ ജാർമുഹമ്മദ്, ഹാജിക്ക് പണവും പാരിതോഷികങ്ങളും നൽകി. അതോടുകൂടി മുഹമ്മദ് ഹാജി ധനികനായി മാറി.

2. ഒരാൾ മമ്പുറം തങ്ങളുടെ അടുത്ത് ചെന്ന് തന്റെ വീട്ടിൽ കള്ളൻ കയറി എന്നും വിലപിടിപ്പുള്ളതെല്ലാം നഷ്ടപ്പെട്ടെന്നും അറിയിച്ചു. അതുകേട്ട് തങ്ങൾ ഒന്നും പറഞ്ഞില്ല. ആഗതൻ നിരാശനാകാതെ തങ്ങളുടെ വീട്ടിൽ തന്നെ തങ്ങി. മൂന്നു ദിവസമായി വയറു വേദനകൊണ്ട് കഷ്ട പ്പെടുന്ന ഒരാൾ തങ്ങളെ കാണാൻ എത്തി. തങ്ങൾ അയാളോട് പറഞ്ഞു, 'നിന്റെ വയറുവേദന സുഖമാവും, പക്ഷെ നീയൊരു കാര്യം ചെയ്യണം. എന്റെ വസതിയിൽ മൂന്നു ദിവസമായി താമസിക്കുന്ന ഇയാളെ നിന്റെ വസതിയിൽ കൊണ്ടുപോയി അൽപം ഭക്ഷണം നൽകുക'. രണ്ടാമൻ ഒന്നാമനേയും കൂട്ടി തന്റെ വസതിയിൽ എത്തി. ഒന്നാമന് തന്റെ വീട്ടിൽ നിന്നും നഷ്ടപ്പെട്ട സാധനങ്ങളെല്ലാം രണ്ടാ മന്റെ വീട്ടിൽ കാണാൻ കഴിഞ്ഞു. അങ്ങനെ മോഷണം തെളിഞ്ഞു. അയാളുടെ വയറുവേദനയും മാറി.

3. ഉമ്മുഹാനി എന്ന പെൺകുട്ടിക്ക് കലശലായ ഒരു രോഗം ബാധിച്ചു. വിശിഷ്ടവൈദ്യൻമാരെല്ലാം ശ്രമിച്ചിട്ടും രോഗം ഭേദമാകാത്തതിനാൽ ഉമർഖാസിയെ ആളയച്ചുവരുത്തി. കുട്ടിയെ പരിശോധിച്ച് രോഗം വേഗം സുഖമാകുമെന്ന് അദ്ദേഹം പറഞ്ഞു. കേട്ടുനിന്ന പിതാവ് പരി ഹാസരൂപേണ ചിരിച്ചു. അതുകണ്ട ഉമർഖാസി പ്രഖ്യാപിച്ചു, "ഈ കുട്ടിയുടെ റൂഹിനെ (ആത്മാവിനെ) പിടിക്കാൻ മലക്കുൽമൗത്ത് (മരണദൂതൻ) വരുന്നുണ്ടെങ്കിൽ ഉമർ തിരിച്ചയക്കും". അതിനുശേഷം കുട്ടിയുടെ ശിരസ്സിൽ കൈവച്ച് പ്രാർത്ഥിക്കുകയും കഴിക്കാനായി ഒറ്റമൂലിയും നൽകി. കുറച്ചുദിവസത്തിനുശേഷം കുട്ടിയുടെ രോഗം ഭേദമായി. (കുഞ്ഞഹമ്മദ്.ഇ.പി (എഡി) ഉമർഖാസി. പുറം 80 മഹല്ല് ജമാ-അത്ത് കമ്മിറ്റി, വെളിയങ്കോട് : 1999)

4. ഒരിക്കൽ വള്ളിക്കുന്നിലെ തെയ്യൻ വൈദ്യരുടെ അടുത്ത് ബാധക യറിയ ഒരു സ്ത്രീയെ കൊണ്ടുവന്നു. തന്റെ തലയിൽ നിന്നും ബാധ ഒച്ചയെടുക്കുന്നു. എന്ന് ആ സ്ത്രീ പറഞ്ഞു. സശ്രദ്ധം സ്ത്രീയെ നിരീക്ഷി ച്ചതിനുശേഷം, ചെറിയ ഒരു മാനസികവിഭ്രാന്തിയേ ഇവർക്കുള്ളൂ

എന്ന് മനസ്സിലായി. രോഗിയുടെ ബന്ധുക്കളുടെ അടുത്ത് മാന്ത്രിക കർമ്മത്തിനുള്ള സാധനങ്ങളുടെ ലിസ്റ്റ് കൊടുത്തു. കർമ്മത്തിനുള്ള തീയതിയും നിശ്ചയിച്ചു.

മന്ത്രവാദ കർമ്മത്തിന്റെ അന്ന് വൈദ്യർ ഒരു തീപ്പെട്ടിക്കുള്ളിൽ ജീവനുള്ള ചീവീടിനെ ഇട്ട് സഹായിയെ ഏൽപ്പിച്ചു. വൈദ്യർ മാന്ത്രികക്കളം വരച്ച് രോഗിയെ കളത്തിലിരുത്തി കർമ്മം ആരംഭിച്ചു. അവസാനം രോഗിയുടെ തലയിൽ ബാധയെ ആവാഹിക്കാനുള്ള കുടം വെച്ചു. തിരുയുഴിഞ്ഞ് കുടത്തിലിടാൻ തുടങ്ങി. ഒടുവിലത്തെ തിരി ഇടുന്നതിനിടയിൽ വീട്ടുകാർ കാണാത്ത രീതിയിൽ സഹായിയിൽ നിന്നും ചീവീടിനെ അടച്ച തീപ്പെട്ടി വൈദ്യൻ വാങ്ങി കുടത്തിലിട്ടു. കുടത്തിന്റെ വായ് ചെമ്പുതകിടുകൊണ്ട് നന്നായി ബന്ധിച്ചു. ചീവീട് കുടത്തിനുള്ളിൽ കിടന്ന് ചൂടുകൊണ്ട് തുള്ളാൻ തുടങ്ങി. രോഗിയായ സ്ത്രീ വിചാരിച്ചത് തന്റെ തലയിലെ ബാധ കുടത്തിനുള്ളിലേക്ക് ആവാഹിക്കപ്പെട്ട് ശബ്ദമുണ്ടാക്കുകയാണ് എന്ന്. അതോടുകൂടി അവരുടെ മനോവിഭ്രാന്തി അവസാനിക്കുകയും ചെയ്തു.

5. ദേവന്മാർക്ക് ജരാനര ബാധിച്ചു. പാപമോചനത്തിനായി പാർവതീ സമേതം ഭിക്ഷാടനം ചെയ്തു. പാപനിവാരണമുണ്ടാകാത്തതിനാൽ ആ പാപത്തെ വെള്ളത്തിലെ നുരയിലും, പാലുള്ള വൃക്ഷങ്ങളിലും പൃഷ്ഠരപ്രദേശത്തും സ്ത്രീകൾ ഋതുവാകുന്നതിലും ഇങ്ങനെ നാലായി വിഭജിച്ചു. അന്നു മുതലാണത്രേ സ്ത്രീകൾ ഋതുവായിത്തുടങ്ങിയത്. പാർവതിക്കും ആ അശുദ്ധി നേരിട്ടു. അപ്പോൾ പരമേശ്വരൻ തന്റെ കാൽവണ്ണ പിളർന്ന് അൽപ്പം ചോരയെടുത്ത് 'മണ്ണാൻ' എന്ന് നാമകരണം ചെയ്തു. സ്ത്രീകളുടെ 'തൊടായ്മ'യിൽ നാലാം നാളിൽ മണ്ണ്, തുണി, ചാണകം, ചാമ്പൽ എന്നീ നാലു സാധനം കൊണ്ട് ശുദ്ധി വരുത്തുകയെന്ന് അനുഗ്രഹിച്ചുവത്രെ.

മണ്ണാന്മാർ കാളീഭക്തരായിത്തീർന്നതെങ്ങനെയെന്ന് വ്യക്തമാകുന്നതാണ് മറ്റൊരു ഐതിഹ്യം. ഭർത്താവിനെ അന്വേഷിച്ചുവന്ന കാളിയെ മണ്ണാനും മണ്ണാത്തിയും കഴുമരവും ശവവും കാണിച്ചു കൊടുക്കുകയും ആ ശവം മണ്ണാനെ ഏൽപ്പിച്ച് കാളി, പാണ്ടിനാട് മുടിക്കാൻ പോകുകയും ചെയ്തു. തിരികെ വന്ന് ശവം മറവുചെയ്തശേഷം ശൂലം കൊണ്ട് മണ്ണാന്റെ നാവിൽ എഴുതിക്കൊടുക്കുകയും അവൻ ദേവിയുടെ മാഹാത്മ്യങ്ങൾ പാടുകയും ചെയ്തു. (വിഷ്ണു നമ്പൂതിരി എം.വി.ഫോക്‌ലോർ നിഘണ്ടു, ഭാഷാ ഇൻസ്റ്റിറ്റ്യൂട്ട്, തിരുവനന്തപുരം പുറം-499)

6. ജ്യോതിഷം, മന്ത്രവാദം എന്നീ പാരമ്പര്യമുള്ള സമുദായക്കാരാണ് കണിയാന്മാർ. കണിശൻ, ഗണകൻ, കണിയാർ, പണിക്കർ,

ഗുരുക്കൾ, കളരിപ്പണിക്കർ എന്നീ പേരുകളിലും ഇവർ അറിയപ്പെടുന്നു. ഓലക്കുട കെട്ടുന്ന ജോലി കുലത്തൊഴിലായതുകൊണ്ടാണ് 'കണിയാന്മാ'രെന്ന പേര് ലഭിച്ചതെന്ന് പറയപ്പെടുന്നു. 'കണിക്കുക' എന്നാൽ 'കുടയുടെ ചട്ടമുണ്ടാക്കുക' എന്നർത്ഥം. കണിശന്മാരിൽ മിക്കവരും വൈദ്യപാരമ്പര്യമുള്ളവരായിരുന്നു. കണിശന്മാർ ദുർമന്ത്രവാദികളായിത്തീർന്നത് പരശുരാമശാപംകൊണ്ടത്രേ. കണിയാന്മാരുടെ ജ്യോതിഷപാരമ്പര്യത്തിന് ഉത്തമനിദർശനമാണ് പാഴൂർ പടിപ്പുര.

7. വൈദ്യൻ പറമ്പ് കിളച്ച് വിയർത്ത് വീട്ടിലേക്കു നടന്നുപോകുമ്പോൾ ഒരാൾ വന്നു പറഞ്ഞു, 'എനിക്ക് കുറേശ്ശേ പനിയുണ്ട്, മരുന്നുതരുമോ വൈദ്യരെ?' വൈദ്യൻ പറമ്പിൽ നിന്നും ചിറ്റമൃതിന്റെ വള്ളിയെടുത്ത് ഇതിന്റെ നീരുകുടിച്ചാൽ മതി എന്ന് പറഞ്ഞു. പനി മാറാൻ ഗുളികയില്ലേ എന്നായി രോഗി. വൈദ്യൻ ഗുളിക എടുത്തിട്ടുണ്ടായിരുന്നില്ല. ഗുളിക നിർബന്ധമാണെന്ന് രോഗി പറഞ്ഞപ്പോൾ, വൈദ്യൻ തന്റെ ഷർട്ടിനുള്ളിലൂടെ കയ്യിട്ട് തൊലിയിൽ പറ്റിപ്പിടിച്ചിരിക്കുന്ന വിയർപ്പും ചെളിയും കൂട്ടിയുരുട്ടി 'ഗുളിക'കയാക്കി മാറ്റി. ഷർട്ടിന്റെ ഉള്ളിലെ പോക്കറ്റിൽ നിന്നും ഗുളികയെടുക്കുന്നപോലെ രോഗിക്ക് നൽകി. ഗുളികയുടെ പേരെന്താണെന്ന് രോഗി ചോദിച്ചപ്പോൾ വൈദ്യൻ 'തൊക്കുരുട്ട്യാദി' എന്ന് മറുപടിയും കൊടുത്തു.

8. (1)വൈദ്യന്റെ അടുത്ത് ഒരു മുസ്ലീം സ്ത്രീ കുഞ്ഞുമായെത്തി. വൈദ്യൻ പ്രശ്നമെന്താണെന്ന് ചോദിച്ചു. കുഞ്ഞിന് വയറിളക്കമാണെന്നും മുസ്ല്യാർ 'അസറാങ്ക്' കൊടുത്തതിനുശേഷമാണ് തുടങ്ങിയതെന്ന് സ്ത്രീ പറഞ്ഞു. ('അസർബാങ്ക്' എന്നത് വൈകുന്നേരം ചെയ്യുന്ന നമസ്കാരത്തിനെ അറിയിക്കുന്ന ബാങ്കാണ്). 'അസറ്' എന്തോ പലഹാരമാണെന്ന് വിചാരിച്ച് 'ഇനി മുസ്ല്യാരോട് അസറ് കൊടുക്കേണ്ട എന്ന് പറയുക' എന്ന് വൈദ്യർ പറഞ്ഞു. ഇതു കേട്ട് മാപ്പിളമാർ മതവികാരത്തെ വ്രണപ്പെടുത്തി എന്നു പറഞ്ഞ് വൈദ്യനെ തല്ലി.

(2) 'വൈദ്യരേ, കുട്ടി കുടം തൂറി' എന്ന് മുസ്ലീം സ്ത്രീ പറഞ്ഞു. വൈദ്യർ വിചാരിച്ചത്, കുട്ടി മലവിസർജ്ജനം നടത്തിയത് മൺകുടത്തെ ആയിരിക്കും എന്നാണ്. യഥാർത്ഥത്തിൽ അവർ ഉദ്ദേശിച്ചത് ഒരു വലിയ കുടത്തിനേക്കാളും അളവിൽ മലവിസർജ്ജനം നടത്തി എന്നാണ്.

9. കന്നുകാലികളെ പീഡിപ്പിക്കുന്ന വനദേവതയാണ് മുണ്ട്യൻ. ഈ ദേവതയുടെ കോപം നിമിത്തം കൃഷിക്കും കന്നുകാലികൾക്കും നാശമുണ്ടാകുമെന്നാണ് വിശ്വാസം. മുണ്ടിയനെ പ്രീതിപ്പിക്കാനായി

മുണ്ട്യൻ കാവിൽ ആട്, കോഴി തുടങ്ങിയവയെ ബലിയർപ്പിക്കുന്നു. ഉത്തരകേരളത്തിലെ മുണ്ട്യൻ കാവുകളിൽ വണ്ണാന്മാർ തെയ്യംകെട്ടി ആടാറുണ്ട്. പാലക്കാട്, തൃശ്ശൂർ ജില്ലകളിലെ മുണ്ട്യൻ കാവുകളിൽ കളംപാട്ട് നടത്താറുണ്ട്. കൃഷിക്കും കന്നുകാലികൾക്കും അഭിവൃദ്ധി യുണ്ടാകാനാണ് ഈ ആചാരാനുഷ്ഠാനങ്ങൾ നടത്തുന്നത്.

ഏഴ്

ചോലനായ്ക്കന്മാർ -ഔഷധനാമം, രോഗനാമം, ചികിത്സ

കുറുന്തോട്ടി	-	അച്ചമദ്ദ
അടയ്ക്ക	-	അട്ടക്കെ
താന്നിക്ക	-	താന്നിഗാസ്
കിഴങ്ങ്	-	ഗാസ്
ശതാവരി	-	ശതവെരി
പാടക്കിഴങ്ങ്	-	പാടഗാസ്
തേൻ	-	ജേൻ

ചോലനായ്ക്കർ - രോഗത്തിന്റെ പേരിലെ വ്യത്യാസം

പനി	-	പണി
ഛർദ്ദി	-	കട്ടിട്പ്പതി
വേദന	-	വർപ്പം
തലവേദന	-	തലെവർപ്പം
പുണ്ണ്	-	ഉണ്ണ്
ചെവിവേദന	-	കെവിവർപ്പം
വയറിളക്കം	-	ഒട്ടവർപ്പം
വാതം	-	കാലുവെരി

ചോലനായ്ക്കർ -ചികിത്സ

പനി	-	കുരുമുളകു വള്ളിയോ, ഇഞ്ചിയോ കഷായം വെച്ച് കുടിക്കുക.
വയറിളക്കം	-	പൂപ്പാതിരി വേരിന്റെ തൊലി അരച്ചുകുടിക്കുക.
പല്ലുവേദന	-	കാട്ടുകുരുമുളകുവള്ളി ചതച്ച് പല്ലിനിടയിൽ വെക്കുക.
വയറുവേദന	-	പാടക്കിഴങ്ങിന്റെ ഇല അരച്ചുകഴിക്കുക

എട്ട്

ചികിത്സാമന്ത്രങ്ങൾ

1. അനാവശ്യമായി ഭയം വന്നാൽ ചരട് ബന്ധിക്കുന്നതിനുള്ള മന്ത്രം

കാളിം മേഘസമപ്രഭം ഭഗവതിം
വേതാളകണ്ഠസ്ഥിതം
ഖഢ്ഗം ഭൃത ഗണൈക
ദാരികശിര
ദ്വത്വകരാഗ്രേശ്ചമാം
ഭൂതപ്രേതപിശാച്
മാതൃസഹിതം മന്ദസ്മിതാലംകൃതം
വന്ദേദുഷ്ട വസൂരികാദി സകലം
സംഹാരിണി ഈശ്വരി
രക്തം കിം രക്തവസ്ത്രാം
കരിവില വിലസൽ
ഭൂതപൈശാചവൃന്ദാം.
ഘോരാം ഘോരാട്ടഹാസം
കരികലിത കപാലാം
ശത്രൂണാം പ്രണമാന്തി
ശശിശരി മകുടേ
ഭാവി ഭദ്രകാളി കരിങ്കാളി
ചണ്ഡികായേ നമ: സ്വാഹ

(മന്ത്രം ചൊല്ലിയതിനുശേഷം ഏഴോ പതിനാലോ ഇരുപത്തിയൊന്നോ തവണ തലമുതൽ താഴേക്കു ഊതുക)

2. കൊതിക്ക് ഊതുന്ന മന്ത്രം

ഓം ഓർക്കടലോ പാൽക്കടലോ
ചെന്താമരശ്രീ പാൽക്കടലോ
ചെന്താമരശ്രീ പാൽക്കടലിൽ
മരുവുന്ന നാഗപത്തിക്കരിമ്പന മുകളിൽ
മരുവുന്ന കരിമ്പെട്ടക്കോഴി കല്ലോ മുള്ളോ
വെള്ളാരങ്കല്ലോ കൊത്തിവിഴുങ്ങി
ജയിച്ചവരെപ്പോലെ വരികയും വേണം
സ്വാമിയെൻ ഗുരുവിനാണേ നമഃസ്വാഹ

(സ്വൽപ്പം ഉപ്പ്, മുളക് അല്ലെങ്കിൽ പഞ്ചസാര കയ്യിലെടുത്ത് ഏഴോ പതിന്നാലോ ഇരുപത്തിയൊന്നോ തവണ മന്ത്രം ചൊല്ലുന്നതിനോടൊപ്പം രോഗിയെ (സാധ്യനെ)ഉഴിഞ്ഞ് മൂന്ന് തവണ നുള്ളി വായിലിട്ടു കൊടുക്കുകയും ബാക്കി അടുപ്പിലോ കിണറ്റിലോ കൊണ്ടിടുകയും ചെയ്യുക.)

3. കൊതിക്ക് മറ്റൊരു മന്ത്രം

ഓം കരിംപാറപ്പുറത്ത് കരിംകോഴി
കാളവെങ്കല്ല് പെരുങ്കല്ല് ഉരുകിപ്പോക സ്വാഹ

4. പല്ലിന്

ഓം ഒരു പല്ലിനെന്നെ ഞാൻ സേവിക്കുമ്പോൾ
സർവകാളിക്കുളി ഭൂതപിശാച്ചുക്കളും
അപസ്മാരദേവതകളും ഏറ്റവാഹനപ്പല്ലും
എൻ കയ്യിലിരിക്കുന്ന വാളുകൾകൊണ്ട്
ആട്ടിവെട്ടിയടക്കം തരിക.
ഒരിനെപ്പല്ലിയായെ സ്വഹ.

(പല്ല് രോഗലക്ഷണം - അണ്ണാക്കുവീക്കം, മൂർദ്ധാവിൽ ചൂട്, പച്ച നിറത്തിൽ വയറിളക്കം എന്നിവ ഉണ്ടാകും. വായിൽ തള്ളവിരൽ ഇറക്കി അണ്ണാക്കിൽ വീക്കമുള്ളിടത്ത് ഞെക്കിയും പ്രശ്നം പരിഹരിക്കാറുണ്ട്).

5. തലവേദന, പനി

ഓം അസുരകളും ദേവകളും
അസുരന്റെ തലയറുത്തു
ഭൂമിയിൽവീഴുംമുമ്പേ
പെരുംപനിയും പെരുംതലനോവും
പാറിപ്പറന്നു പന്തിരിക്കാതംവഴി
ദൂരപ്പോക സ്വാഹ ഗുരുവിനാണ.

6. തീപ്പണ്ണ്

ഓം കാട്ടിൽ തീക്കണ്ടതീയും
മേലാകാശം കണ്ടു.
ആകാശത്തിൽ കുളം കണ്ടു.
കുളത്തിൽ പാവി കണ്ടു.
പാവിയും തീയും പുളർക്ക പുളർക്ക സ്വാഹ.

7. സർവ വ്യാധികൾക്ക്

ഓം ശൂലിനീം ശൂലിനീം ഓം ബ്രഹ്മശൂലിനീം
ശൂലിനീം ശൂലിനീം
ഓം കപാലശൂലിനീം ശൂലിനീം
ഓം കരിമുരിക്കിൻതണ്ട് വെട്ടിക്കളഞ്ഞോരപോലെ
സർവവ്യാധിഹരം വരിക സ്വാഹ.

8 കണ്ണേറിന് ജപിക്കാനും ചരടുതാനും

ഓം ശ്രീ പരമേശ്വരനും ശ്രീപാർവ്വതിയും
ഗംഗാതീരത്തുടൻ ശ്രീപരമേശ്വരന് കണ്ണേറുണ്ടായി.
ശ്രീപരമേശ്വരൻ മലനായി ശ്രീപാർവതി മലിയായ്.
കൊട്ടുമുടി ശ്രീപരമേശ്വരന്റെ കണ്ണേറുതീർന്നപോലെ
കണ്ണേറും കരിവിഷവും തീർന്നുപോക സ്വാഹ.

(നൂലിൽ പതിനാറ് തവണ കെട്ടുക. ഓരോ കെട്ടിനും ഓരോ പ്രാവശ്യം ജപിക്കണം)

9 പശുവിന് പാലുണ്ടാകാൻ

(പഴം, തേങ്ങ, പയറുവള്ളി എന്നിവയിലേതെങ്കിലും ജപിക്കുന്നു)

ഓം തൂപ്പാൽക്കടലിൽ നിറന്നപോലെ കുറ്റിനിറഞ്ഞു
കുടംനിറഞ്ഞു മുലനിറഞ്ഞു വരിക സ്വാഹ

10 കള്ള് കൂടുതൽ ഉണ്ടാകാൻ

ഓം ഹ്രീം ശ്രീമഹാദേവനും ശ്രീപാർവതിയുംകൂടി
ക്രീഡിക്കുമ്പോൾ ബീജംവന്ന് ചൊരിഞ്ഞോരപ്പോലെ കള്ള് ചൊരിക.
ഈ പാത്രം നിറഞ്ഞുവഴിഞ്ഞു വരിക.
മഹാദേവൻ തന്നാണെ തുള്ളിതുള്ളി ഉണ്ടായിരിക്ക സ്വാഹ.

11 വിഷനാശന മന്ത്രങ്ങൾ

1 *ഓം ഇന്ദ്രിയനാടിയ നീരും ചന്ദ്രനാടിയ നീരും*
അന്നീരും ഇന്നീരും എടുത്ത് കാർക്കോടകൻ കൊന്നി വിഷമടക്ക.
ആ വിഷം ശ്രീ പാൽക്കടലിൽ വെള്ളിശ്രീ വട്ടക്കയ്യിൽ.
കോരി ഒഴിച്ച് ആ വിഷം ഒഴിക, ഒഴികപ്പോക സ്വാഹ.
ഗുരുവിനാണ.

2 മുലപ്പാൽവിഷം ശമിക്കാൻ

(മുലമൂർഖന് വെള്ളം ജപിച്ചുകൊടുക്കൽ)

ഓംനമോ ഭഗവതേ വെള്ളിയാഴ്ച
ഉദയംതൊട്ട് എണ്ണായിരം മുലമൂർഖൻമാർ നിന്നെ
ഞാൻമേനിയിൽ കണ്ടു നീരുകോരിയെഴിക്കുന്നേരം
നീരോട്ടുകൂടി നീരിലിറങ്ങിപ്പോക സ്വാഹ.

(ജപിച്ച വെള്ളം സ്ത്രീകൾ മുലയിലേക്ക് ഒഴിക്കുന്നു.)

12. ശത്രു നാശന മന്ത്രങ്ങൾ

1 നാവടക്കമന്ത്രം

ഇന്ദ്രൻ നാവടങ്ങി, ഇറയവൻ നാവടങ്ങി,
ചന്ദ്രൻ നാവടങ്ങി, ചതുമുഖൻ നാവടങ്ങി
ബ്രഹ്മൻ നാവടങ്ങി, ഈശ്വരൻ നാവടങ്ങി,
സർവ്വം നാവടങ്ങിക്കിടക്ക സ്വാഹ.

2 ഒടി, മറി

ഓംനമോ ഭഗവതേ ബ്രഹ്മവിഷ്ണു മഹേശ്വരൻമാർ
മലങ്കുറവനെക്കൊണ്ടൊട്ടുപ്പിച്ചൊരടിയും മറിയും തീർപ്പാൻ
മലങ്കുറത്തിക്കന്യാവിനെക്കൊണ്ടും അഞ്ചുപഞ്ചഭൂതികളെക്കെട്ടി
ഒട്ടുപ്പിച്ചോരൊടിയിൽ നാൽപ്പൊന്നാമതൊടിയും തീർക്കുന്നേൻ.
മുട്ടുഞരമ്പും മുറിഞ്ഞെരമ്പും കെട്ടിയൊട്ടുപ്പിച്ചൊരൊടിയിൽ
നാൽപ്പത്തൊന്നാമതൊടിയും കീക്കുന്നേൻ.
തള്ളനെരമ്പും പിള്ളനെരമ്പും കെട്ടി ഒട്ടുപ്പിച്ചൊരൊടിയും
നാൽപ്പത്തൊന്നാമതൊടിയിൽ തീർക്കുന്നേൻ.
ശങ്കും ശരീരവും വീർപ്പും ശ്വാസവും കെട്ടി ഒട്ടുപ്പിച്ചൊരൊടിയിൽ
നാൽപ്പത്തൊന്നാമതൊടിയും തീർക്കുന്നേൻ.

13 മാപ്പിളവൈദ്യമന്ത്രങ്ങൾ

1. *യാ റഹാമ്നുക്യല്ലി*
ശയ്ഇൻ വരാഹി മഹ്യ

(ഈ മന്ത്രം 13000 പ്രാവശ്യം 40 ദിവസം ഓതിയാൽ ശത്രുക്കൾ മുഹബ്ബത്താകും. മഹാവ്യാധികളായ കുഷ്ടം പോലുള്ളവരെ ഓതി ഊതിയാൽ രോഗം സുഖപ്പെടും)

2 *യാറഹീമു കല്ലി*
സരീഹിൻ വ മക്റൂബിൻ വ
ഗിയാസഹ്യ വമ ആ ദഹ്യ

(സകലരേയും വശപ്പെടുത്താൻ നിത്യേന 7000 പ്രാവശ്യം വീതം 40 ദിവസം ഓതുക. നിത്യവും ശുദ്ധമനസ്സാൽ ഓതിയാൽ പല അദ്ഭുതങ്ങളും കാണാം. മക്കളില്ലാത്തവർക്ക് മക്കൾ ലഭിക്കും, ജയിൽവാസിക്ക് മോചനം കിട്ടും)

3. *യാഹയ്യുഹീന ലാ ഹയ്യ*
ഫീ ദയ്യൂമതി മുൽകിഹി
വാ ബഖാഇ ഹി

(വ്യാഴാഴ്ച രാവിലെ ഉദയശേഷം മുഷ്തരീയുടെ സമയത്ത് തുടങ്ങി നിത്യവും 1041 തവണ ഓതി വന്നാൽ ദീനിന്റെയും ദുനിയാവിന്റെയും കാര്യങ്ങളിൽ വിജയമുണ്ടാകും. ശ്രദ്ധമനസ്സോടെ നിത്യവും ഓതി വന്നാൽ കഷ്ടത അനുഭവിക്കേണ്ടതായി വരില്ല.)

ഒമ്പത്

മാപ്പിളപ്പാട്ടിലെ വൈദ്യപരാമർശങ്ങൾ

1. ഉമ്മർഖാസി വെളിയംകോട് രചിച്ച തൊണ്ടയടപ്പ്, വായുക്ഷോഭം എന്നിവയ്ക്കുള്ള മരുന്നുശ്ലോകം. (ഭാഷ - അറബി മലയാളം)

ലികല്ലി ഒച്ചടപ്പിനും ദവാഉ
മുജർബായ് കാണുന്നതിൽ ശിഫാഉ
കടുക്കഇഞ്ചിമഞ്ഞളും വ ജീരകം
വകിസ്സിസും ഇല മഞ്ഞമഅകരിഞ്ചീരകം
ജാതിക്ക ജാതിപത്രി വ പച്ചില
കദാകറാമ്പൃവും വ ആടലോടില
ഇവയൊക്കെയും നീ ഒപ്പമിൽ പൊടിച്ചതിൽ
തേനും കദാകൽക്കണ്ടവും ചേർത്തതിൽ
എടുത്ത് രണ്ട് നേരവും സേവിച്ചോ
വായുന്റെ എല്ലാരോഗവും ഒഴിച്ചോ

2. മത്തൻകറിപ്പാട്ട് (ബാല്യം നിലനിർത്താൻ) - മോയിൻകുട്ടി വൈദ്യർ

മുത്തിതൻ വള്ളിയിൽ പടർന്നൊരു മത്തൻ
മുന്നിട്ടുവേരോടടുത്തു കറിയ്ക്ക
കത്തിയെടുത്തിട്ട് മത്തൻ മുറിച്ച്
സുത്തംവരുത്തിയ വെള്ളത്തിലിട്ട്
കൊത്തമ്പൽ ഉള്ളിയും കായവും ചേർത്ത്
കല്ലായിപ്പട്ടത്തെ കാരാക്കട്ടക്കയും
പൃത്തിരത്താമരത്തണ്ടും മുറിച്ച
പാടിപ്പറയുന്ന ചട്ടിയിലിട്ട്
അത്തിമരം കൊള്ളികീറി മുറിച്ച്
ആരോരും കാണാതെ തീയും പെറുക്കി
സുത്തത്തിൽ വേവിച്ചെടുത്ത് തിന്നാൽ
ജീവോതികാലം നീ ബാലിയമേറും.

3. വാതപിത്ത രക്തദോഷങ്ങൾക്ക് കഷായം - (ചിന്നൻ അവറാൻ പട്ടാമ്പി - ഒപ്പനശീല്)

ആദം സന്താനങ്ങളെ പടച്ചതഞ്ച് സാധനത്താൽ
ആകെയാൽ അവർക്ക് രോഗം വാതവുംപിത്തം കഫത്താൽ
ഏത് കാലത്ത് വരുന്ന രക്തദോഷം വന്നതായും
ആകയാൽ ആ കാലത്ത് വെച്ച് കുടിക്ക് നീ കഷായം
(ഒപ്പനമുറുക്കം)
ചേർത്തിടുന്ന മരുന്നിന്റെ വിവരം പിന്നെ
ചീന്തിയരച്ച് ചതച്ചും ശരിയാക്കുന്നേ
ചുക്ക് കടുക്കയുമാ പിരിയാത്ത
മക്കിപ്പൂവലി തിപ്പലിയാത്ത
കർക്കടശിർമ്മിയുളും കിരിയാത്ത
മാതളനാരങ്ങാത്തോടും പഴത്തൊലിയും
ചിറ്റമൃതും സുന്നാമക്കിയും പ്രസാരണിവേരും.

പത്ത്

ആവേദകസൂചി

നം.	പേര്	വയസ്സ്	സ്ഥലം	ആവേദന മേഖല
1.	അനിൽ, കാട്ടുമാടം	38	പുന്നയൂർകുളം	മാന്ത്രികചികിത്സ
2.	അബൂള്ളക്കുട്ടി	38	എടവണ്ണ	ഗൃഹവൈദ്യം
3.	അവറാൻകുട്ടി	52	പാലൂർ, പുലാമന്തോൾ	വിഷവൈദ്യം
4.	ഉമ്മുക്കുൽസു	51	ചെറുകര, പെരിന്തൽമണ്ണ	വിഷവൈദ്യം
5.	കുട്ടി. വി.എം.	72	പുളിക്കൽ	മാപ്പിള വൈദ്യം
6.	കുമാരൻ വൈദ്യർ	74	ഇട്ടിലാക്കൽ, തിരൂർ	ബാലചികിത്സ
7.	കുഞ്ഞു, പറയറ്റ	64	ഇരുമ്പുഴി	സസ്യവൈദ്യം,കൃഷി
8.	കുഞ്ഞു വൈദ്യർ (അന്തരിച്ചു)	75	പാപ്പിനിപ്പാറ മഞ്ചേരി	ബാലചികിത്സ
9.	കൊച്ചുണ്ണി വി.എം.	75	മഞ്ചേരി	ബാലചികിത്സ
10	കൃഷ്ണൻ	69	കൈപ്പള്ളിക്കുണ്ട് കോട്ടക്കൽ	മാന്ത്രികചികിത്സ നാട്ടുവൈദ്യം
11.	ഗണേശ് കെ.എൻ. (ഡോ)		ചരിത്രവിഭാഗം കാലിക്കറ്റ് യൂണിവേഴ്സിറ്റി	ചരിത്രം, സംസ്കാരം
12.	ചാത്തൻ	70	മാഞ്ചീരികോളനി നിലമ്പൂർ	ആദിവാസിവൈദ്യം
13.	ചെല്ലൻ, മണ്ണുള	68	മാഞ്ചീരികോളനി നിലമ്പൂർ	ആദിവാസിവൈദ്യം
14.	ജയരാജൻ	46	മുണ്ടുപറമ്പ, മലപ്പുറം	മർമ്മചികിത്സ
15.	ജോൺ ബേബി	62	കാലിക്കറ്റ് യൂണിവേഴ്സിറ്റി തേഞ്ഞിപ്പലം	മന:ശാസ്ത്രം, പ്രകൃതിജീവനം
16.	നമ്പൂതിരി.വി.എൻ (അന്തരിച്ചു)	63	പൂങ്കുടിൽ മന, വള്ളിക്കാപ്പറ്റ	മാന്ത്രികചികിത്സ, മനോരോഗചികിത്സ.
17.	നാരായണൻ നമ്പീശൻ	80	പുഷ്പകം, കരിമൂച്ചിക്കൽ	സസ്യവൈദ്യം, ജന്തുവൈദ്യം.

18.	പരമേശ്വര പണിക്കർ 68	ഇരുമ്പുഴി	സസ്യവൈദ്യം, കൃഷി.
19.	ഫാദർ. മനോജ് 40	മേരിക്കുന്ന് കോഴിക്കോട്	വിഷവൈദ്യം.
20	ബാപ്പവൈദ്യർ 75	മഞ്ചേരി, ഫാർമസി	വാതചികിത്സ
21.	ബാലകൃഷ്ണൻ 62	വള്ളിക്കുന്ന്	മൃഗവൈദ്യം.
22.	ബാലകൃഷ്ണൻ വൈദ്യർ 65	എടപ്പാൾ	ബാലചികിത്സ
21	ബാലസുബ്രഹ്മണ്യൻ 40	കാരക്കുന്ന്, മഞ്ചേരി	വൈദ്യം, മാന്ത്രികം.
22.	മന്മഥൻ ടി.ബി. 59	ഭൂദാനം, ചുങ്കത്തറ	വിഷവൈദ്യം
23.	മമ്മദ്യ ഗുരിക്കൾ 50	മുണ്ടുപറമ്പ, മലപ്പുറം	മർമ്മചികിത്സ.
24.	മാതാ, പാറക്കൽ 70	ഇരുമ്പുഴി	ഔഷധനിർമ്മാണം
25.	മായിൻകുട്ടി 50	നിലമ്പൂർ	ആദിവാസിവൈദ്യം
26.	മുജീബ്, കല്ലൻകുന്നൻ 32	പൂളാപ്പീസ്, വേങ്ങര	മഞ്ഞപ്പിത്തചികിത്സ
27.	മുത്തുക്കോയതങ്ങൾ, ഒ.പി.എം 50	വലിയങ്ങാടി, മലപ്പുറം	മാപ്പിളവൈദ്യം.
28.	മുഹമ്മദ് 77	മുക്കിൽ, ഇരുമ്പുഴി	സസ്യവൈദ്യം
29.	മുഹമ്മദ്, ചാലിൽ 74	ഇരുമ്പുഴി	മൃഗവൈദ്യം
30.	മുഹമ്മദ്, മുള്ളത്ത് 60	പട്ടിക്കാട്, പെരിന്തൽമണ്ണ	മാപ്പിളവൈദ്യം
31.	മുഹമ്മദ്.പി 72	ഡൗൺഹിൽ മലപ്പുറം	പ്രാദേശിക ചരിത്രം
32.	മുണ്ടൻ കുട്ടി 69	ടി.എൻ.പുരം, പുലാമന്തോൾ	മാന്ത്രിക ചികിത്സ
33.	മൈന ഉമൈബാൻ 28	മേരിക്കുന്ന് കോഴിക്കോട്	വിഷവൈദ്യം
34.	രഘുറാം ടി.എം. 50	എം.ഇ.എസ്.മെഡിക്കൽ കോളേജ് പെരിന്തൽമണ്ണ	മന:ശാസ്ത്രം
35.	രമേശ് 27	ചൂരക്കണ്ടി, ചുങ്കത്തറ	മാന്ത്രികചികിത്സ.
36.	രാഘവൻവൈദ്യർ 65	പെരിന്തൽമണ്ണ	വിഷചികിത്സ
37.	രാമകൃഷ്ണപണിക്കർ 32	കളരിക്കൽ, ഇരുമ്പുഴി	ജ്യോതിഷം.
38.	രാമൻകുട്ടിനായർ 84 (അന്തരിച്ചു)	വില്ലന്നൂർ, പത്തപ്പിരിയം	കണ്ണുചികിത്സ
39.	വേലായുധൻ വൈദ്യർ 72	പാപ്പിനിപ്പാറ മഞ്ചേരി	മർമ്മചികിത്സ
40	വേലായുധൻ 51	കളിമുത്തപ്പൻകാവ് വൈലാശ്ശേരി	മാന്ത്രികചികിത്സ
41.	ശശിധരൻ ക്ലാരി 51	എടരിക്കോട്	മൃഗവൈദ്യം
42.	ശിവശങ്കരൻ വൈദ്യർ 63	ആവന്തിക ഇരുമ്പുഴി	ബാലവൈദ്യം
43.	ശ്രീകുമാരവാര്യർ 70	പാണ്ഡമംഗലം, കോട്ടക്കൽ	വിഷവൈദ്യം
44.	ശ്രീധരൻ വൈദ്യർ 62	മുണ്ടുപറമ്പ, മലപ്പുറം	മർമ്മചികിത്സ
45.	ഷഹീർ സി.എച്ച്. 28	വടക്കേമണ്ണ	ജന്തുചികിത്സ
46.	ഷൈൻ വൈദ്യർ 32	ഭൂദാനം, ചുങ്കത്തറ	വിഷവൈദ്യം
47.	ഷൈനി ലൂക്കോസ് 33	ഓരാടംപാലം	ക്രിസ്തീയവൈദ്യം
48.	സത്യനാഥൻ (ഡോ) 52	ഗവ. ആയുർവേദ ആശുപത്രി, മഞ്ചേരി	ആയുർവേദം
49.	സുധീർ പാറൂർ 38	ബി.പി. അങ്ങാടി തിരൂർ	മന:ശാസ്ത്രം നാട്ടുവൈദ്യം.
50.	ഹനീഫ.കെ.പി 54	കാലിക്കറ്റ് യൂണിവേഴ്സിറ്റി തേഞ്ഞിപ്പലം	പ്രകൃതിജീവനം
51.	ഹസ്സൻകാഞ്ഞിരക്കടവത്ത്58	പുലാമന്തോൾ	വിഷവൈദ്യം

പതിനൊന്ന്

സങ്കേതപദസൂചി

അങ്ങാടി മരുന്ന് 71
അടക്കം 103
അപസ്മാരം 145,149
അമുക്ക് 117
അമ്മായി വൈദ്യം 78
അമ്മൂമ്മ വൈദ്യം 78
അമ്പലവാസികൾ 35
അരിയാർ 112,94
അരിഷ്ടം 118
അശ്രുത 152
അറബിമഷി 116
അഷ്ടവൈദ്യൻ 41
ആദിവാസിവൈദ്യം 73,98
ആയുർവേദം 64
ആലങ്ങോട്ടുപള്ളി 117
ഇലക്കിഴി 66
ഇടിക്കട്ട 119
ഈന്ത് 95
ഉരമരുന്ന് 178
ഉറുക്കെഴുതുക 116
ഉഴിച്ചിൽ 66
എതിരുപോക്ക് 92
ഏറാടികൾ 41
ഉഴിഞ്ഞുവാങ്ങൽ 109
ഒടിമൂർത്തി 94
ഒടിമറയൽ 110
ഒസ്സാത്തി 78
ഒസ്സാൻ 137
ഒറ്റമൂലികൾ 134,151,156
ഓലയെഴുതുക 143
ഔൺസ് ഗ്ലാസ് 68
കടങ്കഥ 55
കട്ട് 65,171
കടവണ്ടിപ്പിഞ്ഞാണം 68,177
കണ്ണേറ് 110,165,177
കരിങ്കണ്ണ് 80
കഷായം 62,118
കഷായക്കലം 62
കളരിചികിത്സ 152
കള്ളിപ്പെട്ടി 68
കളം 114
കളംപാട്ട് 114

കളരി ഗുരിക്കൾ 153
കർക്കിടകക്കഞ്ഞി 171,88
കാട്ടുമാടം 106
കിഴിവെക്കൽ 66
ക്രിസ്തീയവൈദ്യം 116
കുറ്റക്കെളക്കം 146
കേരളീയായുർവ്വേദം 64
കൊതി 79
കൊമ്പഞ്ച് 177
കൊളമ്പീരി 92
കൊരട്ടിമുത്തി 113,117
കോട്ടക്കൽ ആര്യവൈദ്യശാല 41
കോഴിപ്പേൻ 95
കോഴിമരുന്ന് 94,172
കോഴിചികിത്സ 135
ക്ലാസിക് ആയുർവ്വേദം 64
ക്രാവി (ക്ലാവി) 92
ക്ഷേത്രവൈദ്യം 113
ഗൃഹവൈദ്യം 78
ഗ്രഹപ്പിഴ 148
ചങ്ങംമ്പിള്ളി 47,152
ചവിട്ടുകളി 39
ചാർത്ത് 103
ചാഴിവിലക്ക് 96
ചികിത്സാമഞ്ജരി 66,182
ചീറ് 177
ചെറുകടലാടിക്കഞ്ഞി 87
ചേക്കുട്ടിപ്പാപ്പ 61,112
ചോലനായ്ക്കർ 37
ച്ചല്ലനേരുക 113
ജാറം നേർച്ച 115
ജാപ്പി 82
ജിന്നുമ്മ 112
ജീവിതശൈലീരോഗങ്ങൾ 53
ജ്യോതിഷി 107
ജംഗമവിഷം 122
തങ്ങന്മാർ 112
തരിക്കഞ്ഞി 88,90
തലപൊതിച്ചിൽ 66
തറിമരുന്ന് 71
തിരുമ്മൽ 171
തിരുവിഴാച്ചർദ്ദി 151
തുവ 124
തെച്ചി 126
തെരുവുചന്ത 73
തേങ്ങാമരുന്ന് 172
ത്വിബ്ബുന്നബി 111
ദശപുഷ്പം 57
ദൂതലക്ഷണം 130
ധാര 65
നക്ഷത്രപ്പാന 58
നവരക്കിഴി 66
നാട്ടുവാങ്മയങ്ങൾ 52
നാപ്പോര് 93
നാൽപ്പാമരം 175
നാവേറ് 110
നേർച്ചകൾ 40
പച്ചമരുന്ന് 68,71
പനിക്കൂർക്ക 26
പക്ഷിബാധ 148
പഞ്ചഗവ്യം 91
പത്തപ്പിരിയം കണ്ണുചികിത്സ 165
പത്തിലക്കറി 171
പറിമരുന്ന് 71
പഴഞ്ചൊല്ല് 52
പാദചതുഷ്ടയം 74,118
പാരമ്പര്യചികിത്സ 190
പാർപ്പകാർ 175
പാൽക്കഷായം 174
പിഴിച്ചിൽ 65
പുളികുടി 173
പുള്ളുവക്കുടം 110

പൂങ്കുടിൽമന 53,128
പൂണി 178
പെട്ടിമരുന്ന് 71
പേറെട്ടപ്പ് 168
പേറ്റിച്ചി 78, 175
പേറ്റലേഹ്യം 176
ബിലിറൂബിൻ 143
മന്ത്രം 99
മന്ത്രവാദി 99
മന്ത്രവാദം 99
മഞ്ഞപ്പിത്തചികിത്സ 50,143
മരുന്നുകഞ്ഞി 87
മർമ്മചികിത്സ 152
മമ്പുറം തങ്ങൾ 61,116
മാട്ട് 147
മാട്ടുവൈദ്യം 91
മാത്ര 119
മാപ്പിളവൈദ്യം 115
മുക്കുട്ട്കുഴമ്പ് 158
മുട്ടറുക്കൽ 104,114
മുണ്ടിയൻ 63,94
മുത്തിയൂട്ട് 118
മുദ്ര 78
യൂനാനി 17,41
രോഗനിദാനാസ്പദചികിത്സ 98
രോഗലക്ഷണാസ്പദചികിത്സ 98
ലാംഗലിപ്രയോഗം 169
വയറ്റാട്ടി 168
വിലക്ക് 96
വിശ്വാസം 99
വിഷക്കല്ല് 119, 136
വിഷചികിത്സ 112, 122
വിഷപ്പല്ല് 131,135
വീട്ടുചികിത്സ 78
വെരുകിൻപുഴ 71
വേന്ദിരൻ 131
വൈദ്യകുടുംബം 77
വ്യാള്ളൾ 174
സുഖപ്രസവം 117
സയ്യിദ് 112
സസ്യവൈദ്യം 95
സർപ്പദോഷം 115
സർപ്പാരാധന 126
സാമ്പ്രദായികൾ 106
സ്വയംചികിത്സ 76
സ്ഥലനാമപുരാണം 32,185
സ്ഥാവരവിഷം 123
ഹദീസ് 115
ഹോർത്തുസമലബാറിക്കസ് 65

www.ingramcontent.com/pod-product-compliance
Lightning Source LLC
LaVergne TN
LVHW090313051026
849518LV00005B/1767
9789355171023